'Teach Yourself Motivate Yourself And Reach Your Goals'
या इंग्रजी पुस्तकाचा अनुवाद

स्वयंप्रेरणेतून ध्येयपूर्तीकडे

फ्रान्सिस कूम्बस्

अनुवाद
डॉ. मिलिंद पराडकर

मेहता पब्लिशिंग हाऊस

Please contact us at **Mehta Publishing House,** Pune 411030.
Email : production@mehtapublishinghouse.com
Website : www.mehtapublishinghouse.com

- *या पुस्तकातील लेखकाची मते, घटना, वर्णने ही त्या लेखकाची असून त्याच्याशी प्रकाशक सहमत असतीलच असे नाही.*

TEACH YOURSELF MOTIVATE YOURSELF AND REACH YOUR GOALS by FRANCES COOMBES

First Published in UK 2010 by Hodder Education,
part of Hachette Livre UK 338 Euston Road,
London, NW 1 3BH
www.hoddereducation.co.uk

Translated into Marathi Language by Dr. Milind Paradkar

स्वयंप्रेरणेतून ध्येयपूर्तीकडे / मार्गदर्शनपर

अनुवाद : डॉ. मिलिंद पराडकर
author@mehtapublishinghouse.com

मराठी अनुवादाचे व प्रकाशनाचे हक्क मेहता पब्लिशिंग हाऊस, पुणे.

प्रकाशक : सुनील अनिल मेहता, मेहता पब्लिशिंग हाऊस,
१९४१, सदाशिव पेठ, माडीवाले कॉलनी, पुणे ३०.

मुद्रक : ट्रिनिटी अॅकॅडमी फॉर कॉर्पोरेट ट्रेनिंग लिमिटेड, सर्व्हे नं. २६/५,
नऱ्हे इंडस्ट्रिअल एरिया, झील कॉलेज रोड, नऱ्हे, पुणे – ४१.

मुखपृष्ठ : मेहता पब्लिशिंग हाऊस

प्रथमावृत्ती : ऑगस्ट, २०२१

किंमत : ₹ ४५०

P Book ISBN 9789391151096
E Book ISBN 9789391151355
E Books available on : play.google.com/store/books
www.amazon.in
https://books.apple.com/

लेखकाशी भेट

मी एक मुक्त पत्रकार असताना, म्हणजे साधारण १९८०च्या दरम्यान, जेव्हा मी लंडन ईव्हिनिंग स्टँडर्डसाठी रोजगार, प्रेरणात्मक प्रशिक्षण, व्यवसाय आणि विक्री यांसारख्या विषयांवर लिहित असे. तेव्हा एनएलपी या विषयाशी माझी ओळख झाली होती. त्यावेळीच माझ्या लक्षात आलं होतं, की आपली ध्येये साध्य करणारी उच्चभ्रू मंडळी आणि ते न करू शकणारी मंडळी यांच्यात मुख्य फरक होता तो त्यांच्या आत्मविश्वासात, स्वयंप्रेरणेत आणि नियोजनात. यातल्या बहुतांश लोकांकडे प्रशिक्षक वा गुरु होते अथवा ही मंडळी स्वत:च्या प्रगतीच्या प्रक्रियेत होती.

त्यानंतर मी स्वत: एनएलपी मास्टर म्हणून पहिल्यांदा व्यवसाय आणि नंतर शिक्षण या क्षेत्रात प्रशिक्षण घेतलं. या दरम्यान, इतरांनी यश मिळवण्यासाठी जी रणनीती आखली तीच मानसिकता अंगिकारून आणि त्या धर्तीवर स्वत:मध्ये तसे बदल घडवून यश मिळवावे, या एनएलपीच्या संकल्पनेमुळे मी स्तंभित झालो होतो. मी जवळजवळ तीनशे नियोजन पद्धतींचे संकलन केले आहे आणि त्यातल्या तीस पेक्षा जास्त पद्धतींना मी माझ्या स्वत:च्या स्वभावात सामावून घेतले आहे. त्यातून अतिशय मनोरंजक आणि दूरगामी निष्कर्ष मला मिळालेले आहेत.

हल्ली मी एक मुक्त पत्रकार म्हणून काम करतो, घोस्ट-रायटर म्हणून पुस्तके लिहितो, लंडनमध्ये 'शिकण्यासाठी व शिकवण्यासाठी एनएलपी' याचा प्रशिक्षक म्हणून शिकविण्याचे कामही करतो. लंडनच्या मेरी वॉर्ड सेंटरमध्ये मी 'एनएलपी आणि आत्मविश्वासाची उभारणी' आणि 'कामाच्या ठिकाणी एनएलपी' हे विषय शिकवतो. मी स्वतंत्र प्रशिक्षकही आहे आणि सध्या प्रा. रिचर्ड ग्रे यांच्या ब्रुकलीन प्रोग्राम, जो कोर्स अंमली पदार्थांच्या आहारी गेलेल्यांसाठी आहे, ज्यात सहभागी झालेली तीस टक्के माणसे ही या व्यसनापासून मुक्त झालेली आहेत. हे निकाल एका वर्षानंतर घेतलेल्या मूत्राच्या नमुन्यांवर बेतलेले आहेत, त्याअंतर्गत मी 'एनएलपी मधील नवीन घडामोडी' व यावर बेतलेले नमुने यासंबंधात काम करतो आहे.

या कार्यक्रमात सहभागी होणाऱ्या शेकडो लोकांना पाहून मला जाणीव झाली आहे की, ही सर्व मंडळी त्यांच्या इप्सितापासून अक्षरश: काहीच पावलं दूर

असतात. अगदी पाच-सहा कौशल्ये जर त्यांनी हस्तगत केली तर अपेक्षित यश मिळवणे त्यांना सहज शक्य होणार असते. या विषयावरची पुस्तके फार कमी आहेत म्हणून मी या विषया संदर्भातले एक प्रकरण या पुस्तकात घातले आहे.

मला आशा आहे की, हा ग्रंथ तुम्हाला प्रेरणादायी आणि व्यावहारिकही वाटेल. ज्यांना स्वत:च्या आयुष्यात अपरंपार यश मिळवायचं आहे अशांच्या आत्मिवश्वासालाखात्पानी घालण्यासाठी हा ग्रंथ लिहिला आहे...!

www.francescoombes.com francescoombes@yahoo.com

१ केवळ एखादंच मिनिट आहे...?

प्रेरित व्हा आणि तुमचे ध्येय साध्य करा

आपल्याला आयुष्यात जे काही मिळवायचं असतं, ते केवळ योगायोगावर सोडू नका. आपण आपल्या इच्छा-आकांक्षा खूपच काळजीपूर्वक निवडायला हव्यात अन् मग विचारपूर्वक अशा कृती करायला हव्यात की, ज्यामुळे आपला प्रवास आपल्या ध्येयाच्या दिशेने सुरू होईल.

जेव्हा आपण आपल्या आंतरिक क्षमता वाढविणाऱ्या अन् शक्यतांचे क्षेत्र विस्तृत करणाऱ्या साधनांचा उपयोग करू लागतो, तेव्हा आपण काहीसे जास्तच हुशार वाटतो. उदाहरणच घ्यायचं झालं तर संगणकाचं घेता येईल. संगणकाच्या मदतीमुळे आपण कितीतरी गोष्टी करू शकतो, ज्या एरवी आपल्या एकट्याला शक्य झाल्या नसत्या अन् त्या सुद्धा कितीतरी कमी वेळात. काय आपण खरंच हुशार झालोय? होयही आणि नाहीही. संगणक वापरता ना? होय, मात्र आपण एकटेच जेव्हा काही करीत असतो, तेंव्हा नक्कीच नाही.

तुमचे ध्येय साध्य करण्यासाठी साधने जमवा

शक्तिशाली अशा संगणकाच्या मदतीने आपण प्रश्नांवर तोडगे शोधतो, मात्र दोन कानांच्या मध्ये असलेल्या संगणकप्रणालीची उत्क्रांती करण्यात आपल्याला अपयश येत असतं. आपली विचारप्रक्रिया अजून थोड्या उंच पातळीवर नेण्यासाठी काही सोप्या क्लृप्त्या आहेत. ध्येयनिश्चिती करण्यासाठी आणि चांगल्या परिणामांचे अंदाज वर्तविण्यासाठी प्रशिक्षक, वृत्तपत्रांतून व्यथांना उत्तरे देणाऱ्या व्यक्ती, लष्कर अन् निरनिराळी सरकारे तुमच्याकडून मिळालेल्या माहितीचा शास्त्रशुद्ध वापर करतात. पूर्वानुभवावरून माहिती निवडण्यासाठी आणि शिक्षण वेगळ्याच पातळीवर घेऊन जाण्यासाठी हे साधन खरंच खूप उपयोगी पडतं.

तुमच्या कोणत्याही कृतीची परिणती कशात होते यावर लक्ष द्या

मागील वेळेस जेव्हा सारे काही अतिशय सुरळीत झालं होतं, अशी परिस्थिती आठवा.

- काय तुम्ही अपेक्षित परिणामांचं नियोजन अगोदरच केलं होतं?
- ज्याची तुम्ही अपेक्षा केली होती, ते प्रत्यक्षात घडलं काय?

काय होत आहे हे ओळखता येणं, ही एकच बाब तुमची ध्येयाकडे होणारी वाटचाल किती प्रमाणात अचूक आहे हे सांगते.

- तुम्ही तुमच्या लक्ष्यापासून किती ढळला?
- साऱ्या गोष्टी योग्य तऱ्हेने होण्यासाठी तुम्ही कोणती कृती करायला हवी होती?

नवनवीन ध्येये साध्य करण्यासाठी जेव्हा तुम्ही कृती कराल तेव्हा,

चाचणी, कृती, *पुन्हा* ***चाचणी*** आणि मग त्यातून ***बाहेर*** असा मार्ग अवलंबावा.

चाचणी : निश्चित केलेल्या तुमच्या ध्येयाच्या जवळपास तुम्ही आहात का, आणि नसलात तर,

कृती : त्यावर कृती करा - अशी कृती की, ज्यामुळे तुम्ही तुमच्या ध्येयाच्या जवळ जाल.

तुमचे ध्येय साध्य होईपर्यंत चाचणी व कृती या क्रिया तुम्हाला अनेकदा कराव्या लागतील. ते झाले की या प्रक्रियेतून तुम्ही जे शिकलात ते सोबत घेऊन त्यातून बाहेर पडा, ज्यामुळे तुमचा पुढचा प्रयत्न अधिक सुबक असेल.

केवळ पाचच मिनिटं आहेत...?

प्रेरित व्हा आणि तुमचे ध्येय साध्य करा

संगणकामुळे आपल्या ज्ञानाच्या सीमा विस्तारल्या आहेत अन् निरनिराळी माहिती मिळणं अधिक सोपं झालं आहे. आपली ध्येये साध्य करण्यासाठी आणि उद्दिष्टांच्या स्पष्टीकरणासाठी आपल्याला त्यांचा उपयोग होऊ शकतो, मात्र यात एक धोका आहेच की, जेव्हा आपण यांवर जास्त जास्त अवलंबून राहतो तेव्हा एक गोष्ट आपल्या लक्षात येत नाही की, संगणकावर काम करता करता आपण या संगणकांसारखेच बनत जातो. आता आपण आपली डायरी संगणकाच्या स्क्रीनवर पाहतो. पूर्वी संभाषणांमध्ये अनेक वाक्यांचा समावेश असायचा, मात्र आता असतात आवाजाचे काही तुकडे. विचार करण्यात आता आपला कमी वेळ खर्च होतो आणि दुसऱ्यांनाही जास्त विचार करायला लागू नये म्हणून आपण केवळ खुणा करण्यासाठी जागा असलेले तक्ते तयार करतो. याचा दृश्य परिणाम एकच झालाय की, खूप लोकांचा केवळ डावीकडचाच मेंदू काम करू लागला आहे. ते जी संगणकप्रणाली वापरतात त्याचप्रमाणे त्यांची विचार करायची पद्धत पृथक्करणात्मक अन् एखादी प्रक्रिया असावी अशीच होऊ लागलीय. त्यांनी त्यांच्या वेगवेगळ्या पद्धतींनी विचार करण्याच्या कुवतीवर जणू पडदा टाकला आहे.

तरीसुद्धा उद्योगधंघांना जर शर्यतीत पुढे राहायचेच असेल तर त्यांच्यापाशी सृजनशील कल्पनांचा साठा असणे अतिशय आवश्यक आहे. अशा कल्पना ज्या केवळ स्वत:शी विचार करू शकणाऱ्या माणसांकडेच असू शकतात. जे प्रस्थापित आहे त्याविषयी प्रश्नचिन्ह उभं न करणं म्हणजेच स्वत:ला बदलांच्या गरजेपासून मुक्त करण्यासारखं आहे. त्याची परिणती म्हणून मग बदल आपल्यावर लादले जातात (जसे सध्या अर्थ अन् कामगार क्षेत्रात घडते आहे).

मनाची स्नायुशक्ती वाढवा

तुमचं विचार करण्याचं कसब आणि तुमच्या दोन कानांच्या मध्ये जी संगणकप्रणाली आहे तिचा विकास या दोन्ही गोष्टी सरावाने नक्कीच जमू शकतात. विचार करण्याच्या शास्त्रशुद्ध पद्धतींचा साठा करून तुम्ही तुमच्या मेंदूची विचार करण्याची क्षमता वाढवू शकता.

म्हणून मग सुरुवातीला जे ओळखीचे आहे त्याकडे प्रश्नार्थक दृष्टीने पाहायला सुरुवात करा. तुम्हाला रोज येणारे संदेश, ज्याविषयी प्रश्न करावा असे तुम्हास वाटत नाही - काय त्यामुळे तुम्ही शोधीत असलेल्या उत्तरांवर मर्यादा येते? ते कदाचित असेही असू शकेल:

- ते मुख्य आहेत, त्यांना ठाऊक असणार की, ते काय करताहेत.
- मी तर केवळ सफाई कामगार/लेखनिक/विक्री साहाय्यक/शिक्षक... माझ्या शब्दाला ती काय किंमत?
- हा बहुधा अर्थव्यवस्थेचा परिणाम; तेव्हा हे असंच करायला लागतं. त्याच्या फलनिष्पत्तीवर माझा कसा बरे ताबा असेल?

आता वैचारिक अडथळे बाजूस सारायला सुरुवात करा. तुमची एखादी सर्वसाधारण समजूत असेल त्याविषयी प्रश्न उभे करा. स्वत:लाच विचारा, ही जी माझी समजूत आहे ते एक निखळ सत्य आहे, सत्याची शक्यता आहे की हे एक मर्यादा घालणारं गृहीतक आहे?

निखळ सत्य	सत्याची शक्यता	मर्यादा घालणारं गृहीतक

कदाचित हा प्रश्न वरवर सोपा वाटू शकतो, मात्र स्वत:ची आणि इतरांची मर्यादा लादणारी गृहीतके आणि वैचारिक अडथळे उघड करण्यासाठी हा प्रश्न आधारभूत ठरतो.

मर्यादा घालणाऱ्या समजुती ओळखणे

जर तुम्ही दूरचित्रवाणीवर सार्वजनिक चौकशा पाहात असाल तर तुमच्या निदर्शनास येईल की, प्रश्न करण्याची ही वरवर सोपी वाटणारी पद्धत वापरून, एका वेळी

एकाच प्रकारचा प्रश्न विचारून, चौकशी समिती अगणित प्रश्नांची उत्तरे शोधीत असते. उदाहरणार्थ :

- बँकांच्या कारभारातील घोटाळे कसे झाले? त्यासाठी कोण जबाबदार होते? ते होणार हे आपल्याला कळू शकले असते काय?
- कोणत्या घटना आपल्याला इराकच्या युद्धाकडे घेऊन गेल्या? त्या बाबतीतल्या निर्णयांना कोणी हरकत घेतली? भविष्यात या प्रकारच्या घटना आपण कोणत्या प्रकारे टाळू शकू?

येथे हे जाणवते की, प्रश्नकर्ता अशा तऱ्हेचा संबंध प्रस्थापित करू पाहतोय की, उत्तरे देणारा निखळ सत्य सांगतोय, सत्याची शक्यता सांगतोय की मर्यादा घालणारं गृहीतक मांडू पाहतोय?

कोणत्या क्षणी आपले विचार निखळ सत्य अन् वस्तुस्थिती, सत्याची शक्यता अन् वस्तुस्थिती आणि मर्यादा घालणारं गृहीतक यांपासून दूर जाऊ पाहतात हे कळणे सगळ्यात महत्त्वाचे आहे, कारण एकदा आपण ठरविले की, मर्यादित गृहीतक हेच सत्य आहे की त्यानंतर आपण फक्त आपल्या समजुतींचे पुष्टीकरण करण्यासाठी लागणारीच माहिती गोळा करतो अन् बाकी सारे दुर्लक्षित करतो. या प्रकारचे किस्से आपल्याला कोर्टातील अपिलासंबंधीच्या खटल्यात आढळून येतात, जिथे चुकीचा माणूस कैदेत असतो. निरीक्षणांती असं आढळून येतं की, एकदा का संशयित वाटणारा माणूस हाती लागला की, संबंधित तपास अधिकारी सैल पडतात. ते इतर साऱ्या शक्यतांकडे कानाडोळा करतात. दुसऱ्या शब्दात असंही म्हणता येईल की, एकदा का आपली विचारशक्ती रुळावरून घसरली की, मग आपण फक्त आपल्या समजुतींशी साधर्म्य दाखविणाऱ्या बाबींकडेच लक्ष देतो - आणि गमतीची गोष्ट म्हणजे त्या आपल्याला सापडतात सुद्धा. कधीकधी आपल्या समजुतींचाच आपल्यावर इतका पगडा असतो की, त्याविरुद्ध असणारा पुरावासुद्धा आपल्या मतावर परिणाम करू शकत नाही, किंबहुना आपण आपल्या मर्यादा घालणाऱ्या समजुतींच्या बाजूनेच मोठ्या हिरिरीने वाद घालतो.

असे म्हटले जाते की, जे नेहमीचे असते, त्याकडे आपले लक्ष जात नाही. आता ज्यांचा तुम्ही सत्य म्हणून स्वीकार केला आहे अशा काही रोजच्या बाबींबाबत विचार करा. अशा काही प्रश्न उभे करू शकणाऱ्या सहा घटनांचा मागोवा घ्या; उदाहरणार्थ, अशी वाक्ये घेऊ - मला सारी उत्तरे ठाऊक असायला हवीत, मी ती बरोबर घ्यायला हवी होती, मला हे असे होणार याचा अंदाज यायला हवा होता...

जेव्हा तुमच्याकडे अशा सहा वाक्यांची जंत्री तयार होईल, तेव्हा स्वत:लाच विचारा, की तुमची ही समजूत हे सत्य आहे, सत्याची शक्यता आहे की मर्यादित

स्वरूपाचं गृहीतक आहे? उत्तर काहीही येवो, तुम्ही यातून काहीतरी शिकलेले असाल.

अचूक असणारे प्रश्न

खालील अचूक प्रश्नांनी तुमच्या मर्यादित समजुतींना आव्हान घा. उदाहरणार्थ, मला जास्त उत्पादनक्षम होण्याची गरज आहे, या मर्यादा घालणाऱ्या समजुतीला विचारा:

- तुला कसं ठाऊक की, तू जास्त उत्पादनक्षम होणार नाहीस?
- तू जास्त उत्पादनक्षम झालास तर काय होईल?
- तू जास्त उत्पादनक्षम व्हावंस या ध्येयापासून तुला कोण वंचित करतंय असे तुला वाटते आहे?

आता थांबा आणि उत्तरे ऐका.

अचूक प्रश्नांमुळे चुकीच्या विचारसरणीवर प्रकाश पडतो आणि त्यामुळे योग्य अशा समजुतींचा उदय होण्याची शक्यता बळावते.

मेंदूच्या नियोजनासाठी संगणकप्रणाली

रिच डॅड, पुअर डॅड या अनेक दशलक्ष पौंड विक्रीच्या, न्यूयॉर्क बेस्टसेलर पुस्तकाचा कर्ता रॉबर्ट कियोसाकी म्हणतो, बहुतेक सारीच माणसे, त्यांना आयुष्यात जे ध्येय गाठायचे असते त्यापासून केवळ पाच ते सहा पायऱ्या दूर असतात. तुम्हाला ज्या क्षेत्रात पुढे यायचे आहे ते साध्य करण्यासाठी कोणती सहा तत्त्वे तुम्हाला अंगीकारायला हवीत? कदाचित ती पुढीलप्रमाणे असतील:

- कामाच्या ठिकाणी उत्तम सुसंवाद अथवा सहकाऱ्यांशी उत्तम संबंध
- तुमचे म्हणणे ग्राहकांपर्यंत योग्य तऱ्हेने पोहोचणे, वाटाघाटी करताना वा ऐकताना मन देऊन अन् कोणत्याही प्रकारच्या शंका मनात राहू न देता ऐकणे
- तुमचा सहकारी निर्णय घेताना, एकंदरीत कोणत्या पद्धतीने परिस्थिती हाताळतो ते शोधून काढणे
- द्विधा मन:स्थिती असताना आत्मविश्वासाचा आधार घेणे

सकारात्मक दृष्टिकोनाचा आधार घेत माणसे निर्णयाप्रत कशी येतात हे शोधण्यासाठी खाली काही व्यूहरचना दिल्या आहेत.

आधार म्हणजे काय?

आधार म्हणजे प्रेरणेचा असा एखादा स्रोत की, ज्यामुळे तुमची मानसिकता बदलते. ही प्रेरणा पाचही ज्ञानेंद्रियांशी संबंधित म्हणजेच दृष्य, श्राव्य, आनुभूतिक, गांधिक किंवा रौचिक असू शकते. ज्ञानेंद्रिये, आठवणी आणि तुमचे विचार यांवर तुमची अवस्था तयार होत असते. घंटी वाजली की पाव्हलॉव्हच्या कुत्र्यांच्या तोंडाला पाणी सुटे, कारण त्याने त्या कुत्र्यांची मानसिकता अशा प्रकारे तयार केली होती की, घंटा वाजणे म्हणजेच खाण्याची वेळ होणे.

आपल्या रोजच्या व्यवहारातील आधाराची उदाहरणे अशी असू शकतील:

अत्तराचा **गंध** येताक्षणी एखाद्या विवक्षित माणसाची आठवण होणे, एखादे गाणे **ऐकताच** जुन्या आठवणी जाग्या होणे वा नाचावेसे वाटणे. शत्रूला **पाहताक्षणी** अस्वस्थ वाटणे

आधार काय करतो?

आधारामुळे आठवणी किंवा साहचर्याची भावना जागी होते आणि ती तुम्हाला खूप छान वाटतंय किंवा खूप वाईट वाटतंय अशा प्रकारच्या मानसिकतेत घेऊन जाते.

विधायक मानसिकतेचा आधार घेणे:

आपण सारेच नकारात्मक मानसिकता क्षणार्धात अंगीकारतो. कुणीतरी बोलायची खोटी की, तो दुर्दैवी दिवस आठवतो की ज्यादिवशी ती भयानक घटना घडली होती... आणि माणसं जणू स्वसंमोहित होऊन त्या अवस्थेत जातात. ती घटना आठवताना त्यांचे डोळे त्या स्मृतींच्या गर्तेत जातात, ते मानसिकरीत्या गळून जातात, त्यांचे खांदे पडतात अन् त्यांच्या तोंडून सुस्कारे उमटतात.

जर आपण नकारात्मक मानसिकता इतक्या चटकन स्वीकारतो, तर मग सकारात्मक दृष्टिकोनाचा आधार घेणे हे सुद्धा सरावाने शक्य होते. प्रख्यात पॉप गायक एल्विस प्रिस्लेचा एक जोडीदार रोज त्याचा कार्यक्रम पाहायचा, तो एकदा म्हणाला: जेव्हा एल्विस ड्रेसिंग रूममधून बाहेर पडतो तेव्हा तो सर्वसामान्य असतो. ड्रेसिंग रूम ते स्टेज या अंतरामध्ये त्याच्यात अंतर्बाह्य फरक होतो. जसजसा तो प्रेक्षकांच्या जवळ जातो तसतसा त्याचा आत्मविश्वास अन् त्याची उंची जणू वाढतच जाते आणि जेव्हा तो स्टेजवर पाय ठेवतो तेव्हा तो एल्विस प्रिस्ले झालेला असतो. या त्याच्या मित्राला म्हणायचे आहे ते एल्विसच्या मानसिक

बदलांच्या संदर्भात - आणि ते आपण सारेच करू शकतो - गरज आहे ती केवळ खूप सरावाची!

आत्मविश्वासाची जी भावना, त्याचा आधार कसा घ्यावा?

- एखादी अशी घटना आठवा, जेव्हा तुम्ही काहीतरी भन्नाट केलंत आणि तुम्हाला खूप छान वाटले अन् तुमचा आत्मविश्वास दुणावला. आता एक करा : काळाच्या त्याच कप्प्यात जा आणि ती घटना पुन्हा अनुभवा. त्या क्षणी असलेल्या शरीरात प्रवेश करून जे दिसते ते पाहा, जे स्पर्शाने अनुभवता येते ते अनुभवा, जे ऐकू येते ते ऐका.
- त्या अनुभवाच्या अत्युच्च क्षणी त्या उत्साहाच्या, त्या आनंदाच्या भावनेचा आधार घेताना पायावर एखादी टाळी वा एखादी चुटकी अशी खूण ध्यानी ठेवा.
- ही जी सुखद भावना, ती पुन:पुन्हा आठवायचा सराव करा, ज्यामुळे हवी तेव्हा तुम्ही ती अनुभवू शकाल.

जेव्हा जेव्हा तुम्ही तणावाखाली असाल अथवा तुम्हाला स्वत:लाच एखाद्या ध्येयाच्या दिशेन प्रेरित करायची गरज भासेल, तेव्हा तुमचा हा सकारात्मक आधार आठवा.

माणसं निर्णय कसे घेतात, त्याकडे लक्ष द्या

इतर माणसं त्यांचे निर्णय कसे घेतात, हे पाहणं व लक्षात ठेवणं म्हणजे एक अत्यंत उपयोगी पडणारी कला आहे. त्यांचे ते निर्णय म्हणजे कदाचित एखादी नवीन वस्तू घेणे असेल, नोकरी बदलणे असेल, नवीन पंतप्रधान निवडणे असेल किंवा रेस्तराँमध्ये जेवणाची निवड असेल. ते ज्या क्रमाने विचार करतात ते महत्त्वाचे. तुम्ही जर इतरांच्या वागणुकीच्या अन् विचार करण्याच्या पद्धती अगोदरच नीट जोखू शकलात तर भविष्यात त्यांच्या निर्णयक्षमतेवर तुम्ही नक्कीच प्रभाव टाकू शकाल.

अगोदर ज्या प्रश्नावलीचा आपण उल्लेख केला, ती आपण इतरांच्या कृतींसंदर्भात वापरू शकतो. ती कृती कदाचित नोकरी बदलण्याची असू शकेल, नवीन कार किंवा कंप्यूटर घेण्याची असेल. ग्राहक भोजन मागविताना काय विचार करतात हे जर तुम्हाला जाणता आले तर त्या माहितीचा उपयोग करून तुम्ही तुमच्या

रेस्तराँचा व्यवसाय नक्कीच वाढवू शकाल, नाही का?

माणसे निवड कशी करतात

कमीतकमी सहा जणांशी बोलून, त्यांनी त्यांचे भोजन कोणत्या निकषांवर निवडले हे त्यांच्याकडून जाणून घ्या अन् ती माहिती लिहून घ्या.

प्रक्रिया: त्यांना विचारा की, खाण्यासंबंधी त्यांनी जेव्हा विचार सुरू केला अन् ठरविले तेंव्हा त्यांची पहिली जाणीव कोणती होती?	भोजन निवडण्याची त्यांची प्रक्रिया कशी होती? त्यांनी निर्णय घेण्यापर्यंत कोणकोणत्या पायऱ्यांनी विचार केला ते त्यांच्याकडून काढून घ्या.
त्यांच्या संवेदनांच्या भाषेकडे लक्ष द्याः प्रथम भूक लागलीय अशी संवेदना त्यांना झाली का?त्यांना त्यांचे जेवण अंत:चक्षूंसमोर दिसले का? त्यांनी	त्यांची भाषा कशा स्वरूपाची होती? दृश्य: (ते जे पाहात होते त्याचेच वर्णन करीत होते का?) *श्राव्य:* (ते स्वत:शीच बोललेले वर्णन करीत होते
स्वत:शीच चर्चा करून मनातल्या मनात त्या पदार्थांची चव घेतली का? त्यांनी आपली पसंती कशी ठरविली याबद्दलच्या त्यांच्या संवेदनांचा क्रम तयार करा.	का?) *रसग्रहण:* त्यांना एकंदरीत काय वाटले, त्यांचा अनुभव याबद्दल ते काही सूचित करीत होते का?)
निर्णयास कारणीभूत काय ठरले ते ओळखा: त्यांची निर्णय घेण्याची तयारी कधी सुरू झाली? जाणिवा, वास, चव, चित्र किंवा स्वत:शीच केलेले संभाषण यांपैकी कोणत्या कारणांनी तो क्षण आला?	त्यांचा निर्णयक्षण कोणता होता? मनाची द्विधा अवस्था ते निर्णय, या काळात त्यांची विचारशृंखला कशी होती?

ही माहिती कोणत्या पद्धतीने उपयोगी ठरू शकते?

- बहुतांश वेळा माणसे सारख्या प्रसंगांमध्ये एकाच प्रकारची वागणूक दर्शवितात. एका ठरावीक प्रसंगी ते कसे वागले हे जर तुम्हाला ठाऊक असेल तर तशाच दुसऱ्या प्रसंगी त्यांची वागणूक कशी असेल याचे भाकीत तुम्ही नक्कीच वर्तवू शकता. जी माणसे दृश्य जाणिवांना महत्त्व देतात त्यांना तुम्ही देखण्या रंगांनी नटलेली पदार्थांची चित्रे दाखवा. ज्यांना श्राव्य जाणिवा महत्त्वाच्या वाटतात अशांना त्या पदार्थांचं रसभरित अन् चमचमीत वर्णन करून सांगा. ज्यांच्या स्पर्शाच्या जाणिवा प्रखर आहेत अशांसाठी चित्तवृत्तींना सुखविणाऱ्या वातावरणाची निर्मिती करा.
- जर तुम्हाला या प्रकारच्या ग्राहकांना आकर्षित करायचे असेल तर या सर्वांना सुखवितील अशा प्रकारच्या सोयी तुम्ही तुमच्या रेस्तराँमध्ये करायलाच हव्यात, नाही का?

१० केवळ दहाच मिनिटं आहेत...?

तुमची ध्येयपूर्ती होण्यासाठी साहाय्यभूत होणारे धोरण

ज्यांना आपण अतिशय कुशाग्र बुद्धिमत्तेचे म्हणून ओळखतो, ती माणसे हुशार या सदरात मोडणारी असतात, मात्र त्यांनी, हाती घेतलेले काम अतिशय उत्तम रीतीने होण्यासाठी, काही विशिष्ट धोरणांचा अंगीकार केलेला असतो. माणसांच्या मेंदूची क्षमता मर्यादित असते, आपण सारेच काही एका ठरावीक मर्यादेपर्यंत आठवू शकतो किंवा शिकू शकतो, मात्र वेगवेगळ्या साधनांचा, उपकरणांचा आणि डावपेचांचाही शोध लावण्याची क्षमता आपल्याकडे आहे.

अनेकरंगी दृश्य माध्यमांचा उपयोग करून, मनाच्या व्यापारविचारांच्या संदर्भातील टिपणे काढण्याची एक पद्धत आहे. ही पद्धत टोनी ब्यूझनने शोधून काढली. या पद्धतीमुळे माणसाला त्याच्या विचारांची नाडी नेमकी पकडता येते. टिपणे काढण्याच्या जुन्या पद्धतीमुळे कदाचित स्वत:च्या विचारांमागचे बारकावे माणसाच्या दृष्टीतून निसटले असते. मनाच्या या नकाशामध्ये एक मुख्य - हवं तर केंद्रीय म्हणू - अशी कल्पना वा आकृती असते आणि त्यातून बाहेर पडणाऱ्या रेषांचा, म्हणजेच त्या केंद्रीय कल्पनेतून आविष्कृत होणाऱ्या निरनिराळ्या विषयांचा आपल्याला मागोवा घेता येतो.

हे तंत्र म्हणजे, माणसं आपल्या कौशल्याने स्वत:च्या कर्तृत्वाची कक्षा कशी वाढवू शकतात याचं एक सुटसुटीत उदाहरण आहे. मनाच्या नकाशाची ही पद्धत, वैचारिक उद्दीपनाने नवीन कल्पना शोधून काढण्यासाठीही वापरता येते. मध्यवर्ती कल्पनेतून निघणाऱ्या नानाविध कल्पनांची कास धरून मूळ विषयाचा मागोवाही यामुळे घेता येतो.

फॅण्टसिया, बँबी, स्लिपिंग ब्यूटी इत्यादी कार्टूनस्चा निर्माता वॉल्ट डिस्ने हा एक अलौकिक बुद्धिमत्ता असलेला माणूस म्हणून ओळखला जातो. त्याने एक नवीनच तंत्र शोधून काढलं. कथांच्या रूपरेषा, संवाद आणि हलती डोलती चित्रे यांच्यामधील ताळमेळ हे काम करणाऱ्या चमूंना त्याने सृजनात्मक अवस्थेमधून

नेण्यासाठी आणि त्यांना ध्येयाप्रत नेण्यासाठी पूर्वनियोजित धोरणांचा उपयोग केला.

डिस्नेने शोधून काढलेल्या स्वप्नाळू, वास्तववादी आणि टीकाकार या धोरणांचा उपयोग कल्पना, लिखाण, पुस्तकाच्या विषयाची रचना आणि कल्पना किंवा एखादे उत्पादन यांची गुणवत्ता सुधारण्यासाठी कुणीही करू शकतो.

वॉल्ट डिस्नेच्या सृजनात्मक धोरणाचा उपयोग करा

स्वप्नाळू अवस्था

नवीन कल्पना मिळविण्यासाठी जेव्हा तुम्ही वैचारिक उद्दीपनतंत्राचा उपयोग करता, त्यावेळी असे दाखवा की, तिथे तुमच्यासारखा बहुश्रुत मनुष्य दुसरा कुणीच नाही. निरनिराळ्या विचारप्रक्रियांसाठी डिस्नेने वेगवेगळ्या खोल्यांची रचना केली होती. स्वप्नाळू अवस्थेच्या वेळी कुणालाही दुसऱ्यांच्या कल्पनांवर टीका करायची परवानगी नव्हती, कारण या अवस्थेचा उपयोग सृजनशक्तीला बहर यावा यासाठीच केला जात होता.

वास्तवतावादी अवस्था

कल्पना, आकार आणि ढाचा यांच्या निरनिराळ्या शक्यता या अवस्थेमध्ये पडताळून पाहिल्या जात व आराखडा तयार केला जाई. पहिला खर्डा तयार करून देणारी ही पायरी, व्यावहारिक समजली जाई.

टीकाकार अवस्था

जेव्हा वास्तववादी अवस्था संपते तेव्हा आपल्या आतला टीकाकार रिंगणात प्रवेश करतो. या क्षणी तुम्ही जगातील सर्वात कठोर टीकाकार असता आणि तुम्ही स्वत:च्याच निर्मितीतील दोष शोधायचा प्रयत्न करता.

हे तंत्र, मी माझे लेख लिहिताना आणि जेवणवेळेस, जेवणाच्या टेबलावर विचार उद्दीपन करताना वापरतो. माझ्या किचनमध्ये एक पांढरा फळा आहे आणि त्याचा उपयोग मी मला सुचलेल्या कल्पना लिहिण्यासाठी वापरतो. वास्तवतावादी अवस्थेच्या दरम्यान मी संगणकाची मदत घेतो आणि कल्पना, मांडणी व लिखाण हे सारंच अधिक सुबक कसं करता येईल याचा विचार करीत ते मी पुन:पुन्हा वाचतो.

टीकाकाराच्या, शेवटच्या अवस्थेमध्ये मी, माझ्या चकचकीत किचनच्या ओट्याजवळ उभा राहून मी काय लिहिलंय ते अगदी मोठ्याने वाचतो. इतक्या मोठ्याने की, मी म्हणजे दुसराच कुणीतरी टीकाकार आहे असं वाटावं. या वेळी माझ्या आतल्या संपादकाचं म्हणणं मला ऐकू येतं. तो आवाज मला काही नवीन बदल सुचवितो. मग पुन्हा एकदा संगणक आणि त्यानंतरचं उत्तम जमलेलं ते लिखाण पुढे पाठविण्याजोगं होतं.

एन् एल् पी नमुना तयार करण्याच्या धोरणांची सर्जनात्मक नक्कल

इतर लोक जेव्हा त्यांच्या सर्वोच्च क्षमतेनुसार एखादी गोष्ट करतात, तेव्हा त्या क्षणी त्यांना यश देणारी विचारधारा आणि त्यांच्या काम करण्याची पद्धत या दोन्ही गोष्टी अचूकपणे उचलण्यासाठी एन् एल् पी नमुना तयार करण्याची धोरणे म्हणजे, एक उत्कृष्ट मार्ग आहे.

नमुने तयार करणे म्हणजे काय?

नमुने तयार करणे म्हणजेच, इतर लोक अमुक एक गोष्ट अतिशय उत्तम पद्धतीने कशी काय बरे पार पाडू शकतात हे शोधून काढणारी एन् एल् पी कार्यपद्धती. एखादी गोष्ट तुम्ही वर्णन करू शकलात म्हणजे ती गोष्ट शिकवता आणि शिकता येते. लोक एखादी गोष्ट अचूक कशी करतात हे आपण निरीक्षण करून आणि प्रश्न विचारून समजून घेऊ शकतो, मग ते एखादे काम पूर्ण करणे असो, एखादे कसब दाखवणे असो, एखाद्या अवस्थेत राहणे असो किंवा आयुष्य उत्कृष्ट रीतीने जगणे असो.

नमुने तयार करण्याच्या कसबाचा तुम्ही कसा वापर कराल?

- **वाटाघाटी :** जर दोन वादींमध्ये समझोता होत नाही आहे, तर तुम्ही काय करता? तर तुम्ही स्वत:ला आळीपाळीने त्या दोघांच्या जागी योजून त्यांचा दृष्टिकोन समजावून घ्यायचा प्रयत्न करता. ही पद्धत वापरल्यामुळे तुम्हाला एखाद्याचे विचार अन् त्याच्या धारणा, या दोन्ही बाबी अतिशय जवळून पाहता येतात आणि तुमच्या माहितीमध्ये अमूल्य अशी भर पडते.
- **सुसंवाद :** तुमच्या सहकाऱ्याला अधिक चांगल्या रीतीने समजावे! म्हणूनही असेल कदाचित, पण त्यामुळे तुमचे म्हणणे त्याच्यापर्यंत अधिक

परिणामकारकरीत्या पोहोचावे यासाठीही तुम्ही या पद्धतीचा उपयोग करू शकता.

- **कामाची जागा :** कुणाला तरी योग्य वागण्यासंबंधी समज देण्याअगोदर, तुम्ही कदाचित इतरांचा दृष्टिकोन अधिक लक्षपूर्वक ऐकून घ्यावा असे वाटण्यासाठीसुद्धा ही पद्धत उपयोगी पडू शकते.
- **समुपदेशन, शिस्त लावणे किंवा वाईट बातमी देणे :** एखाद्याबरोबर स्नेहबंध प्रस्थापित करण्यासाठी तुम्हाला कदाचित त्याच्या देहबोलीशी, संवेदनबोलीशी किंवा श्वासाच्या लयीशी जुळवून घ्यावे लागते, यासाठी सुद्धा ही पद्धत उपयोगात आणता येते.
- **शिकवणे वा शिकणे :** या पद्धतीच्या वापरामुळे तुमच्यात एखाद्याच्या चुका जाणून घेण्याचे कसब निर्माण होऊ शकते आणि त्यामुळे तुम्ही त्याला त्या चुकांवर मात करण्याची पद्धत दाखवू शकता.

एखाद्या तज्ज्ञ माणसाप्रमाणे दुसऱ्यांच्या नजरेतून जग बघता आले की, तुम्ही सुसंवाद साधण्याच्या बाबतीतल्या पहिल्या टप्प्यावर आहात असे मानता येते. तुमच्या ग्राहकांशी तुम्ही ज्या प्रकारे संबंध जोडू पाहता त्यासाठी चांगले काय आणि वाईट काय हे कळण्यासाठी केंद्रलक्ष्यी गट, सर्वेक्षण, माहिती उचलणे आणि चिकित्सा करण्याचे कसब या साऱ्यांपेक्षा निरनिराळ्या दृष्टिकोनांमधून या विषयाचे आकलन कसे करता येईल हे शिकणे अधिक स्वस्त पडते. विचार करण्याच्या तंत्रामधील लवचिकता वाढविल्यामुळे, ज्यांच्याशी तुम्ही संवाद साधता आहात किंवा ज्यांच्याशी संवाद साधणे तुम्हाला शक्य झालेले नाही, अशा लोकांच्या मनाची अवस्था तुम्ही अतिशय चांगल्या प्रकारे समजून घेऊ शकता.

जेथून नीट आकलन होऊ शकेल अशा जागी असणे

तुम्ही आणि दुसरा कुणी मनुष्य अशा परिस्थितीत आहात की, या ठिकाणी नक्की काय होते आहे, याविषयी तुम्ही काहीसे अनभिज्ञ आहात. तुम्हाला एकंदरीत परिस्थितीबद्दल स्पष्टता अपेक्षित आहे, मात्र एकमेकांशी चांगले संबंध जोडण्यासाठी तुम्हाला अडचणी येताहेत आणि तुम्हाला या परिस्थितीतून बाहेर पडून काहीशा अनुकूल स्थितीत जायचे आहे.

आकलन होऊ शकेल अशी पहिली जागा (अ व्यक्ती)

एखाद्या आरामशीर जागी बसा आणि ज्या व्यक्तिशी संबंध प्रस्थापित करण्यात

तुम्हाला अडचणी येताहेत त्याच्याशी तुम्ही संभाषण करीत आहात अशी कल्पना करा. तुमची बाजू त्या व्यक्तीला मोठ्या आवाजात सांगा आणि त्याचबरोबर हे सुद्धा सांगा की, तुम्ही त्या विवक्षित परिस्थितीकडे कोणत्या दृष्टीने पाहता... हे झाले की, मग तुम्ही शांतपणे उत्तरांची वाट पाहा. या क्षणी तुम्हाला काही नव्या जाणिवांची चाहूल लागतेय का?

आकलन होऊ शकेल अशी दुसरी जागा (ब व्यक्ती)

पुढची पायरी म्हणजे तुम्ही ती व्यक्ती आहात अशी कल्पना करा. आपण तिचं नाव सॅरा आहे असे समजू. समजा की, ती तुमच्याशी संभाषण करीत आहे. आता उठा आणि समोरच्या खुर्चीत बसा. आता तुम्हाला वाटेल की, ज्या खुर्चीतून तुम्ही उठलात तिथे तुम्ही बसला आहात. आता तुम्ही सॅराच्या बाजूने संभाषण सुरू करा.

तुम्ही सॅरा (ब व्यक्ती) आहात. ती तिची बाजू तुम्हाला (अ व्यक्ती) सांगते आहे. तुम्हाला जॉर्ज या नावाने आपण हाक मारूया. आता तुम्ही सॅरा असल्यामुळे तिचे विचार मोठ्याने बोलणार आहात. आता तिचा दृष्टिकोनातून परिस्थिती वर्णन करा. तिच्यासाठी काय घडतंय? तिला काय वाटतंय? तुमच्याबद्दल तिचे काय विचार आहेत? तिच्यासाठी गोष्टी सुसह्य करण्यासाठी काय करता येईल? काही नवीन अनुभव तुमच्या गाठीला आलाय?

आकलन होऊ शकेल अशी तिसरी जागा (क व्यक्ती)

आतापर्यंत मिळालेला अनुभव स्वत:बरोबर घ्या आणि वेगळ्या खुर्चीत अथवा दुसऱ्या जागी बसा. आता तुम्ही क व्यक्ती आहात. आपण तुम्हाला कार्ल असे नाव देऊया. हा कार्ल तटस्थ आहे. तो तुम्हा दोघांकडे लांबूनच पाहतो आहे. त्याच्या मनात कोणतेही पूर्वग्रह नाहीत. तो एक स्थिरबुद्धी व नि:पक्षपाती इसम आहे.

कार्ल तुम्हा दोघांमध्ये होणारे संभाषण ऐकतो आहे. त्याला काय वाटतंय? कार्लच्या ध्यानी आलेल्या गोष्टी मोठ्याने बोला. त्याच्याकडे सॅराला सांगण्यासाठी काही आहे का? तुम्हाला तो काय सल्ला देईल? ही परिस्थिती सुधारण्यासाठी काही करता येण्यासारखे आहे का? कार्लच्या विचारांमधून तुम्हाला काही नवीन गवसलं का?

परिस्थितीच्या ज्या बाजूविषयी तुमच्या मनात काहीसा गोंधळ होता, त्याविषयी तुम्ही काही नवीन जाणून घेऊ शकलात का? तुमचं परिस्थितीचं आकलन काही प्रमाणात तरी वाढलं का? तीनही व्यक्तींच्या रूपात तुम्हाला आलेला अनुभव गाठीशी आल्यावर तीच परिस्थिती सुधारण्यासाठी तुम्ही हातभार लावू शकाल काय?

इतर लोक कसा विचार करतात आणि त्यांना काय वाटू शकते, या प्रकारचे जणू अंतर्ज्ञानाने मिळू शकणारे नमुने देणारा, म्हणूनही या पाठाकडे पाहता येतं. एकंदरीत परिस्थिती आणि इतरांच्या बाबतीत आपल्याला ठाऊक असतं त्यापेक्षा अधिक घडत असतं हे आपल्याला अंत:प्रेरणेमुळे कळतं आणि त्यामुळे आपण जेव्हा आपल्या अंत:प्रेरणेच्या झडपा बंद करून घेतो तेव्हा नि:संशयपणे आपण मौल्यवान म्हणता येईल अशा, केवळ अंतर्मनामुळे मिळणाऱ्या अनुभवांना मुकत असतो.

तुमच्या सहाव्या ज्ञानेंद्रियावर विश्वास ठेवा

तुम्हाला कधी एखाद्या गोष्टीबद्दल आतून काहीतरी वाटलं आणि त्याकडे तुम्ही दुर्लक्ष केलं असं कधी झालंय? ही जी अंत:प्रेरणा असते, ती आपण करीत असलेल्या कामात यश मिळण्यासाठी निर्णायक ठरू शकते. ही अंत:प्रेरणा आपण विकसित करू शकतो आणि कामाच्या ठिकाणी संघाच्या निर्णयप्रक्रियेचा एक भाग म्हणूनही ती उपयुक्त ठरू शकते. अंत:प्रेरणा ही चिकित्सक विचारप्रणालीच्या ऐवजी वापरता येत नाही, मात्र धोरणे आणि ती प्रत्यक्षात आणण्याची योग्य वेळ ठरविण्यासाठी कल्पनाशक्ती, अंतर्मन अथवा अंतर्ज्ञान यांचा भरपूर पुरवठा करून ती त्यास पूरक ठरू शकते.

एका उत्पादनाच्या पूर्णतया फसलेल्या उद्‌घाटनाच्या प्रसंगानंतर, विक्री प्रबंधक एरिका स्पेन्सने तिच्या अंत:प्रेरणेच्या विचारप्रक्रियेची काहीशी सफाई घायचं ठरविलं. ती म्हणते : बऱ्याचजणांना या उत्पादनासंबंधी काहीशी अस्वस्थता होती, हे मला नंतर आढळून आलं. हे उत्पादन एका अतिशय यशस्वी झालेल्या साखळीचा भाग होतं, त्यामुळे कुणीच त्याविषयी प्रतिकूल मत दिलं नाही. त्याखेरीज हे उत्पादन इतक्या वाईट प्रकारे आपटी खाईल असं वाटायला, तर्कशास्त्राला पटेल असं काहीच कारण दिसत नव्हतं. एरिकाने त्यावरून एक धडा घेतला. तिच्या मते, टीमच्या सदस्यांचं अंतर्मन काय सांगतं याचा कानोसा घेतल्याशिवाय एखादी टीम जेव्हा निर्णय घेते तेव्हा ती यश किंवा अपयश ठरविणाऱ्या आणि ज्याचं तार्किक पृथक्करण करता येत नाही अशा माहितीच्या मोठ्या साठ्याला मुकते.

अंतर्मनाचा कौल घ्यायला शिका

- जेव्हा एखाद्या परिस्थितीला तुम्ही नव्याने सामोरे जाता, तेव्हा सुरुवातीच्या भावभावना तुमच्या शरीराच्या कोणत्या भागातून येतात, यावर लक्ष ठेवा.

त्याची नोंद ठेवायला सुरुवात करा आणि त्यातला फरक ओळखायला शिका : तुमच्या पोटातून ते येतंय की तुमच्या मानेचरचे केस ताठ उभे राहताहेत? या भावनांनंतर येणाऱ्या प्रसंगांची नोंद ठेवा.

- जर तुमच्या डोळ्यांसमोर एखादा देखावा त्यातील भावनांसकट उभा राहिला तर थोडासा वेळ घ्या अन् मग स्वत:लाच विचारा की, तुमचं मन तुम्हाला या अंत:प्रेरणेच्या मार्फत काय सांगतंय! त्यासोबत येणारी चव कडवट आहे की आल्हाददायक आहे, अन् वास जो येतोय तो विजयाचा आहे की पराभवाचा!
- फोन उचलण्याआधी, तुम्हाला कोण फोन करतंय ते ओळखूया, अशा लहान लहान कामांनी या अंत:प्रेरणेचा शोध घ्या.
- निर्णय घेण्यापूर्वी स्वत:लाच विचारा : या बद्दल मला खरोखरीच काय वाटतंय?

नावीन्य आणि नवीन डावपेच वा धोरणांची रचना

ज्याप्रमाणे विटा एकावर एक रचून, त्यामध्ये सिमेंट भरून तुम्ही एखादी भिंत तयार करता, अगदी त्याचप्रमाणे तुमच्या डावपेचांची रचना करताना ती एकावर दुसरा वा एकापासून दुसरा अशा प्रकारे करणं ही खरंच एक छान कल्पना आहे. एकदा का तुमच्याकडे, तुम्ही नीट निवडलेली काही साधने आणि तंत्रं असली की, तुम्ही त्यातून स्वत:चे असे डावपेच तयार करू शकता. उदाहरणच द्यायचं झालं तर, आंतरराष्ट्रीय पातळीवर मान्यता मिळालेला एन्‌एल्‌पी प्रशिक्षक चार्लस् फॉक्नरच्या काही कल्पना मी घेतल्या. मनाच्या व्यापारविचारांना नकाशांचे रूप देण्याच्या तंत्रातील तज्ज्ञ टोनी ब्यूझन याच्याकडून त्याचं तंत्र मी घेतलं. या दोहोंची सांगड मी घातली. या तंत्राने, तज्ज्ञ मंडळी प्रश्न सोडविण्यासाठी उपयोगात आणत असलेल्या, विचारप्रक्रियेच्या आधारे उपाय शोधून काढण्याच्या सदतीस पद्धतींचं मी विश्लेषण केलंय, यामुळे कोणत्याही परिस्थितीला अथवा घटनांना माझं कोणतंही विश्लेषण लावून मी पाहू शकतो. या पद्धतीला मी एक नाव दिलंय : माझ्या सल्लागारांचा सल्ला.

अनेक तज्ज्ञांच्या निरनिराळ्या प्रकारे विचार करण्याच्या पद्धती, अडचणीच्या परिस्थितीभोवती एकत्र केल्यामुळे, कित्येक नवीन कल्पना सुचतात आणि त्या अडचणींवरचे उपायही सापडतात, जे कदाचित मला एकट्याला शक्य झाले नसते. आपली विचार करायची एक ठरावीक पद्धत असते. वाहत्या काळाबरोबर

ती काहीशी सवयीत बदलते. माझ्या पाच तज्ज्ञांच्या, गेल्या काही वर्षांतल्या अशा सवयींचं मिश्रण करून मी माझी विचारप्रक्रिया तयार केली आहे. त्या धोरणाला मी 'दे धक्का' असं नाव दिलंय. जेव्हा मला कोंडल्यासारखं वाटतं, जेव्हा मला माझी प्रेरणा सापडण्यासाठी अतिरिक्त प्रयत्नांची गरज भासते किंवा मला एखाद्या नवीन प्रकल्पावर काम करताना त्यातील गुंतागुंतीवर मात करायची असते, तेव्हा मी निःसंकोचपणे 'दे धक्का' वापरतो!

एन्एल्पी चे तंत्र वापरून नवीन सुधारणा

नमुन्यांच्या मदतीने तुम्हाला एखाद्या परिस्थितीला सामोरं जाणं आणि ती तत्त्वं दुसरीकडे वापरणं हे कसब प्राप्त होतं. एन्एल्पी तंत्राचा एक प्रशिक्षक या नात्याने मी काही सत्रे घेणार आहे. ही सत्रे रिचर्ड गॅरीच्या ब्रुकलीन कार्यक्रमाच्या नमुन्यावर आधारलेली असतील. एन्एल्पी चे तंत्र वापरून केलेला हा कार्यक्रम एका अतिशय वेगळ्याच कल्पनेवर आधारलेला आहे. याला अगदी नवीन सुधारणा म्हणता येईल. या कार्यक्रमात भाग घेतलेल्या एकूण लोकांपैकी जवळजवळ तीस टक्के लोक त्यांच्या मूत्रतपासणीच्या वेळी अमली पदार्थांच्या सेवनापासून वर्षभर दूर राहिले होते असे आढळून आले.

ब्रुकलिन अंमली पदार्थ व्यसनमुक्ती कार्यक्रम

१९९७ ते २००४ या कालावधीत ब्रुकलिन, न्यूयॉर्क इथे अमेरिकन संघराज्याचं, पहिल्यांदाच गुन्हा केलेल्या व्यक्तींसाठी असलेलं कार्यालय आहे. तिथे हा कार्यक्रम मादक पदार्थांच्या आहारी गेलेल्यांसाठी अंतर्गतरित्या पहिल्यांदाच राबविण्यात आला. या कालावधीमध्ये व्यसनाधीन आणि पैशांचा अपव्यय करण्याची प्रवृत्ती असलेल्या व्यक्तींवर, अगदी थोडी वैयक्तिक मदत करून उपचार करण्यात आले.

हा कार्यक्रम एकमेवाद्वितीय असाच म्हणता येईल, कारण यात कुठेही सहभागी व्यक्तींना समोरासमोर आणून त्यांची झाडाझडती घेतली जात नाही किंवा त्यांना कोणत्याही प्रकारचं मार्गदर्शन केलं जात नाही. हा कार्यक्रम त्यांच्या वागणुकींशी निगडित असलेल्या समस्यांमागची उत्तरे शोधतो आणि त्या सहभागींना नवनवीन गोष्टी शिकायला मदत करतो.

फेअरले डिकिन्सन विश्वविद्यालयातील स्कूल ऑफ क्रिमिनल जस्टीस मध्ये साहाय्यक प्राध्यापक असलेले रिचर्ड ग्रे, पीएच्.डी., म्हणतात : हा कार्यक्रम थेट

समस्यांवर लक्ष केंद्रित करीत नाही, उलट तो काही गोष्टींवर भर देतो. जसे, सहभागी व्यक्ती त्यांची स्मरणशक्ती वाढवू शकतात, स्वत:च्या भावनांवर ते ताबा मिळवू शकतात, कधी आणि केव्हा तो वेगळेपणा अनुभवायचा हेसुद्धा ते ठरवू शकतात, आणि त्यातूनच त्यांचे अर्थपूर्ण मानता येईल अशा प्रकारचे भविष्य निर्माण करू शकतात. यातली खरी मर्माची गोष्ट ही की, या गोष्टी ते स्वत:च्या भल्यासाठी म्हणून करतात. व्यसनातून सुटका होण्यासाठी नाही!

या कार्यक्रमाच्या प्रत्येक टप्प्यावर, स्वभावामध्ये घडलेल्या चांगल्या बदलासाठी काही कसोट्या ठेवलेल्या असतात. त्यामुळे प्रत्येक सहभागी व्यक्तीची कामगिरी जोखता येते. एकदा का त्यांना वाटायला लागले की, आपल्यात सुधारणा होते आहे, छान वाटते आहे की, मग ते स्वत:च्या वागणुकीला लगाम घालण्यासाठी डावपेच किंवा धोरणे अंगीकारायला कचरत नाहीत. अतिशय तणावग्रस्त परिस्थितीला कसे सामोरे जायचे याचे निरनिराळे विकल्प, एन्‌एल्‌पी तंत्रांच्या माध्यमातून अशिलांना शिकवले जातात. रिचर्ड ग्रे म्हणतात : या व्यक्तींनी शिकलेलं हे कसब त्यांच्या व्यसनाधीनतेविरुद्ध अथवा वागणुकींशी निगडित समस्यांविरुद्ध वापरण्याबद्दल त्यांना दिशादिग्दर्शन केलं जात नाही, किंबहुना त्यांनी नवीन कसब आत्मसात करावं आणि ठरवावं की, हे त्यांच्यासाठी नेमकं कसं आणि कुठे योग्य ठरू शकेल - यासाठी त्यांना प्रोत्साहित केलं जातं.

एखाद्या व्यक्तीच्या मनात स्वत:ची ओळख दृग्गोचर झाली की, त्या व्यक्तीसाठी व्यवहार्य ठरणारी आणि तात्काळ वापरता येण्याजोगी नवीन कसबे दिली जात, या पायरीपर्यंतच मध्यस्थी केली जाई. त्यानंतर त्यांना त्यांच्या अधिक उज्ज्वल भविष्याविषयी कल्पना करण्यास सांगितले जाई. कधीतरी असेही होई की, त्यांना एका ठरावीक वागणुकीच्या चक्रात अडकल्यासारखे होई, त्यांची काहीशी घुसमट होई. मग त्यांना दुसऱ्या प्रकारच्या वागणुकीचे, त्यांनीच निवडलेले काही पर्याय वापरण्याची मुभा होती.

ब्रुकलिन कार्यक्रमांतर्गत वापरली गेलेली सारीच प्राथमिक तंत्रे, एन्‌एल्‌पी मधून घेतलेली होती. १९७० च्या दशकात रिचर्ड बॅंडलर आणि जॉन ग्राईंडर या दोघांनी ही उपचारपद्धती विकसित केली. हे करताना त्यांनी मिल्टन एरिक्सन, व्हर्जिनीया सॅटिर आणि फ्रिट्झ पर्लस्‌ या उपचारकांच्या वागणुकीवर आपले नमुने बेतलेले होते. ही सारी मंडळी त्यांच्या अशिलांच्या अनावश्यक अथवा निरुपयोगी अशा वागणुकींमध्ये बदल घडवून आणण्यासाठी विख्यात होती.

आधार घेणारी अवस्था

जे गुन्हेगार होते, त्यांना उत्तम अवस्थांचा आधार घेण्यास शिकवलं गेलं. बहुतेक

लोकांना वाईट घटनाच पहिल्या प्रथम आठवतात, मात्र जर सराव केला तर चांगल्या आठवणींचा उपयोग करून आत्मविश्वास आणि स्वाभिमानाची पुन:प्रतिष्ठा करता येते, हेसुद्धा त्यांना शिकवलं गेलं.

रिचर्ड ग्रे म्हणतात : एखादा अतिशय योग्य निर्णय, मोटारसायकल शिकताना अनुभवलेलं स्वत:च्या स्वभावाचं एकीकरण, निखळ गंमतीचा एखादा अनुभव आणि वैयक्तिक क्षमता अशांसारख्या एकाग्रतेच्या अस्सल अनुभवांच्या आठवणी जाग्या करून त्यांचा आनंद शतगुणित करण्याची कला अशिलांना शिकविण्यात आली. त्यानंतर त्यांना, त्यांची ही अवस्था आणि एखादी विवक्षित उत्तेजना निर्माण करणारी संप्रेरणा या दोन्ही गोष्टींचा संबंध लावण्यास शिकविण्यात आले, यामुळे एक गोष्ट साधता आली की, ती प्रत्येक अवस्था त्या अशिलांसाठी मनात येईल तेव्हा आणि कोणत्याही क्षणी ज्याचा आश्रय घेता येईल असे एक अंतर्गत साधन झाली.

या चांगल्या अवस्थांचा आधार विविध परिस्थितींमध्ये घ्यायला साऱ्या सहभागींना शिकवण्यात आले, यामुळे ते अनुभव सर्वसामान्य रूपात मांडून त्याचा उपयोग त्यांना व्यक्तिगत जीवनात करता येणे शक्य झाले. रिचर्ड ग्रे म्हणतात : या कार्यक्रमाचे सर्वाधिक लक्ष वेधून घेणारे निष्कर्ष म्हणजे यात सहभागी झालेल्या जवळजवळ सर्वांनीच या आधारांचा उपयोग रागाच्या व्यवस्थापनासाठी केला.

या साऱ्यांनाच कळून चुकलं की, आता आपल्याला स्वत:च्या भावनांवर ताबा ठेवण्याचं एक उत्कृष्ट साधन मिळालं आहे. त्या क्षणाला त्यांना कसं वाटतं आहे हे ठरविण्यासाठी त्यांनी त्यानंतर आधारांचा उपयोग करायला सुरुवात केली. बँकेवर दरोडे घालण्याच्या प्रकरणी एक गुन्हेगार केवळ कोकेनच्या सवयीमुळे पॅरोल चुकवीत होता. त्याने सांगितले, की तो नेहमी जिथे अमली पदार्थ विकत घेत असे त्या जागी पुन्हा गेला आणि तो उद्विग्न झाला. काहीसा गोंधळला. त्याला कळेना की, काय करायचे. रिचर्ड ग्रे म्हणतात : सगळ्यात महत्त्वाचे म्हणजे तो मनुष्य तिथून कोकेन विकत न घेता निघाला आणि घरी गेला. त्यानंतर केवळ एक प्रसंग वगळता त्याने कोकेनला स्पर्शही केला नाही. आता एक गोष्ट स्पष्ट होती की, या साऱ्या अशिलांकडे त्यांच्याकडे याआधी उपलब्ध नसलेले पर्याय आणि अतिरिक्त साधने आता त्यांना उपलब्ध होती. त्यांना आता त्यांच्या अंत:प्रेरणेवर अवलंबून राहायची गरज नव्हती.

या गुन्हेगारांनी, एन्एल्पी चे कसोटीवर उतरलेले निकाल वापरल्यामुळे त्यांना भविष्यकालीन ध्येये ठरविणे आणि त्यांच्या वर्तमानकालीन आयुष्यावर व त्यांच्या सभोवतीच्या लोकांवर त्याचा काय परिणाम होतो त्याचे विश्लेषण करणे शक्य झाले.

या कार्यक्रमात सहभागी झालेल्या साऱ्यांचेच असे म्हणणे पडले की, त्यांच्या आत्मसन्मानात आणि विचार करण्याच्या पद्धतीत नि:संशयपणे फरक पडला आहे.

हा कार्यक्रम पूर्ण केलेल्यांपैकी तीस टक्के लोक, ज्यांच्या लघवीची तपासणी एक वर्षाच्या कालखंडात कधीही केली जात होती, त्यानंतर अमली पदार्थ घेताना कधीही आढळले नाहीत.

(पॉझिटीव्ह हेल्थ मॅगेझिन यात आलेल्या मन आणि शरीरातील दुवा या लेखातून. कॉपीराइट: फ्रान्सेस कुम्बेस)

नवीन कल्पनांसाठी सर्जनशील नक्कल उपयोगात आणा

आपण आतापर्यंत विचारात घेतलेले प्रत्येक तंत्र अधिक कार्यक्षम करून जेव्हा इतर डावपेच वा धोरणांसोबत जोडले जाते तेव्हा ते अधिकच प्रभावी बनते. एखाद्या नवीन डावपेचाविषयी तुम्ही जेव्हा विचार करता, त्यावेळी तो तुम्ही तुमच्या फायद्यासाठी वा भल्यासाठी कसा वापराल हे निश्चित करा. नवनवीन शक्यता, कल्पना व वापर यांच्याशी तो कसा जोडता येऊ शकेल यावरही नीट विचार करा.

तुम्हाला कोणती धोरणे हवी आहेत, ती कुणाकडे आहेत आणि ही साधने तुम्हाला कोणत्या प्रकारे तुमच्या ध्येयाप्रत घेऊन जातील हे जर तुम्हाला प्रत्येक टप्प्यावर ठाऊक असेल तर तुम्ही इतरांवर नक्कीच वरचष्मा राखू शकाल. एखादी गोष्ट अतिशय उत्तम प्रकारे करताना जर तुम्हाला कुणी दिसले तर, त्यांना विचारा की हे तुम्ही कसे केलेत? त्यांचे म्हणणे लक्ष देऊन म्हणजे अगदी लक्ष देऊन ऐका.

नेटक्या फलनिष्पत्तीचे नियोजन करा

तुमच्या आंतरिक संसाधनांची क्षमता कमाल मर्यादेपर्यंत वाढविण्यासाठी खालील गोष्टी अतिशय महत्त्वाच्या आहेत :

- तुम्हाला काय हवे आहे ते जाणून घ्या
- गोष्टी घडण्यासाठी कृती करा.
- एखादी गोष्ट मन:चक्षूंसमोर आणणे, त्याचे मनन आणि फलनिष्पत्ती यांचा वापर करून तुमच्या यशाचे नियोजन करा.
- तुम्ही करीत असलेली एखादी गोष्ट जर हवे ते परिणाम देत नसेल तर, दुसरा मार्ग चोखाळा, मात्र तुमच्या वागण्याच्या अन् विचार करण्याच्या पद्धतीत लवचीकपणा असू दे!

अनुक्रमणिका

१

प्रेरणा म्हणजे काय?

या प्रकरणात तुम्ही खालील गोष्टी शिकाल :

- *प्रेरणा म्हणजे मनाची एक अवस्था*
- *तुम्हाला काय प्रेरित करते*
- *तुम्हाला कदाचित तुमच्या सवयी का बदलाव्या लागतील*
- *नेटक्या फलनिष्पत्तीचा मानदंड कसा ठरवावा*

प्रेरणा म्हणजे काय?

> **जे काही करणे वा स्वप्न पाहणे तुम्हाला शक्य आहे, ते सुरू करा. धीटपणातच काही अलौकिक करण्याची शक्ती आहे, ताकद आहे अन् जादूसुद्धा आहे...!**
>
> (गोएथ् १७४७-१८३२)

प्रेरणा ही मनाची एक अवस्था आहे, ती आहे एक प्रवृत्ती, विचार करण्याची ठरावीक पद्धत, ज्यामुळे तुम्हाला, तुम्ही स्वप्नातही कल्पना करू शकणार नाही अशी फळे मिळतील. एखाद्या सांघिक सामन्यासाठी तयारी करताना किंवा तुमच्या जोडीदाराला घेऊन पहिल्यांदाच बाहेर जाताना तुम्हाला इतरांच्या डावपेचांचे पूर्वानुमान असणे खूपच गरजेचे आहे. अशा वेळी तुम्हालाही अगदी धूर्तपणे विचार करण्याची गरज असते. मोठ्या प्रमाणात प्रेरित होण्यासाठी तुम्हाला नित्यनूतन कौशल्य आणि जाणिवा विकसित कराव्या लागतात, ज्यांची तुम्हाला, तुम्ही कमी महत्त्वाकांक्षी असताना गरज भासली नाही.

तुम्ही दुडुदुडु चालणारे बाळ असताना, तुम्हापाशी प्रेरणेचा प्रचंड साठा होता. थोड्याशा प्रोत्साहनानंतर तुम्ही स्वतःला चालायला, बोलायला, जगाला सामोरे जायला आणि नवीन गोष्टींचा आस्वाद घ्यायला शिकवलेत. तुमच्या त्या निर्धाराची तुम्ही कल्पना करा की, कशाला तरी धरून उभे राहायचा प्रयत्न करताना तुम्ही

तुमच्या लहानग्या शरीराला किती वेळा प्रवृत्त केलंय! तुम्ही अनेक वेळा धडपडला असाल. तुमच्या डोळ्यांतून कितीकदा वैफल्याचे अश्रू निसटले असतील, मात्र तुमची उत्सुकता चाळवली गेली आणि त्यानंतर तुमच्या मर्यादांच्या पलीकडच्या गोष्टी जाणून घेण्यासाठी, चालण्याशिवाय तुमच्याकडे दुसरा पर्याय नव्हता. तुम्ही हार मानली नाहीत. चुकीच्या सुरुवाती, अश्रू अन् धडपड यांच्याशी सामना करीत तुम्ही प्रयत्न करीत राहिलात - आणि ते घडलं. तुम्ही चालायला लागला होता!

यातील अंतरंग

तुमची ध्येये लिहून ठेवा. जोपर्यंत तुम्ही काही लिहून ठेवीत नाही, तोपर्यंत ते अस्तित्वात असत नाही. तुमची ध्येये तुम्ही लिहून ठेवीपर्यंत तुमच्याकडे फक्त कल्पना असतात. जोपर्यंत काही कृती होत नाही तोपर्यंत ही कल्पना केवळ अंधूक असते, प्रतीकात्मक असते, म्हणूनच ती लिहून ठेवा.

तुम्ही किती प्रेरित आहात?

यश म्हणजे स्वाभाविकपणे लागलेल्या आगीची परिणती नसते. त्यासाठी तुम्हाला स्वतःला पेटवून घ्यावे लागते.

-रेग्गी लीच

काही माणसं खरोखरीच भाग्यवान असतात. कधी त्यांना जगण्यासाठी एखादं कारण सापडतं, तर कधी एखाद्या विषयानं ते झपाटून जातात, मग ते संगीत असतं, एखादा छंद असतो, खेळ असतो, एकमेकांना मदत करणं असतं, पैसे जमा करणं असतं, धर्म वा राजकारण यांपैकी काहीही असू शकतं. इतरांना पहिल्यांदा स्वतःला प्रेरित करणाऱ्या गोष्टींचा शोध घ्यावा लागतो अन् मग त्या प्रेरणेचा उपयोग करून जीवनातील ध्येये गाठावी लागतात. आपल्याला मिळणारी प्रेरणा कशा पद्धतीने काम करते हे जाणून घ्यायची आपली तयारी असेल तर एक गोष्ट नक्की की, आपण आपल्या आयुष्यात काही एका उद्देशाने काम करू लागतो. जेव्हा काम करता करता तुम्हाला तुमच्या यशाचं गमक उमगतं, तेव्हा इतर लोक कसे काम करतात ते तुम्ही पाहू शकता आणि त्यांना तुम्ही प्रेरणाही देऊ शकता.

यातील अंतरंग

आपल्या अंतरंगात दडलेल्या कामाच्या पद्धती आपल्याला आपल्या इच्छापूर्तीच्या दिशेने नेतात. एका बाजूने विचार केला तर त्या तुम्हाला

काहीतरी करण्याची प्रेरणा देतात तर दुसऱ्या टोकाचा विचार केला तर त्यांची परिणती कधी कधी सवयींमध्ये होते आणि ती आपल्याला सर्वनाशाकडे नेते. म्हणून तुमच्या या अंतर्गत पद्धती कशा काम करतात ते निरखून ठेवा. (पाहा प्र. ११, इतरांच्या विचार करायच्या पद्धती ओळखा.)

प्रेरणेच्या मोजपट्टीवर तुम्ही नेमके कोठे आहात?

सदासर्वदा सोफ्यावर रेलून टेलिव्हिजन पाहणाऱ्या एका माणसाबद्दल मी वाचलं होतं. सर्वसाधारण माणसाला जिवंत ठेवणाऱ्या अगदी प्राथमिक अशा प्रेरणांचाही त्याच्यामध्ये पुरता अभाव होता. चार वर्षांच्या काळात, काहीही न केल्यामुळे त्याच्या शरीराने आणि मनाने हार पत्करली आणि तो मृत्युमुखी पडला.

आयुष्यात जे काही मिळवायचं आहे त्यासाठी आपल्यापैकी बहुतेक सारेजण काहीतरी करण्याच्या उद्देशाने प्रेरित असतात. अगदी प्राथमिक पायरीवर अन्न, निवारा, कपडे, ऊब, त्यानंतर मित्रपरिवार, स्वाभिमान, नाती आणि आपण कुणाचे तरी आहोत ही भावना. जर या साऱ्याच गरजा पूर्ण झाल्या तर आपल्यापैकी काही जण स्वत्व जाणून घ्यायच्या दिशेने प्रवास सुरू करतात ज्यामुळे तुमची सर्वंकष वाढ होऊन अर्थपूर्ण आयुष्य जगण्याची तुम्हाला प्रेरणा मिळते. (आकृती १.१)

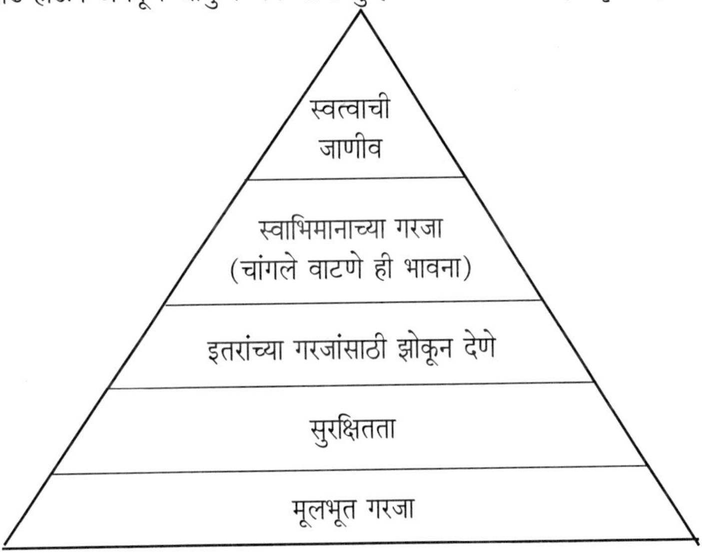

आकृती १.१ अब्राहम मॅस्लॉने सांगितलेली गरजांची स्तरमांडणी

जर आपल्या मूलभूत गरजा भागल्या तर आपल्याला कदाचित प्रश्न पडू शकतो

की, आपल्या आयुष्याचे उद्देश्य तरी काय आहे? ज्या गोष्टींविषयी आपल्याला अतिशय प्रकर्षाने काही वाटते आणि ज्यांची आपल्या जगण्यासाठी मदत होऊ शकते, त्या कोणत्या पद्धतीने मिळवाव्यात?

यातील अंतरंग

तुम्हाला खरेच काय हवे आहे? हा मोठ्ठा प्रश्न स्वत:लाच विचारा.

विचार करायला लावणारे

ज्याने हे ब्रह्मांड रचले त्यानेच तुमचीही रचना केली. तुम्हाला तुमच्या आयुष्यात काय करायचे आहे हे तुम्हाला कळले आहे काय? तुम्ही काय फक्त श्वास घेण्यासोडण्यापुरतेच जगताहात काय? तुम्ही आहात तरी कोण अन् तुमची बुद्धिमत्ता व तुमची तुम्हाला पटलेली स्वत:ची ओळख यांच्या वापराने तुम्ही काय बनू शकता?

तुम्ही कोण आहात हे ओळखणे आणि तुम्हाला नेमके काय हवे आहे हे शोधणे या दोन गोष्टी अगदी कळीच्या आहेत. यांच्यामुळेच तुम्ही कार्यवाही करण्यासाठी उद्युक्त होता आणि नेत्रदीपक यश मिळवता.

विचार करायला लावणारे

- नैसर्गिकरीत्या तुमचा कल कोणत्या बाजूस आहे?
- तुम्हाला आयुष्यात जे मिळवायचे आहे ते मिळविण्यासाठी तुम्हाला काय बदल करावे लागतील?

बहुतेक वेळा आपण इतरांना सांगताना ऐकतो की, त्यांना काय हवं आहे ते त्यांना ठाऊक आहे. आपल्याला नंतर हे सुद्धा दिसून येतं की, ही माणसं त्यांचा साराच वेळ इकडचं तिकडे करण्यात घालवतात. काही काळानंतर त्यांना जाणवतं की, त्यांचं काम, त्यांचा जोडीदार अथवा जागा बदलताना त्यांनी स्वत:ची असंतुष्टतासुद्धा सोबत नेली आहे. जे वरवर दिसत होतं त्यांच्या आयुष्यातलं तेवढं त्यांनी नक्कीच बदललं आहे, मात्र ज्यामुळे त्यांच्या आयुष्यात फरक पडला असता, नेमक्या त्याच गोष्टी ओळखण्यात त्यांना अपयश आलं आहे.

विचार करायला लावणारे

जर तुम्हाला ठेवायचाच असेल तर कोणत्या प्रकारचा वारसा तुम्ही मागे ठेवाल? मी माझं आयुष्य उत्तम प्रकारे जगलो हे तुम्हाला सांगायचंच असलं, तर कोणत्या तीन गोष्टी तुम्ही मागे ठेवाल? यांपैकी केवळ एक गोष्ट मिळवावी असं जर तुम्हाला प्रामाणिकपणे वाटत असेल, तर तुमचे ते स्वप्न प्रत्यक्षात येण्यासाठी आज तुम्ही पुढचं पाऊल काय उचलाल? मनातले हे विचार तुम्ही लिहून काढा.

तुम्हाला तुमच्या आयुष्यात नेमके काय हवे आहे हे जर तुम्हाला ठाऊक असेल आणि जर तुम्हाला तुमच्या आजूबाजूची परिस्थिती, स्वभाव, कुशलतेचा किंवा साधन सामुग्रीचा अभाव आणि तुमच्या विचारांवर बंधने आणू शकणारी काही मते यांचा थांग लागू शकला तर तुम्ही तुमच्या बऱ्याचशा अडचणींतून मुक्त होऊन यशाची नवनवीन शिखरं गाठू शकता. हे जमवायचं असेल तर तुम्हाला स्वत:लाच खूप प्रश्न विचारावे लागतील; ते सुद्धा मोठ्याने. मानवप्राण्यांची ही जमात अशीच कोडी सोडवून उत्क्रांतीच्या पायऱ्या चढली आहे. त्यांना प्रश्न शोधणारी क्षेपणास्त्रेच म्हणायला हवं. ती जशी लक्ष्य शोधून त्यांवर प्रहार करतात अगदी तशीच माणसे एकदा का प्रश्न पडला की त्यांची उत्तरे शोधून काढतात.

विचार करायला लावणारे

जे ध्येय गाठायची तुमची मनापासून तयारी आहे, ज्या गोष्टी तुम्हाला तुमच्या आयुष्यात खूप महत्त्वाच्या वाटतात ते सारंच मिळविण्यासाठी तुम्ही किती प्रेरित आहात? सर्वसाधारण माणसे आपली ध्येये गाठण्यासाठी यांपैकी ज्या काही पद्धतींचा उपयोग करतात, त्यांपैकी कोणती पद्धती तुम्हाला जवळची वाटते? प्रेरणेच्या एक ते दहाच्या मोजपट्टीवर, तुम्ही कुठे बसता? दुसऱ्या रकान्यात तुमचे उत्तर लिहा.

इच्छांची यादी – तुम्हाला असं वाटतंय की, तुमचं ध्येय तुम्ही गाठलंय, मात्र काहीच घडत नाही आणि तुम्ही नवल करीत राहता.	
मला हवंय – एखादी गोष्ट मिळवायच्या दृष्टीने तुम्ही प्रयत्न सुरू करता, मात्र जेव्हा तुमच्या मनासारखं होत नाही तेव्हा चिडचिड होऊन तुम्ही ते काम अर्धवट सोडून देता.	

जे हवंय, ते कधीतरी मिळतं, मात्र बहुतेक वेळा अपेक्षाभंगच होतो. जे मिळवायचं ते मिळविण्यासाठी जास्त किंमत द्यावी लागेल हे जेव्हा तुम्हाला जाणवतं तेव्हा तुम्ही ते काम अर्धवट सोडता.	
जे हवंय, त्याचं कल्पनाचित्र मनामध्ये उभं करा आणि तुमचा मार्ग आखून घ्या. तुम्ही तुमचं ध्येय गाठता, विजयोत्सव साजरा करता. मग पुढच्या लक्ष्याच्या दिशेने प्रवास सुरू करता. ते गाठायची आकांक्षा मनात ठेवता.	

मनाची तृप्तावस्था गाठण्यासाठी जवळचे, कमी श्रमाचे मार्ग नसतात. तुमच्या हेतूचा शोध ही एक सतत चालणारी प्रक्रिया असते. तुमच्या आयुष्यात तुम्हाला जे हवं ते मिळविण्यासाठी स्वत:लाच प्रश्न विचारणे, परिणाम तपासून पाहणे आणि धोके पत्करून कार्यान्वित होणे या साऱ्यांचीच गरज असते.

विचार करायला लावणारे

एकावेळी एक याच हिशोबाने आपण आपले निर्णय घेत असतो. जी माणसे नियोजनाऐवजी प्रवाहाबरोबर वाहात जातात, ती त्यांना जे सोयीचं तेच करतात. परंतु जे त्यांच्यासाठी खरोखरीच योग्य, ते करण्याची त्यांची संधी मात्र यामुळे हुकते.

कृती

तुमचे अगोदरचे काही निर्णय आठवून पाहा. ते निर्णय तुम्ही कसे घेतले होते?

नियोजन न करता घेतलेले निर्णय

- जे सोयीस्कर ते केले.
- संघर्ष टाळला.
- इतरांना जे हवे तेच केले.

नियोजन करून घेतलेले निर्णय

- तुमच्या एकंदरीत नियोजनात जे चपखलपणे बसले, तेच केले.
- हेतुपूर्वक धोके पत्करले.
- जी वचने दिलीत, ती प्रामाणिकपणे पाळली.

तुम्ही जे केले, त्याचे मनन करा

ज्या ज्या वेळी तुम्ही एखादा निर्णय घेता, तो त्या वेळची सोय म्हणून तुम्ही सोईस्करपणे घेतलेला असतो की तुम्ही तुमच्या आयुष्याला जो काही आकार देऊ पाहाताहात तो तुम्ही स्वत:लाच दिलेली आश्वासने पाळून? हा प्रश्न तुम्ही स्वत:लाच विचारा.

स्वत:ला प्रेरणा देणं म्हणजे जवळजवळ जादूच असते, त्यामुळे तुमच्यामध्ये 'मी करू शकतो' ही प्रवृत्ती तयार होते. हीच प्रवृत्ती तुम्हाला कोणत्याही कार्यात यशाप्रत घेऊन जाते. प्रेरणेने झपाटलेल्या आणि सतत आपली ध्येये गाठणाऱ्या एखाद्या माणसाला, कधीकधी उमजतच नाही की, काही माणसे रिकामटेकडी राहून वेळ घालवितात आणि दैव त्यांच्या ताटात जे वाढून जातं ते तरी किंवा स्वत:च्या निष्क्रियतेमुळे पदरी पडलेले दान तरी स्वीकारतात. याच कारणासाठी तुम्हाला काय बदल करायचे आहेत त्यावर आपण आता विचार करायला हवा.

तुम्हाला काय हवे आहे?

फलिताच्या दृष्टिकोनातून तुमच्या ध्येयांचा विचार करताना, भविष्यकाळात जाऊन ती साध्य झाली आहेत अशी कल्पना करा. एखाद्या यशाची कल्पना केल्यानंतर त्यासंबंधीच्या विचारांना जी गती मिळते, तीच तुम्हाला यशाप्रत नेणारी तुमची प्रेरकशक्ती म्हणायची. अशा पद्धतीने तुम्ही जेव्हा विचार करता तेव्हा तुमच्या अंतर्मनाला वाटेत असणाऱ्या नानापरींच्या अडथळ्यांची माहिती होते. ते यश मिळविण्यासाठी कोणकोणत्या गोष्टींची गरज आहे हे कळते. त्या यशाप्रत नेणारे मार्ग आणि अडचणी तुम्हाला दाखवितात की जे हवं ते मिळवताना काय काय व्हावं लागतं!

यातील अंतरंग

या विचारमंथनाची परिणती म्हणजेच तुमच्या यशाचा, तुमचा स्वत:चा असा पथदर्शक नकाशाच म्हणायचा. सहजगत्या मिळवता येऊ शकणाऱ्या निकालांविषयी हा आराखडा तुम्हाला मदत करतो. जर तुम्ही तुमच्या पथदर्शक नकाशाच्या मदतीने मार्गक्रमणा करू पाहिलीत तर, तुम्हाला यश मिळण्याची शक्यता अधिकच वाढते.

तुम्हाला हे कळलं तर आश्चर्य वाटेल की, कितीतरी जणांना, त्यांना नेमकं काय

हवंय हेच मुळात ठाऊक नसतं. संख्याशास्त्राच्या आधारे असं दाखवलं जाऊ शकतं की, सुमारे सात टक्के लोक पद्धतशीरपणे विचार करतात. त्यांच्यामध्ये आव्हानात्मक वाटणारी ध्येये समोर ठेवण्याची आणि त्यासाठी नियोजन करण्याची क्षमता असलेलेसुद्धा असतात. तुम्हाला काय हवं आहे? असा प्रश्न विचारल्यावर बहुतांश लोक त्यांना नको असलेल्या गोष्टींबद्दलच सांगतात. तुम्हाला जे नको आहे ते माहीत असणं केव्हाही चांगलं, मात्र जे हवं आहे ते निस्संदिग्धपणे ठाऊक असणं ही गोष्ट, तुमचं ध्येय साध्य करण्यासाठी असलेली अत्यावश्यक गोष्ट आहे.

ज्यामुळे निश्चित परिणाम मिळतील अशाच प्रकारची विचारधारा वापरा

तुम्हाला जे हवंय, त्याकडे तुम्ही समस्या म्हणून पाहाताहात असे जर तुमच्या लक्षात आले, उदाहरणार्थ :

- मला इथे काम करायचे नाही.
- मला अपात्र बनायचे नाही आहे.
- मला कामाच्या भाराखाली दबून जायचे नाही आहे.

तर तुमच्या विचारांची ही पद्धत तुम्ही बदलू शकता. अशा प्रश्नांकडे समस्या म्हणून पाहण्याऐवजी त्यावर उत्तरे शोधून काढण्याच्या पद्धतीने स्वत:लाच प्रश्न विचारा. उदाहरणार्थ :

- त्याऐवजी मला नेमकं काय करायला हवं?

जोपर्यंत तुमच्या मनात असलेल्या नकारात्मक प्रश्नांची जागा निश्चित स्वरूपाच्या परिणामांमध्ये परिवर्तित होत नाही, तोपर्यंत हे असे प्रश्न स्वत:लाच विचारीत रहा.

मला कामाच्या भाराखाली दबून जायचे नाही आहे, हा नकारात्मक स्वरूपाचा प्रश्न, याऐवजी मला नेमकं काय करायला हवंय, अशा स्वरूपात विचारला जाऊ शकतो.

हे असे झाले की, तुमचा मेंदू तुम्हाला या प्रकारच्या कसोट्यांची एक यादीच देईल, ज्याच्यामुळे तुम्हाला तणावमुक्त आणि हलकं हलकं वाटेल.

सखोल जाणिवांसाठी स्वाध्यायस्वरूप प्रश्न

तुम्हाला नेमकं काय हवं आहे हे एकदा का तुम्हाला कळलं की, त्यापुढची पायरी म्हणजे तुम्हाला यश मिळालं आहे किंवा नाही हे समजण्यासाठी कोणत्या प्रकारचे पुरावे तुम्हाला गोळा करायला लागतील.

बहुतांश वेळा आपलं ध्येय काय हे लोकांना ठाऊक असतं, मात्र ते ध्येय साध्य झाल्यामुळे त्यांच्यासाठी कोणता फरक पडणार आहे अथवा ते काय करू शकणार आहेत हेच त्यांना ठाऊक नसतं. काही तरी करण्यासंबंधीची तुमची प्रेरणा शोधून काढण्यासाठी, तुम्हाला स्वत:लाच प्रश्न विचारायला हवेत की, हे तुम्ही का करायला हवं. उदाहरणार्थ, तुम्हाला असं वाटेल की, मला एक नवीन घर हवं आहे. या संदर्भात विचारायचे प्रश्न साधारणपणे पुढील प्रकारचे असतील. ते केल्यामुळे/ते घेतल्यामुळे/ते असल्यामुळे माझा काय लभ्यांश? आणि ते माझ्यासाठी का महत्त्वाचे आहे?

स्वाध्यायाचे प्रश्न :

प्र. : नवीन घर घेतल्यामुळे तुमचा काय फायदा?

उ. : त्यामुळे मला माझी स्वत:ची जागा मिळेल.

प्र. : तुमची स्वत:ची जागा मिळाल्यामुळे तुमचा काय फायदा?

उ. : त्यामुळे मला स्वातंत्र्याची अनुभूती मिळेल.

प्र. : ही स्वातंत्र्याची अनुभूती तुम्हाला इतकी महत्त्वाची का वाटते?

एखादी गोष्ट मला हवी आहे या प्रकारच्या प्रखर जाणिवांबद्दल स्वत:लाच प्रश्न विचारल्यामुळे काय होते? यामुळे तुम्हाला तुमच्या प्रेरणेचा मूळ स्रोत कळतो. तुमच्या श्रद्धा आणि गुणवैशिष्ट्ये यांची तुम्हाला ओळख होते. जेव्हा तुम्हाला तुमच्या आयुष्यात काय हवे आहे याची जाणीव असते आणि ते का हवे आहे हे सुद्धा कळत असते, तेव्हा तुमच्या इच्छा पूर्ण होण्याची शक्यता बळावते.

प्रश्न विचारायची पद्धत आजमावून पाहा

वर विस्तृतपणे चर्चा केलेली प्रश्न विचारायची पद्धत स्वत:च्याच ध्येयांच्या बाबतीत वापरून पाहा.

प्र. : जर तुमच्याकडे .... असेल तर त्यामुळे कोणता लाभ होईल?

उ. : त्यामुळे ....

प्र. : आणि जर तुमच्याकडे .... असेल तर कोणता लाभ होईल?

उ. : त्यामुळे ....

प्र. : आणि .... ही गोष्ट तुम्हाला महत्त्वाची का वाटते?

यानंतर तुम्हाला तुमची ध्येये का हवीत याच्या स्पष्टीकरणासाठी दुसरा प्रश्न विचारा.

तुमचे ध्येय तुम्हाला वेगळे असे काय देणार आहे, जे तुम्हाला एरवी मिळणार नाही?

तुमच्या आतल्या भावभावना आणि मूल्ये, जी तुमच्या आकांक्षा अन् स्वप्नांना इंधन पुरवितात, ती शोधून काढण्यासाठी हा एक अतिशय उत्कृष्ट प्रश्न आहे. तुमच्या ध्येयांचा पाठपुरावा करण्यासाठी आणि ती गाठण्यासाठी तुम्हाला तुमच्या इच्छाआकांक्षा काय आहेत याची जाणीव असणे खूप महत्त्वाचे आहे.

तुम्ही म्हणाल, मला एक नवी कोरी चकाचक पोर्शे कार हवी आहे. ही इच्छा प्रज्वलित होण्यासाठी तुम्हाला खालील प्रकारचे प्रश्न स्वत:लाच विचारायला हवेत.

प्र. : या नव्या कोऱ्या चकाचक कारमुळे तुम्हाला असे काय मिळणार आहे, जे तुमच्याकडे एरवी नाही आहे?

उ. : लोक माझ्याकडे पाहून म्हणतील, 'व्वा!'

प्र. : या 'व्वा!' मुळे तुम्हाला असे काय मिळणार आहे, जे तुमच्याकडे नाही?

उ. : मला उल्हसित वाटेल, माझा प्रभाव वाढल्यासारखे वाटेल आणि तो प्रत्येक क्षण मी आनंदाने उपभोगीन.

तुम्ही तुमची ध्येये ठरविताना एक अतिशय महत्त्वाची गोष्ट समजून घ्यायला हवी की, तुम्हाला नेमकं काय हवंय. तुमची ध्येये गाठल्याने तुम्हाला काय मिळणार आहे, जे तुमच्याकडे नाही, हे समजणे हेसुद्धा तितकेच महत्त्वाचे आहे. तुम्हाला जे हवं होतं ते तुम्ही मिळवलं आहे, हे तुम्हाला पटण्यासाठी तुमच्या यशाचा कोणता पुरावा तुमच्यापाशी असायला हवा याची जाणीव तुम्हाला असणं, हे सुद्धा अतिशय महत्त्वाचं आहे.

प्रश्न विचारायची पद्धत आजमावून पाहा

तुमचं ध्येय तुम्ही साध्य केलं आहे हे तुम्हाला कसं कळतं? समजा की, 'मला श्रीमंत व्हायचंय' असं तुमचं ध्येय आहे. याची खात्री पटण्यासाठी, खालील प्रश्न विचारता येतील :

प्र. : तुम्ही श्रीमंत आहात हे तुम्हाला कसं कळेल?

उ. : कारण मला काम करावं लागणार नाही.

प्र. : तुम्हाला जे हवंय ते तुम्ही मिळवल्यावर तुम्हाला काय दिसेल, तुम्हाला काय ऐकू येईल वा काय जाणवेल?

उ. : मी कल्पना करू शकतो की मी समुद्राकाठच्या एका आलिशान घरात बसलो आहे. माझे कुटुंबीय तलावात पोहत असताना त्यांचे आनंदी स्वर ऐकून मला मुक्ततेचा आणि समाधानाचा आनंद अनुभवता येईल.

तुम्ही या प्रकारची प्रश्नांची सरबत्ती पुढेही सुरू ठेवू शकता, आणि अजून कोणत्या गोष्टी तुम्ही सांगा...? तुम्ही अजून काय पाहाल, काय ऐकाल अन् तुम्हाला काय जाणिवा होतील? जसजसे अधिकाधिक स्पष्टपणे तुम्ही तुमच्या ध्येयांविषयी विचार करू लागाल, तशा तशा तुमच्या सुप्त जाणिवा ते ध्येय मिळविण्यासाठी जीव तोडून प्रयत्न करू लागतील.

तुम्ही जेव्हा प्रयत्नांची पराकाष्ठा करता तेव्हा तुमची मनोवस्था कशी असते?

पुन्हा पुन्हा स्वतःला विचारण्याजोगा हा एक अतिशय उत्तम प्रश्न आहे. तुम्ही जेव्हा एखादे काम करताना तुमच्या प्रयत्नांची शिकस्त करता, तेव्हा तुम्ही कसे दिसता, कसे बोलता आणि तुम्हाला कसे वाटत असते याबद्दलच्या साऱ्या आठवणी एकत्र करा. उपरोक्त प्रश्नाला तुमचे उत्तर कदाचित असे असू शकेल : मी जेव्हा अशी शिकस्त करतो, तेव्हा मी जणू जादुई अवस्थेत असतो. तुमची ही जादुई अवस्था योग्य रीतीने व्यक्त होण्यासाठी, हे विचार किंवा भावना तुम्हाला साध्या सोप्या शब्दात बांधता यायला हव्यात. यासाठी नेमके शब्द काय, याचा विचार करा. उदाहरणार्थ, एकाग्र, स्थिर, शांत हे शब्द जर तुम्हाला ठाऊक असतील तर, त्यांची अशा प्रयत्नांच्या वेळी, आठवण करताक्षणी तुम्ही स्वतःला त्या ठरावीक अवस्थेबरोबर पटकन जोडू शकाल आणि ती जादुई अवस्था तुम्ही तुमच्या इच्छेनुरूप अनुभवू शकाल.

नियोजित परिणामांची तयारी करणे

यशस्वी माणसे परिणाम निश्चिती करण्यासाठी ज्या पायऱ्यांचा उपयोग करतात, त्यांची प्रतिकृती तुम्ही वापरलीत तर तुम्हाला यश मिळायची शक्यता अधिकच वाढते. **मला काय हवंय?** किंवा **मला काय हवंय?** आणि मी माझं ध्येय पूर्ण झाल्यावर मला काय दिसेल, ऐकू येईल आणि वाटेल? या पूर्वीच विचारलेल्या प्रश्नांखेरीज खाली दिलेल्या इतरही काही प्रश्नांचा तुम्ही विचार करू शकता :

- हे परिणाम मला कुठे दिसायला हवे आहेत (घरी की कामाच्या ठिकाणी)?
- मी जे साध्य करेन त्यांचा परिणाम माझ्या सहकाऱ्यांवर, माझ्या कुटुंबावर आणि माझ्या मित्रपरिवारावर कसा होईल?

तुम्ही जी नवीन ध्येये ठरवाल, त्यांचा तुमच्यावर होणारा परिणाम आणि त्यातून उद्भवणाऱ्या अडचणी यांना तुम्ही कोणत्या पद्धतीने तोंड द्याल, याचा विचार करा. ही ध्येये साध्य करण्यासाठी मोजावी लागणारी किंमत आणि फायदे कोणते आहेत? हे साध्य करून तुम्ही काय मिळवाल? तुम्ही आता जे काही करताहात त्यातून तुम्हाला काय मिळते आहे? हे परिणाम साध्य केलेत तर त्यातून तुमची काही हानी होईल का?

या परिणामांवर तुमचे कितपत नियंत्रण आहे?

इतर लोक, पैशांचे व्यवहार किंवा बाजारातले बदल या साऱ्या गोष्टी विचारांमध्ये घेतल्या तर, तुम्हाला असे जाणवेल की बऱ्याचशा गोष्टींवर तुमचे नियंत्रण नसते, मात्र त्याच बरोबर ही गोष्टसुद्धा खरी की, परिणामांवर जेवढे तुमचे नियंत्रण जास्त, तेवढीच तुमच्या यशाची खात्री अधिक.

तुमची जबाबदारी पार पाडण्यासाठी तुम्ही कोणती साधने वापराल?

- कसब?
- एखाद्या विषयाचे ज्ञान?
- माहिती?
- वेळ?
- पैसा?
- संबंध?

काय तुमच्याकडे यांपैकी सारीच किंवा काही साधने आहेत? किंवा ती कशी मिळवायची याची माहिती आहे? उदाहरणार्थ, तुमच्याकडे पैसे नसतील किंवा ज्ञान नसेल पण ते ज्याच्याकडे आहे अशी कुणीतरी व्यक्ती तुम्हाला ठाऊक असेल. जर तुमच्या यशाची शक्यता वाढणार असेल तर तुम्ही त्यांच्याबरोबर अशा पद्धतीची देवाणघेवाण कराल का?

- तुमचं ध्येय साध्य करण्यासाठी वास्तवाशी जवळीक साधणारी कालमर्यादा तुम्ही निश्चित केली आहे का?
- या मार्गावर एखादा अडथळा आला तर त्यावेळेस तुम्ही काय कराल?

तुमचं यश तुमच्याविषयी काय सांगतं?

- तुम्ही तुमचं ध्येय साध्य केल्यानंतर, तुम्हाला काय मिळेल?
- हे यश म्हणजे तुमचं कोणत्या दिशेनं पडलेलं पाऊल आहे?
- तुमचं यश संपादन करण्यासाठी आता पुढची चाल काय?
- तुम्हाला ते ध्येय खरोखरीच साध्य करायचं आहे काय?

तुमचे ध्येय सुनियोजित परिणामांच्या चौकटीत जर तुम्ही बसवू शकलात तर, तुम्ही ते नक्कीच साध्य करू शकाल. या पद्धतीमुळे तुम्हाला अपेक्षित परिणाम खरोखरीच हवेत की नाही याची शहानिशा त्या मोहिमेवर निघण्यापूर्वीच करता येते. सगळ्या बाबींचा पद्धतशीरपणे विचार केल्यामुळे तुम्ही तुमचा बहुमूल्य वेळ, कदाचित पैसे आणि प्रयत्न वाचविले आहेत. या साऱ्या गोष्टी तुम्हाला, तुमच्या ध्येयाच्या मागे धावताना, लक्ष केंद्रित करण्यासाठी उपयोगी पडतील.

उत्तम प्रकारे तयार झालेल्या अवस्था खालीलप्रमाणे असू शकतात:

- तुमचे ध्येय सकारात्मक पद्धतीने मांडा : उदा. मला काहीतरी करायचं आहे. मला माझा मार्ग स्वत:लाच शोधून काढायचा आहे.
- तुमचे ध्येय संवेदनात्मक असले पाहिजे : तुमचे ध्येय तुम्हाला दृक्, श्राव्य, स्पर्श, चव आणि जाणिवा या संवेदनांच्या संदर्भात विस्तृतपणे मांडता आले पाहिजे.
- फलनिष्पत्तीवर तुमचा किती ताबा आहे, हे समजून घ्या : असे काही आहे का की, जे तुम्ही सुरू करू शकता व त्यावर ताबाही ठेवू शकता? की तुम्हाला बाहेरील साधने किंवा इतरांच्या मदतीची जरूर भासते?
- या साऱ्या प्रक्रियेमध्ये कशाकशाचा अंतर्भाव असतो? : तुमची ध्येये विवक्षित, मोजता येण्याजोगी, प्राप्त करता येण्याजोगी, वास्तवदर्शी आणि कालमर्यादेत बसणारी असायला हवीत.

या प्रकारांच्या अवस्थांचे नियोजन करा

सकारात्मक : तुम्हाला काय हवे आहे?(सकारात्मक भाषेत सांगा.)

काय साध्य केले? : तुमच्याकडे ते आहे, हे तुम्हाला कसे कळेल?

	तुम्हाला काय दिसते, जाणवते वा ऐकू येते? इतरांना कसे कळेल की, तुमचे ध्येय तुम्ही गाठले आहे?
संदर्भ	: तुम्हाला तुमचे ध्येय कधी गाठायचे आहे? तुम्हाला ते कधी नको आहे? तुम्हाला ते कोणासोबत हवे आहे? तुम्हाला ते कोठे हवे आहे?
पर्यावरणशास्त्र	: तुम्ही तुमचे ध्येय गाठले तर काय होईल? ते करताना तुमचे काही नुकसान तर होणार नाही ना? (एखादे नाते वा सकारात्मक फायदा) हे ध्येय गाठल्यामुळे तुम्हाला स्वत:बद्दल काय वाटेल?
साधने	: या ध्येयाच्या दिशेचा प्रवास तुम्ही सुरू करू शकाल का?आणि गाठलेले ध्येय तुम्ही सांभाळू शकाल का?

या प्रकारे उत्तम प्रकारे नियोजन केलेल्या रचनांच्या अनुरोधाने काम केल्यावर, तुम्हाला कदाचित तुमचे ध्येय नकोसे वाटेल. ही खरोखरीच एक चांगली बातमी आहे. त्यामुळे ध्येयांचा बुरखा पांघरलेल्या तुमच्या अर्धकच्च्या इच्छा आणि गरजा तुम्हाला निवडून वेगळ्या करता येतात. या गोष्टी सुरुवातीलाच कळलेल्या चांगल्या असतात, कारण अर्धी वाट चालून जावं आणि चालणं कठीण झालं की मग जाणवतं की, ही वाट पूर्ण चालून जाण्यात काही अर्थ नाही, मात्र जी ध्येये तुमच्यासाठी अतिशय महत्त्वाची असतात, त्यांच्यासाठी झटताना तुमचे प्रयत्न या प्रक्रियेमुळे अधिक ताकदवान होतात.

प्रत्येक वेळी नवीन ध्येय ठरवून त्याच्या मागे निघताना या प्रकारचे पूर्वनियोजित परिणामांचा विचार केला तर तुमच्या यशाची शक्यता कितीतरी वाढते. या प्रकारच्या परिणामांचा परिणामकारक वापर वाढवा:

- जेव्हा तुम्ही तुमच्या व्यवसायाचा मार्ग बदलू पाहता किंवा आयुष्यात काही बदल करू पाहता.
- काहीतरी नवीन करून याची खात्री करून घेऊ पाहाता.
- जेव्हा तुम्हाला अपेक्षित असलेले निकाल मिळत नाहीत तेव्हा अशीही शक्यता असू शकते की, यांपैकी एखादी बाब कुठेतरी चुकते आहे.

तुम्ही अयशस्वी होणार नाही अशी जर तुमची खात्री असेल तर तुम्ही काय कराल?

बरेचजण अपयशाच्या भीतीमुळे स्वत:ची स्वप्ने पूर्ण करू शकत नाहीत. एका तऱ्हेने ते स्वप्नांना सत्यस्वरूप देण्याचा वा यशाचा दरवाजा बंद करतात. जी कदाचित पूर्णत्वाला जाऊ शकतील अशी स्वप्ने पाहणेसुद्धा ते थांबवतात.

कृती

जे तुम्ही कराल त्यात तुम्हाला अभूतपूर्व यश मिळेल अशी जर तुमची खात्री होती, तर अशा कोणत्या गोष्टी तुम्हाला साध्य करायला आवडेल? वीस मिनिटात या प्रकारची एक सूची तयार करा.

- *ज्या गोष्टी तुम्हाला आनंद देतात त्यांचा विचार करण्यासाठी स्वत:ला मोकळीक द्या आणि पैसा हे जर तुमचे साध्य नसेल तर तुम्हाला कोणत्या पद्धतीने स्वत:चा वेळ घालवावासा वाटेल?*
- *तुमच्या कल्पना म्हणजे जणू तुमच्या मनात रुजू शकणाऱ्या बिया आहेत. म्हणून ज्या फोफावण्याची शक्यता आहे आणि ज्यांच्या केवळ कल्पनेने तुमच्यामध्ये उत्साह संचारतो, केवळ त्यांचीच निवड करा.*
- *मला कोणत्या गोष्टी करायला अतिशय आवडतात? माझा नैसर्गिक कल कुठे आहे अन् कोणत्या गोष्टींबद्दल मला प्रचंड ओढ आहे? हे प्रश्न स्वत:लाच विचारा आणि पुढे विचारा की, यातून मला पैसा कसा मिळेल?*
- *जेव्हा तुम्हाला ठाऊक असतं की तुम्हाला कशातून उत्तेजना मिळतेय, उदा. ज्या उपक्रमात तुम्ही स्वत:ला झोकून देता, तेव्हा त्यानंतरची पायरी म्हणजे तो उपक्रम करून त्यातून पैसा कसा मिळवायचा. तुमच्या मनात आहे त्याच प्रकारचा उपक्रम करणारा कुणी तुम्हाला ठाऊक आहे का अथवा तुम्ही अशा कुणाबद्दल कुठे वाचलं आहे का?*
- *काही लोकांना - जे केवळ लक्ष्याच्या दिशेने धावणारे असतात - फक्त निर्णय दिसतात, मात्र तेथपर्यंत पोहोचणे त्यांना कंटाळवाणे भासते. ही गोष्ट टाळा. तुम्ही जे करताहात त्याचा आनंद घ्या आणि याचसोबत इतरांशी मिळून मिसळून वागण्यासाठी वेळ काढा. तुमच्या यशाच्या वाटेवर दिसणाऱ्या फुलांचा सुगंध घेण्यासाठी क्षणभर विसावा घ्या.*

केवळ एखादी भूमिका वठविल्याने आनंद मिळत नाही, तर त्यासाठी तुमचे अंतरंग त्यात ओतावे लागते. आनंद हा तुमच्या प्रवासाचा निकष हवा, गंतव्यस्थान नव्हे. आनंदाच्या घटका पुढे ढकलणे म्हणजेच स्वतःवर प्रचंड ताण लादणे होय. म्हणूनच निकालाच्या सोबत प्रक्रियासुद्धा तेवढीच महत्त्वाची असते हे कायम ध्यानी असूद्या.

स्वाध्यायाची प्रश्नोत्तरे याच्याशी ताडून पाहा

जर तुम्ही स्वतःच्याच शोधात निघाला असाल तर, खालीलपैकी काही प्रश्न तुम्ही स्वतःला विचारायलाच हवेत. तुमची उत्तरे मांडायला वीस मिनिटे घ्या. स्वतःला आवरू नका - सर्व काही लिहून काढा.

- कोणत्या गोष्टी करायला मला आवडतात?
- मी काय उत्तम करू शकतो
- गांभीर्याने विचार केला तर, मला जीवनाकडून नेमके काय अपेक्षित आहे.
- ते साध्य करण्यासाठी मला काय करता येऊ शकेल?
- पुढचं कोणतं पाऊल मी उचलावं?
- ते साधण्यासाठी मला कोणती किंमत मोजावी लागेल?
- जर काही चुकलंच तर वाईटात वाईट काय होऊ शकेल?
- ती किंमत मोजण्याची माझी तयारी आहे काय?
- जर या प्रश्नाचे उत्तर मला ठाऊक आहे, तर ते काय असू शकेल?

विचार करायला लावणारे

काही अतिशय महत्त्वाच्या प्रश्नांविषयी तुम्ही या प्रकरणात शिकलात.

- जर विचारच करायचा असेल, तर यांपैकी कोणते प्रश्न अथवा अनुभव तुम्ही तुमच्या पुढील उपक्रमात अथवा तुमच्या स्वतःच्या आयुष्यात वापराल?
- यांपैकी तुम्हाला वाटणारे तीन अतिशय महत्त्वाचे प्रश्न निवडा अन् ते रोज आठवडाभर स्वतःला विचारायचा निश्चय करा. त्याची नोंद ठेवा आणि तुमची उत्तरेसुद्धा लिहून ठेवा.

या पाठातून तुम्ही काही नवीन शिकलात का? मनात बीज पडल्यासारखं वाटतंय का, कल्पना उमलतेय का, जी घेऊन तुम्ही स्वतःच्या आयुष्याला तुम्हाला हवाय तो रंग देऊ शकाल?

यश मिळवायचे असते - त्याची नुसतीच इच्छा करायची नसते!

जिथे आहोत तिथेच असण्याच्या वेदना अज्ञाताच्या भीतीपेक्षा मोठ्या झाल्या वा भविष्याच्या अनिश्चिततेमुळे असह्य झाल्या की मगच माणसे बदल करायला सुरुवात करतात.

त्यांच्या आयुष्यात मोठे बदल करायचे, असं जेव्हा त्यांनी ठरविलं तेव्हा खालील कारणं लोकांनी दिली.

घटनांवर आधारित अभ्यास

व्हिक टेलर, एक प्रशिक्षक होता. एकोणपन्नासाव्या वर्षी त्याच्यावर बेकारीची कुऱ्हाड कोसळली. मायन्यूट एण्टरप्रायझेस नावाच्या एका कंपनीमार्फत तो लहान मुलांसाठी पर्यावरणविषयक कार्यक्रम करतो. ही कंपनी म्हणजे एकखांबी तंबूच आहे. त्याचे कार्यक्रम महिनोन् महिने आगाऊ आरक्षित होतात. तो म्हणतो, मला पैशांची नितांत गरज होती, म्हणून मी हा कार्यक्रम सुरू केला. मला जाणवलं की, वयाच्या दृष्टीने, कुणीही नोकरीवर ठेवण्याच्या योग्यतेचा मी राहिलो नाही. शांत बसून मग मी विचार केला आणि ठरवलं की, आता माझ्या भविष्याचं नियोजन मीच करायला हवं. आता मी जे करतोय ते मला इतकं आवडतंय की, वाटून जातं की मी हे अगोदरच का नाही केलं?

पिअरे व्हाईट हा एका रेस्तराँचा मालक. त्याच्या अतिशय हुशार, मात्र अतिसावध वडिलांच्या वागणुकीचे निरीक्षण करण्यासाठी त्याने स्वतःच्या साऱ्याच महत्त्वाकांक्षांना मुरड घातली. तो म्हणतो, ते खूप महत्त्वाकांक्षी होते, मात्र त्यांना धाडसाचे वावडे होते. आपल्या क्षमतेपर्यंत आपण कधीच पोहोचू शकलो नाही, ही जाणीव उराशी धरूनच त्यांना जगावं लागलं. त्यांचं अपयश हा माझ्यासाठी एक मोठा महत्त्वाचा धडा होता.

टॉम कुक ऑस्ट्रेलिया, अमेरिका आणि ब्रिटनमध्ये टेलिव्हिजनसाठी निरनिराळी कामे करायचा, मात्र वयाच्या ४९व्या वर्षी आजारपणामुळे त्याला आपला व्यवसाय बदलावा लागला. टॉम म्हणतो, सिंगापूरमध्ये असताना मी हेपाटायटीसने आजारी पडलो आणि जवळजवळ एक वर्ष मी अंथरुणाला खिळून होतो. बरा होत असताना अंथरुणात पडल्या पडल्या मी म्हणत असे, माझ्या टीव्हीच्या व्यवसायातून बाहेर पडणे मला कसे शक्य आहे? खरी गोष्ट मला जाणवली तेव्हा मी कधीचाच त्या

व्यवसायातून बाहेर फेकला गेलो होतो. टॉयलेटला जाणंसुद्धा माझ्यासाठी जिकिरीचं झालं होतं. टॉमने त्यानंतर चित्रकलेचा पाठपुरावा सुरू केला आणि त्याला आढळून आलं की त्याची त्या विषयातील गती उत्तमच आहे. त्याची काही चित्रं विकलीही गेली. मग त्याने उपजीविकेसाठी टी.व्ही.च्या व्यवसायाऐवजी चित्रकलेवर लक्ष केंद्रित करायचं ठरविलं. टॉम आज एक प्रथितयश चित्रकार आहे. त्याशिवाय तो लंडनमध्ये वैकल्पिक सर्जनात्मक कार्यशाळांमध्ये समन्वयकाची भूमिकाही निभावीत असतो. तो म्हणतो, बाराव्या शतकातील कवी रूमीच्या कवितांनी मला प्रचंड प्रेरणा दिली. रूमी म्हणतो, विश्वाच्या ज्या रचयित्याने हे ब्रह्मांड रचलं, आकाशगंगांची निर्मिती केली त्यानेच मलाही निर्माण केलंय! हे त्याचं म्हणणं किती सोपं आणि अविवाद्य आहे! तो माझ्यासाठी जणू साक्षात्काराचा क्षण होता. त्या क्षणी मला जाणवलं की, आपण सारेच किती सामर्थ्यवान आहोत! मात्र काहीजणांना हे अजून ठाऊक झालेलं नाही आहे.

परिस्थिती काहीही असो, मात्र स्वतःची विचार आणि कृती करायची पद्धत बदलण्याची कुवत तुमच्यापाशी नक्कीच असते. तुम्ही जे काही करता किंवा ते होण्यास साहाय्यकारी ठरता, त्यामध्ये तुमच्या सर्जनशीलतेचा आधार तुम्ही नक्कीच घेऊ शकता. तुमच्या आयुष्याची दिशा तुम्ही निवडू शकता. तुम्ही जे कार्य अंगीकारायचे ठरवाल ते तुम्ही निवडू शकता, कारण या गोष्टी म्हणजे तुमच्या स्वत्वाचे जणू प्रतिबिंबच म्हणता येईल.

यशस्वी होणे ही एक सवय असते, मात्र दुर्दैवाने हरण्याच्या बाबतीतही तसे होऊ शकते.

व्हिन्स लोंबार्डी, फुटबॉल लीगचा प्रशिक्षक

मी करू शकेन अशी सर्वांत महत्त्वाची गोष्ट कोणती?

ज्या कुणाला काही ध्येय साध्य करायचं आहे, त्यांनी रोज स्वतःला एक अतिशय महत्त्वाचा प्रश्न विचारायला हवा की, मला माझ्या ध्येयाच्या जवळ घेऊन जाऊ शकतील अशा कोणत्या गोष्टी मी आज करायला हव्यात? अन् त्यानंतर अतिशय महत्त्वाची पायरी म्हणजे, या विचाराला पूरक अशा कृतीची जोड द्यायला हवी. ती कृती कदाचित खाली दिल्याप्रमाणे असू शकेल:

- कशाविषयी तरी जाणून घेण्यासाठी केलेला एखादा फोनकॉल
- ज्या कुणी याच पद्धतीने वागले असतील, त्यांच्या पुस्तकांचा किंवा कल्पनांचा शोध
- कृतीचा आराखडा
- तुमची कौशल्ये व क्षमता यांची वर्गवारी
- सेमिनार्स किंवा वर्कशॉप्सना हजेरी
- ज्यांच्या आकांक्षा अगदी तुमच्यासारख्याच आहेत, अशांना शोधून काढून त्यांच्याशी चर्चा
- तुमच्या ध्येयाच्या दिशेने घेऊन जाणाऱ्या पुढच्या पायरीचा शोध

एखादी कल्पना ही जर कृतीत आणली नाही, तर ती केवळ कल्पनाच राहते.

कोणत्या गोष्टी न केल्याचा तुम्हाला पश्चात्ताप होतो?

सत्तर ते ऐंशी वयोगटातल्या काही लोकांना एका मासिकाने प्रश्न विचारला: तुम्हाला जर तुमचे जीवन पुन्हा मिळाले, तर तुम्ही कोणत्या गोष्टी वेगळेपणाने कराल? बहुसंख्य लोकांनी सांगितले:

- रोज कोणते निर्णय घ्यायचे यावर लक्ष न देता मी माझी जीवनमूल्ये आणि मोठ्या ध्येयांवर लक्ष केंद्रित करेन.
- माझ्या करिअर व नात्यांच्या बाबतीत मी माझ्या मिंतीवर काही धोके जरूर पत्करेन.
- लोकांसाठी काही तरी करून, मी एक वसा मागे सोडेन.

तुम्ही काय वेगळे कराल?

विचार करायला लावणारे

अशी कल्पना करा की, तुम्ही आयुष्याच्या शेवटच्या वळणावर उभे आहात व स्वत: काय मिळविले याकडे पाहाताहात.

१. कोणती स्वप्ने तुम्ही पूर्ण करू शकला नाहीत वा कोणती ध्येये तुम्ही गाठू शकला नाहीत?
२. त्यांची जंत्री तयार करा व 'त्यांपैकी कोणती खरी होण्याजोगी व मिळविण्याजोगी होती?' असा प्रश्न स्वत:लाच विचारा.
३. त्यांपैकी जी मिळविण्याजोगी होती, त्यासंदर्भात विचारा की, 'आज

जर मी त्या ध्येयांचा पाठलाग करीत असतो, तर ते गाठण्यासाठी मी कोणत्या मार्गाचा वा कृतीचा अवलंब केला असता?'

४. जर तुमच्या मनात काही निश्चित ध्येय असेल, तर ते गाठण्यासाठी कोणत्या सहा मार्गांचा तुम्ही अवलंब कराल ते लिहून काढा.

ठरवा की, येते वीस दिवस, रोज निरनिराळ्या सहा कृती याप्रमाणे तुम्ही वागाल व त्या कालावधीच्या शेवटी फेरआढावा घेऊन पाहा की, तुमचे ध्येय मिळविण्याची शक्यता तुम्हाला जास्त वाढल्यासारखी वाटते आहे का? एकविसाव्या दिवशी तुम्ही कदाचित तुमची मूळ कल्पना फेकूनही दिलेली असू शकते व त्याऐवजी एखादी नवी कल्पना तुम्ही जवळ केलेली असते. आता सांगा की, तुमचे स्वप्न तुम्हाला कसे भासते आहे? जास्तच दूर की तुम्ही त्याच्या जवळ गेल्यासारखे तुम्हाला जाणवते आहे?

हे पुस्तक नेमके काय करेल?

आयुष्यात हुलकावणी देणारे यश मिळविण्यासाठी ज्या गोष्टी तुम्हाला मागे ओढून धरीत होत्या, त्या मागची कार्यकारणपरंपरा कदाचित तुम्ही ओळखू शकाल. ज्या गोष्टी मिळवायच्या असे केवळ मनसुबेच तुम्ही करीत होता त्या गोष्टी तुम्ही प्रत्यक्षात मिळवायला सुरुवात कराल.

खालील गोष्टींची सवय कशी लावून घ्यायची हे तुम्ही शिकाल:

- तुमच्या ध्येयांची कल्पना करणे
- जी ध्येये मिळवायलाच हवीत अशा योग्यतेची, त्यांची कल्पना करणे
- ध्येये ठरविण्याच्या तुमच्या कल्पनांची योग्य ती आखणी करणे
- सर्वांत महत्त्वाची गोष्ट म्हणजे, जी ध्येये गाठण्याची तुमची इच्छा आहे, ती गाठण्यासाठी योग्य ती कृती करणे

हे पुस्तक तुम्हाला प्रेरणेसाठी लागणारी साधने देईल व त्यामागचे तंत्र शिकवेल, जेणेकरून तुम्ही यश मिळवू शकाल. ही प्रेरणा कोणत्या पद्धतीने काम करते हे एकदा का तुमच्या लक्षात आले की, मग तुम्ही परिस्थितीचे योग्य ते मूल्यमापन करू शकता व त्यामुळे तुम्ही हाती घेतलेल्या कामात यश मिळण्याची शक्यता वाढते. चुकीची सुरुवात केल्यामुळे, होणारी दमछाक टाळून कमी श्रमात जास्त काही मिळवण्यात तुम्ही वाकबगार होऊ शकता. अवघड परिस्थितीतून वाट काढण्याची तुमची क्षमताही यामुळे वाढते, कारण सुरुवातीपासूनच परिस्थितीचे

योग्य ते मूल्यमापन व नियोजन यांच्या मदतीने, जे तुमच्यासाठी महत्त्वाचे, त्यावर लक्ष केंद्रित करायला तुम्ही शिकलेले असता.

यातील अंतरंग

तुमचे ध्येय तुम्हाला खरोखरीच हवे आहे, हे तुम्हाला कसे कळते? तुम्हाला हव्या असलेल्या फलनिष्पत्तीची कल्पना करा. तुम्ही काय पाहाताहात व स्वत:ला काय सांगताहात? तुमच्या भावभावनांचे वर्णन करा. तुमच्या ध्येयाच्या मागे तुम्ही धावत नाही आहात अशी कल्पना करा. तुमच्या ध्येयाच्या मागे धावण्यातला व त्यापासून परावृत्त होण्यातला फरक म्हणजेच ही भावना होय...! काय तुम्हाला तुमचे ध्येय अजूनही हवे आहे...?

◆

लक्षात ठेवण्यासारख्या गोष्टी

- तुमच्या विचारांच्या पद्धतीत बदल करून तुम्ही तुमचा प्रेरणास्त्रोत वाढवू शकता.
- स्वत:विषयीचं ज्ञान व त्याचं प्रतिबिंब याचा उपयोग तुम्हाला तुमची प्रेरणा सापडण्यासाठी होतो.
- तुमच्या सवयी बदला, त्यामुळे तुमच्या यशाची शक्यताही वाढेल.
- योग्य पद्धतीचा अवलंब करून ठरविलेल्या फलनिष्पत्तिमुळे, तुम्ही असे न करणाऱ्या ९४ टक्के लोकांच्या पुढे असता.

२

तुम्हाला जसे हवे, तसेच तुमचे आयुष्य तुम्ही निर्माण करा

या प्रकरणात तुम्ही खालील गोष्टी शिकाल :

- *तुमच्या इच्छाशक्तीला खिळखिळ्या करणाऱ्या समजुतींना ओळखून काढणे*
- *या समजुतींना जे बदलू शकतात, असे प्रश्न तयार करणे*
- *तुमच्या यशाचा आराखडा तयार करणे*

आपण आपला काल बदलू शकत नाही, मात्र आपण सारेच आपला उद्या निश्चितच बदलू शकतो.

कॉलीन पॉवेल

ज्या प्रकारचे आयुष्य आपल्याला हवे असते, ते आपणच निर्माण करीत असतो

एका वेळी एकच इच्छा धरून ज्या प्रकारचे आयुष्य आपल्याला हवे असते, ते आपणच निर्माण करीत असतो. तुम्ही कदाचित ठरविलेले नसते की, मला लंडनला जायचे आहे, तिथे कुणीतरी खास व्यक्ती मला भेटेल, माझे लग्न होईल, कदाचित घटस्फोटही व त्यानंतर मी बेकार होईन, आणि जर अशा टप्प्यावर तुम्ही असाल तर, ते केवळ तुम्ही घेतलेल्या निर्णयांमुळेच: आठवड्याचे, दिवसाचे वा त्या त्या क्षणाचे - एका वेळेस एकच, या पद्धतीने.

यातील अंतरंग

जे काही तुम्ही करता आहात, त्याचा जर तुम्हाला उपयोग होत नसेल, तर वेगळे काही तरी करा. जे तुम्हाला हवे ते गवसले आहे अशा पद्धतीनेच वागा. तुम्ही स्वत: त्या परिस्थितीत आहात अशी कल्पना करून, पुढे तुम्हाला नेमके काय करायचे आहे हे जाणून घ्या.

आपल्याविषयी, आपल्या क्षमतेविषयी, आपल्या सभोवतीच्या लोकांविषयी किंवा जगात ज्या गोष्टी आहेत, त्यांच्याविषयी नकारात्मक समजुती असल्या तर, जे यश आपण जीवनात मिळविण्याचे स्वप्न पाहात असतो, त्यावर निश्चितच बंधने येतात.

एवढेच नव्हे, तर तुम्हाला बांधून घालणाऱ्या या ज्या समजुती आहेत, त्या कधी कधी आपल्याही नसतात. लहानपणी ज्यांनी ज्यांनी आपल्यावर संस्कार केले, त्यांच्यापासून त्या आलेल्या असू शकतात.

विचार करायला लावणारे

साखळदंडांनी झाडांना बांधून ठेवण्याची सवय झालेल्या हत्तींची गोष्ट तुम्हाला माहीत असेलच. काही काळानंतर त्यांची अशी समजूत होते की, मुक्ततेची कल्पनाच अस्तित्वात नाही आहे व त्यामुळे तसा प्रयत्न करणेही ते सोडून देतात. काही काळानंतर त्यांच्या साखळ्या काढून त्यांना कामाला जुंपले जाते, त्यावेळी ते स्वत:ला मुक्त करून घेऊ शकतात; मात्र त्यांचा अनुभव त्यांना तसे करू देत नाही. त्यांना जसे सांगितले जाते तसेच ते वागतात. त्यांचा स्वभाव मवाळ होतो व त्यांना हाताळणाऱ्यांच्या सूचनांबरहुकूम ते वागतात.

माहुतांच्याहून चाळीस पट अधिक शक्तिमान असलेले हत्ती स्वत:हून ठरवितात की, ते मुक्त होऊ शकणार नाहीत व त्यामुळे ते तसा प्रयत्नही करीत नाहीत.

आयुष्यासाठी तुम्ही ठेवलेल्या अपेक्षा व तुमच्या क्षमता यांविषयी तुमच्या समजुती तुमच्याच आहेत, याची निवड तुम्हाला करायला मिळाली आहे का? - जे हत्तींना शक्य झाले नाही. की तुम्ही स्वत:सोबत जादा सामान असल्याप्रमाणे स्वत:ला बांधून घालणाऱ्या कल्पना सोबत घेऊन कदाचित आयुष्यभर फिरत असता?

तुमच्या इच्छाशक्तीला खिळखिळ्या करणाऱ्या समजुती

तुम्हाला अशी काही माणसे माहिती आहेत जी स्वत:ला निष्क्रिय करून सोडणाऱ्या स्वत:बद्दलच्या समजुती छातीशी धरून बसतात? ते स्वत:विषयी काय बोलतात, ज्यामुळे त्या समजुती एवढ्या घट्ट झालेल्या दिसतात, हे तुम्ही कधी ऐकले आहे का? त्या पद्धतीच्या कल्पनांना खतपाणी घालणारी मित्रमंडळी त्यांनी निवडली आहेत का?

तुम्ही ज्या कल्पनांना घेऊन बराच काळपर्यंत चालताहात, त्या समजुतींना

तुम्ही कधी आव्हान दिले आहे का? आपल्या प्रगतीच्या आड येऊ शकणाऱ्या काही समजुती याप्रमाणे असू शकतात:

- मी मूर्ख/बुद्धू/अकार्यक्षम/चंचल मनोवृत्तीचा आहे.
- माझ्यासारखी माणसे उद्योगक्षेत्रात यशस्वी होत नाहीत किंवा कोणतेही यश मिळवू शकत नाहीत.
- माझी लायकी नाही.
- या साऱ्यासाठी मी खूप म्हातारा/तरुण/अशिक्षित/मला ठाऊक नाही, हे कसे करतात ते.

जर तुमची खात्री असेल की तुम्ही करू शकता किंवा जर तुम्हाला वाटत असेल की तुम्ही हे करू शकत नाही - तर बहुतेक तुमचे बरोबर आहे.

हेन्री फोर्ड

यातील अंतरंग

ज्या गोष्टी तुमच्यासाठी निरतिशय महत्त्वाच्या, त्या वेगळ्या काढा. त्यानंतर अशा गोष्टींवर स्वत:चे लक्ष केंद्रित करा, ज्यामुळे तुम्हाला जे अपेक्षित आहे, ते तुम्ही मिळवू शकाल. तुमच्या भोवताली या क्षेत्रात यशस्वी ठरलेला कुणी आहे का? त्या व्यक्तीने निवडलेले मार्ग पाहा व ते स्वत:साठी चालू शकतील का, याचा अंदाज घ्या. (पाहा प्रकरण १३, यशाचे आदर्श मार्ग)

तुमच्या प्रगतीला खीळ घालणाऱ्या समजुती ओळखा

माणसांच्या यशाच्या आड येऊ शकणाऱ्या काही समजुती खाली दिल्या आहेत. त्यांपैकी स्वत:शी जुळणाऱ्या पर्यायांवर खूण करा व त्यापेक्षा वेगळ्या खास तुमच्या काही समजुती, ज्या तुमची प्रगती रोखताहेत, त्या या यादीत समाविष्ट करा.

अपयशाची भीती– मला जे हवंय त्यासाठी मी शंभर टक्के प्रयत्न नाही करणार, कारण माझी खात्री नाही की मी ते मिळवू शकेन.	

इतरांना मिळू शकेल, मात्र मला नाही– मला जीवनात ज्या गोष्टी हव्या आहेत, त्या मिळण्याची माझी लायकी नाही. त्यासाठी मी इतरांवर अवलंबून आहे.	
मी खूप म्हातारा/तरुण आहे, देखणा नाही, हुशारही नाही– मला हव्या असलेल्या गोष्टी माझ्या शारीरिकतेमुळे मला मिळू शकत नाहीत.	
माझ्या स्वतःच्या गरजा भागविण्यापूर्वी मला इतरांची दखल घ्यायला हवी. मला माझ्या स्वतःच्या गरजा भागविणेही कठीण जाते, मात्र त्याचवेळी मी इतरांची काळजी करीत असतो.	
मी माझ्या यशाचे गुणगान करता कामा नये. त्यामुळे इतरांना वाईट वाटू शकते. इतरांनी माझा हेवा करावा असे मला वाटत नाही.	
मी धाडस करता कामा नये. त्यामुळे कदाचित माझ्याकडे जे काही आहे, ते सुद्धा मी गमावेन.	
जेव्हा कठीण परिस्थिती सामोरी उभी ठाकते, तेव्हा मी पलायन करतो. कठीण परिस्थितीमध्ये पाय जागीच गाडून उभे राहायची माझी क्षमता नाही.	
इतरांनी होकार भरल्याशिवाय मला माझे निर्णय घेता येत नाहीत. याचाच अर्थ असा की, मी यशस्वी झालो असतो, मात्र ज्यांच्याकडे मी अनुमोदनासाठी पाहिलं, त्यांना मी हे करू शकेन याविषयी खात्री वाटली नाही.	
सगळं मला स्वतःलाच करायला लागतं. मी इतरांची मदत मागू शकत नाही.	
मी जे करेन, ते उत्तमच व्हायला हवं. यामुळे तुम्ही हाती घेतलेले काम पूर्ण होण्यास सांगितलेल्या वेळेपेक्षा उशीर होऊ शकतो व त्यावेळी कुणालाच ते परिणाम नको असतात.	

तुमच्या मतानुसार ज्या समजुती तुमची प्रगती अवरोधू पाहताहेत, त्या लिहून काढा. त्यामुळे त्यांना आव्हान द्यायचे मार्ग एक एक करून तुम्हाला शोधता येतील, व त्यांना तुम्हाला साहाय्यभूत होणाऱ्या समजुतींमध्ये बदलता येईल.

स्वत:वर मर्यादा घालू पाहणाऱ्या बोलण्याची ओळख

मर्यादा घालणारी ही दुसरी समजूत: मी बदलू शकणार नाही. त्याहून वेगळी दुसरी: हे नेहमी याच पद्धतीने केले जाते, ज्याचा अर्थ असाही होतो की, एखादी गोष्ट तशीच असते, कारण ती बदलता येत नाही. तुमचे विचार, वागणूक व समजुती एका वेळी एक या क्रमाने व थोड्या थोड्या बदलणे याचीच खरे तर जरुरी असते. यामुळे तुम्ही स्वत:वर लादून घेतलेल्या या मर्यादांच्या मानसिकतेत बदल घडून यायला सुरुवात होते व तुमचे आयुष्य यशाच्या दिशेने प्रवास करण्यास सुरुवात करते.

तुमच्या समजुती या काही काळ्या दगडावरच्या रेघा नाहीत. तुमच्या ज्ञानात वेळोवेळी जी काही भर पडत असते, त्यायोगे या समजुतींच्यातही त्याच प्रकारचे फरक पडत असतात. सांता क्लॉज ही व्यक्ती खरी नाही, ही गोष्ट पहिल्यांदा तुम्हाला कुणी तरी सांगितली तो प्रसंग तुम्हाला आठवतो आहे का? त्या क्षणी तुम्ही काय केलंत? जोपर्यंत एखादा खणखणीत पुरावा तुमच्या समजुतींना धक्का देत नाही, तोपर्यंत बहुतेक मुलं त्यांची ती समजूत खरी मानत असतात. बालकलाकार शर्ली टेंपल म्हणाली: जेव्हा तिला एका डिपार्टमेंट स्टोरमध्ये नेऊन तिची सांता क्लॉजशी गाठ घालून दिली व सांताने तिची सही मागितली, तेव्हा तिचा वास्तवावर विश्वास बसला. अशांसारख्या काही महत्त्वाच्या समजुती आहेत का की, ज्या तुम्ही काळानुसार बदलल्या आहेत?

तुमच्या समजुती तुम्ही कशा बदलू शकता?

अव्यवस्थित राहणारी मुलं अव्यवस्थितपणेच मोठी कशी होतात व एकाएकी त्यांचे रूपांतर व्यवस्थित पुरुष वा स्त्रीमध्ये कसे होते? ते त्यांच्या टापटीपतेच्या समजुतींमध्ये बदल करतात.

एखाद्या अव्यवस्थित माणसाला जर तो अव्यवस्थितपणा घालवायचा आहे, मात्र हे कसे करायचे हे ठाऊक नाही किंवा दुसरे कुणीतरी हे करेल असे वाटते, त्याला जाणवेल की, नीटनेटके होण्याची त्याची वाट कष्टाची आहे. बहुतेक वेळा विचार करण्याची पद्धत बदलल्यामुळे त्यांचे काम बरेचसे सोपे होते. उदाहरणार्थ: मी केलेली घाण, इतरांनी साफ करावी अशी अपेक्षा ठेवणारा इसम मी नाही किंवा मी जे काही करेन त्याची जबाबदारी मी घेतो व त्याचे उत्तरदायित्वसुद्धा माझेच असेल. ही वृत्ती किंवा हा विचार या माणसास आमूलाग्र बदलून टाकणारा क्षण असतो.

यातील अंतरंग

या प्रकारच्या मर्यादा घालणाऱ्या समजुतींना बदलण्यासाठी, ज्याविषयी तुम्ही जास्तीतजास्त विचार करता तेच तुम्हाला मिळतंय हे प्रथम ओळखा. मग ते तुम्हाला हवे असो किंवा नसो. म्हणून तुमची स्वप्ने जेणेकरून तुमच्या हाती लागतील अशा प्रकारे तुमचे विचार किंवा तुमच्या समजुती कोणत्या प्रकारे बदलता येतील, यावर विचार करण्यासाठी थोडा वेळ खर्च करा.

सुरुवातीला तुम्हाला व्यवस्थितपणाकडे नेणाऱ्या वाटा ओळखू येणार नाहीत - मात्र तुम्ही एक विचारशृंखला सुरू करता व त्यानंतर तुमचा मेंदू तुलनेसाठी इथेतिथे पाहायला सुरुवात करतो.

सांता क्लॉज, व्यवस्थितपणा, धर्म, काम, राजकारण, स्वत:च्या क्षमता या व अशा अनेक गोष्टींविषयी लोकांच्या मनात अनेक समजुती असतात. एकदा का या समजुती पक्क्या झाल्या की, जोपर्यंत त्याविरुद्ध काही मजबूत पुरावे आपल्याला सापडत नाहीत, तोपर्यंत आपण सहसा कधी त्यांना आव्हाने देत नाही.

या प्रकारच्या समजुतींना एका वेळी एक याप्रमाणे सामोरे जावे. ज्या समजुतींना आव्हान मिळत नाही त्यांची मुळं खोल जातात व मग त्यांना निखंदून काढणं फारच दुष्कर होऊन जातं.

अपयशाची भीती वाटते

मला जे हवंय त्यासाठी मी शंभर टक्के प्रयत्न नाही करणार, कारण माझी खात्री नाही की मी ते मिळवू शकेन.

बऱ्याचजणांच्या बाबतीत आपल्याला जाणवतं की, ते अपयशाच्या भीतीमुळे त्यांच्या पूर्ण क्षमतेपेक्षा कुठेतरी कमी पडतात. बहुतेक वेळा हे भय इतकं जास्त असतं की, ते आपल्या स्वप्नांची दारे स्वत:होऊन बंद करून घेतात. ही दारे उघडणारा एक प्रश्न असतो: तुम्ही अपयशी होणार नाही हे ठाऊक असेल तर तुम्ही काय कराल? जर तुम्ही हाती घेतलेल्या प्रत्येक बाबतीत यशस्वी झाला असाल तर तुम्ही काय कराल? या प्रश्नामुळे बहुसंख्य लोक त्यांच्या मर्यादा पार करून पुढे जातील व त्यामुळे नवीन शक्यता त्यांच्या दृष्टीसमोर उभ्या राहतील. जर तुम्हाला ठाऊक असेल की, तुम्ही अयशस्वी झालात तरीही काहीही फरक पडणार नाही, तर तुम्ही काय कराल? हा फरक पाडू शकणारा अजून एक पर्यायी प्रश्न असेल.

इतरांना मिळू शकेल, मात्र मला नाही.
मला जीवनात ज्या गोष्टी हव्या आहेत, त्या मिळण्याची माझी लायकी नाही. त्यासाठी मी इतरांवर अवलंबून आहे.

तुमच्यावर मर्यादा घालणाऱ्या समजुती म्हणजे, लपलेल्या हिमखंडांसारख्याच असतात. लोक बोलत असलेल्या नव्वद टक्के गोष्टी पृष्ठभागाखाली दडलेल्या असतात. हे असे का? हा प्रश्न स्वत:ला विचारताक्षणी या समजुती पृष्ठभागावर येतात.

याचे स्पष्टीकरण याप्रमाणे देता येते: कारण माझ्याकडे वेळ/पैसा/मदत नाही आहे.

याहून जास्त पर्याय शोधून काढण्यासाठी एक चांगला प्रश्न असाही असू शकतो: हे खरे आहे, हे तुम्हास कसे ठाऊक आहे? यातून अजूनही काही समजुतींचे निराकरण झाल्यावर, तुम्ही विचारू शकता की, क्ष नसल्यामुळे य होऊ शकते हे तुम्हास कसे ठाऊक आहे?

या प्रश्नाच्या उत्तरातून अजून काही सुप्त मर्यादा उघड होतील. जर तुम्ही असे एखादे उदाहरण देऊ शकलात की, अशाच प्रकारच्या मर्यादा असताना कुणीतरी स्वत:चे ईप्सित साध्य केले होते, तर ते उदाहरण त्यांना या विचारास उद्युक्त करेल की, ते स्वत: कोणत्या प्रकारे बदल करू शकतील!

मी खूप म्हातारा/तरुण आहे, देखणा नाही, हुशारही नाही.
मला हव्या असलेल्या गोष्टी माझ्या शारीरिकतेमुळे मला मिळू शकत नाहीत. उदाहरणार्थ:

सूझन : मला अभिनेत्री व्हायचे आहे, मात्र ते शक्य नाही, कारण मी त्यासाठी खूप वयस्कर आहे.

प्रश्न : तुला कसे ठाऊक की, तू वयस्कर आहेस?

सूझन : कारण मी आहे; टी.व्ही. वर दिसणाऱ्या साऱ्याच अभिनेत्री तरुण असतात.

प्रश्न : टी.व्ही. वर दिसणाऱ्या साऱ्याचजणी तरुण असतात? अगदी प्रत्येक अभिनेत्री?

सूझन : तसं पाहायला गेलं तर साऱ्याच नाही, पण बहुतेकजणी. माझी अशी समजूत आहे की, निर्मात्यांना तरुण, देखण्या अभिनेत्री हव्या असतात.

प्रश्न : अगदी प्रत्येक निर्मात्याला तरुण व देखण्या अभिनेत्री हव्या असतात?

सूझन : अगदीच तसे नाही, काही भूमिका अशाही असतात की, जेथे काहीशा वयस्कर अशा अभिनेत्रींची गरज भासते.

प्रश्न : म्हणजेच काही भूमिका अशाही असतात की, जेथे काहीशा वयस्कर अशा अभिनेत्रींची गरज भासते?

सूझन : हो... काही...

प्रश्न : यांपैकी काही तू पाहिल्यास का...?

काही नियम लोक स्वत:वर लादून घेतात आणि असे मानून चालतात की, ते नियम खरेच आहेत. उदाहरणार्थ: माझ्यासारखे लोक विद्यापीठात जात नाहीत. असे कुणाचे म्हणणे आहे? असे कोण म्हणते की, तुझ्यासारखी माणसे विद्यापीठात जात नाहीत? यासारखे प्रश्न त्यांच्या विवेकबुद्धीला छेदून जातात.

याशिवाय जर तुम्ही एखादे उदाहरण देऊन त्यांस सांगितलेत की, याच परिस्थितीत सापडलेल्या कुणीतरी याच प्रकारची अशक्य गोष्ट शक्य करून दाखविली, तर बहुतेक वेळा त्यांच्या विचारशक्तिला पुन्हा चालना मिळते की, कोणत्या पद्धतीने ते त्यांच्या मर्यादा ओलांडून कृती करतील व त्यांना हवी असलेली गोष्ट मिळवितील? तुम्ही तुमच्या मेंदूला, या प्रकारची विधाने साबित करण्याचे आव्हान दिल्याशिवाय स्वत:विषयी नकारात्मक विचार करायची संधी देऊ नका.

माझ्या स्वत:च्या गरजा भागविण्यापूर्वी मला इतरांची दखल घ्यायला हवी.

मला माझ्या स्वत:च्या गरजा भागविणेही कठीण जाते, मात्र त्याचवेळी मी इतरांची काळजी करीत असतो.

जेव्हा लोक एखादी गोष्ट कोणत्याही परिस्थितीत खरी मानतात, तेव्हा ते *नेहमीच, कधीच नाही* या प्रकारचे शब्द वापरतात. स्वत:साठी उद्भवलेली एखादी परिस्थिती सर्वांसाठी सारखीच असू शकते, अशा प्रकारची सर्वसमावेशक मानसिकता त्यांच्या ठायी निर्माण होते. उदाहरणार्थ: मी माझ्या कुटुंबाला सोडून कधीही डान्स क्लासला जाऊ शकले नाही; कारण जेव्हा ते घरी येतात तेव्हा मी तिथे असायलाच हवे. या प्रकारची सर्वसमावेशकता मोडून काढण्यासाठी त्यांनी वापरलेले काही शब्द त्यांना प्रश्नार्थक स्वरूपात विचारायला हवेत. तू कधीच तुझ्या कुटुंबाला एकटे सोडून गेली नाहीस? कधीच नाही? अगदी आजपर्यंत नाही? कोणत्याही परिस्थितीत नाही? तुझी लहान मुले सांभाळायला कुणीतरी दाई असताना देखील नाही? दुसऱ्या मुलाच्या खेपेस हॉस्पिटलमध्ये जावे लागले त्यावेळी देखील नाही?

लोकांना अशा वेळी जाणवून दिले की, त्यांनी कधीतरी या सर्वसमावेशक समजुती मोडल्या आहेत किंवा त्या मोडता येण्याजोग्या आहेत, तर तो क्षण त्यांच्यासाठी त्यांच्या विचारांना योग्य दिशेने चालना देणारा ठरू शकतो. दुसरी

शक्यता अशीही आहे की, त्यांच्या इच्छा पूर्ण करण्यासाठी ते त्यांच्या समजुतींनाही फाटा देतील.

मी धोका घेता कामा नये.

त्यामुळे कदाचित माझ्याकडे जे काही आहे, ते सुद्धा मी गमावेन.

अनाठायी धोका पत्करण्यास लोक बरेच वेळा घाबरतात, कारण चुका झाल्यावर होणाऱ्या परिणामांच्या भयानक कल्पना त्यांना तसे करू देत नाहीत. त्यांना जर असे पटवून दिले की, सर्व गोष्टी योजल्याप्रमाणे होऊन सुरळीतपणे पार पडल्या तर त्यांच्या विचारशक्तीसाठी नवनवीन शक्यतांची द्वारे उघडली जातात.

केवळ नकारात्मक विचार करायचीच ज्यांना सवय आहे, अशी माणसे याविरुद्ध असेही विधान करतील की, काम करणे तर सोडाच, पण धोका पत्करण्याची नुसती कल्पनाही ते करू शकत नाहीत. त्यांना फसविण्यासाठी त्यांना विचारा: तुम्ही तसे करताहात अशी कल्पना केलीत तर?

या प्रश्नाचे उत्तर देण्यासाठी ऐकणाऱ्याला ती कृती करीत असल्याची कल्पना करावी लागेल, व तो काहीतरी उत्तर देईल की: तसे झाले तर चांगलेच आहे. याच ठिकाणी त्याला ती प्रक्रिया विस्तारपूर्वक वर्णन करायला सांगायला हवे.

त्यांना सांगा की, ती कृती ते कोणत्या पद्धतीने करतील आणि एकदा का तुमची खात्री पटली की, काय करायचे ते त्यांना समजले आहे, तर त्यांना विचारा: जे तुम्हाला हवे आहे, ते केल्यावर/मिळाल्यावर किंवा असल्यावर त्याचा तुम्हाला काय उपयोग होईल?

जे कधीही स्वत:च्या विचारांच्या मर्यादा उल्लंघून गेलेले नाहीत, अशांसाठी हे नवीन क्षेत्र असते. त्यामुळे ते चाचरले, शांत राहिले किंवा त्यांनी चुकीची सुरुवात केली तरीही त्यांना ते करूद्या.

जेव्हा कठीण परिस्थिती सामोरी उभी ठाकते, तेव्हा मी पलायन करतो.

कठीण परिस्थितीमध्ये पाय जागीच गाडून उभे राहायची माझी तयारी नाही.

ज्याला तुम्ही हा प्रश्न विचाराल त्या व्यक्तीशी तुमचे उत्तम संबंध आहेत याची सुरुवातीलाच खात्री करून घ्या. त्याला विचारा: म्हणजे बिकट परिस्थितीत तू रणांगण सोडून पळून जातोस? तुला इतकी का भीती वाटते? कदाचित उत्तर असेल: ज्यांच्याकडे मी आधारासाठी पाहतो, ती माणसे कदाचित माझ्यावर रागावतील.

तोच प्रश्न पुन्हा विचारा: ती गोष्ट तुझ्यासाठी काय म्हणून वाईट असेल? उत्तर कदाचित असेल: त्यांना खाली पाहायला लागल्यामुळे मी उद्ध्वस्त होऊन जाईन

विचारत रहा: ती गोष्ट तुझ्यासाठी काय म्हणून वाईट असेल? त्यातून निर्माण

होणाऱ्या भावना मान्य करण्यास व त्यातून पुढे सरण्यास त्या व्यक्तीस मदत करा.

मी जे करेन, ते उत्तमच व्हायला हवं.
यामुळे तुम्ही हाती घेतलेले काम पूर्ण होण्यास सांगितलेल्या वेळेपेक्षा उशीर होऊ शकतो व त्यावेळी कुणालाच ते परिणाम नको असतात.

प्रत्येकाची स्वत:ची मूल्ये ठरलेली असतात. जी त्यांच्यासाठी खूप महत्त्वाची असतात. तुम्ही जे करता, ते उत्तमच असायला हवे. यात तुमच्यासाठी एवढे महत्त्वाचे काय आहे? या प्रश्नाच्या उत्तरातून तुम्हाला त्या व्यक्तीच्या जीवनमूल्यांची साधारण कल्पना येऊ शकेल. उदाहरणार्थ: मी चांगले काम करावे याला माझ्यालेखी खूप महत्त्व आहे, मात्र मी ते वेळेत पूर्ण करू शकत नाही, ही यातली काळजी करण्यासारखी बाब आहे.

त्या व्यक्तीला या भावनेपासून दूर नेऊ शकणारा प्रश्न म्हणजे: यावर औषध कोणते असे तुला वाटते?

यावर गोष्टी वेळेवर कशा करायच्या व त्यासाठी काय काय बदल करायला हवेत हे तो मनुष्य तुम्हाला सांगेल. ही माहिती त्याला पुन्हा सांगा व त्याला विचारा की हीच पद्धत वापरून तुला गोष्टी वेळेत पूर्ण करता येतील काय?

अशा पद्धतीने वागा की,

स्वत:विषयीची किंवा इतरांविषयीची गृहीतके लोक समजुतींच्या रूपाने जवळ बाळगतात. त्यांना वाटते की, साऱ्या जगात हीच परिस्थिती आहे. आपण असे धरून चालत असतो की, या समजुती खऱ्याच आहेत व आपण त्यानुसारच वागतो.

विचार करायला लावणारे
कधी एके काळी अशी समजूत होती की, पृथ्वी सपाट आहे. हीच समजूत तुम्ही आजही धरून बसाल तर, जगाच्या मागच्या बाजूस जर प्रवास करायचा असेल - समजा ऑस्ट्रेलिया - तर तुमच्या विचारांवर त्याचा कोणता परिणाम होईल?
सध्या अशी एक सर्वमान्य समजूत आहे की, पृथ्वी गोल आहे. पदार्थविज्ञानशास्त्रज्ञांच्या मते ती संपूर्णपणे गोल नाही, मात्र आपल्यापैकी बहुतेकांनी हा समज खरा असल्याचे मानले आहे व त्याचमुळे आपण पृथ्वीभोवती चक्कर मारायच्या गोष्टी करीत असतो.

'मी हे करू शकणार नाही' ला 'मी हे करू शकेन' मध्ये बदलायचा सराव करा.

कृती
जे तुम्ही कधी करू शकला नाहीत, मात्र आता करू शकता अशा एखाद्या प्रसंगाची कल्पना करा. उदाहरणार्थ: बाईक चालविणे, रोलर स्केट्स चालविणे, पोहणे, भाषण करणे किंवा एखाद्या सभेचे अध्यक्षपद भूषविणे. हे सारे करण्याअगोदर तुमची मनस्थिती कशी होती? तुम्हाला वाटले होते का, की हे तुम्ही करू शकाल? तुमची विचारधारा, 'मी हे करू शकणार नाही' मधून 'मी हे करू शकतो' मध्ये बदलण्याच्या काळात काय काय घडले?

जे या क्षणी तुम्ही करू शकत नाही, मात्र जे करणे तुम्हाला आवडेल अशा कोणत्याही गोष्टीची कल्पना करा. ते साध्य करण्यासाठी काय काय करावे लागेल, याविषयी स्वत:लाच प्रश्न विचारा. बहुतेक लोक, मी हे कधीच करू शकणार नाही... याच पद्धतीचा थेट विचार करीत असतात. म्हणून आपण एक गोष्ट करूया. जी गोष्ट करणे तुमच्यासाठी अशक्य आहे अशी तुमच्या मनाची समजूत आहे, ती गृहीत धरून स्वत:लाच प्रश्न विचाराला सुरुवात करूया.

आत्ताची समजूत	**नवीन प्रश्न**
मी ते करू शकत नाही...	जर ते तुम्ही करू शकला तर काय होईल?
मी अजून तरी ते करू शकत नाही	जर ते तुम्ही केले, तर काय होईल?

तुमची भाषा बदलल्यामुळे व 'करू शकत नाही' पासून 'अजून तरी ते करू शकत नाही' (यामध्ये एक गोष्ट अध्याहृत आहे की, भविष्यात अशी एक वेळ आहे, जेव्हा तुम्ही ते करण्याची शक्यता आहे), यामध्ये एक आशेचा कवडसा आपल्या दृष्टीला जरूर पडतो. हे प्रश्न काहीसे मोकळे करून विचारले आहेत, त्यामुळे तुम्ही ती कृती केली आहे अशी व्यवस्थित कल्पना करा व पुढील प्रश्नाचे उत्तर द्या: मी काय वेगळे केले? किंवा, माझ्यामध्ये वेगळे असे काय होते ज्यामुळे मला ती गोष्ट करता आली?

यातील अंतरंग

ज्या गोष्टी कदाचित घडणार आहेत, त्याची सतत चिंता करीत बसल्यामुळे मानसिकरीत्या आपण पूर्णपणे थकून जातो, त्यामुळे मूळ प्रश्नाशी लढताना आपण त्यातली परिणामकारकता गमावून बसतो. जर तुम्ही खूप चिंता करीत असाल, तर एक तर कृती करा व चिंता करू नका किंवा कृति व चिंता दोन्ही करू नका. काहीच न करता सतत चिंता करीत बसणे याचा काहीच उपयोग नसतो.

सत्य व स्वप्न या दोन्ही बाबींना माणसाचा मेंदू सारख्याच पद्धतीने वागवतो. याचमुळे जरी एखादी गोष्ट जी तुमच्या आयुष्यात कधीही घडलेली नाही, तरीही तुम्ही त्या दुःखद गोष्टीची कल्पना करून ती तुमच्याशी जोडू शकता व त्यामुळे रडूही शकता. तुम्ही असे धरून चाला की, जरी तुम्हाला बाईक चालवता येत नाही तरीही तुम्ही बाईक चालवीत होता अशी तुमच्या मेंदूने कल्पना केली. हा अनुभव प्रत्यक्षात कल्पनेत मिळाला असे माहीत असूनही तुम्ही मेंदूला प्रश्न विचारला की, मी हे कसे करू शकलो, तर तो तुम्हाला जे हवे ते उत्तर देईल की, तुम्ही कोणकोणत्या क्रमाने व कसे केलेत व कोणत्या क्षणी तुमच्या भावना व समजुती बदलल्या की, ज्यामुळे तुम्ही ती कृती करू शकलात. मात्र ज्याने हीच कृती केली आहे अशा दुसऱ्या कुणासाठी तरी ही प्रक्रिया संपूर्णपणे वेगळी असू शकते.

तुमच्या क्षमतेविषयी काही अजून प्रश्न विचारायचा प्रयत्न करा. मी लोकांच्या समोर सादरीकरण करू शकत नाही : यावर तुमचा कदाचित विश्वास असेल.

आत्ताची समजूत	**नवीन प्रश्न**
हे खूपच कठीण आहे.	हे सोपे होण्यासाठी काय करावे लागेल?

जर तुम्ही शांत राहून तुमच्या मेंदूचे ऐकले तर, तो तुम्हाला सांगेल की, हे सोपे होण्यासाठी नेमके काय करावे लागेल ते.

आता ते सोपे आहे, पण...	हे त्याहून सोपे करण्यासाठी काय करावे लागेल?

तुम्ही जे मिळवाल त्याचा आनंद साजरा करा.

तुम्ही कधी हाती घेतलेले काम अप्रतिमरीत्या पार पाडले आहे का? इतक्या चांगल्या रीतीने की, तुम्हाला असे वाटावे की जणू तुम्हाला जादूची कांडी गवसली आहे? कदाचित शाळेत खेळामध्ये, तुमच्या सहकाऱ्यांना तुमच्या योजना पटवून देताना, कठीण काळात लोकांना तुमचे ऐकणे भाग पाडताना, एखाद्या खडूस ग्राहकाला तुमचे उत्पादन खपविताना किंवा कुणाला तरी पहिल्यांदाच फिरायला घेऊन जाताना. कदाचित तुम्ही कल्पना केली असेल की, तुम्ही त्या घटनांमधून जात आहात. तो घटनाक्रम तुम्हाला तुमच्या डोळ्यांसमोर दिसतो आहे. त्यामध्ये सहभागी झालेल्यांचे आश्चर्याचे, उत्साहाचे, उत्तेजित झाल्याचे आवाज तुम्हाला ऐकू येताहेत. त्यांचे उत्तेजित चेहरे तुम्हाला दिसताहेत. त्यांच्या मनांमध्ये उठणाऱ्या भावनांचे कल्लोळ तुमच्याही मनामध्ये उठल्याचे तुम्हाला जाणवते आहे. जणू काही हे प्रत्यक्षातच होते आहे.

विचार करायला लावणारे

जेव्हा ही घटना घडली :

- तुम्हाला जाणवले का, की तुम्ही तुमची भूमिका सहजतेने निभावताय?
- यासाठी तुम्ही मानसिकदृष्ट्या तयार होता का व त्याची रंगीत तालीम तुम्ही तुमच्या मनात केली होती का?
- तुमचे विचार, तुमच्या समजुती व तुमचे वागणे हे सारे कारणपुरस्सर होते का?
- ज्या लोकांशी हसतबोलत होता, त्यांना याची कल्पना होती का?

आपल्या वागणुकीच्या मुळाशी आपल्या समजुती असतात. उपरोक्त उदाहरणात तुम्ही स्वत:वर विश्वास ठेवला व जे करायचे तुम्ही ठरवले ते तुम्ही केलेत. तुमच्या यशाचं चित्र तुमच्या कल्पनाशक्तीमध्ये व शरीरामध्ये असतं व तो प्रसंग घडताना तुम्ही तुमच्या मनामध्ये कल्पना करू शकता. चित्रपट पाहिल्याप्रमाणे तो प्रसंग तुम्ही रंगांमध्ये पाहू शकता. त्यातील दृष्यांची क्रमवारी तुम्ही सांगू शकता आणि तुमच्या मनामध्ये पाहिलेल्या त्या दृष्यपटाला तुमचे शरीरसुद्धा त्याच क्रमाने साथ देत असतं.

तुम्ही स्वत:ला विचारण्याजोगा हा एक गमतीशीर प्रश्न आहे: जर मी माझ्या यशाच्या साऱ्या जुन्या आठवणी, त्या आठवणींशी जुळलेली लखख चित्रं, तीव्र भावना हे माझ्या क्षमतेविषयी असलेलं सारं घेऊन मी भविष्यात घेऊन गेलो तर,

मी कोणकोणत्या गोष्टी साध्य करू शकेन, कारण मला हे ठाऊक असेल की, मी अपयशी होऊच शकणार नाही.

तुम्हाला यशस्वी करणाऱ्या समजुती

- तुम्हाला तुमच्या समजुतींपैकी सर्वांत महत्त्वाची कोणती वाटते, जी तुम्हाला यशाप्रत घेऊन जाईल?
- तुम्हाला आजपर्यंत यशापासून दूर ठेवणाऱ्या, तुमच्या क्षमतेला मर्यादा घालणाऱ्या तीन समजुती लिहून काढा.
- जर या मर्यादा घालणाऱ्या समजुतींना तुम्ही आव्हान द्यायचे ठरविलेत, तर तुमचं पहिलं पाऊल कोणतं असेल?
- यांपैकी कोणत्या समजुती तुम्हाला घालवायच्या आहेत, ज्यायोगे यशाच्या दिशेने तुमची वाटचाल सुरू होईल?
- जर एखादी सकारात्मक समजूत तुम्ही भविष्यात घेऊन चालायचे ठरविलेत तर, ती कोणती असेल?

तुमच्या क्षमतांना बांध घालणारा एखादा विचार जर दूर केला तर, तुमच्या मनावरचं बरंच ओझं हलकं होईल आणि तुम्हाला आयुष्यात जे मिळवायचं आहे, ते साध्य करणं तुमच्यासाठी खूप सुकर होईल. तुमचा आत्मविश्वास वाढेल, प्रेरणा देणारं व्यक्तिमत्त्व म्हणून तुमची ओळख निर्माण होईल. आर्थिक व भावनिक दृष्ट्या तुम्ही इतरांना हवेहवेसे वाटाल, कारण सकारात्मक ऊर्जा असलेल्या माणसांकडे सारेच आकर्षित होतात.

तुम्ही काय करू शकाल

एकदा का तुमच्या प्रेरणाशक्तीची एक विशिष्ट पातळी तयार झाली की, जगात तुम्ही काय मिळवू शकता त्यामध्ये प्रचंड फरक पडतो. जीवनाकडून असलेल्या तुमच्या अपेक्षा एकदा का पूर्ण व्हायला सुरुवात झाली की, तुमची तृप्तता व समाधान वाढून अधिक उंचीवरची ध्येये साध्य करण्याचा तुमचा आत्मविश्वास आपसूकच वाढतो.

जे तुम्हाला व्हायचं आहे, ते तुम्ही आहात अशा पद्धतीने वागल्यावर व त्या प्रकारचा माणूस तुम्ही बनू शकता याची तुम्हाला खात्री असल्यावर मग तुमच्या मनात स्वतःबद्दल असलेला संशय पार निघून जातो व तुमचं स्वतःचं जादूचं राज्य तुमच्या समोर उभं ठाकतं.

प्रेरणाकौशल्याची चक्रे

ज्या व्यक्ती यशस्वी आहेत किंवा ज्यांनी परिश्रमांनी ते यश मिळविलं आहे,. त्यांच्यापाशी असलेली काही कौशल्ये खाली दिल्याप्रमाणे असतात.

१. कृती करण्यासाठी **स्वतःला सतत प्रेरित करत राहणे**
२. **कल्पनाचित्रे रंगविणे.** *भविष्याविषयी व तुम्हाला काय हवे आहे याची कल्पना करणे. याहून चांगले काय असू शकते? स्वतःच्या भावनांची ताकद एकत्र करणे*
३. **उद्दिष्ट बाळगणे.** *एखाधा विशिष्ट परिस्थितीमध्ये तुम्हाला काय वाटले ते तुम्हाला आठवतंय का? त्याचं तुम्ही वर्णन करू शकता का? तुमच्या समजुती व तुमची मूल्ये यांच्या संतुलनाचा उपयोग तुमच्या उद्दिष्टाला कसा होऊ शकेल?*
४. **ध्येय ठरविणे.** *ध्येय कसे ठरवायचे, हे तुम्हाला नेमके ठाऊक आहे का?*
५. **दिरंगाई दूर करणे.** *स्वतःला प्रेरित करून कृतिशील कसे व्हायचे याविषयी तुम्हाला माहिती आहे का?*
६. **संवाद कौशल्य.** *संवाद कौशल्यामध्ये व इतरांना प्रेरित करण्याविषयी तुम्हाला किती माहिती आहे?*
७. **अडथळा ठरणाऱ्या समजुतींना आव्हान.** *तुमची आगेकूच रोखणाऱ्या समजुतींना आव्हान देण्याची तुमची क्षमता किती आहे?*
८. **आगेकूच करण्यासाठी धोके पत्करणे.** *तुमच्याकडे आराखडा आहे का? तुमचे ध्येय गाठण्यासाठी धोका पत्करण्याची तुमची तयारी आहे का?*
९. **नमुना तयार करणे.** *जी माणसे यशस्वी आहेत, त्यांच्या वागण्यातून व त्यांनी अंगीकारलेल्या वास्तव पद्धतीतून तुम्ही काय शिकलात?*
१०. **वेळेचे व्यवस्थापन.** *वेळेच्या चौकटीत काम करण्यात व निरनिराळी टोके एकत्र आणण्यात तुम्ही किती हुशार आहात?*

आकृती २.१ मध्ये दाखविल्याप्रमाणे, या चक्राचा प्रत्येक आरा, एक एक कौशल्य दाखवितो आहे किंवा प्रेरित झालेल्या लोकांची क्षमता प्रतीत करतो आहे. या संदर्भात १ ते १० च्या मोजपट्टीवर, या प्रत्येक कौशल्यासमोर तुम्ही स्वतःची स्पर्धात्मकता कोठे ठेवाल? (क्र. १ हा त्या चक्राचा मध्य आहे व क्र. १० हा परीघ आहे.) आता त्या दहांपैकी प्रत्येक आऱ्यावर तुमच्या स्पर्धात्मक पातळीनुसार खूण करा. हे केवळ तुमच्या संदर्भासाठी आहे, त्यामुळे त्याविषयी खूप विचार करू नका. जिथे तुम्ही आहात असे तुम्हाला वाटते, तिथे भराभर खुणा करून मोकळे व्हा.

अंतिम चित्र, विषम खुणांमुळे एखाद्या ताऱ्याप्रमाणे दिसायला हवे.

जर तुमचे गुण सर्वच कौशल्यांसाठी जास्त असतील, मात्र किमान तीन कौशल्यांमध्ये तुमच्याकडून सुधारणा अपेक्षित आहे, उदाहरणार्थ, कल्पनाशक्ती, संवादकौशल्य, नमुना तयार करणे व धोके पत्करणे, तर मग तुमच्या सीमारेषा

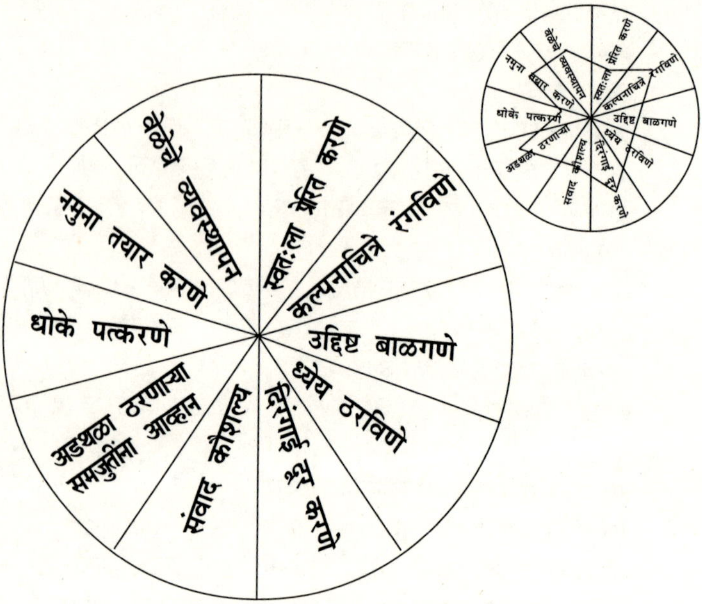

आकृती २.१ : प्रेरणादायी कौशल्याचे चक्र

तुम्हाला नियंत्रित पद्धतीने खेचण्याची वेळ आली आहे असे म्हणावे लागेल. या स्वाध्यायातून तुमची बलस्थाने व तुमची दोषस्थाने याविषयी तुम्ही काय शिकलात यावर तुम्ही किती प्रेरित व्हाल याचे रसायन तयार होते.

यातील अंतरंग

८०/२० हे तत्त्व तुमच्या यशाच्या आराखड्यास लावा. कधी कधी विशिष्ट क्षेत्रात दिलेला लहानसा धक्का तुम्हाला अनपेक्षित व प्रचंड प्रमाणात परतावा देतो व परिणामस्वरूप आपण आयुष्यात उत्तुंग ध्येये गाठतो.

तुमचा स्वत:चा, यशाचा आराखडा तयार करा

आता तुमच्याकडे तुमच्या स्वत:च्या कौशल्यांचे व क्षमतांचे मूल्यमापन आहे. लक्षात ठेवा की, या तुमच्या स्वत:च्या स्पर्धात्मकतेबद्दलच्या समजुती आहेत व कदाचित त्या अचूक नसतीलही. जर तुम्ही नकारात्मक मनोवस्थेमध्ये असाल तर तुम्ही या स्वाध्यायामध्ये तुम्हाला कमी लेखून कमी गुण दिले असतील. जर त्या वेळी तुम्ही आनंदी किंवा आत्मविश्वासाने भरलेले असाल तर यावेगळे होईल, मात्र यानेही काही फरक पडत नाही. सबवेमध्ये नकाशा घेऊन प्रवास करण्यासारखेच आहे हे. शक्य तेवढ्या कमीतकमी वेळात, यशस्वी होण्यासाठी जरुरी असणारी व ज्यांच्यामध्ये सुधारणा अपेक्षित आहे अशी विभागवार जंत्री तुमच्या हातात आहे. ज्या विभागांमध्ये तुमच्याकडून सुधारणा अपेक्षित आहे त्यावर तुम्ही कामाला सुरुवात करू शकता किंवा हे पुस्तक पूर्णपणे वाचून मग ठरवू शकता. निर्णय तुमच्या हाती आहे.

हा अनुभव आनंददायी असावा, म्हणून या पुस्तकातील कृती स्वाध्याय हे त्रोटक आहेत, मात्र तुम्हाला आव्हान देण्यासाठी व चटकन पुढल्या पायरीवर नेण्यासाठी त्यांची रचना केली गेली आहे. या पुस्तकाच्या शेवटी पोहोचल्यानंतर जेव्हा तुम्ही प्रेरणकौशल्याचं चक्र पुन्हा भराल (पाहा प्रकरण २०), तेव्हा तुमच्या लक्षात येईल की तुमचा आत्मविश्वास बहुतेक साऱ्याच क्षेत्रांत कैक पटींनी वाढलेला आहे. यालाच तर प्रेरणा म्हणतात - तुमची स्वप्ने पूर्ण करण्यासाठी लागणारा आत्मविश्वास.

◆

लक्षात ठेवण्यासारख्या गोष्टी

- तुमच्या यशाआड येणाऱ्या समजुती ओळखा.
- अशा प्रकारच्या समजुतींना आव्हान देणाऱ्या प्रश्नांचा सराव करा.
- कौशल्यचक्राचा उपयोग तुमची हुशारी व कौशल्ये वाढविण्यासाठी करा.
- आयुष्यभर शिकण्याची आवड स्वत:मध्ये उत्पन्न करा व तुमची कौशल्ये सतत अद्ययावत करीत रहा.

३

कार्यालयात आवश्यक असलेली प्रेरणा

या प्रकरणात तुम्ही खालील गोष्टी शिकाल :

- *कार्यालयातही त्याच तोडीची प्रेरणा असण्यासंबंधी*
- *आपल्या प्रेरणेसाठी आपण बाळगलेली मूल्ये कशी मदत करीत असतात*
- *याच मूल्यांचा उपयोग करून, स्वत:साठी काय महत्त्वाचे याची खूणगाठ बांधायची*

> **जे तुमच्या अतिशय आवडीचे, त्याचा ध्यास धरलात तर ती आवड बहुतेक वेळा तुम्हाला नोकरीपर्यंत घेऊन जाते, हे तुमच्या लक्षात येईल तेव्हा तुम्ही थक्क व्हाल.**
>
> *बार्बरा शेर*

नोकरीवर ठेवणाऱ्या कंपनीज बहुतेक वेळा स्वत:होऊन पुढे सरू पाहणाऱ्या माणसांना किंवा स्वयंप्रेरित माणसांना नोकरीवर ठेवतात, मात्र त्यांपैकी किती माणसांना नेमके ठाऊक असते की, कोणती गोष्ट त्यांना प्रेरित करते आहे? तुमच्याकडे एखाद्या कामासाठी लागणारे शिक्षण असेल मात्र तुमचं व्यक्तिमत्त्व तसं आहे का? तुमच्या मुलाखतीच्या वेळी तुम्ही किती उत्साह, अंतर किंवा प्रेरणा दाखवावी हे तुम्ही कसं काय नक्की करता?

तुम्ही ज्या कंपनीसाठी काम करू इच्छिता, त्या कंपनीच्या संस्कृतीची तुम्हास कितपत माहिती असते, यावर तुमच्या कामात तुम्ही केवढा उत्साह दाखविता हे अवलंबून असते. जर तुम्ही भावनाशील नसाल, क्षणोक्षणी तुमच्या भावनांचे रंग बदलत नसतील तर तुम्ही त्या कामासाठी कोणत्या पद्धतीने तुमचा उत्साह, लक्ष किंवा ऊर्जा योग्य त्या प्रमाणात दाखवू शकता? तुम्ही कशामुळे प्रेरित होता हे प्रथम तुम्हाला ठाऊक असायला हवे की, ज्यामुळे तुम्ही योग्य ते काम स्वीकारू शकता हे त्याचे उत्तर आहे. त्यानंतर तुम्ही त्या कंपनीच्या भावनात्मक संस्कृतिविषयी माहिती शोधून काढा.

यातील अंतरंग

जर तुम्हाला यशस्वी व्हायचे असेल तर जिथे तुम्ही आहात व जे काही करताहात, तिथे सर्वोत्तम काम करून दाखवा. संधींचा योग्य तो लाभ घेण्यासाठी किंवा त्या तयार करण्यासाठी तुमच्या मनाची दारे सताड उघडी ठेवा व सतर्क राहा.

तुमच्या प्रेरणेची व तुमच्या नोकरीची जोडी जमविणे

काही कंपनीजमधल्या वरिष्ठांना ठाऊक असते की, त्यांच्या ग्राहकांना कर्मचाऱ्यांकडून मैत्रीपूर्ण संबंधांची अपेक्षा आहे. मग ते या प्रकारच्या भावना चांगल्या प्रकारे दाखविणाऱ्या उमेदवारांची निवड करतात व त्यांच्या त्या गुणांचे भांडवल करीत ग्राहकांना अपेक्षित असलेली सेवा पुरवितात.

मुलाखतींच्या वेळीच विचारणा करून, कंपनीज् हे निकष पूर्ण न करू शकणाऱ्या उमेदवारांना बाजूला काढतात. जाहिरातीत दिलेले उत्साही, आनंदी किंवा चैतन्यशील या प्रकारचे शब्द असे दर्शवितात की मुलाखती दरम्यान हा उत्साह तुमच्याकडून अपेक्षित आहे. उत्तम ग्राहक सेवेचा विडा उचललेल्या कंपन्या जाहिरातीत या प्रकारच्या शब्दांचा वापर करून, अपेक्षित उत्साह दाखवू न शकणाऱ्या उमेदवारांना अर्ज करण्यापासून परावृत्त करतात.

जर तुम्ही खोटा उत्साह दाखवू शकत नसाल, तर काहीशा शांत स्वभावाच्या कंपनीशी नाते जोडा. डॉक्टर्स, अंत्यविधीविषयी सुविधा पुरविणारे, वकीलही या प्रकारची उदाहरणे आहेत. हे गट पद्धतशीर काम या प्रकारचा मार्ग निवडतात, जिथे नेमके शब्द व ते ही भावनांशिवाय, वापरले जातात.

अजून एक तिसरा प्रकारही आहे. तुमचा दिवस वाईट जावो, या प्रकारच्या वृत्तीने ही माणसे काम करतात. कर्जवसुली करणारी माणसे, ज्यांची टेबल बडविण्याची पद्धत हा एक चांगला गुण मानता येतो. या कंपनीज मुलाखतींच्या वेळी त्रासलेल्या स्वभावाची माणसे निवडतात. एकदा निवड होऊन काम सुरू झाल्यावर त्यांच्या आक्रमकपणास शिस्त आणली जाते, कारण येथे महत्त्वाचे असते या भावनेचे नाटक करणे, ती भावना प्रत्यक्षात आणणे नाही.

जर ती कंपनी मोठी असेल तर, तिच्या शाखांना भेटी देऊन तिच्या संस्कृतिविषयी माहिती काढता येते. तेथे जाऊन तुम्ही जाणून घेऊ शकता की, तेथले कर्मचारी कसे आहेत? आनंदी की दुर्मुखलेले?

- ▶ एखादी जाहिरात घेऊन ती काळजीपूर्वक वाचा व त्यातील उमेदवारासंबंधाने विचारलेली सारी विशेषणे अधोरेखित करा. त्यात विचारलेला प्रत्येक गुण,

उदाहरणार्थ: काळजी घेणारा, उत्साही, सकारात्मक दृष्टिकोन असलेला इत्यादि, स्वत:मध्ये आहे असें समजून वागण्याचा प्रयत्न करा. त्यानंतर या प्रत्येक वैशिष्ट्याविषयी एक चुटका तयार करा, ज्यामुळे संघातील एक उत्साही खेळाडू किंवा आनंदी अष्टपैलू खेळाडू या वृत्ती दाखविणारे एक उत्तम उदाहरण तुमच्या हाताशी तयार असेल.

- काही कामे तुम्हाला तुमच्या ग्राहकांपासून अंतर राखण्यास उद्युक्त करतात. उदाहरणार्थ, कोर्टाची कामे. अशा कामाच्या मुलाखतीच्या वेळी उत्तर देण्याअगोदर क्षणभर थांबा, काहीसे मागे झुका, केवळ हे दाखविण्यासाठी की तुम्ही अंतर राखून आहात व जे काही बोलले गेले आहे त्यावर ही तुमची प्रतिक्रिया आहे. यामुळे एक दिसून येते की, जर तुम्ही या कामासाठी निवडले गेलात तर, तुमचे वागणे भावनात्मक नसेल.
- जर ती जाहिरात असे म्हणत असेल की, उमेदवार उत्साही असायला हवेत, तर पक्के लक्षात ठेवा की, तुमच्याकडे नसलेली ऊर्जा दाखविण्याचे नाटक करणे अतिशय कठीण असते. नोकरी मिळाल्यानंतर तुम्हाला उत्साही व हसतमुख राहायला लागेल किंवा खोटा असा शिक्का स्वत:वर मारून घ्यायला लागेल.
- या मुलाखतीदरम्यान तुम्हाला कदाचित विचारले जाईल की, तुमच्या या उत्साहामुळे किती वेळा दाखविता येण्याजोगे निष्कर्ष तुम्ही सांगू शकाल? तर अशा वेळी साधारण दोन वाक्यांमध्ये सांगता येऊ शकेल अशा तुम्ही सुरू केलेल्या कमीतकमी सहा प्रकल्पांची यादी तयार ठेवा.

सद्य परिस्थितीत तुमचे सहकारी कोणत्या पद्धतीने भावना दाखविताहेत याचे निरीक्षण करा. तुम्ही उत्तम ग्राहकसेवेचा विडा उचललेल्या कंपनीत आहात की शांत स्वभावाच्या कंपनीमध्ये आहात? तुमचे सहकारी कंपनीच्या ग्राहकांशी, इतर सहकाऱ्यांशी की साहेबाशी बोलताहेत हे पाहून त्यानुसार तुमचे संवाद बदलत रहा. तसे झाले तर तुमचे सहकारी साहेबाशी ज्या पद्धतीने बोलतात तीच पद्धत तुम्हाला एकंदरीत वातावरण काय आहे ते स्पष्ट करून सांगेल. काय तुम्हाला त्या वातावरणात जमतंय? काय तुम्ही तुमच्या भावनांवर ताबा ठेऊन आनंदी आहात? तुमच्या कंपनीच्या तुमच्याकडून, ग्राहक आणि सहकाऱ्यांच्या संदर्भात ज्या अपेक्षा आहेत, त्या तुम्हाला योग्य वाटताहेत? असे जर असेल तर, या पद्धतीच्या भावनांची जिथे आवश्यकता आहे, अशा कंपनीमध्ये काम करण्यात तुम्हाला आनंदच मिळेल.

लोकांशी चांगले वागण्यासाठी जर तुम्हाला परिश्रम करावे लागताहेत व तुमचे खोटे हसणे वेळोवेळी उघडे पडते आहे, तर असे समजा की तुम्हाला, तुमच्या

स्वत:च्या व कंपनीच्या अशा दोन विषम समजुतींचा प्रचंड तणाव सहन करावा लागतोय. जर तुम्ही या दोहोंची सांगड घालू शकला नाहीत, तर तुमची खूप चिडचिड होईल, भावनिकदृष्ट्या तुम्ही थकून जाल, तुमचे प्रेरणास्रोत आटतील, तुम्हाला कदाचित तुमचे काम नीरस वाटू लागेल, ज्यामुळे तुम्ही कदाचित आजारी पडाल वा काम करायची शक्ती तुमच्यात उरणार नाही. ही कदाचित तुमच्यासाठी नवीन नोकरी शोधण्याची सुरुवात असू शकेल, जेथील भावनात्मक वातावरण तुमच्या व्यक्तिमत्त्वाला, तुमच्या मूल्यांना व तुमच्या प्रेरणेला वाव देणारे असेच असेल.

कार्यालयात आवश्यक असणारी प्रेरणा, लंडन इव्हिनिंग स्टँडर्डच्या सौजन्याने

जस्ट द जॉब रु फ्रान्सिस कूम्बस्

तुमची मूल्ये व तुमचे काम यांचा समन्वय साधा

यातील अंतरंग

तुम्ही कोण आहात अन् तुमची मूल्ये काय आहेत हे जाणणं म्हणजेच तुमच्या अर्थपूर्ण आयुष्याची गुरुकिल्ली आहे. याची जोड तुम्ही जीवनात कुठे निघाला आहात याला द्या व तुम्हाला तिथे कसे पोहोचायचे आहे याचा आराखडा तयार करा.

जीवनाची मूल्ये म्हणजे अशी तत्त्वे आहेत की, ज्यांच्यामुळे तुमचा स्वभाव घडतो अन् तुमच्या आयुष्याला अर्थ प्राप्त होतो. जेव्हा आपण आपली जीवनमूल्ये व आपले कर्तव्य यांची सांगड घालतो तेव्हा आपण आपल्या हृदयातील ऊर्मी व आपले मन यांच्यासकट आपल्या कामात रमून जातो.

आपण कोण आहोत व आपण काय करतो, हे आपल्या समजुती व आपली जीवनमूल्ये ठरवितात. दुसऱ्या शब्दात सांगायचं झालं तर आपण कसं जगायचं याविषयी आपणच ठरविलेले ते आपले वैयक्तिक नियम असतात. तुमच्या मूल्यांशी तुमची कितपत ओळख आहे? महत्त्वानुसार त्यांपैकी दहा मूल्ये तुम्ही लिहू शकाल?

ही जीवनमूल्ये आपल्याला ऊर्मी देतात अन् आपल्या प्रेरणेचा स्रोतही बनतात.

आपणा सर्वांचीच जीवनमूल्ये व्यक्तिसापेक्ष अशीच असतात. अर्थात अशीही

शक्यता आहे की, तुमचे कुटुंब व तुमची मित्रमंडळी कदाचित तुमच्यासारखीच मूल्ये घेऊन जगत असतात. जेव्हा तुम्ही तुमच्या निकटच्या वर्तुळातून बाहेर पडता, कदाचित नोकरीच्या ठिकाणी, तेव्हा तुमची भेट कदाचित तुमच्यापेक्षा भिन्न जीवनमूल्ये असलेल्या इतरांशी होते.

काही मूल्ये ही अगदी गाभा म्हणून ओळखली जातात. ही मूल्ये जीवनातील बहुतेक साऱ्याच क्षेत्रांशी संदर्भ जोडून असतात. उदाहरणार्थ, जर तुम्ही खूप धार्मिक असाल तर हे जीवनमूल्य कदाचित तुमच्या मूल्यांच्या गाभ्याचा भाग असेल. तुम्ही जे बोलाल, तुम्ही जो विचार कराल वा जे कराल त्यावर या मूल्यांचा पगडा असतो. तीन जणांना सारख्याच प्रकारची आव्हानात्मक कामे दिली तर त्यांच्यापैकी प्रत्येक जण त्या परिस्थितीकडे वेगवेगळ्या दृष्टींनी पाहतो, कारण त्यांची वैयक्तिक मूल्ये त्यांना त्या परिस्थितीचे आकलन वेगळ्या प्रकारे करून देतात. पहिला मनुष्य कदाचित त्याकडे एक नवी संधि या दृष्टीने पाहील, दुसरा स्वतःच्या सृजनशक्तिला वाव म्हणून त्याकडे पाहील तर तिसऱ्याला (ज्याला सुरक्षितता हे मूल्य जास्त महत्त्वाचे वाटते) त्यातील खाचखळगे अन् धोके नजरेस येतील.

आपल्याला मूल्ये घडवीत असतात. जोपर्यंत आपण जगतो, तोपर्यंत ती आपल्याला ऊर्मी देत असतात व आपल्या प्रेरणेचा स्रोत बनतात. जेव्हा आपल्याला त्या मूल्यांची ओळख पटते व त्यामुळे आपल्या स्वभावाचीही ओळख ध्यानी येते, त्या क्षणी आपण आपली ध्येये अतिशय स्वच्छपणे ठरवू शकतो. त्याचवेळी स्वतःसाठी काय महत्त्वाचे आहे व काय नाही व आपल्याला जीवनात काय हवे आहे हेसुद्धा आपल्याला स्पष्टपणे कळून चुकते. प्रेरणेच्या जोमावर चालणारे, यशपूर्ण अन् तृप्त आयुष्य जगायला आपली ही जीवनमूल्येच कारणीभूत असतात.

(तुम्ही तुमची जीवनमूल्ये शेवटी कधी तपासली होती? पॉझिटिव् हेल्थ मॅगझिनच्या सौजन्याने

इश्यू १२८, ऑक्टोबर २००६, ---- फ्रान्सिस कूम्बस्

अंतःकरणापासून तुमचे काम करा

तुमची जीवनमूल्ये उपयोगात आणून, तुमच्यासाठी काय महत्त्वाचे ते ओळखा

तुमच्या दृष्टीने जे निरतिशय मौलिक त्यापासून विचार करायला सुरुवात करा. सोबत दिलेली यादी तुमच्या संदर्भासाठी घ्या व त्यात तुमची स्वतःची मूल्ये घाला.

ध्येयसिद्धि	मजा	न्याय	सुरक्षा
धाडस	वाढ	ममता	स्वयंशिस्त
सौंदर्य	आनंद	ज्ञान	स्वाभिमान
दानधर्म	आरोग्य	नेतृत्व	सेवा
समाज	प्रामाणिकपणा	प्रेम	पारमार्थिकता
सृजनशीलता	सन्मान	शांतता	शक्ती
मान	विनम्रता	अधिकार	आधार
नीतिमूल्ये	स्वातंत्र्य	अभिमान	शरणागती
कुटुंब	वैयक्तिकपणा	तर्कशक्ती	विश्वास
मुक्तता	एकनिष्ठता	आदर	सत्य
मैत्री	जवळीक	धोका	अनुभव / बुद्धि

यांपैकी दहा मूल्ये निवडा जी तुमच्यासाठी सर्वांत जास्त महत्त्वाची आहेत. त्यांच्या शेजारी, ती तुम्हाला महत्त्वाची का वाटतात हे लिहा. तुम्ही कदाचित लिहाल:

सृजनशीलता सृजनशीलता माझ्यासाठी महत्त्वाची आहे कारण... त्यामुळे मी स्वत:ला व्यक्त करू शकतो.

मुक्तता मुक्तता माझ्यासाठी महत्त्वाची आहे कारण... मी काय करावे हे मला स्वत:ला ठरवायचे आहे.

कृती

तुमची मूल्ये व ती तुम्हाला का महत्त्वाची वाटतात त्याची जंत्री बनवा. एखाद्या मूल्याविषयी तुम्ही संभ्रमात पडलात, तर स्वत:ला प्रश्न विचारा की, येथे माझ्यासाठी ... या संदर्भात (उदा. माझी कारकीर्द, खेळ, नातेसंबंध, जीवनाचे कारण) सर्वात जास्त महत्त्वाचे काय आहे (उदा. मुक्तता)?

- या प्रत्येक मूल्याविषयी तुम्हाला महत्त्वाचे काय वाटते ते लिहून काढा व पुन्हा प्रश्न विचारा: या... विषयी माझ्यासाठी महत्त्वाचे काय आहे? जेव्हा तुम्हाला असे वाटते की, आता उत्तरे संपली अगदी तेव्हाच नवीन उत्तरे तुमच्यासमोर उभी राहतात.
- ज्यावेळी तुम्ही खूप प्रेरित झाला होता तो क्षण आठवा, ज्यावेळी या एका मूल्यासाठी तुम्ही काही तरी करीत होता. असे त्या क्षणामध्ये काय झाले होते की तुम्ही प्रेरित झाला होता? याचे उत्तर तुमच्या

जंत्रीत लिहून काढा. ती तुमची मूल्ये असतात.

- १ ते १० च्या क्रमांकानुसार व महत्त्वानुसार तुमच्या जीवनमूल्यांचे नामांकन करा व प्रत्येक मूल्यासाठी प्रश्न विचारा की, हे माझ्यासाठी महत्त्वाचे का आहे? हे करण्यामागचे कारण असे की, तुमची प्रेरणा व तुमचे प्रत्येक जीवनमूल्य तुम्हाला जे हवे आहे त्यापाशी (उदा. तुमच्या ध्येयाच्या दिशेने) घेऊन चालले आहे की जे तुम्हाला नको आहे त्यापासून दूर घेऊन चालले आहे (उदा. अस्वस्थपणापासून दूर) हे तुम्हाला जाणवावे.

  ...च्या पासून दूर ⟵ ⟶ ध्येयाजवळ

- जर तुमच्या मनात या नामांकनाविषयी गोंधळ होत असेल तर, प्रत्येक शब्द वेगवेगळ्या कागदाच्या तुकड्यावर लिहा व ते तुकडे तुमच्या तळव्यावर ठेवा. त्या शब्दांकडे निरखून पाहा व एखाद्या तराजूत घालून तोलून पाहावे त्याप्रमाणे जोपर्यंत विजयी मूल्य समोर येत नाही तोपर्यंत त्यांना तोलून पाहा.
- दहाच्या दहा नामांकने पूर्ण होईपर्यंत हे करीत रहा.

तुमच्या दृष्टीने आयुष्यात सर्वांत मूल्यवान काय आहे?

सिटी ऑफ एंजल्स या चित्रपटाच्या सुरुवातीला एक दृष्य आहे. त्यात एक आजारी लहान मुलगी इस्पितळात पलंगावर निजलेली आहे. काही वेळानंतर दृष्य दिसते की, ती मुलगी देवदूताचा हात धरून सावकाशपणे तेथल्या मार्गावरून चालते आहे. तो देवदूत तिला विचारतो, तुझ्यासाठी सर्वोत्तम काय होते, जिवंत असण्याच्या संदर्भात तू कोणती गोष्ट सर्वांत आनंदाने अनुभवलीस?

कृती

तुम्हाला तुमच्या जीवनात जे अतिशय महत्त्वाचे वाटते, त्यासंबंधी तुम्ही शेवटी कधी विचार केला आहे? कोणत्या गोष्टींसाठी तुम्ही संघर्ष कराल व ती मिळविण्यासाठी सारे पणाला लावाल?

स्वत:ला हे तीन प्रश्न विचारा:

- मला माझ्या आयुष्याविषयी सर्वांत महत्त्वाचे काय वाटते?
- मी जे काम करतो त्याविषयी मला सर्वांत महत्त्वाचे काय वाटते?
- मला माझ्या नातेसंबंधांविषयी सर्वांत महत्त्वाचे काय वाटते?

आता तुमची उत्तरे लिहा, जेणेकरून तुम्ही त्याचा पुनर्विचार करू शकाल

व ती वेळोवेळी अद्ययावत करू शकाल. ज्यामुळे तुम्हाला ऊर्जा मिळते अशा गोष्टी करताना व ज्यामुळे तुमच्या ऊर्जेचा ऱ्हास होतो अशा वेळी तुम्ही सर्वांत जास्त प्रेरित झालेले असता.

तुमच्या जीवनातील प्रत्येक पैलूवर सतत लक्ष ठेवा, स्वत:लाच विचारत रहा:

- ज्यामुळे मला आनंद होईल व खूप ऊर्जा मिळेल असे मी आज काय करू शकतो?
- माझ्या समजुती व माझी जीवनमूल्ये यांच्याशी सुसंवाद साधता येईल असे मी आज काय करू शकतो?
- माझ्या निरतिशय आवडीच्या गोष्टी मिळविण्याच्या माझ्या इच्छांना खत पाणी घालून मला माझ्या ईप्सिताकडे जाण्यासाठी मला आज काय करता येईल?

तुमची प्रेरणा वाढण्यासाठी तुमच्या जीवनमूल्यांची कास धरा

एकदा का तुमच्या जीवनमूल्यांची तुम्हाला जाणीव झाली व त्यांचे स्वरूप तुम्हाला कळले की, मग पुढची पायरी असते हे जाणून घेण्याची की, या मूल्यांशी निगडित असलेल्या कोणत्या कृतींमुळे तुम्हाला तुम्ही तुमच्या ध्येयांच्या दिशेने पुढे सरकताहात याची जाणीव होईल.

प्रेरणा व सर्वोच्च कामगिरी

तुम्हाला तुमच्या जीवनात काय मिळवायचे आहे याच्या जाणिवेतून प्रेरणा व सर्वोच्च कामगिरीचा उगम होतो. आपल्यापैकी बरेच लोक जगत असताना काही ध्येये, काही उद्दिष्टे ठरवितात, मात्र त्यामध्ये कारणपरंपरेचा खरे तर अभाव असतो. आपली ध्येये बहुधा, मला काय हवे आहे या विचारापेक्षा मला काय नको आहे याच विचाराने भारलेली असतात. मला चांगली नोकरी, आयुष्याचा चांगला सहकारी, घर पाहिजे वगैरे गोष्टी आपण कदाचित बोलत असू, मात्र सद्यस्थितीपासून दूर जाण्याचाच आपला प्रयत्न असतो.

सर्वोच्च कामगिरी साध्य करण्यासाठी आत्मसात करण्याची काही गृहीतक

सकारात्मक गृहितक	त्याचे कारण
जे तुम्ही करताहात, त्याचा उपयोग होत नसेल तर वेगळे काही तरी करा	जे तुम्ही नेहमी करता तेच केलेत, तर जे तुम्हाला नेहमी मिळते तेच मिळेल.
अपयश असे काही नसते. ती असते तुमच्या कार्याची मीमांसा. महत्त्वाचे असते चुकांमधून शिकणे.	जरी काहीही झाले तरी तुम्ही ही मीमांसा तुमच्या या पुढे होऊ शकणाऱ्या चुका सुधारण्यासाठी वापरू शकता.
लोकांकडे त्यांची कामगिरी सुधारण्यासाठी अथवा त्यात बदल घडवून आणण्यासाठी आवश्यक असलेली साधनसंपत्ती नेहमीच उपलब्ध असते.	तुम्हाला उत्तर ठाऊक आहे. तुम्हाला हवा तो बदल घडवून आाणण्यासाठी तुम्ही नक्कीच काही काही करू शकता व त्याचे उत्तर आहे, तुमची आतली ताकद.
वास्तवाकडे पाहण्याचे आपणा सर्वांचे वेगवेगळे दृष्टिकोन असतात. जर कुणाशी जवळीक साधायची असेल तर तुम्हाला त्यांच्या दुनियेत जाणे भाग पडते. तुम्ही इतरांना बदलू शकत नाही, तुम्ही केवळ स्वत:लाच बदलू शकता.	जगाविषयीची माहिती आपण आपल्या संवेदनांच्या माध्यमांद्वारे चाळून घेत असतो व प्रत्येक जण निरनिराळ्या पैलूंवर लक्ष केंद्रित करून त्या वास्तवाची स्वत:चीच एक वेगळी दुनिया बनवितात. तुमचे वागणे बदलल्यावर त्याला मिळणारा इतरांचा प्रतिसादही बदलतोल.
स्वत:मध्ये आवश्यक ते बदल घडविण्यासाठी पहिली पायरी म्हणून, तुम्हाला त्यांची कल्पना करावी लागते, त्यांबद्दल विचार करावा लागतो.	विचारांच्या माध्यमातून बदलांना सुरुवात होते. चित्रे व शब्द यांच्या रूपाने रचना होते व त्यानंतर त्याचे रूपांतर कृतींमध्ये होते.

आपण आपला आनंद कसा कमी करतो

एक सर्वसाधारण व लोकप्रिय समज असा आहे की, आपण आनंदी असण्यासाठी आपल्याकडे वस्तू हव्यात. भविष्यकालीन ध्येयांचा विचार करताना बरेचजण अशी कल्पना करतात की, ते नीटपणे जगू लागण्याअगोदरच ही ध्येये साध्य झालेली असायला हवीत. आपण आपल्याच आनंदाला अटींमध्ये बांधून टाकतो, कारण

आपल्याला असे वाटत असते की, आपल्याला ज्या गोष्टी हव्या आहेत त्या आपल्या नियंत्रणाच्या कक्षेबाहेर असलेल्या इतर लोकांवर किंवा घटनांवर अवलंबून आहेत.

आपला आनंद आपणच लांबणीवर कसा टाकतो

आनंद लांबणीवर टाकण्याचे चक्र आपण असा विचार करून सुरू करतो: मी तेव्हाच आनंदी होईन, जेव्हा...

- ...मी योग्य माणसांना भेटेन.
- ...मला हवी तशी नोकरी मिळेल.
- ...मला हवी तशी गाडी, टी.व्ही. घर मिळेल.
- ...मी खूप श्रीमंत होईन, खूप यशस्वी होईन.

आनंदी व्हायचे याविषयी आजच मनाची तयारी करा आणि ती ऊर्जा व प्रेरणा तुम्हाला त्या ध्येयाप्रत जाण्यासाठी वापरा.

आपण जी मानसचित्रे पाहतो, त्यातूनच आपली कृती जन्म घेते

आपण आपल्या मनाच्या दृष्टीने जी चित्रे पुन:पुन्हा पाहात असतो व त्यांच्या आधारे जगाची जी माहिती स्वत:ला सांगत असतो, त्यांच्या आधारेच जगाचे मानसिक नकाशे आपण तयार करीत असतो.

जर आपली नजरच दुष्काळी असेल तर ज्याची आपल्या आयुष्यात कमतरता आहे, अशाच दृष्यांवर आपण पूर्ण लक्ष देतो. आपली मानसिक ताकद आपण जे आपल्याकडे नाही त्याचा विचार करण्यातच खर्च करतो. त्याचा परिणाम म्हणजे, माझ्याकडे... (प्रेम, पैसा, वेळ, शक्ती) इत्यादि गोष्टी नाहीत अशांसारख्या अनुभवांमध्ये होतो.

जी माणसे स्वत:च्या मनाशी सकारात्मक दृष्ये पाहतात, ती माणसे चांगल्याच गोष्टींचा विचार करतात व चांगल्याच गोष्टींची अपेक्षा ठेवतात व तशा गोष्टी जेव्हा घडतात तेव्हा त्यावर टिप्पणीही करतात. जे सकारात्मक आहे व जे भरपूर आहे अशाच गोष्टींबाबत त्यांचे मन विचार करीत असते.

बहुतेक वेळा आपण आपल्या मनात जो दृष्यपट पाहात असतो त्यांच्या अनुरोधानेच आपल्याकडून कृती घडत असतात. खूप लोकांना असे वाटत असते की, ते जे काही पाहतात किंवा ते जे काही विचार करतात त्यावर त्यांचा ताबा नसतो व म्हणूनच त्यांच्या आयुष्यावरही त्यांचा ताबा नसतो, मात्र आपल्या पाहण्याची

पद्धत बदलून आपण या प्रकारच्या दृष्टिकोनात बदल करू शकतो. एकदा का हे शक्य झालं, की आपण आपले भविष्य घडवायला सुरुवात केली असे म्हणता येते.

मानसिक तालीम केल्यामुळे मनाला प्रशिक्षण मिळते

मनोमनी केलेल्या अशा तालमींमुळे तुम्ही या प्रकारच्या घटनांसाठी तुमच्या सुप्त मनाला एका विवक्षित पद्धतीने काम करण्यासाठी तयार करीत असता. श्वासोच्छ्वास, चालणे, कार चालविणे या प्रकारची शारीरिक कामे, एकदा का शिकून झाली की मग नकळत होत असतात. भविष्यातील यशस्वी परिणामांची रंगीत तालीम करताना तुम्ही तुमच्या मनाशी चित्रे, स्वत:शीच संवाद, संवेदना, चवी, गंध इत्यादी बाबतीत संवाद साधत असता व त्यानुसार घटना कोणत्या पद्धतीने घडणार आहेत त्याचे इमले बांधीत असता.

तुम्हाला मनोमनी मिळणाऱ्या यशाची धाटणी मजबूत करा

जेव्हा आपल्या ओळखीच्या संगीताची सुरावट आपल्या कानी पडते त्या क्षणी आपल्याला उठून नाचावेसे वाटते. तो आपल्या संवेदनांनी, वागणुकीच्या संदर्भात दिलेला प्रतिसाद असतो. रशियन शास्त्रज्ञ पावलॉव्हने ही गोष्ट कुत्र्यांच्या बाबतीत सिद्ध केली होती. जेवणवेळेची निदर्शक म्हणून घंटा वाजते ही गोष्ट त्याने कुत्र्यांना शिकविली व जेव्हा त्याने जेवण न देता नुसतीच घंटा वाजविली तेव्हा त्याला असे लक्षात आले की, कुत्री जेवणाच्या आशेने लाळ गाळीत होती.

आपण आयुष्यभर कोणत्या ना कोणत्या आठवणींचा आधार घेत असतो. हा आधार म्हणजे अशी अनुभूती की जी तुमच्या अवस्थेत बदल घडविते. ती कोणताही वास, दृष्य, संगीत अशा कोणत्याही संवेदनांच्या माध्यमातून जागी करता येते व जी तुमच्या अनुभूतीशी थेट नाते प्रस्थापित करून एक ओळखीची भावना तुम्हाला जाणवून देते. एखादं लहान मूल झोपल्याची, त्याच्या हसण्याची, त्याच्या वासाची व त्याच्या उबेची कल्पना तुम्ही करू शकता व तुम्हाला त्याच्याविषयी संरक्षणाची व प्रेमाची भावना जाणवते. एखाद्या विशिष्ट साबणाचा किंवा अत्तराचा वास तुम्हाला काही व्यक्तिंच्या किंवा स्थानांच्या आठवणींशी, ज्यांच्यावर तुमचा जीव जडला आहे, त्यांच्याशी नकळत जोडून जातो. अनुभूती तुम्हाला प्रतिक्रिया देण्यास भाग पाडते.

अनुभूती, एक छान अनुभव

आत्मविश्वासासारख्या भावनेची अनुभूती घेण्यासाठी भूतकाळातील एखादा अनुभव आठवा, जेव्हा तुम्ही काही तरी खूप चांगले केले होते. त्यामुळे तुमचा आत्मविश्वास दुणावला, तुम्ही प्रेरित झालात व तुमच्या मनात उत्साह निर्माण झाला. जणू भविष्यात तुम्हाला हे असेच वाटायला आवडेल.

या अनुभूती वापरण्याविषयी

या प्रकारच्या अनुभूतींचा उपयोग करून तुम्ही स्वत:ला चांगल्या मनोवस्थेत नेऊ शकता. उदाहरणार्थ, मुलाखतीच्या, सादरीकरणाच्या किंवा परीक्षेच्या वेळेस, किंबहुना अशा कोणत्याही वेळेस ज्या वेळी तुम्हास आत्मविश्वासाची व स्वत:विषयी उत्तम वाटावयाची गरज आहे. ज्या वेळेस तुमची अवस्था सर्वोत्तम अशीच होती, त्या वेळेचा विचार केलात तर तुमचा आत्मविश्वास दुणावेल व सामोरे येणारे आव्हान पेलण्यास तुम्ही तयार असाल. तुम्हाला यश आणि आत्मविश्वास देणाऱ्या गोष्टीचाच फक्त विचार करा.

या अनुभूती कशा वापराव्यात

- ज्या वेळी तुमचा आत्मविश्वास प्रचंड होता त्या वेळेचा विचार करा.
- डोळे बंद करून तो अनुभव पुन्हा घ्या. तुम्हाला काय दिसत होते, काय ऐकू येत होते, काय जाणवत होते?
- तुम्ही स्वत:ला काय सांगत होता? तुम्हाला काय जाणवलं?
- त्या आत्मविश्वासाची जाणीव पुन्हा अनुभवा. ती तुमच्या शरीरात कोठे आहे? तुम्ही त्याचे वर्णन करू शकाल काय?
- तो अनुभव पुन:पुन्हा डोळ्यांसमोर आणा, ज्यागुणे तुमच्या भावना अधिकाधिक दृढ होतील.
- जेव्हा तो प्रसंग उत्कटतेच्या बिंदूपर्यंत पोहोचेल व तुमच्या भावना दृढतेची परिसीमा गाठतील, त्या क्षणी तुमच्या स्मृतीला त्या आत्मविश्वासाच्या अवस्थेचा अनुभव घेण्यास भाग पाडा. (या क्षणाची आठवण पुनरुज्जीवित करण्यासाठी तुमच्या हाताचा अंगठा व मधले बोट एकमेकांवर दाबा.)
- ही क्रिया पाच-सहा वेळा केल्यानंतर तुम्हाला तुमच्या आत्मविश्वासाची भावना अगदी हव्या त्या क्षणाला जागी करता येईल.

तुम्हाला अपेक्षित असलेले परिणाम मिळण्याअगोदर, स्वत:ला आनंदी आहात, अशी जाणीव करून द्या

जे एखादे ध्येय तुम्हाला गाठायचे आहे, त्याचा विचार करा. कुणाला जर एखाद्या विवक्षित क्षेत्रामधला सर्वोत्कृष्ट मनुष्य पाहिजे असेल तर तो मीच आहे, अशा पद्धतीचे ते काहीही असू शकते.

आता अशी कल्पना करा की, ती व्यक्ती तुम्ही आहात: ती भावना जाणवून घ्या, पाहा, ऐका.

- भविष्यातील यशस्वी व्यक्ती म्हणून तुमच्याकडे असे कोणते जादा गुण आहेत, जे पूर्वी तुमच्याकडे नव्हते?
- कोणती जादा कौशल्ये तुम्ही हस्तगत केलीत, व का?
- स्वत:ला भविष्यात पाहताना, तुम्हाला जाणवलेल्या तीन मुख्य समजुती, तुम्हाला आनंदी करू शकणाऱ्या व तुमच्या यशाची खात्री देऊ शकणाऱ्या क्षमता लिहून काढा.

एखाद्या अगदी साध्या वाक्याने सुरुवात करा, उदाहरणार्थ:

ग्राहक / कामे / भागीदार / आयुष्यात मिळणाऱ्या संधी (जे तुमच्यासाठी महत्त्वाचे आहे) अगदी सोपे आहे, कारण माझ्यापाशी तो विश्वास वा गुण आहेत...

स्वत:ला सांगा की, ते खरे आहे अन् नंतर तुमचा आतला आवाज ऐका व तुमच्या समजुतींना पूरक ठरणारा पुरावा गोळा करा. उदाहरणार्थ, मला ठाऊक आहे, की मी एक भन्नाट उपचारक आहे. कदाचित कुणाहीपेक्षा सर्वश्रेष्ठ कारण... त्यानंतर तुम्ही जे काही म्हणालात त्याच्या पुष्टीकरणासाठी तुमच्या वागणुकीच्या संदर्भात, तुमच्या क्षमतांच्या संदर्भात व तुमच्या समजुतींच्या बद्दल तुमच्या अंतर्मनाचे ऐकून माहिती जमा करा.

आता तुम्हाला छान वाटते आहे अशी कल्पना करा

स्वत:ला सांगा की, आता मला छान वाटायला हवे आहे व ते तसे वाटण्यासाठी मी माझी विचारपरंपरा याप्रकारे बदलतो आहे. स्वत:बद्दलच्या तुमच्या नव्या समजुती निवडून त्यांचा रोज पुनरुच्चार करा. उदाहरणार्थ:

- मी करीत असलेली सगळीच कामे सोपी आहेत त्यामुळे मी खूप खुष आहे.

ती कामे पूर्ण करण्यासाठी मी नवनव्या योजना अमलात आणल्यामुळे आता माझ्या वेळेचीही खूप बचत होते.

- या साऱ्यात माझे अंतर्मनही मला छान साथ देते आहे.
- मला ठाऊक आहे की, नवीन काम वा ग्राहक मिळणे आता अतिशय सोपे झाले आहे.

या पद्धतीमुळे तुमचा आत्मविश्वास ज्या गतीने वाढतो त्याचे तुम्हाला खरोखरीच आश्चर्य वाटेल. आनंदी राहण्यासाठी तुमच्या मनाला तयार करा. जे दिसेल ते पाहा, जे ऐकू येईल ते ऐका, जे तुम्हाला मिळवायचे ते मिळवल्यावर मनाची जी अवस्था होईल त्याची कल्पना करून त्या अनुभवात स्वत:ला डुंबवून टाका. तुम्हाला जे हवे, ते ज्या सहजतेने तुम्ही अनुभवू व पाहू शकाल तेवढेच ते अनुभव तुमच्या आयुष्यात आणणे तुम्हाला सुलभ जाईल.

◆

लक्षात ठेवण्याजोगे

- तुमची प्रेरणा व तुमचे काम यांची सांगड घाला.
- तुमची जीवनमूल्ये व तुमचे काम हे एकाच पातळीवर येऊद्यात.
- ज्या व्यक्ती तुम्हाला काही करण्यास उद्युक्त करतात त्यांनाच जीवनमूल्ये म्हणतात, ती तुमच्यात आवड निर्माण करतात व आयुष्यभर पुरणारी प्रेरणा तुम्हाला देतात.
- या जीवनमूल्यांना तुमचे प्रेरणास्त्रोत मानून प्रेरणा व सर्वोत्तम कामगिरीच्या दिशेने वाटचाल करा.
- मनामध्ये केलेली रंगीत तालीम तुमच्या मनाला योग्य ते प्रशिक्षण देते.
- काहीही घडून येण्यासाठी जबाबदारी घ्या.

४

लक्ष वेधून घेणारे भविष्य निर्माण करा

या प्रकरणात तुम्ही खालील गोष्टी शिकाल:

- *यशाची एक रचना असते.*
- *यशाची रूपके*
- *कल्पनाशक्ती व चांगल्या कल्पना मिळण्यासंबंधी*

> **कल्पना ही सृजनाची सुरुवात असते. तुमच्या इच्छेनुरूप तुम्ही कल्पना करीत असता; जशी तुमची कल्पना तसेच तुम्ही होता; अन् शेवटी जे तुम्ही होता तीच तुमची निर्मिती असते.**
>
> जॉर्ज बर्नार्ड शॉ

आधी स्वप्न पाहा, मग ते प्रत्यक्षात आणा! ऐकायला हे सोपे वाटते, मात्र नेमक्या याच पद्धतीने आपण जे काही मिळवितो, त्याची पातळी मोजतो. प्रथम आपण जे साधायचे आहे त्याचे कल्पनादृष्य पाहतो अन् मगच ते साध्य गाठायच्या दृष्टीने जोरदार प्रयत्न सुरू करतो.

तुमच्या प्रेरणेच्या प्रमाणातच तुम्ही आयुष्यात प्रत्येक क्षेत्रात मिळविलेले यश अवलंबून असते. जेव्हा तुम्ही जास्तीतजास्त वेळा तुमचे साध्य गाठलेले तुमच्या कल्पनेत पाहता, तुमची खात्री असूद्या की, तुमचे ध्येय साधण्याची शक्यता जास्त बळावते व तुम्ही स्वत:ला एका विजेत्याच्या रूपात पाहू शकता.

यातील अंतरंग

तुमचे यश यावर अवलंबून असते:

- तुमच्या आयुष्यात तुम्ही ज्यावर लक्ष केंद्रित करता
- तुम्हाला मिळालेल्या माहितीचा कोणता अर्थ तुम्ही लावता
- त्या माहितीच्या आधारावर तुम्ही कोणती कृती करता

यशाप्रत नेणाऱ्या सहा सवयी

ही रचना, यश मिळवायची जी तत्त्वे आहेत त्यावर आधारित आहे. माणसाचे कर्तृत्व आणि ते गाठण्याच्या बाबतीतली त्याची विचारसरणी याचा हा अभ्यास आहे.

१. **शेवट ध्यानी घेऊन सुरुवात करा.** *कोणतेही काम सुरू करण्यापूर्वी त्यातून काय साध्य होणार आहे हे लक्षात घ्या. जर ते तुम्ही नीट करू शकलात व त्यासाठी आवश्यक असणाऱ्या साऱ्या टप्प्यांची तुम्हाला नीट जाणीव असेल तर तुम्ही तुमच्या ध्येयापर्यंत नक्कीच पोहोचू शकता.*

२. **तुमचे डोळे व तुमच्या संवेदनांचा वापर करा.** *आपण जगाविषयीची माहिती आपल्या जाणीवांमार्फत घेत असतो: आपण पाहतो, ऐकतो, अनुभूती घेतो, चव घेतो, स्पर्श करतो. त्यासाठी लहान लहान बदल टिपण्यासाठी तुमच्या संवेदना काहीशा तिखट करा. त्यामुळे भोवताली काय चालले आहे, याची जाणीव तुम्हाला अधिक चांगल्या रीतीने होईल.*

३. **तुम्ही जे काही करताहात त्याचा जर उपयोग झाला नाही, तर दुसरे काहीतरी करा.** *जे तुम्ही करता त्याचा प्रतिसाद म्हणून तुमच्या संवेदनांना जाणवलेली माहिती वापरलीत तर तुमच्यासमोर काहीसे स्पष्ट चित्र उभे राहील व काय चालले आहे त्याची माहितीही मिळेल. वर्तणुकीच्या बाबतीत काहीसे लवचीक रहा व वाटल्यास ती बदलण्यासाठी तयार असा. जे साध्य करायचे आहे त्यासाठी काहीही करायची तयारी ठेवा.*

४. **स्वतःशी व इतरांशी जवळिकीचे व मैत्रीपूर्ण संबंध ठेवा.** *तुमच्या गनात काय चालले आहे, तुम्हाला जे काही साध्य करायचे आहे त्यासंबंधी तुम्हाला काय वाटते, कशामुळे तुमच्यात उत्साह संचारतो किंवा कोणत्या गोष्टीमुळे तुम्ही उदास होता यांची नोंद करा. इतरांशी उत्तम संबंध प्रस्थापित करा व त्यांच्यामधील बदल न्याहाळा. हे नाते विश्वास व सहकार्य यांच्यावर आधारलेले असेल याची दक्षता घ्या.*

५. **मनाच्या उत्कृष्ट अवस्थेतच काम करा.** *तुमची संवेदनशक्ती वाढवून, तुमची ध्येये सिद्ध करून, उत्तम संबंध प्रस्थापित करून व जे हवे ते मिळविण्यासाठी गरज पडल्यास स्वतःस बदलायची मानसिकता ठेऊन काम केलेत तर तुम्ही पूर्णपणे जागृतावस्थेत काम करता असे म्हणता येईल. तुमचा आत्मविश्वास वाढविण्यासाठी लहान लहान उद्दिष्टे ठेवा, जी तुम्हाला सहजगत्या साध्य करता येतील. त्यानंतर ती उद्दिष्टे हळूहळू मोठी करीत न्या. ज्यामुळे तुमच्या हातीच्या अधिकारात वाढ होईल असे काही करा, त्यामुळे तुम्हाला स्वतःकडे एक विजेता वा यशस्वी मनुष्य या दृष्टीने*

पाहता येईल.

६. **कृती करा.** *कृतीशिवाय परिणाम दिसणार नाहीत. कृती झाली नाही तर, कल्पना ही कल्पनाच राहते.*

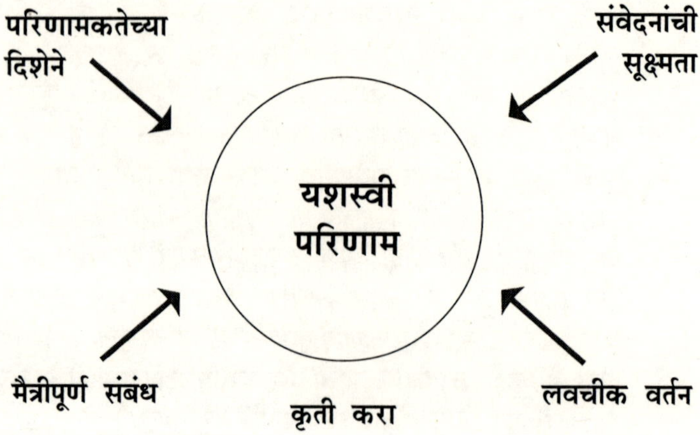

आकृती ४.१: यशाकडे नेणाऱ्या सहा सवयी

सारांश

- शेवट ध्यानी ठेऊन सुरुवात करा. तुम्हाला काय मिळवायचे आहे याचे भान असूद्या.
- इतरांशी व स्वत:शी उत्तम संबंध वृद्धिंगत करा.
- स्वभावाच्या बाबतीत काहीसे लवचीक असा व नाना परींच्या स्वभाववैशिष्ट्यांमधून, ज्याची तुम्हाला अपेक्षा होती ते वैशिष्ट्य निवडा.
- ज्या वेळी तुम्हाला हवा तो प्रतिसाद मिळेल, तो नेमका क्षण लक्षात ठेवा.

या पद्धतीचे वागणे जर तुम्ही अनुसरलेत, तर तुम्ही तुमचे ध्येय नक्कीच साध्य कराल.

विधायक प्रतिसादातून मिळालेल्या माहितीचा कसा उपयोग करावा

माणसाचे कर्तृत्व आणि ते गाठण्याच्या बाबतीतली त्याची विचारसरणी यांच्या अभ्यासाच्या तत्त्वांचा उपयोग केल्यास, तुम्हाला तुमच्या स्वभावाबद्दल सतत

माहिती मिळत जाते व तुम्हाला कळून येते की, तुम्ही जे काही करताहात त्याचा उपयोग तुमच्या अपेक्षापूर्तीसाठी होतो आहे अथवा नाही. या प्रतिसादात्मक माहितीची नोंद घ्या व स्वत:लाच विचारा की, भविष्यात काही अघटित टाळून तुमचे काम अधिक चांगले कसे करता येईल. तुमच्या ज्या कृतींचा वा स्वभाववैशिष्ट्याचा काहीही उपयोग झाला नाही असे तुम्हास वाटते, ते बाजूला काढा व त्या परिस्थितीत कशाचा चांगला उपयोग होईल याबद्दल विचार करा.

एका घटनेचा अभ्यास - जोअन क्रॉस

जोअन क्रॉस या सदरे लिहिणाऱ्या एका मुक्त पत्रकाराला नवीन वृत्तपत्रात प्रवेश हवा होता. तिने तिच्या भावी संपादकाला तिच्या कल्पना फोनवरून सांगितल्या व त्याच्या प्रतिक्रिया ऐकल्या. यशाची तत्त्वे वापरून तिने :

- **आपले उद्दिष्ट मनात ठेऊन सुरुवात केली.** *स्वत:च्या कल्पना खपविण्याच्या उद्देशाने तिने पाऊल पुढे टाकले. तिच्या मनामध्ये तिच्या सदरांविषयी निश्चित रूपरेषा होती, निश्चित दृष्टिकोन होता व ज्यांच्या मुलाखती घ्यायच्या त्यांची नावे तिच्याकडे तयार होती.*
- **तिने संपादकाशी चांगले संबंध प्रस्थापित केले.** *ती सजग राहिली, तो काय बोलतो याकडे तिने लक्ष पुरविले व तिने मुद्दे मुळीच सोडले नाहीत.*
- **समजून घेण्याच्या बाबतीत तिने अतिशय लवचिकता दाखवली व अनेक नवीन कल्पनांना जन्म दिला.** *संपादक सहसा कल्पनांच्या निर्वात पोकळीत राहतात. याचा विचार करून तिने कमीतकमी तीन निरनिराळी सदरे तयार ठेवली, त्यामुळे जर एक कल्पना नाकारली गेली, तर संपादकांच्या विचारासाठी दुसरी कल्पना तिच्याकडे तयार होती. सदर कसे असावे या विषयीच्या संपादकांच्या कल्पना अंतर्भूत करण्यासाठी ती तिचा लेख बदलण्यासही तयार होती व त्यांच्या पर्यायांचा विचार करून, ज्यांच्या मुलाखती घ्यायच्या त्यांच्या नावातही बदल करण्यास ती तयार होती.*
- **तिला हवी असलेली प्रतिक्रिया मिळाल्याची तिने नोंद केली.** *एक-दोन फोन कॉल्सनंतर तिला कळून आले की, संपादकांना कोणत्या पद्धतीने पुढे येण्याची अपेक्षा आहे. संपादकाला वृत्तपत्राच्या कोणत्या वैशिष्ट्यावर तिची टिप्पणी वा कौतुक आवडते, ती पुन्हा कधी त्याच्याशी संपर्क साधेल, या अभ्यासासाठी ती कोणाचा*

उपयोग करेल या साऱ्याच गोष्टींची तिने नोंद घेतली. या गोष्टी आठवणीत राहण्यासाठी जोअनने चांगले निकाल मिळण्यासाठीचे मापदंड लिहून ठेवले व दुसऱ्यांदा फोन कॉल करण्यापूर्वी त्यावर यथासांग विचार केला.

जे तुम्हाला हवे आहे ते शक्य आहे यावर विश्वास ठेवा

ज्याचा तुम्हाला उपयोग होतो ते सारेच व्याख्याबद्ध करा व त्यावर अजून काम करा. तुमच्या ज्या स्वभावाचा तुम्हाला उपयोग होतो त्याची नोंद करा व भविष्यातील यशासाठी नमुना म्हणून त्याचा उपयोग करा.

स्वत:च्या व इतरांच्या वागण्यातले बारकावे टिपून ठेवा. मला ठाऊक आहे की, मी ते करू शकतो; कुणीतरी हे इतकेच बोलणे पुरेसे नसते. असे झाले की, विचारा, हे तो कोणत्या आधारावर म्हणू शकतो? तुला जे दिसते, जाणवते व तू स्वत:ला जे सांगतोस त्यावरून तू असे कसे म्हणू शकतोस, की तुला ठाऊक आहे की तू हे करू शकतोस? लोकांनी ज्याप्रकारे कल्पना करावी, अनुभूती घ्यावी व ऐकावे असे तुम्हाला वाटते, ते प्रसंग व त्यांची क्रमवारी यांची रचना तयार करा, ज्यामुळे एखादी गोष्ट ते करू शकतील किंवा नाही याची त्यांना कल्पना येईल. कुणीतरी एखादी गोष्ट अतिशय उत्तम प्रकारे कोणत्या पद्धतीने करू शकते हे जर तुम्हाला ठाऊक असेल व ती गोष्ट त्याच पद्धतीने करण्याची तुमची इच्छा असेल तर, ती माहिती व ती पद्धत तुम्ही त्याच परिणामांसाठी अंगीकारू शकता.

यातील अंतरंग

एखादे स्वप्न पाहणे ही अप्रतिम भेट तुम्ही स्वत:लाच देऊ शकता. व्हूपी गोल्डबर्ग या अत्यंत नावाजलेल्या अभिनेत्रीला, लहानपणी ज्यावेळेस तिला एक नटी व्हायचे होते त्यावेळी, ज्याचा आदर्श घ्यावा अशी एकही व्यक्ती तिच्या नजरेसमोर नव्हती, मात्र लहानपणापासून तिने स्वत:कडे एक अतिशय यशस्वी अभिनेत्री या दृष्टीनेच पाहिले. तिच्या त्या स्वप्नापासून तिने स्वत:ला कधीच दूर ठेवले नाही व सरतेशेवटी ते तिने पूर्ण केलेच. ती एक उत्तम अभिनेत्री म्हणूनच विख्यात झाली.

लक्षवेधक भविष्याची भासचित्रे पाहात रहा

भासचित्रे पाहणे म्हणजे तुमच्या मनात लक्ष वेधून घेणारी व अतिशय सुस्पष्ट अशी चित्रे निर्माण करणे. जेव्हा आपण आपले ध्येय साध्य केले आहे असे भासचित्र सतत पाहात राहतो, तेव्हा:

- आपण आपल्याला जे परिणाम साध्य करायचे आहेत त्यावरच लक्ष केंद्रित करतो व त्यामुळेच त्यासाठी आपल्यापाशी जी जी साधने उपलब्ध आहेत, त्याची स्पष्ट कल्पना आपल्या मेंदूला पोहोचलेली असते.
- आपले ध्येय साध्य करण्यासाठी जी जी साधने आवश्यक आहेत व ज्या व्यक्ती अशा संधी आपल्यासोबत घेऊन येऊ शकतात, अशा इतरांनाही आपण आकर्षित करतो.
- आपण आपली कामगिरी उंचावतो.

पहिल्यांदा आपण आपल्या ध्येयाचे स्वप्न पाहतो व त्यानंतर ते गाठण्यासाठी आवश्यक त्या कृती करतो. जेव्हा जेव्हा तुम्ही ध्येय गाठण्याचे व विजयी होण्याचे स्वप्न जास्तीतजास्त वेळा पाहता, त्या त्या वेळी ते प्रत्यक्षात उतरण्याची संधी वाढत असते.

यशस्वीपणे तुमचे ध्येय साध्य करणे ही तुम्ही स्वत:लाच दिलेली सर्वांत मोठी अशी भेट असते. स्वत:च्या साध्याच्या यशासाठी, तुमच्या कल्पनाशक्तीला तुमच्या यशाची चित्रे तयार करण्यास जेव्हा तुम्ही मुक्त वाव देता, तेव्हाच तुमच्या यशाची खात्री झालेली असते.

सकारात्मक अवस्थेचा आधार घ्या

बहुतेकजण निरनिराळ्या अवस्था व भावनांशी स्वत:ला यदृच्छा जोडू शकतात. त्यासाठी फार काही करायची गरज नसते. त्यांना केवळ एवढेच म्हणायचे असते: तुला आठवते का, आपल्या त्या चुलत बहिणीच्या लग्नाला आपण गेलो होतो, रात्री बराच वेळ पार्टी सुरू होती अन् परतताखेपी आपण वाट चुकलो होतो...? हे एवढं त्यांच्यासाठी खूप असतं. पुढच्या साऱ्या घटनाक्रमाचा चित्रपट त्यांच्या डोळ्यांसमोर साकार होतो.

अशा वेळी त्यांचे डोळे ती चित्रे पाहात अज्ञातात खिळून राहतात, त्यांची नोंद घ्या. त्या वेळी ते भावावस्थेत असतात. त्या भावभावनांची पुनर्प्रचिती घेत असताना त्यांचे खांदे पडतात, श्वसनक्रिया मंदावते. तुमच्या यशाशी जोडलेली अशी एखादी

प्रक्रिया तुम्ही स्वत:साठीही योजू शकता. भूतकाळात, ज्या वेळी तुम्हाला अतिशय आनंद झाला होता, शक्तिसंचार झाल्यासारखे वाटले होते, किंबहुना त्या क्षणी तुम्ही जे जे केले होतेत ते सारेच जादूमयी भासले होते, अशा एखाद्या प्रसंगाचा या अवस्थेत जाण्यासाठी बटन म्हणून उपयोग करा.

- वैयक्तिक यशाचा तुम्ही अनुभवलेला एखादा क्षण आठवा व त्या प्रसंगांची मालिका पुन:पुन्हा तुमच्या अंतश्चक्षूंसमोर येऊद्या.
- त्या क्षणीच्या भावनांमध्ये रममाण व्हा अन् तुम्हाला काय दिसते त्याची नोंद ठेवा. ती चित्रे जवळ आणण्याजोग्या घटना घडताहेत का? तुम्हाला काय वाटते; उत्साह, हवेत तरंगल्यासारखे? तुम्हाला कसे वाटतेय? भवताली काय होतेय याचा आवाज तुम्हाला ऐकू येतोय काय? भोवतालीचे लोक बोलताहेत की ऐकताहेत?
- ज्यावेळी या भावनिकतेच्या अत्युच्च टोकावर तुम्ही पोहोचता, त्यातले एक क्षणचित्र तुम्ही जणू गोठवून ठेवा.
- एक खूण तयार करा. उदाहरणार्थ, तुमचे हाताचे मधले बोट व अंगठा एकमेकांवर दाबून ठेवणे. ही खूण, कोणत्याही वेळी तो क्षण पुन्हा जगण्यासाठी, त्या भावनांची ती तीव्रता पुन्हा एकदा अनुभविण्यासाठी वापरता येईल. ती बोटे जुळताक्षणी ती आनंददायी भावना पुन्हा एकवार तुमच्यासमोर उभी राहील.

ज्या क्षणी तुम्हाला तुमच्यात शक्तिसंचार होण्याची, यशस्वी होण्याची व तुमचा सगळ्यावर संपूर्ण ताबा असल्याची भावना हवीशी वाटेल, त्यावेळी तुमची यशोवस्था, तुमच्या यशाचे चित्र वा भावना या दोन बोटांच्या जुळण्याने तुमच्यासमोर उभी राहील.

यशस्वी माणसांकडे त्यांच्या यशासाठी प्रेरणेचे व वागणुकीचे काही आडाखे असतात. त्यांचा उपयोग ते ध्येयसिद्धिसाठी करतात.

- त्यांना काय मिळवायचे आहे हे ते ठरवितात.
- ते त्या ध्येयावर लक्ष केंद्रित करतात, ते हाती आले आहे अशी कल्पना करतात, त्यामुळे त्यांना मिळणाऱ्या नावलौकिकाचे व त्यांची भावावस्था त्या क्षणी कशी होईल याची भासचित्रे ते पाहतात.
- ज्या परिणतीची त्यांनी अपेक्षा केली होती ती मिळविणे शक्य आहे यावर त्यांचा विश्वास असतो.
- ते ध्येय साध्य करण्यासाठी ते योग्य ती पावले उचलतात.

चांगल्या कल्पनांची निर्मिती करा

यातील अंतरंग

माणसे शिक्षणक्रमाच्या अंतर्गत जे काही शिकतात, त्याहून जास्त शिक्षण त्यांना त्याच्याबाहेर मिळत असते ही गोष्ट शिक्षणक्षेत्रातील व्यक्ती व नोकरी देणारे उद्योग, बहुतेक वेळा विसरतात. त्यामुळे ही माणसे आपल्या सृजनशील कल्पनाशक्तिच्या माध्यमातून उद्योगासाठी वा समाजासाठी कोणत्या प्रकारे उपयोगी पडू शकतील हे जाणून घेण्यास उद्योगक्षेत्र व समाज, दोघेही कमी पडतात.

चांगल्या कल्पना ही काही थोड्या हुशार लोकांची मक्तेदारी नाही आहे. स्वतःची बुद्धि चालविण्याची इच्छा असलेल्या व स्वप्नपूर्तिची कल्पना करू शकणाऱ्या कुणालाही ते शक्य आहे. जे त्यांना साध्य करायचे आहे, ते करण्यासाठी आवश्यक असणाऱ्या साऱ्याच बाबींचा भलाबुरा विचार ते करतात. त्यासाठी त्यांना कोणत्या प्रकारच्या कौशल्याची गरज भासणार आहे, त्या मार्गावर चालताना त्यांना कोणाच्या मदतीची गरज भासणार आहे या साऱ्याचाच विचार त्यांना करायला लागतो. त्यांचे स्वप्न जेवढे मोठे, तेवढीच त्यांना इतरांना स्फूर्ति देण्याची गरज, कारण हीच माणसे त्यांचे ध्येय गाठताना त्यांना मदतीला येणार असतात.

असे स्वप्न पाहा, जे सामाईक असेल

निरनिराळ्या क्षेत्रांतील यशस्वी माणसे कल्पनाचित्रांचा वापर करतात. उद्योग, खेळ, राजकारण अशी क्षेत्रे किंवा जिथे जिथे सांघिक प्रयत्नांची गरज असते, अशा क्षेत्रातील नेतेमंडळी त्यांच्या सहकाऱ्यांना, त्यांच्या शब्दांतून व कृतीतून प्रभावित करण्याचा प्रयत्न करीत असतात. इतरांना प्रेरित करण्यासाठी त्यांना स्वतःलाही खूप ऊर्जा लागते व त्याचबरोबर गरजेची असते त्यांच्या मनातील स्वतःबद्दलची 'विजेता' ही प्रतिमा. त्यांच्या त्या सैन्याला या सगळ्या प्रक्रियेतील उत्तेजना अन् आव्हानांची जाणीव करून देणे, हे त्यांच्या यशाच्या दृष्टीने खूपच महत्त्वाचे असते.

प्रेरक म्हणून काम करणाऱ्या ज्या व्यक्ती असतात त्या, त्यांच्या यशाचा मार्ग समाईक दृष्टिकोनांचा वापर करून किंवा एखाद्या रूपकाचा आधार घेऊन ठरवितात. नेता यशाकडे कोणत्या दृष्टीने पाहतो याबद्दल थोडक्यात सांगितलेली ही गोष्ट त्याच्या अनुयायांना, संघाचे ध्येय परिणामकारक पद्धतीने गाठण्यासाठी काय काय

करावे लागते याची लगेचच कल्पना देते.

स्वत:च्या कंपनीविषयी बोलणाऱ्या एका यशस्वी व्यावसायिकाची मुलाखत खाली उद्धृत केली आहे. एक गोष्ट लक्षात घ्या की, जेव्हा तो बोलतो आहे, तेव्हा तो स्वत:च्या यशाकडे कोणत्या दृष्टीने पाहतो, ही गोष्टही आपल्याला सांगतो आहे.

प्रेरणा देणारा आवाज - एक अभ्यास

अटेंडा नामक वेब डिझायनिंग कंपनी, जी सध्या युरोपमध्ये आपले बस्तान बसविण्याचा प्रयत्न करते आहे, त्या कंपनीचा उपाध्यक्ष असलेल्या ३८ वर्षांच्या नील गांधीने विक्री विभागात अफलातून यश संपादन केले होते. मी जेव्हा त्याला त्याच्या यशाच्या कारणांविषयी विचारले तेव्हा त्याने आपले हात वर केले आणि म्हणाला: तुम्हाला जे हवे आहे ते तिथे बाहेर आहे व तुम्हाला फक्त बाहेर जाऊन ते घ्यायची गरज आहे, यावर माझा प्रचंड विश्वास आहे.

वयाच्या २१व्या वर्षी त्याने व्यवसायास आवश्यक असणारी मेल ऑर्डर कॉम्प्युटर सिस्टीमची गरज ओळखली व एलिट कॉम्प्युटर सिस्टीम नावाची स्वत:ची कंपनी सुरू केली. वयाच्या २४व्या वर्षी त्याने ती कंपनी विकली व वर्डपरफेक्ट नावाच्या कंपनीत तो विपणन व्यवस्थेत शिरला. नील म्हणतो : वर्डपरफेक्टला खूप उत्साह असलेला, खूप ऊर्जा असलेला व व्यवसाय वाढविणारा कुणीतरी हवा होता व ती क्षमता माझ्याकडे होती. मी जेव्हा त्या कंपनीत नोकरी पत्करली तेव्हा माझ्यावर २०दशलक्ष पौंड किंमतीइतक्या विक्रीची जबाबदारी होती. मी जेव्हा ती कंपनी सोडली तेव्हा त्यांची उलाढाल ४०दशलक्ष पौंडांची होती. त्या वेळेला बाजार अतिशय मोठ्या प्रमाणात वाढत होता. वर्डपरफेक्टला प्रचंड मागणी होती. अशा अर्थव्यवस्थेमध्ये विक्री म्हणजे एखाद्या उत्तुंग लाटेवर स्वार होण्यासारखे असते. विपणन क्षेत्रातील माझी ही भूमिका म्हणजे प्रचंड ऊर्जेची आवश्यकता असणे व माझ्यासाठी ते योग्यच ठरले. पुढे आणण्याचा, खेचण्याचा जो एक प्रभाव असतो तो मी निर्माण केला. मी हे पाहिले की, ग्राहकांच्या नजरेसमोर व विचारांमध्ये आमचे उत्पादन नेमीच असेल. माझा प्रत्येक दिवस मी टेलिसेल्स करणाऱ्या २००सहकाऱ्यांबरोबर, आमचे उत्पादन विकण्यासाठी त्यांना प्रेरित करीत काढला.

सौजन्य एमपीएमजी लि. *सेल्स डायरेक्टर* मॅगेझिन

कॉपीराईट फ्रान्सिस कूम्बस्

नील यशाकडे कोणत्या नजरेने पाहतो - ते तिथे आहे, व जणू काही तो ते एखादे फळ तोडावे इतक्या सहजतेने हवेतून काढून घेणार आहे - या एका गोष्टीची नोंद आपल्याला घ्यायलाच हवी. यश त्याला कसे वाटते हे सांगण्यासाठी तो लाटेवर स्वार होणे, यासारख्या खेळाशी संबंधित रूपकाचा वापर करतो. लाटेवर स्वार होण्याचा आणि २००लोकांना सांभाळण्याचा तसे पाहिले तर अर्थाअर्थी काहीही संबंध नाही, मात्र त्या तशा उदाहरणामुळे यश मिळविताना त्याच्या मनाची अवस्था कशी असते याविषयी तो आपल्याला बरेच काही सांगून जातो. स्वप्नवत वाटणारे किंवा काही विशेष अनुभव देणारे प्रसंग सांगताना लोक सहसा या प्रकारची विवरणात्मक भाषा वापरतात.

मिळण्याची शक्यता असणारी एखादी गोष्टच तुम्ही वारंवार आपल्या मनाच्या आरशात पाहता. जेव्हा तुम्ही स्वत:ला यशस्वी झालेले पाहता, तेव्हा तुम्ही यशस्वी होताच. मात्र एक गोष्ट लक्षात ठेवायला हवी की, केवळ हे पाहणे पुरेसे नाही. तो कृतीचा पर्याय होऊ शकत नाही. तुम्ही स्वत:ला एखादा प्रसिद्ध पॉप स्टार किंवा खेळाडू झालेला पाहू शकाल, मात्र त्या दिशेने तुम्ही कोणतेच प्रयत्न केले नाहीत, तर लक्षात ठेवा की, काहीच होऊ शकणार नाही.

निरनिराळ्या भाषांमधील रूपकात्मक गोष्टींचा शोध घ्या

लोक निरनिराळ्या गोष्टी वर्णन करण्यासाठी किंवा ते जगाकडे कोणत्या दृष्टीने पाहतात हे सांगण्यासाठी ज्या शब्दांचा किंवा कथांचा उपयोग करतात त्यांना रूपके असेही म्हणतात. लोक एखाद्या परिस्थितीकडे कोणत्या प्रकारे पाहतात व त्यांचे आयुष्य किती नेमकेपणाने व्यतीत करतात हे जर तुम्हाला जाणून घ्यायचे असेल तर त्यांच्या बोलण्यासोबत ते कोणत्या रूपकांचा वापर करतात याकडे तुम्हाला लक्ष द्यायला हवे. आपण आपल्या समोर येणारे अडथळे किंवा आपल्या इच्छा ज्या प्रकारे पाहू शकतो, ती रचना या रूपकांमध्ये असते.

विचारांस उद्युक्त करणारे

लोक एखाद्या परिस्थितीचा अंदाज घेण्यासाठी कोणती रूपके वापरतात, कोणते शब्द वापरतात त्यांचा शोध घ्या, कारण त्यामुळे त्यांच्या अंतरंगाचा तुम्हाला ठाव लागू शकेल.

▶ *ही गोष्ट तर हातचा मळ आहे - त्यांच्या मते ही अतिशय सोपी गोष्ट आहे*

- *हा जरूर सापळा रचलेला आहे - या क्षणी त्यांना ठाऊक आहे की, परिस्थिती धोकादायक आहे व अचानक काही समस्या उद्‌भवण्याचा संभव आहे.*
- *दैव आपल्या पाठीशी आहे - त्यांना अपेक्षा आहे की, अनपेक्षित असे काही न होता ते त्यांचे लक्ष्य साध्य करतील.*
- *माझा दम घोटल्यागत झाले आहे - त्यांना असे वाटते की, त्यांना जे करायचे आहे त्या त्यांच्या मार्गात मोठाले अडथळे उभे केलेले आहेत.*
- *मला जगातील सर्वोच्च शिखरावर उभे राहिल्यासारखे वाटते आहे - परिस्थिती त्यांच्या आवाक्यात असून त्यांची मनस्थिती अतिशय उत्साहपूर्ण आहे.*
- *या बोगद्याचे दुसरे तोंड काही नजरेस पडत नाही आहे - यातून असे दिसून येते की, ते जिथे आहेत व त्यांना जिथे जायचे आहे तो रस्ता तरी बंद आहे किंवा त्यामध्ये भले मोठे अडथळे तरी उभे केलेले आहेत.*

यशाची रूपके

एखादा मनुष्य जगाकडे कोणत्या दृष्टीने पाहतो हे जर तुम्हाला जाणून घ्यायचे असेल तर, ते एखाद्या कृतीचे वर्णन करताना, एखादा प्रसंग वर्णन करताना किंवा हे जग म्हणजे वेगळेच काहीतरी आहे अशा पद्धतीचे वर्णन करताना ते ज्या रूपकांचा उपयोग करतात, ती लक्षपूर्वक ऐका. तेव्हा तुमच्या लक्षात येईल की, त्यांना जाणवणारी अनुभूती कोणत्या प्रकारची असते. जो प्रेरित आहे अन् यशस्वीही आहे, तो कोणत्या पद्धतीने विचार करतो, हे आपण पाहिले. आता ते लक्ष आपण तुमच्याकडे वळवून पाहूया की, तुम्ही जगाकडे कोणत्या दृष्टीने पाहता हे स्वत:ला व इतरांना कोणत्या प्रकारच्या प्रतिमांच्या माध्यमातून दाखविता. यावर पटकन विचार करा - अगदी काही सेकंदच.

कृती

फॉरेस्ट गम्प हा मनुष्य, १९९४ साली आलेल्या त्याच नावाच्या चित्रपटात म्हणतो: त्याची आई नेहमी म्हणायची की, आयुष्य हे चॉकोलेटच्या एखाद्या डब्यासारखे असते. तुम्हाला ठाऊक नसते की, पुढल्या वेळी तुमच्या हातात नेमके काय येणार आहे ते... तुमच्या दृष्टीने आयुष्याचे रूपक थोडक्यात काय आहे? पटकन् फारसा विचार न करता तुमच्या

मनात पहिल्याप्रथम उठणारे विचार शब्दबद्ध करून पुढील वाक्य पूर्ण करा. आयुष्य म्हणजे ... ! फसवू नका. तेथे तुमच्या मनात उमटलेली पहिलीच कल्पना आली पाहिजे. दुसरी किंवा तिसरी नाही.

जर तुम्ही म्हणालात की, आयुष्य म्हणजे एखाद्या रणांगणासारखे आहे, तर त्याचा अर्थ होईल की, तुम्ही तुमच्या आयुष्यात सतत संघर्षच पाहताहात. लोक याचे निरनिराळ्या पद्धतींनी वर्णन करतात. काहीजणांच्या मते, जग म्हणजे एक मोठा वाद्यवृंद आहे व त्याचे संचालन कुणी एक करतो आहे, ती एक मोठी सुट्टी आहे, भयंकर अनुभव आहे, रोलर कोस्टर आहे किंवा आश्चर्यचकित करणाऱ्या गोष्टींनी भरलेले आहे. ही सारी माणसे कदाचित एकाच ऑफिसमध्ये काम करीत असतील, मात्र त्या प्रत्येकाची भोवतालच्या परिस्थितीतून येणाऱ्या माहितीचा अर्थ लावण्याची पद्धत पूर्णतः वेगवेगळी असते व ती जग कसे चालते याविषयीच्या त्यांच्या मतांच्या वैयक्तिक रचनेवर अवलंबून असते.

आयुष्याचे तुमचे रूपक काय आहे?

तुमचे वर्णन तुम्ही खाली दिलेल्या वर्तुळात लिहा.

तुमचे आयुष्य या क्षणाला तुम्हाला कसे वाटते आहे याविषयीचे रूपक तुम्ही या वर्तुळात लिहा.

भयानक अनुभव / धाडस (कोणत्या पद्धतीचे धाडस?)	एक प्रवास / एक खेळ (कोणत्या पद्धतीचा खेळ?)
एक पिझ्झा... (त्यावर कोणते टॉपिंग हवे?)	रोलर कोस्टर (कोणत्या प्रकारचा?)

जीवन म्हणजे...

आता तुमचे आयुष्य कसे असावे याविषयी तुमचे म्हणणे तुम्ही लिहा

आयुष्य म्हणजे... खूप... आणि.....

कोणत्या प्रमुख गोष्टी तुम्हाला तुमच्या आयुष्यात हव्या आहेत?

तुमचे रूपक किंवा तुमचे आयुष्याचे वर्णन तुम्हाला प्रत्यक्षात आणायचे असेल तर, कोणत्या तीन गोष्टी तुम्ही आज कराल त्या एकाखालोखाल लिहा.

१.
२.
३.

तुम्हाला आयुष्यात जे अपेक्षित आहे, त्याच्या जवळपास पोहोचल्यासारखे तुम्हाला खरोखरीच वाटते आहे का?

आपण जे पाहतो, जे ऐकतो, ज्याचा वास घेतो, ज्याला स्पर्श करतो व ज्याची चव घेतो त्या पाच संवेदनांच्या मार्फत आपण आपले आयुष्य अनुभवीत असतो. मिळालेली माहिती आपण कोणत्या प्रकारे समजावून घेतो, कोणत्या प्रकारे तिची मांडणी करतो व कोणत्या प्रकारे ती गाळून आपल्यासाठी उपयोगात आणतो या गोष्टी आपण प्रत्येकजण जग आणि वास्तव कोणत्या वेगवेगळ्या दृष्टिकोनांतून अनुभवीत असतो त्यावर अवलंबून असते. आपल्याभोवती जे काही घडत असते त्याविषयी आपल्याला काय वाटते याचे वर्णन करण्यासाठी आपण काही दृष्यांचा उपयोग करतो वा स्वत:शीच बोलतो. आपल्याला जे हवे ते पाहण्यासाठी आपण त्याचा शोध घेतो व त्यातले जे हवे ते घेतो व जे नको ते वगळतो.

तुम्ही एखादी कार खरेदी केल्यावर त्याच प्रकारच्या अनेक कार्स तुमच्या नजरेस पडतात, हे तुमच्या कधी लक्षात आलंय का किंवा तुम्हाला मूल झाल्यानंतर अनेक अर्भके तुमच्या नजरेस येतात का? या गाड्या किंवा मुले एकाएकी वाढत नाहीत, मात्र तुमचा मेंदू आता त्यांना शोधीत असतो.

या प्रकारची माहिती गाळल्यागत तुमच्यापर्यंत येते. याचा परिणाम म्हणून जे मिळावे अशी तुमची इच्छा असते, ते तुम्हाला मिळते.

यातून तुमच्या विचारांना मुक्त करण्यासाठी आणि एखादे अनपेक्षित मात्र चांगले उत्तर मिळविण्यासाठी तुम्हाला एखादा प्रसंग वर्णन करण्यासाठी तुम्ही जे शब्द वापरता ते बदलायला हवेत.

खाली दिलेले शब्द किंवा वाक्प्रचार लोक बहुतेक वेळा वापरतात. एका बाजूला शब्द दिले आहेत ते आहेत कठीण काळाचे वर्णन करणारे व जर तुम्ही यापैकी शब्द वापरत असाल तर दुसऱ्या बाजूला दिलेल्या हव्या असलेल्या स्थितीच्या भागातील शब्द तुमच्या वाक्यात तुम्हाला कोणत्या प्रकारे वापरता येतील याविषयी विचार करा.

अवघड स्थितीचे वर्णन करण्यासाठी	**अपेक्षित स्थितीचे वर्णन करण्यासाठी**
प्रश्न	उत्तर
अडवणूक	मोकळीक
सुस्ती आली आहे	सुसाट निघालो आहे
गोंधळलो आहे	लक्ष एकंकार आहे
मानसिकरित्या पार थकून गेलोय	प्रचंड उत्साह वाटतोय
अडथळा	मुक्तता

विचार करायला लावणारे

उद्या सकाळी उठून तुम्ही तुमच्या आयुष्याला वाट दाखविणारे रूपक तुम्हाला हवे त्या प्रकाराने बदलायचे ठरविलेत, तर ते काय असावे हे तुम्ही ठरवाल? विचार न करता पटकन उत्तर द्या. ते एका कागदावर लिहा आणि मोठ्याने त्याचा उच्चार करा - ते तुमच्या आतपर्यंत ऐकू जाईल, तुम्हाला ते पटेल इतक्या वेळा म्हणा: माझे आयुष्य मला असे झालेले आवडेल......

तुमच्या रूपकाचे रूपांतर एखाद्या रणांगणातून जिथे अमर्यादित संधी उपलब्ध आहेत किंवा जिथे सारेच चेहरे मित्रत्वाचे आहेत अशा स्थानात झाले, हे स्थित्यंतर तुमच्या लक्षात येते आहे का? त्यामुळे तुमची जगाकडे पाहण्याची नजर बदलते, तुमचे संबंध इतरांशी येतात किंवा तुम्ही कोणत्या प्रकारे निर्णय घेता यातला बदल तुमच्या ध्यानी आला का?

इतरांनी जी रूपके वापरली त्यांचा उपयोग तुमच्या यशासाठी करण्याचा प्रयत्न करा

सर्वोत्तम कामगिरी करताना इतर व्यक्तिंनी केलेले वर्णन लक्षात ठेवा. त्यातील जे शब्दसमूह, जे वाक्प्रचार तुम्हाला आवडतील ते लक्षात ठेवा. त्यातील तुम्हाला आनंद देणाऱ्या शब्दांची यादी तयार करा.

जेव्हा तुम्ही तुमच्या सर्वोत्तम अवस्थेत असता, त्याचे अनुरूप वर्णन लिहून ठेवा. उदाहरणार्थ:

- ज्या गोष्टी करण्यात मी पारंगत आहे ते करताना असे वाटते जणू गरम सुरीने मी लोणी कापतो आहे.
- माझ्या कृतीने मी गोष्टी घडवून आणतो.
- जर इतर कुणी ते करीत असेल तर मलाही ते शक्य आहे.
- यशासाठी कितीही वेळा अपयश पदरात घ्यायची माझी तयारी आहे.

पुढला स्वाध्याय आहे तो यश कसे दिसते, कसे जाणवते व त्याचा नाद तुम्हाला कसा ऐकू येतो त्याचे एक प्रत्यक्षदर्शी चित्र तुमच्या डोळ्यांसमोर उभे करण्यासंबंधीचा.

चांगल्या कल्पना तयार करण्यासंबंधी

तुमच्या कल्पनेत दिसणारे दृष्य तुम्ही प्रत्यक्ष साकारण्यापूर्वी, इतरांना काय हवे आहे व सध्या कशाला मागणी आहे याची योग्य प्रकारे सांगड घालणाऱ्या कल्पना निर्माण करणे गरजेचे असते. बहुतेक वेळा आपण, आपल्या अडचणींविषयी आपल्याला काय वाटते त्यावर आपल्या कल्पना तयार करतो व त्यांची उत्तरे शोधायचा प्रयत्न करतो. विषयाची व्यवस्थित माहिती घेऊन व त्यानुसार नीटपणे तयारी केल्यानंतरच सर्वसाधारण माणसे प्रश्नांची उत्तरे शोधून काढतात.

जर इतिहास खरे सांगत असेल तर, माणसाच्या उत्क्रांतीमुळे त्याच्या विचाराच्या किंवा बुद्धि वापरून वाटा शोधण्याच्या त्याच्या पद्धतीत मुळीच फरक पडलेला नाही. आपल्या समोर एखादा प्रश्न असतो व त्याची आपण चिंता करीत असतो. तो सोडविण्यासाठी निरनिराळ्या पर्यायांचा व मार्गांचा आपण विचार करीत असतो. त्यानंतर जेव्हा आपले मन निवांत असते, त्या वेळी आपण कल्पनाशक्तीच्या एखाद्या भरारीनिशी त्या प्रश्नाचे उत्तर शोधून काढतो.

- ख्रिस्तपूर्व तिसऱ्या शतकामध्ये, आंघोळीच्या टबमध्ये शिरताक्षणी आर्किमिडीजला त्याचा युरेका क्षण सापडला. हिएरो हा सायराक्यूसचा राजा. त्याच्या नवीनच बनविलेल्या राजमुकुटामध्ये सोन्याऐवजी काही हिणकस तर मिसळलेले

नाही ना, याचा तपास करण्यास त्याने आर्किमिडीजला सांगितलेले होते. बराच विचार केल्यानंतर शांतपणे टबमध्ये शिरताना आर्किमिडीजच्या ध्यानी आले की त्याच्या शरीराच्या वजनाइतकेच पाणी बाहेर पडले. त्या क्षणी त्याच्या ध्यानी आले की, शुध्द सोन्याच्या मुकुटाचे वजन तेवढ्या शुद्ध सोन्याइतकेच असणार. या शोधामुळे तो इतका उत्तेजित झाला की, शरीरावर एकही कपडा नसलेल्या अवस्थेत तो युरेका युरेका असे ओरडत रस्त्यातून धावत सुटला. अंगावर कपडे नसताना सार्वजनिकपणे बाहेर पडणारा बहुधा तो जगातला पहिला नोंदलेला इसम असावा.

- इ.स. १६६७ च्या एका प्रसन्न दुपारी काही पेयांचा व उत्तम जेवणाचा आस्वाद घेऊन सर आयझॅक न्यूटन सफरचंदाच्या एका झाडाखाली निवांत बसला होता. त्याक्षणी एक सफरचंद झाडावरून खाली पडले व गुरुत्वाकर्षणाच्या नियमांचा जन्म झाला.
- निवांतपणे शेकोटीच्या डुलक्या घेत बसलेला असताना, इ.स. १८५८मध्ये केक्यूलला मॉलिक्यूलर आर्किटेक्चरचा शोध लागला. अणूंच्या लांबच लांब मालिकांचे साप त्याच्या स्वप्नात येत असत. अचानक त्यातल्या एका सापाने स्वत:चीच शेपटी धरली असे त्याला दिसले व त्याची झोपमोड होऊन बेंझिन रिंगच्या थिअरीचा जन्म झाला.

एका अभ्यासात, प्राणिसंग्रहालयातल्या शास्त्रज्ञांना विचारले गेले की, ज्या प्रश्नाचा ते विचार करीत होते त्याचे उत्तर अगदी अचानकच त्यांच्या डोक्यातून निघाले का - जवळ जवळ ८५ टक्के लोकांनी त्याचे 'होय' असे उत्तर दिले. बहुतेक वेळा त्या प्रश्नापासून लांब असताना त्यांना उत्तर सापडले होते.

अफलातून कल्पनांच्या उगमाचा विचार केला तर असे जाणवते की, तर्कशुद्ध विचारांच्या अनुरोधाने तुम्ही एका ठरावीक जागेपर्यंतच पोहोचू शकता, मात्र तुम्ही गोळा केलेली सारीच माहिती गाळून घेतल्यानंतर एक क्षण असा येतो की, तुम्ही त्या प्रश्नापासून हेतुपुरस्सर लांब जाता, त्याचा विचार करणे बंद करता व उरलेला भाग कल्पनेच्या भरारीवर सोडून देता. ही झेप म्हणजे केवळ त्या प्रश्नाच्या उत्तरासाठी घेतलेली झेप नसते, तर त्यासोबत असतो एक प्रचंड दृढ विश्वास की, मी जे आतापर्यंत करू शकलो नाही ते आता मला शक्य होईल.

कल्पना करा, मग कृती करा

मी काही तरी करू शकतो ही जाणीव जागी झाली, की जे साध्य करायचे आहे त्या दृष्टीने पावले पुढे पडू लागतात. इ.स. १९५४ साली रॉजर बॅनिस्टरने एक मैल अंतर चार मिनिटांच्या आत धावून पूर्ण करेपर्यंत कुणालाही वाटले नव्हते की माणूस इतक्या जोराने धावू शकेल; कारण ते वैद्यकीयदृष्ट्या असुरक्षित मानले जात होते. ज्या वर्षी बॅनिस्टरने हे स्वप्न साध्य केले, त्या वर्षी ३० इतर धावपटूंनी चार मिनिटांहून कमी वेळात एक मैल धावण्याचा विक्रम मोडला होता - कारण सोपे आहे की त्यांना जाणीव झाली की, हे शक्य आहे. आपल्या समजुती, ज्या प्रत्येकवेळी खऱ्या नसतात, त्याच ठरवितात की आपण काय करू शकतो वा काय करू शकत नाही.

तुम्हाला अशक्य वाटणारी अशी काही खास स्वप्ने आहेत का, जी सत्यात उतरवणे तुम्हाला अशक्य वाटते? तुम्हाला मनोमनी जे मिळवावेसे वाटते ते मिळविणे कदाचित शक्य आहे, याचे मूल्यमापन करण्यासाठी दहा मिनिटे वेळ देणे तुम्हाला महत्त्वाचे वाटते का? कारण सरतेशेवटी तुम्हाला काहीच गमवायचे नाही आहे.

कृती

एखादे ध्येय आहे व ते साध्य करणे तुम्हाला अतिशय आवडेल, मात्र त्याचबरोबर तुम्हाला हे सुद्धा ठाऊक आहे की, ते मिळविणे अशक्य आहे. मग एक करा, ते लिहून काढा. तुमच्या स्वत:विषयीचे व तुमच्या कार्यक्षमतेविषयीचे सारे अंदाज थोपवून ठेवा. त्यानंतरची दहा मिनिटे अतिशय मुक्त मनाने, मजेत घालवताना तुम्हीच हे करू शकता हे तुम्हाला का माहीत आहे त्याची कारणे लिहून काढा.

करू शकणार नाही यापासून करू शकेन अशी समजूत बदलणे

करू शकणार नाही ..............X.................X...............करू
शकेन विश्वास

▸ *तुम्हाला जे हवे आहे त्याच्याशी अगदी दुरान्वयानेही संबंध असलेले एखादे तरी कौशल्य तुमच्याकडे असेल, किंवा ते तुमच्यात आणणे*

शक्य असेल, तर ते लिहून काढा.

- *या गोष्टीविषयी तुमच्याकडे अशी माहिती असेल जी दुसऱ्या कुणाकडेच नाही. उदाहरणार्थ, तुमच्या कार्यालयातील, तर ती लिहून काढा.*
- *जर तुम्हाला असे वाटत असेल की, स्वत:वर जास्त विश्वास ठेवल्यास तुम्ही तुमचे ध्येय साध्य करू शकता, तर तसे लिहून काढा.*
- *तुम्ही ही गोष्ट करू शकता अशी तुम्हाला स्वत:ची खात्री पटवायची असल्यास काय होऊ शकते हे तुम्हाला ठाऊक असेल तर - तसे लिहून काढा.*
- *तुम्हाला मदत करतील अशी माणसे जर तुम्हाला ठाऊक असतील तर ती मदत करतील की नाही हा पुढचा प्रश्न - त्यांची नावे लिहून काढा.*
- *तुमचे ध्येय साध्य करण्यासाठी लागणाऱ्या साऱ्या किंवा काही योजना जर तुम्हास ठाऊक असतील तर त्या लिहून काढा.*

तुमचे ध्येय साध्य करण्यासंबंधीची तुमची विचारसरणी बदलल्यासारखी वाटते आहे का? तुम्हाला असे वाटते का की, जे तुम्हाला हवे होते ते कदाचित तुमच्या जास्त जवळ आले आहे व ते हाती येण्याची शक्यता जास्त बळावली आहे? जे लोक या स्वाध्यायाच्या माध्यमातून जातात, ते कधी कधी त्यांच्या मूळ कल्पनांपेक्षा काहीतरी अतिशय निराळ्याच कल्पना घेऊन उभे ठाकतात.

◆

लक्षात ठेवण्याजोगे

- *यशाप्रत नेणाऱ्या सहा सवयींचे कधीही विस्मरण होऊ देऊ नका, त्यांचा नेहमीच पाठपुरावा करा.*
- *तुमच्यात सुधारणा घडवून आणण्यासाठी मिळालेल्या माहितीपूर्ण प्रतिसादाचा सकारात्मक उपयोग करा.*
- *तुमच्या आयुष्यास लागू पडणारे रूपक शोधून काढा - आणि जर जरूर वाटले, तर ते अवश्य बदला.*
- *कल्पना करणे ही मुद्याची गोष्ट आहे - ते स्वप्न पाहा व ते साध्य करा.*

५

चांगल्या कल्पनांमुळे मिळणारे प्रेरक फायदे

या प्रकरणात तुम्ही खालील गोष्टी शिकाल.

- *सृजनाची प्रक्रिया कशी समजून घ्यावी*
- *मेंदूत गच्च बसलेल्या जुनाट कल्पना खोडून काढण्यासंबंधी*
- *सृजनाच्या प्रक्रियेसंबंधी*
- *तुमच्या सृजनशक्तीला उत्तेजना कशी द्यायची, त्यासंबंधाने*

जगातल्या सर्वांत सुंदर अशा ठिकाणाचे स्वप्न तुम्ही पाहू शकता, त्याची रचना करू शकता व त्याची निर्मिती करू शकता, मात्र ते स्वप्न पूर्ण करण्यासाठी इतर लोकांचीही गरज असते.

वॉल्ट डिस्ने

चांगल्या कल्पना मिळविण्यासाठी इतरांना प्रेरित करा

यातील अंतरंग

व्यवसायाच्या काल जे उपयुक्त ठरले, ज्यामुळे ग्राहक, विक्री व चांगल्या जीवनशैलीची खात्री मिळाली, ते कदाचित आज चालणार नाही. मोठमोठ्या कंपन्यांना जाणवू लागले आहे की, मोठाल्या इमारती किंवा शेअर्स म्हणजे त्यांची खरी मालमत्ता नाही - त्याऐवजी त्यांच्या लोकांची सृजनात्मक पद्धतीने विचार करण्याची पद्धत हेच त्यांचे भांडवल आहे.

कल्पना चंचल असतात - फुलपाखरांसारख्या, मनामध्ये त्या भिरभिरत असतात व जर त्यांना पकडण्यासाठी आपल्याकडे जाळी नसेल तर त्या दूरवर उडून जातात. अँड्यू वुड हा असाच एक फुलपाखरे धरणारा, स्वत:च्या कामगारांच्या कल्पनांना कसे वेचायचे हे कंपनीज्‌ना सांगणारा. स्वत:च्या कामगारांच्या नवनवीन कल्पनांकडे दुर्लक्ष केल्यामुळे कंपन्यांच्या उत्पन्नात किती मोठ्या प्रमाणात घट होते, हे त्याला

कळून चुकलं होतं.

वुड हा इंग्लंडच्या असोसिएशन ऑफ सजेशन स्कीम्स् या संस्थेचा संस्थापक सदस्य व माजी अध्यक्ष होता. ही संस्था चांगल्या कल्पनांचे व्यवस्थापन व त्या अनुरोधाने कर्मचाऱ्यांचे कौतुक या प्रकारच्या कामात गुंतलेली होती. या संस्थेच्या उत्कर्षाच्या काळात सभासद कंपन्यांनी, त्यांच्या कामगारांच्या निरनिराळ्या सूचना स्वीकारून व त्यांचा उपयोग प्रत्यक्ष कामाच्या ठिकाणी करून जवळजवळ तीनशे मिलियन पौंड इतकी प्रचंड बचत केली होती. वुड आता त्यांचा वेळ इंग्लंड व अमेरिका या दोन देशांतील व जगभरातील कंपन्यांना या कल्पना नियोजनाच्या योजनांविषयी सल्ले देण्यात, त्या योजना उभ्या करण्यात व कार्यान्वित करण्यात घालवतात.

वुड म्हणतात: जर्मन कंपन्यांचे चालक त्यांच्या कर्मचाऱ्यांच्या नवनवीन कल्पनांना उत्तेजन देण्यात अतिशय प्रयत्नशील असतात. मर्सिडीझ, पोर्शे, फॉक्सवॅगन व बीएम्डब्ल्यू यांच्यासारख्या मोठाल्या कंपन्या अशा प्रकारच्या योजना चालवितात. त्यातून मिळालेल्या कल्पना मुख्य कार्यालयाकडे पाठविल्या जातात. तेथे मॅनेजर्सची एक केंद्रीय टीम त्या सूचनांची छाननी करते. या टीमला सध्या चलनात असलेल्या नवनवीन प्रथा व त्यांचे मूल्यांकन याचे सतत प्रशिक्षण दिले जाते. जर्मन कर्मचारी त्यांच्या कल्पनांचा मोबदला पैशात घेणे पसंत करतात, त्यामुळे त्यांच्या कामगिरीची सर्वमान्यता ही पैशांच्या संदर्भात जोखली जाते.

युरोपातील कंपनीज् वापरात आणल्या गेलेल्या चांगल्या सूचनांमुळे उत्पादनात झालेल्या फायद्याच्या १५ ते २० टक्के रक्कम बक्षिसाच्या रूपाने देतात. याउलट उत्तर अमेरिका व इंग्लंडमध्ये ही रक्कम १० टक्के रोख इतकीच असते.

झेप घेणाऱ्या कल्पना

एक अभ्यास

ब्रिटिश एअरवेजमध्ये कार्यान्वित असलेली व अतिशय यशस्वी ठरलेली ब्रेनवेव्ह योजनेमध्ये कर्मचाऱ्यांना देण्यात येणारी पारितोषिके त्यांच्या सूचनांमुळे झालेल्या आर्थिक बचतीवर किंवा ग्राहकांच्या सोयींवर वा कर्मचाऱ्यांच्या वागण्यावर त्याचा प्रभाव किती पडला यावर अवलंबून असतात. एका वर्षात या योजनेत कर्मचाऱ्यांनी ८०० सूचना दिल्या, त्यांपैकी १२ टक्के योजना कार्यान्वित केल्या गेल्या व त्यामुळे ५.५ दशलक्ष पौंडांची बचत झाली. जेफ्री हॉल नावाच्या एका कार्गो एजंटकडून

आलेल्या सूचनेमुळे गॅटविक एअरपोर्टवरील कार्गोचे हाताने केले जाणारे काम कमी झाले व त्यामुळे वार्षिक १७५,००० पौंडांची बचत झाल्यामुळे त्याला प्रमाणपत्र व १०,००० पौंड रकमेचे पारितोषिक देण्यात आले.

अँड-र्यू वुड म्हणतो: ब्रिटिश अधिकारी, उत्तर अमेरिकेतील स्तररचनेमागील वैचारिक बैठक अंगीकारतात. त्या ठिकाणी प्रत्येक खात्यातील प्रबंधक रोजच्या कामातील गोष्टी सुसह्य करणाऱ्या लहान लहान कल्पना निवडतात व त्या तिथल्या तिथे कार्यान्वित करतात. ज्या कल्पनांचा आवाका त्यांना मोठा वाटतो त्या कल्पना मुख्य कार्यालयात किंवा आर अँड डी टीमकडे पाठविल्या जातात.

अमेरिकन कंपन्यांचे चालक आर्थिक बक्षिसांचा मार्ग टाळतात, त्याऐवजी ते कर्मचाऱ्यांना जाहीर कार्यक्रमांमध्ये मान्यता प्रमाणपत्रे, टाळ्यांचा कडकडाट व झगमगाटी कार्यक्रमांचा वापर करतात - या गोष्टी ब्रिटिश कर्मचाऱ्यांसाठी उपयोगी पडत नाहीत.

ब्रिटिश वरिष्ठ आपल्या कर्मचाऱ्यांना दुपारचे जेवण, थिएटरची किंवा खेळांची तिकिटे व त्याखेरीज आर्थिक स्वरूपात परितोषिकेही देतात.

मध्यपूर्वेत कर्मचाऱ्यांना फक्त दोन आठवड्यांची सुट्टी मिळते व त्यामुळे अनेकजण हे पारितोषिक मोठ्या सुट्टीच्या रूपात मागून घेतात, कारण त्यामुळे त्यांना आपल्या नातेवाइकांना भेटता येते.

वुड म्हणतात: कर्मचाऱ्यांना ज्या रूपात हे पारितोषिक हवे आहे, त्याच रूपात हे द्यायला हवे, अन्यथा त्यांचा या योजनेतील सहभाग कमी होईल व कंपन्यांच्या चालकांना काही उत्तमोत्तम कल्पनांना मुकावे लागेल.

प्रेरणेसाठी दिलेली बक्षिसे

एक अभ्यास

रायशर साउंडस्, ही ज्यूलिअन रायशरची अनेक दुकानांची मालिका असलेली इंग्लंडमधील कंपनी, ही कर्मचाऱ्यांच्या कल्पक सूचनांसाठी नावाजलेली कंपनी आहे. प्रत्येक कर्मचारी वर्षाकाठी जवळजवळ २० सूचना देतो व त्यांपैकी ६० टक्के सूचना मान्य केल्या जातात. पंचवीस पौंडांपर्यंत रकमेची बक्षिसे प्रेरणा देण्यासाठीच्या उद्देशाने दिली जातात व त्या सूचना लगेचच कार्यान्वितही होतात. उदाहरणार्थ: आपल्याला दारावरच्या घंटा व्हीलचेअरच्या उंचीवर लावायला हव्यात, ज्यामुळे अपंग व्यक्तींसाठी

ते सोयीचे होईल. यामुळे पैशांची बचत होणार नसली तरीही ग्राहकसेवेचा तो एक अनोखा पैलू ठरतो.

अँड्र्यू वुड म्हणतो: वरिष्ठ व्यवस्थापनाचा आधार हा कोणतीही योजना यशस्वी होण्यासाठी अतिशय महत्त्वाचा असतो. नुसतेच मुख्य कार्यकारी अधिकाऱ्याने हस्तांदोलन करणे एवढे पुरेसे नसते. वुडने अर्थक्षेत्रातील एका कंपनीसाठी केलेल्या प्रकल्पात, कर्मचाऱ्यांकडून आलेल्या सूचनांच्या प्रमाणावर त्या त्या विभागतील प्रबंधकाची कामगिरी जोखली जाते. वुड म्हणतो: बहुतेक इतर कोणत्याही आस्थापनापेक्षा त्या आस्थापनातील सूचनांचे प्रमाण व त्यांवर होणारी कार्यवाही मोठ्या प्रमाणात होती. कर्मचाऱ्यांना पॉईंटस् मिळत व त्याचे रूपांतर निरनिराळ्या बक्षिसांमध्ये होई. वर्षअखेरपर्यंत, ख्रिसमस्च्या सुमारास त्यांच्यापाशी जवळजवळ सातशे पौंडांपर्यंत रक्कम जमा होई - साठ सूचनांच्या माध्यमातून!

सूचना देण्यासाठी कर्मचाऱ्यांना कोठून प्रेरणा मिळते?

म्युनिक येथे असलेल्या इलेक्ट्रॉनिक्सच्या क्षेत्रातील सिमेन्स, या महाकाय कंपनीने, त्यांच्या कर्मचाऱ्यांना नवीन कल्पना द्यायची प्रेरणा कोठून मिळते याची पाहणी केली. तेव्हा त्यांना असे आढळून आले की:

- सुधारण्यासाठी किंवा एखादी गोष्ट कार्यान्वित करण्याची ही एक संधी आहे. (२९ टक्के)
- माझ्या नोकरीची सुरक्षितता टिकविण्यासाठी हे गरजेचे आहे. (२४ टक्के)
- बक्षीस मिळविण्यासाठी (१५ टक्के)
- कुणाचे तरी लक्ष माझ्या कल्पनांकडे वेधून घेण्यासाठी. (१३ टक्के)
- माझ्या पर्यवेक्षकाच्या संमतीशिवाय माझी कल्पना कार्यान्वित करण्यासाठी (९ टक्के)
- सर्वमान्यता मिळविण्यासाठी (४ टक्के)
- लॉटरी किंवा राफल्समध्ये भाग घेण्यासाठी व सांघिक सूचनांमध्ये अजून एखादे बक्षिस मिळविण्यासाठी (२ टक्के)
- माझ्या पर्यवेक्षकाने दिलेल्या प्रोत्साहनाला प्रतिसाद म्हणून. (१ टक्का)

लंडन इव्हिनिंग स्टँडर्ड च्या सौजन्याने, जस्ट द जॉब
कॉपीराइट फ्रान्सिस कूम्बस्

कल्पकतेच्या किंवा सृजनाच्या संदर्भात हातातून निसटून जाण्याजोगे किंवा रहस्यमय असे काहीच नाही आहे. त्या विषयी कोणीही लिहू किंवा बोलू शकतो. जो पाहू शकतो तो त्याविषयी कल्पनाही करू शकतो. आणि जो विचार करू शकतो त्याच्या मनात कल्पनाही येऊ शकतात.

स्टीफन बेकर

साहचर्य व एकत्रीकरण यांमधूनच कल्पनांचा जन्म होतो

आपल्याला सुचणाऱ्या बहुतेक कल्पना नवीन नसतात. इतर लोकांनी केलेले संशोधन,कल्पना व एखाद्या उत्पादनाचे विविध पैलू या साऱ्यांच्या साहचर्यातून कल्पनांचा जन्म होतो व आपण त्यांना काहीशा नवीन वाटणाऱ्या रूपामध्ये एकत्र करतो. अनेक वेळा ज्या वातावरणामध्ये आपण काम करीत असतो, ते स्थान हे सृजनात्मक, संशोधनात्मक व कल्पक अशा कल्पनांचे जणू उगमस्थानच असते, कारण प्रत्यक्ष जागेवर काम करणाऱ्या लोकांनाच नेमके ठाऊक असते की, अडचणींचे मूळ नेमके कोठे आहे.

- पोस्ट ऑफिसच्या काऊंटरवर काम करणाऱ्या, शर्ली लँगरीज नावाच्या एका कर्मचाऱ्याच्या लक्षात आले की, काऊंटरवरची रांग वाढत असते, कारण येणारे वाचायचा दृष्टीदोष असणारे पेन्शनर्स आपले चष्मे विसरून येतात. तिने यावर एक सोपा उपाय शोधून काढला. तिने त्या काऊंटर्सवर बहिर्गोल भिंगांची सोय केली. त्यामुळे अशा व्यक्तिंचे काम अतिशय सोपे झाले.
- मार्टिन चाईल्ड्स व स्टीव्ह मॅक्ब्राइड्स नावाच्या, रॉयल एअरफोर्सच्या दोन इलेक्ट्रिशिअन्सनी रॉयल एअरफोर्सच्या जवळजवळ पाच लक्ष पौंडांची वार्षिक बचत वेळेच्या रूपात केली. विमान देखभालीसाठी घेण्याअगोदर त्यातील पेट्रोल पूर्णपणे काढून टाकणे गरजेचे असे. ते करण्यासाठी त्यांनी विमानाच्या केबल्सच्या प्रचंड जंजाळातून केवळ एक वायर तात्पुरती काढून टाकली. त्यामुळे पेट्रोल भरतानाची क्रिया उलट होऊन ते पेट्रोल त्याच वेगाने बाहेर काढले जाऊ लागले. हे शक्य झाल्यामुळे, टोर्नडो फायटर्स मधील, पेट्रोल काढण्यासाठी कधीकाळी भलतीच वेळ खाणारी प्रक्रिया आता काही मिनिटांत होऊ लागली.
- फिलिप बार्नस्-वॉर्डन हा इसम मेट्रोपॉलिटन पोलीसमध्ये गणवेश विभागात साहाय्यक व्यवस्थापक होता. त्याने जुन्या गणवेशांना पुन्हा उपयोगात आणण्याच्या संदर्भात एक सूचना केली. ती सूचना मान्य झाली आणि

आता एक कंपनी ते काम करते. ते कपडे प्रगतिशील देशांमध्ये पाठविले जातात किंवा वाहन उद्योगामध्ये पॅडींग म्हणून वापरण्यात येतात. आता वार्षिक बारा हजार पौंडांच्या वाहतुकीच्या बचतीखेरीज, या खात्याला त्या जुन्या कपड्यांसाठी सदर कंपनीकडून एका टनामागे पासष्ट पौंड मिळतात. त्यातून वर्षाला साडेसहा हजार पौंड इतकी रक्कम जमा होते.

- समाज सुरक्षा विभागातील स्टीव्ह हॉबसन् नावाच्या एका अधिकाऱ्याने, ज्यांना काहीही शिकण्यासंदर्भात अडचणी येतात, अशा लोकांसाठी सुरक्षेच्या संदर्भात एक व्हिडीयो तयार करण्याची कल्पना सुचली. हा व्हिडीयो ऑस्ट्रेलिया, न्यूझिलंड व दक्षिण पॅसिफिक देशांमध्ये विक्रीसाठी उपलब्ध झाला आहे. स्टीव्ह म्हणतो: कल्पना सुचणे व ती प्रत्यक्षात येताना पाहणे, ही माझ्यासाठी शरीरातून वीज धावल्याप्रमाणे वाटणारी गोष्ट असते. 'जबरदस्त कल्पना' या नावाचा, शहरात विद्यार्थ्यांनी सुरक्षित कसे रहावे याचे मार्गदर्शन करणारा नवीन व्हिडीयो काढण्याची कल्पना त्याला सुचली. या व्हिडीयोमध्ये बेडरूमच्या दाराला लावलेली धोक्याची घंटा, ज्यात चोराने दरवाजा उघडताच ती वाजण्याची योजना असते, कशी वापरावी यासंबंधी मार्गदर्शन केलेले असते.

सुदैवाला कधीही कमी लेखू नका, मात्र त्याचबरोबर हे सुद्धा लक्षात ठेवा की, हे दैव त्यांनाच साथ देते, जे सतत कशाचा ना कशाचा शोध घेत असतात.

स्टॅनले मार्कस

काही तरी वेगळे करा

जर्गन वुल्फ - केस स्टडी

स्वत:च्या पटकथा लोकांनी स्वीकाराव्यात अशी पटकथाकार जर्गन वुल्फची मनापासूनची इच्छा होती. काम मिळविण्यासाठी जेव्हा इतर लेखक दुसऱ्या लेखकांना भेटत होते किंवा लेखकांच्या परिषदांना हजेरी लावीत होते तेव्हा वुल्फला, एकाच वंशातले पक्षी एकत्र राहतात, ही म्हण आठवली. त्याला ठाऊक होतं की, जर त्याच्या पटकथांचा स्वीकार व्हायला हवा असेल तर, दलाली मागणाऱ्या लेखकांच्या जथ्यापेक्षा त्याला निर्मात्यांच्या संपर्कात राहायला हवं, जे चांगल्या पटकथांच्या

शोधात आहेत.

त्यानुसार त्याने निर्मात्यांच्या संघटनेशी संबंध प्रस्थापित केले व त्यानंतर त्याने अमेरिकन सिट्-कॉमस् साठी अनेक पटकथा लिहिल्या व रिअल हॉवर्ड स्पिटझ् नावाच्या चित्रपटाची पटकथाही लिहिली. वुल्फने ब्रेनवेव्ह नावाचे एक मोफत इंटरनेट मासिक सुरू केले. त्याने व त्याच्यासारख्याच इतर अनेकांनी दिसायला साध्या मात्र परिणामकारक अशा सर्जनशील विचारांचा उपयोग करून त्यांना जे अपेक्षित होतं ते कोणत्या पद्धतीने मिळविलं, याच्या कथा या मासिकात दिल्या होत्या.

वुल्फ म्हणतो: सातत्य ठेवा व मिळणाऱ्या नकारांचा तुमच्यावर परिणाम होऊ देऊ नका. तुम्ही किती वेळा नाकारले जाता यापेक्षा तुम्ही किती वेळा स्वीकारले जाता हे जास्त महत्त्वाचे असते.

सतत भोवताली असणाऱ्या तज्ज्ञांचा सल्ला घ्या

हुषार माणसे कोणत्या पद्धतीने विचार करतात त्याची नोंद घेत चला. एखादी विवक्षित परिस्थिती हाताळण्याची जर्गन वुल्फची पद्धत किंवा इतर कुणीतरी शोधून काढलेली पद्धत यातून एक गोष्ट जाणून घ्यायची असते की, त्या माणसासाठी नेमके काय लागू पडले. त्यानंतर त्याची फोड खालीलप्रमाणे करा:

- समस्या
- त्यावरचे उत्तर शोधून काढण्यासाठी अमलात आणलेली पद्धत
- ती पद्धत उपयोगात आणल्यावर मिळालेले निष्कर्ष
- या दरम्यान शिकलेले धडे
- उत्तरांच्या शोधात असताना स्वत:ला विचारायचे प्रश्न
- अडथळ्यांमधून पार होण्यासाठी योजलेल्या युक्त्या

जे तुम्हाला हवे आहे ते मिळविण्याची सर्वांत दुर्लक्षित पद्धत म्हणजे ती गोष्ट मागणे, यावर वुल्फचा विश्वास आहे. तो म्हणतो: जास्तीतजास्त वाईट काय होईल, तर लोक फारतर नाही म्हणतील.

प्रश्न सोडविण्यासाठी कल्पना निर्माण करणे

नवीन कल्पना व सर्जनशील विचार कल्पनेत पडताळून पाहा:

- लोकांशी बोलून त्यांची मते जाणून घ्या. कदाचित हा प्रश्न पडलेले तुम्ही एकटेच नसाल.

- ▶ वेगळ्या शब्दांमध्ये समस्या मांडा
- ▶ अतिशय महत्त्वाचा व कळीचा मुद्दा काय आहे ते ठरवा आणि स्वत:ला सतत विचारीत राहा की, 'हे असे का आहे?'
- ▶ तज्ज्ञांचे सांगणे ऐका: अशा वेळी ते काय करतील?

विचारांना चालना देणारे

कल्पना करा की, तुमच्याकडे कमीतकमी चार तज्ज्ञांची एक टीम आहे. त्यांपैकी प्रत्येकासमोर तुमचा प्रश्न उपस्थित करा व ते काय म्हणतात ते पाहा. तुमचे चार तज्ज्ञ कदाचित असे असतील:

- ▶ स्टार शिप एंटरप्राईजवरील श्री. स्पॉक, जे दुसऱ्या ग्रहावरून आले आहेत
- ▶ लेफ्टनंट कोलंबो, पोलीस गुप्तहेर
- ▶ शेरलॉक होम्स, एका वेगळ्याच युगातला गुप्तहेर
- ▶ ऑप्रा विनफ्रे, टी.व्ही.वरील एक लोकप्रिय मुलाखतकार

तुमची समस्या विस्ताराने सांगून या प्रत्येकाला त्याचे मत विचारा. पेन, पेपर हाताशी असूद्या व ही प्रत्येक व्यक्ती तुम्हाला काय सांगते याची कल्पना करून ते लिहून घेत राहा. या समस्येवर प्रत्येकाचे मत भिन्न असेल व त्यातून एरवी तुम्ही कल्पनाही करू शकणार नाही अशा अनेक लहान लहान गोष्टी तुमच्या ध्यानी येतील.

इतरांच्या विचार करण्याच्या पद्धती आठवणीत ठेवणे व समस्यांवर उपाय शोधण्यासाठी त्यांपैकी अनेकांचा वापर करणे आणि त्यातली कोणती उत्तम प्रकारे उपयोगास येते हे पाहणे ही एक चांगली व सृजनशील कल्पना आहे. हे करण्यासाठी खाली दिलेली कोळ्याची आकृती तुम्हाला चांगलीच उपयोगी पडू शकेल. यामुळे अनेक कल्पना एकत्र करणे व त्यातून एखाद्या मुद्द्याशी संबंधित विचारप्रवाह निर्माण करणे शक्य होते.

कोळ्याची आकृती

निरनिराळ्या कल्पना जोडून व त्यांच्या सहयोगाने व सोप्या वापरासाठी त्या एकत्र करून आपला मेंदू कोणत्या पद्धतीने काम करतो त्याचा जणू आरसा म्हणजेच कोळ्याची आकृती. कल्पना आठविणे सोपे असते, कारण त्या दृष्य माध्यमाद्वारा

आकृती क्र. ५.१: कोळी आकृती

कागदावर आरेखित करता येतात. मुख्य विषयाचे निरनिराळे पैलू संदर्भासाठी निरनिराळ्या रंगांनी रंगविता येतात.

कल्पना एकाखालोखाल एक लिहून काढण्याची जी पद्धत आहे, त्यापेक्षा या पद्धतीचा एक फायदा आहे की, या आकृतीचा प्रत्येक पाय नवनवीन कल्पना सामावून घेण्यासाठी कितीही वाढविता येतो. त्यामुळे सारख्या कल्पना सहजपणे नजरेस पडतात. एका पानाच्या कोळ्याच्या आकृतीच्या माध्यमातून तुम्हाला मोठे चित्र पाहता येते व एकंदरीत परिस्थितीचा मागोवा घेता येतो. या प्रकारची सोय कल्पना लिहून काढण्याच्या पद्धतीत अनुभवता येत नाही.

कोळ्याच्या आकृतीचा उपयोग खालील गोष्टींसाठी करता येतो:

- एखादी अवघड परिस्थिती किंवा समस्येच्या आत शिरून अनुमान करता येते.
- नवीन कल्पना सुचू शकतात.
- पुस्तके, निबंध वा अहवाल तयार करण्यासाठी
- अभ्यासक्रम, संवाद व सादरीकरण तयार करण्यासाठी
- सभेच्या वेळेस टिपणे काढण्यासाठी

तुमच्या कल्पनांना एक चौकट द्या

चांगल्या कल्पना निसटून जाऊ नयेत यासाठी त्यांना एखादी चौकट आवश्यक असते. ज्यामुळे ज्यांना अशा कल्पनांची आवश्यकता आहे त्यांच्यासाठी त्यांचे सादरीकरण सुलभ जाते. त्यासाठी विचारांची घुसळण निर्माण करून व स्वत:ला

खालील प्रश्न विचारून सुरुवात करा:

समस्यांवर उत्तरे शोधून काढण्याचे तंत्र

तपशील देणारी तीन वाक्ये लिहा:

१. समस्या काय आहे?

२. ती समस्या कशामुळे निर्माण झाली?

३. तुम्हाला अपेक्षित असलेली निष्पत्ती काय आहे?

या प्रश्नांचा शीर्षके म्हणून वापर करा व त्याखाली त्याविषयी विस्ताराने लिहा. त्यानंतर स्वत:ला पुढील प्रकारचे प्रश्न विचारा:

- ▶ काय या समस्येवर तोडग्याची गरज आहे?
- ▶ जर परिस्थिती अशीच राहिली तर काय फरक पडणार आहे?
- ▶ काय झाले तर माझ्यासाठी हा प्रश्न सुटेल?
- ▶ हा प्रश्न सुटण्यात माझ्या सूचनेचा कोणत्या प्रकारे उपयोग होईल?

तुमच्या कल्पना इतरांना स्पष्टपणे कळाव्यात म्हणून त्यासंबंधी आकृत्या काढा किंवा ती समस्या चित्रांद्वारे दाखवा.
तुमची कल्पना जर प्रत्यक्षात आली तर वेळ व पैसा या दृष्टीने केवढी बचत होईल याचा अंदाज लावा.

चांगल्या कल्पनांची निर्मिती - एक सृजनशील प्रक्रिया

कल्पनाशक्तीचे महत्त्व इतिहासातील साऱ्याच महान बुद्धिमंतांनी ओळखले आहे. आईन्स्टाईन म्हणाले होते: ज्ञानापेक्षा कल्पनाशक्ति नेहमीच श्रेष्ठ असते. शेक्सपिअर म्हणतो: कल्पनाशक्तिमुळे माणूस जनावरांमधला एक उत्कृष्ट नमुना म्हणून ओळखला जातो, तर डिस्राएली म्हणतो: कल्पनाशक्ति जगावर राज्य करते.

कल्पनांच्या माध्यमातून कल्पक होण्याच्या दृष्टीने कमीतकमी पाच पायऱ्या ओलांडून जावे लागते, मात्र काहींसाठी त्या जास्त असण्याचाही संभव आहे.

१. तुम्हाला समस्या, गरज, तुमचं लक्ष्य हे सारेच दिसते - तुम्हाला काहीतरी मिळवायचे असते व त्यासाठी तुम्ही काय करायला हवे याचा विचार करता.

२. ती कल्पना फुलविण्यासाठी तुम्ही साऱ्या शक्यता तपासून पाहता. अगोदर काय झाले त्याची दखल घेता. काय करायला हवे त्याचा विचार करता.

निरनिराळ्या कल्पनांची जुळवाजुळवी करून काय साधता येईल ते पाहता.

३. या वेळी तुम्ही तुमच्या अंतर्मनाला कामाला लावता. या काळात जणू कल्पनांची उबवणी सुरू असते. तुम्ही कदाचित ज्याचा या साऱ्याशी काहीच संबंध नाही असे काहीतरी करीत असता. वेळ घालविण्यासाठी साबणाच्या फेसाशी खेळावे तसे काहीतरी. अन् याचवेळी चौथी पायरी - युरेका क्षण - सामोरा उभा ठाकतो व रबरी हातमोजे घातलेले तुम्ही रस्त्यातून धावू लागता.

४. ज्या क्षणी हे उत्तर तुम्हास सापडते त्या क्षणी तुमच्यासाठी जणू उजाडतेच. कधी कधी ते उत्तर उतके सोपे असते की, तुम्हालाच आश्चर्य वाटते की, हे अगोदर कसे नाही सुचले?

५. मग तर्कशुद्ध विचार करणारी तुमची बुद्धि तुम्ही पुन्हा एकदा पुढे दामटता. स्वत:च्या कमकुवतपणाचे वा मनीच्या प्रमेयांचे एकदा पुनर्मूल्यांकन करता. या अगोदर दाखविलेल्या, कार्यक्षेत्राच्या संदर्भातील, विचारांच्या घुसळणीचे तत्त्व वापरले तर आपल्याला बरीच मदत होऊ शकते.

विचार करायच्या पद्धतीमधील लवचिकता

ज्या कल्पना कार्यवाहीत आणता येतील असे तुम्हास वाटते, त्या कल्पनेच्या निर्मितीमध्ये तीन प्रमुख प्रकारच्या विचारधारा कार्यरत असतात. त्या खालीलप्रमाणे:

१. **कल्पनांच्या निर्मितीसाठी विचारांची अनिर्बंध घुसळण** या पायरीवर तुम्ही स्वत:ला जगातील सर्वांत ज्ञानी व्यक्ति समजायचे असते आणि त्यानंतर नित्यनूतन कल्पनांसाठी विचारांना घुसळत राहायचे असते.

२. **कसे व काय होईल या संबंधात तर्कशुद्ध विचार** या पायरीवर तुम्हाला सुचलेल्या व तुम्ही कार्यवाहीत आणलेल्या कल्पनांची चाचणी घेतली जाते व मार्गात येणाऱ्या अडचणी वा दुर्लक्ष यांचा मागोवा घेतला जातो.

३. **या साऱ्याच गोष्टींचे संपूर्ण अवलोकन करता यावे यासाठी टीकाकाराच्या दृष्टिकोनातून विचार करणे** तुमची कल्पना यशस्वी न होण्यासाठी कोणत्या गोष्टी कारणीभूत ठरू शकतात याविषयी तुम्हाला या पायरीवर विचार करायचा असतो.

कल्पनांच्या शोधात असताना विचारांची होणारी घुसळण हा प्रकार सर्वांत मनोरंजक असतो. या प्रक्रियेमध्ये तुम्ही स्वत:ला कोणत्याही प्रकारे आवरायचे नसते. तुम्हाला

टीकाकार व्हायचे नसते, किंवा सुचलेल्या कल्पनांविषयी नकारात्मक विचार करायचा नसतो.

जर तुम्हाला असे वाटत असेल की, थोड्याशा व्यायामानंतर तुमचा मेंदू कल्पनाविश्वात भराऱ्या घेऊ लागतो, तर पुढे दिलेला व्यायामप्रकार करून पाहा. महिनाभर रोज सकाळी कोणताही संबंध नसलेल्या गोष्टींमध्ये संबंध जोडायचा प्रयत्न करा आणि मी तुम्हाला खात्री देतो की, नवनवीन कल्पना सुचण्याच्या बाबतीत तुम्ही अजूनच पारंगत व्हाल.

तुमच्या कल्पकतेला बहर येऊद्या

यासोबत कल्पकतेला जोर देणारा एक स्वाध्याय दिला आहे. एकाच गोष्टीच्या संबंधांच्या उपयोगाने तुम्ही जास्तीत जास्त गुण मिळविलेत की एकमेकांशी संबंध नसलेल्या दोन व नंतर तीन गोष्टींचा उपयोग करून त्यांचे निरनिराळे उपयोग शोधून काढा. त्यानंतर एकदा का तुमचा मेंदू भिरभिरू लागला की, तुमच्या समोर असलेल्या आव्हानाचे उत्तर शोधून काढायच्या प्रयत्नाला लागा.

मुख्य प्रश्नांवर काम करणाऱ्या सर्वसाधारण माणसांना या प्रकारच्या एकत्रीकरणाच्या क्रियेतून कोणती उत्तरे सुचतील याविषयीची एकदोन सोपी मात्र उत्तम उदाहरणे या स्वाध्यायानंतर दिलेली तुम्हाला आढळतील.

तुमच्या कल्पकतेला जोम देणारा स्वाध्याय

तुमच्या रोजच्या वापरात असलेल्या वस्तूंचा उपयोग तुम्हाला वेगळ्या प्रकारे कसा करता येईल याविषयी रोज दहा मिनिटे विचार करा व तुमची ती क्षमता रोज वाढवीत न्या. प्रत्येक वस्तूचे कमीतकमी तीस उपयोग शोधून काढायचे ध्येय ठरवून ठेवा. उदाहरणेच द्यायची झाली तर, वीट, डब्याचे झाकण, चाक, पेपर बॅग, जेवणाचे ताट इत्यादिंची देता येतील. घड्याळ व मन लावून हे काम करा. त्यात तुमचे प्रयत्न असूद्या. रोज वेगवेगळी वस्तू घ्या व तीस गुण कमवायचे लक्ष्य ठेवा. स्पष्टीकरणासाठी पुढील उदाहरण पाहा:

पहिला दिवस - स्त्रियांच्या पायमोज्यांचे ३० उपयोग

स्त्रियांचे पायमोजे पुढील वापरांसाठी उपयोगात येतील: १. परिधान

करण्यासाठी; २. शेंगा बांधण्यासाठी; ३. कुशन्स कोंबण्यासाठी; ४ स्प्लिंटच्या आधारासाठी; ५. पाणी गाळण्यासाठी; ६. बेडूकमासे पकडण्यासाठी; ७. गोट्या गोळा करून साठविण्यासाठी; ८. सोटा म्हणून; ९. बँकेत दरोडा घालताना मुखवटा म्हणून; १०. डोक्यावरले केस वाऱ्याने उडू नयेत म्हणून.

आली तुम्हाला कल्पना? - आता तुमची पाळी. एखादी वस्तू घ्या व तिचे जास्तीतजास्त उपयोग शोधून काढा.

गुणांकन दहा पेक्षा कमी: कल्पकता नसलेला, दहा ते पंधरा: सुधारणा आहे, पंधरा ते एकोणीस: चांगले, वीस ते चोवीस: अभिनंदन! तुमची गाडी जोरात सुटलीय, पंचवीसाहून अधिक: तुम्ही अफलातून आहात.

तुमच्या कल्पकतेला जोम देणारे उदाहरण - १

ब्रिटिश टेलिकॉमच्या हिअरफोर्ड कम्युनिकेशन सेंटरला एका विचित्र समस्येने सतावून सोडले होते. भोवतालच्या परिसरातून आलेले ससे त्यांच्या आवाराच्या कुंपणाखालून बिळे करीत व त्यामुळे सिक्युरिटी अलार्म चुकीच्या वेळी वाजला जाई.

यातील घटक

१. आवाराचे कुंपण

२. ससे

३. उपाय?

थांबा. यावरच्या उपायांकडे वळण्यापूर्वी, ही समस्या दूर करण्यासाठी तुम्ही काय केले असते यावर विचार करा.

उपाय

ब्रिटिश टेलिकॉमचा एक कर्मचारी, इयान कॉलिन्सने हा प्रश्न एका अतिशय सोप्या पद्धतीने परंतु कल्पकतेने सोडविला. त्याने सशांच्या जाण्यायेण्यासाठी जमिनीखालून सिरॅमिक पाईप्स टाकण्याची योजना मांडली, ज्यामुळे सिक्युरिटी अलार्म उगाचच वाजणार नाहीत. ही योजना अतिशय यशस्वी ठरली.

तुमच्या कल्पकतेला जोम देणारे उदाहरण - २

एका तुरुंगाच्या सिक्युरिटी कॅमेराज्ना कीटक व कोळी यांच्यामुळे अडथळा पोहोचत होता. त्यांच्यासाठी ती प्रजननासाठी वा जाळी विणण्यासाठी उपलब्ध असलेली उत्तम जागा होती. हे सारे कॅमेराज् अतिशय उंचावर लावलेले होते त्यामुळे तेवढ्या उंचीच्या शिड्या पैदा करणे व ती जळमटे नेहमी साफ करणे हे काम तेथल्या कर्मचाऱ्यांसाठी अतिशय जिकिरीचे होऊन बसले होते.

यातील घटक

१. कॅमेराची यंत्रसामुग्री

२. किडेकीटक व कोळी

३. उपाय?

थांबा. यावरच्या उपायांकडे वळण्यापूर्वी, ही समस्या दूर करण्यासाठी तुम्ही काय केले असते यावर विचार करा.

उपाय

लेस केंडाल नावाच्या एका तुरुंगाधिकाऱ्याने त्या कॅमेऱ्याच्या बाह्य आवरणाला गुळगुळीत वंगणासारखा लेप देण्याची शक्कल सुचविली. त्यामुळे कोळ्यांना त्यावर आपले पाय रोवून राहणे केवळ अशक्य झाले व तुरुंगाच्या कर्मचाऱ्यांनी सुटकेचा निःश्वास सोडला. कोळीही त्यानंतर त्या वाटेला केंव्हाच गेले नाहीत.

तुमच्या स्वतःच्या उपायांची कल्पना करायला सुरुवात करा

ज्या समस्येवर तुम्हाला उपाय हवा आहे, ती समस्या सुटलेली आहे अशी कल्पना करा. मग उत्तर काय असेल? स्वतःलाच विचारा की, हे साध्य करण्यासाठी मला काय काय करायची गरज होती? मला कोणत्या प्रकारची हत्यारे, कौशल्ये किंवा मनुष्यबळ यांची गरज भासली असती? तुमचा उपाय कसा होता असेल याचे एक सर्वसाधारण चित्र रेखाटा, कारण यामुळे तुमच्या कल्पनाशक्तीला अधिक चालना मिळू शकेल.

कृति जर होऊ शकली नाही तर, कल्पना अंधूकच राहते.

ज्याक्षणी तुम्ही तुमच्या मेंदूची क्षमता ताणायला सुरुवात करून निरनिराळ्या कल्पनांचा विचार करू लागता, तत्क्षणी तुमच्याकडून कृति होऊद्या, कारण त्यामुळे तुम्हाला नियमतपणे यशाची सवय होऊ लागेल. छोट्या छोट्या गोष्टींपासून सुरुवात करा व मगच मोठ्यांकडे वळा. प्रत्येक लहानसे यश तुमच्या विजीगिषु मनोवृत्तीत भरच घालेल.

जर तुमच्याकडे, तुमच्या कामाच्या ठिकाणी असलेल्या एखाद्या समस्येवर किंवा अडचणीवर मात करण्यासाठी एखादी अफलातून कल्पना असेल, तर ती प्रत्यक्षात आणण्यासाठी वा पकडण्यासाठी तुम्ही काय कराल? अँड्र्यू वुड म्हणतो: उत्तम कल्पना जाळ्यातून निसटून जाऊ नयेत म्हणून तुमच्याकडे त्या कल्पनांना एक विशिष्ट आकार देणारी विचारांची चौकट हवी, ज्यामुळे ते जाणून घेण्यास उत्सुक माणसांना तुम्ही ती सादर करू शकाल. पुढील भागात दिलेले प्रश्न स्वत:ला विचारून व त्याद्वारे विचारांची घुसळण सुरू होऊद्या.

चांगल्या कल्पनांची पकड - त्यासाठीची योजना

तीन वाक्ये लिहा.

१. समस्या विस्तृतपणे लिहून काढा.

२. ती कशामुळे उत्पन्न झाली.

३. तुम्हाला त्यातून काय अपेक्षित आहे?

जास्तीतजास्त तपशील मिळविण्यासाठी, या वाक्यांचा शीर्षके म्हणून उपयोग करा. त्यानंतर तुम्हाला खालील पद्धतीचे प्रश्न विचारा. उदा:

- या समस्येवर उपायांची गरज आहे का?
- परिस्थिती जर अशीच राहिली तर काय होईल?
- कोणत्या उपायांमुळे माझ्यासाठी या समस्येचे निराकरण होईल?
- माझ्या सूचनांमुळे ही समस्या कशी दूर होईल?

इतरांना नीट समजण्यासाठी यांची मानचित्रे व आकृत्या काढा. तुमची सूचना विचारात घेतल्यास त्यातून वेळ किंवा पैसा यांच्या रूपात किती बचत होईल याचा अंदाज तयार करा.

वॉल्ट डिस्नेने नवनिर्मितीसाठी उपयोगात आणलेली योजना

ज्याच्या ॲनिमेशनपटांनी लहान मुलांच्या अनेक पिढ्यांना निखळ आनंद दिला, तो वॉल्ट डिस्ने नवनिर्माणाच्या वेळेला स्वत:ला स्वप्नाळू, वास्तववादी व टीकाकार अशा तीन वेगवेगळ्या भूमिका बहाल करायचा. स्वप्नाळू भूमिका बजावताना तो कोणतीही आडकाठी न ठेवता निरनिराळ्या कल्पनांनी विचारांना पिंजून काढायचा. मग तो वास्तववादी भूमिकेत शिरायचा - जी अधिक व्यावहारिक असायची. त्या भूमिकेत असताना तो त्यासाठी आराखडा तयार करायचा व कृती कोणत्या पद्धतीने करायला हवी याची संपूर्ण रचना तपशिलासह तयार करायचा. त्यानंतर तो टीकाकार व्हायचा व त्याने योजिलेल्या कामांमधले दोष व अनियमितता तपासून पाहायचा.

तुम्हीसुद्धा वॉल्ट डिस्नेची पद्धत वापरू शकता:

- निर्मिती करण्यासाठी एकटे काम करताना किंवा संघाचा एक भाग असताना
- जेव्हा तुमच्याकडे कल्पना असते व ती सत्यात उतरवण्याच्या वेळेस स्वप्न व वास्तवतेत संघर्ष उभा राहतो.
- जेव्हा तुमच्याकडल्या अनेक कल्पना तुम्हाला वास्तवात कशा असतील हे जाणून घ्यायचे असेल

विचारांना चालना देणारे

हे कधीच काम करणार नाही, असे जर तुम्ही किंवा तुमच्या टीममधील कुणी म्हटले, तर ते टीकाकाराच्या भूमिकेत आहेत हे ध्यानी असूद्या. अगोदर म्हटल्याप्रमाणे तुमची कल्पना तुम्ही टाकून देण्याअगोदर वरील तीनही भूमिकांमधून तपासून पाहणे हे अतिशय महत्त्वाचे आहे.

जर तुम्ही एखाद्या संघाचा घटक असाल तर तुमच्या सहकाऱ्यांना तुम्ही या तीन भूमिका निभावायला सांगून त्यांची मते आजमावू शकता. स्वप्नाळूंना कल्पनांच्या शक्यतांबद्दल बोलायला सांगा. त्या कल्पना सत्यात आणण्यासाठी काय काय करावे लागेल हे वास्तववाद्यांना विचारा. त्यानंतर टीकाकाराला त्या कल्पनेची शक्तीस्थळे व कच्चे दुवे यांचे मूल्यमापन करायला सांगा.

वास्तववादी

काहीसे अशा प्रकारचे प्रश्न विचारा:

- ही कल्पना प्रत्यक्षात येण्यासाठी नेमके काय घडावे लागेल?
- काय हा एकच मार्ग उपलब्ध आहे?
- काय हा मार्ग सर्वोत्तम मानला जाऊ शकतो?
- मला हेच अपेक्षित आहे काय?
- इतर कोणत्याही पर्यायांपेक्षा या विवक्षित कल्पनेबरोबर जाण्यामध्ये माझ्यासाठी काय महत्त्वाचे आहे?
- या कल्पनेच्या माध्यमातून मला असे काय मिळणार आहे, जे इतर कल्पनांमुळे मिळणार नाही?

टीकाकार

काहीसे अशा प्रकारचे प्रश्न विचारून तुमच्या कल्पनेची चाचणी घ्या:

- **येथे कोणती गृहीतके मांडलेली आहेत?** *तुम्ही काही गृहीत धरलेले आहे का वा काही विसरला आहात का? तुम्ही एखादाच प्रसंग सर्वसामान्य अभ्यासासाठी घेऊन निष्कर्षाप्रत आला आहात का?*
- **माझ्या गृहीतकाच्या पुष्टीकरणासाठी माझ्याकडे कोणते पुरावे आहेत?** *तुम्ही वस्तुस्थिती अभ्यासताहात की मतमतांतरे? जर तुमचे उत्तर मते असे असेल तर, ती विश्वासार्ह आहेत का? जर ती वस्तुस्थिती असेल तर, ती नेहमीच वास्तववादी असते का? अजून इतर काही स्पष्टीकरणे तुमच्यापाशी आहेत का? हे जर खरे असेल तर मग यापुढे काय?*
- **माझ्या कल्पनेसाठी मी एखाद्या चांगल्या मानचित्राचा विचार करू शकतो का?** *तुमची कल्पना, तुमच्या परिचयाच्या इतर कशाशी जुळते का? तसे उदाहरण तुम्ही देऊ शकता का?*
- **या कल्पनेवर कार्यवाही केल्यानंतर मी कोणते मत देऊ शकेन वा निष्कर्ष काढू शकेन?** काय तुमचे निष्कर्ष योग्य आहेत?
- **या कल्पनेच्या विशेषता कोणत्या?** *या संदर्भातले मुख्य मुद्दे व नवीन मुद्दे लिहून काढा. यातील कोणते मुद्दे लक्षात ठेवण्याजोगे आहेत व कोणते मुद्दे केवळ असावेत म्हणून आहेत?*

कल्पना निर्माण करा अन् त्या प्रत्यक्षात आणा

निर्मितिक्षम विचारांसाठी व त्यावरल्या कार्यवाहीसाठी तुम्हाला विचारांसाठी वेळेची गरज आहे. तुमच्या कल्पनांची एक यादी तयार करा, त्यासाठी बराच वेळ द्या व त्यांवर लक्ष केंद्रित करा.

जे तुम्हाला मिळवायचे आहे त्यासंबंधात काहीशी त्वरा करा. काही लोक कल्पनानिर्मितीसाठीच प्रचंड कालापव्यय करतात. त्यांना कल्पना करण्यासाठी एक महिना द्या, ते पूर्ण एक महिना वापरतात. त्यांना एक दिवस द्या ते एक दिवसात अंडे घालतात. स्वत:ला थोडे घाण्याला जुंपा, निर्णय घेण्यासाठी थोडा आव्हानात्मक वेळ द्या व त्या वेळापत्रकाशी प्रामाणिक राहा.

तुमचे चैतन्य पिळून घेणारी कामे करण्यापेक्षा ज्यामुळे तुमचा उत्साह वाढेल अशीच कामे घ्या. नवनवीन कल्पना सुचण्यासाठी उत्साहाचा अतिशय उपयोग होतो. तुम्ही उत्तेजित असाल तर तुम्ही नेमक्या कल्पना करू शकता, आडाखे बांधू शकता व तुमच्या कल्पना जलदपणे प्रत्यक्षात आणू शकता. त्यामुळे ध्यानी असू दे की, ही ऊर्जा तुमच्यापाशी भरपूर प्रमाणात असेल. ज्यामध्ये काहीच गम्य नाही, अशा कंटाळवाण्या गोष्टी केल्यावर यश कोठून सामोरे येणार?

स्वत:ला थोडीशी प्रेरणा द्या

विचारांना चालना देणारे

स्वत:ला थोडा धक्का द्या. नवीन कल्पनांच्या निर्मितीसाठी ही अत्यावश्यक गोष्ट आहे. त्यातून तुम्हाला काय मिळणार आहे -पैसा, समाजात स्थान, नवीन व चांगली कारकीर्द? नवीन कल्पनांच्या निर्मितीमुळे वा तसे प्रयत्न केल्यामुळे तुम्हाला होणारे फायदे लिहून ठेवा. अशा काही स्वाध्यायांचा वापर करा की, ज्यांच्यामुळे एक मोठे चित्र तुमच्यासमोर उभे राहील, व यशामुळे मिळणाऱ्या पारितोषिकांची विस्तृत श्रेणी तुमच्यासामोरी उभी ठाकेल.

◆

लक्षात ठेवण्याजोगे

- तुमचे कर्मचारी ज्यामुळे उत्तमोत्तम कल्पना देऊ शकतील अशा प्रेरकांची नोंद ठेवा.
- तुमच्या स्वत:च्या अथवा इतरांच्या नवनवीन कल्पना काढून घेण्यासाठी छोट्यामोठ्या बक्षिसांचा उपयोग करायला मागेपुढे पाहू नका.
- तुमच्या मदतीला सदैव तयार असणाऱ्या तज्ज्ञांची मदत घ्या.
- नवीन कल्पनांच्या निर्मितीसाठी, तीन दृष्टिकोनांच्या उपयोगाची वॉल्ट डिस्नेची पद्धत वापरा.
- चांगल्या कल्पना पकडण्यासाठी, त्यांची बांधणी करण्यासाठी व त्या पेश करण्यासाठी आराखड्याचा उपयोग करा.
- नवीन कल्पना पुढे आणण्यासाठी प्रेरणा म्हणून बक्षिसांचा वापर करा.

६

तुमच्या आयुष्याची इतिकर्तव्यता शोधून काढा

या प्रकरणात तुम्ही खालील गोष्टी शिकाल:

- *तुमचे जीवन कशामुळे अधिक अर्थपूर्ण होईल ते ओळखा.*
- *तुमच्या अंतरीच्या आवडीची कास धरल्याने ती कोणत्या तऱ्हेने तुम्हाला तुमच्या उद्दिष्टापर्यंत घेऊन जाते*
- *तुम्ही कोणता फरक करू शकता*
- *तुमच्या समजुती व तुमची मूल्ये ही तुमच्या ध्येयाच्या मार्गाने जाण्यासाठी त्यांची योग्य ती सांगड कशी घालावी*

जर तुम्ही जीवनात कोणतेही उद्दिष्ट मिळाल्याशिवाय मरण पावलात, तर केवळ कचरा म्हणूनच तुम्ही या जगाचा निरोप घ्याल.

मार्सिलिओ फिनिनो, पंधराव्या शतकातील इटालिअन तत्त्वज्ञ

तुमचं जीवन अधिक अर्थपूर्ण कशामुळे होईल?

यातील अंतरग

हे पुस्तक वाचताना, एखाद्या क्षणी तुम्ही असेही ठरवाल की, तुमचा जन्म कोणत्या तरी एका कोपऱ्यात राहण्यासाठी वा नुसताच श्वासोच्छ्वास घेण्यापुरता झालेला नाही. तुम्ही या जगात येण्यामागे काहीतरी कारण आहे, योजना करण्यासाठी, कृती करण्यासाठी व जो काहीतरी घडवून दाखवू शकतो असा कुणीतरी होण्यासाठी आहे.

अशी काही माणसे ज्यांच्याकडे सर्वसाधारण क्षमता असते, मात्र ती माणसे जीवनात देदीप्यमान यशाला गवसणी घालतात. परंतु ज्यांच्याकडे असाधारण क्षमता असते त्या व्यक्तींनी फारसे काही मिळविलेले दिसत नाही. हे असे का होते? जगण्याचे

कारण कळणे - हे बहुधा याचे उत्तर आहे. या कारणाची जर तुम्ही मनापासून काळजी करीत असाल, त्यावर तुमची श्रद्धा असेल व त्यासाठी तुमच्या अंतरातील दिवा रात्रंदिवस जळत असेल तर मग तुमचे सगळे विचार, तुमची कृती, तुम्ही मिळविलेले यश व तुमची ध्येये यांचा प्रवाह एकत्र होऊन तुमच्या स्वप्नांच्या दिशेने प्रवास करेल.

ज्यांना स्वत:विषयी अभिमान वाटतो, अशांनाच बहुधा या कारणपरंपरेचे भान असते. तेच भान त्यांना त्यांच्या स्वत्वाशी व त्यांच्यासाठी जे महत्त्वाचे आहे त्याच्याशी संपर्क साधून देते. अशी माणसे स्वत:ला त्यांच्या श्रद्धा व त्यांचे चारित्र्य यांच्याशी थेट जोडतात व त्याद्वारे त्यांच्या आकांक्षांच्या पूर्तीच्या दिशेने स्वत:ला झोकून देतात.

तुम्हाला कशाची प्रचंड आवड आहे? तुमचे जीवन अधिक अर्थपूर्ण बनविण्यासाठी जे काही करता त्यात तुम्ही बदल करू शकता का? ज्यामुळे तुम्ही फरक पाडू शकाल अशा काही मार्गांचा तुम्ही विचार केला आहे का?

ज्याविषयी तुम्हाला प्रचंड आत्मीयता आहे व जे तुम्हाला कठीण काळातूनसुद्धा पार नेऊ शकेल असे एखादे कारण तयार करणे ही यश मिळविण्यासाठी मर्माची गोष्ट आहे. असे कारण गवसणे यासारखी दुसरी आनंदाची गोष्ट नाही. जेव्हा तुम्ही अर्थपूर्ण जगत असता व तुमच्या ध्येयाच्या दिशेने वाटचाल करीत असता त्यावेळी तुमच्या भावभावना एका वेगळ्याच स्तरावर पोहोचतात व तुमच्यातील चैतन्याची जाणीव तुम्हाला होते. ज्यांना स्वत:च्या आयुष्याचे ध्येय गवसले आहे अशी माणसे त्यांच्या पूर्वायुष्यातील यशाच्या ऊर्जेवर जगत असतात व त्यातून अधिक मोठी, अधिक धाडसी व अधिक प्रेरणा देणारी आव्हाने पेलण्याचा प्रयत्न करीत असतात. आत्मविश्वासाच्या जोरावर ती यशही मिळवितात. त्यांच्याकडून मिळणाऱ्या ऊर्जास्त्रोतांचा लाभ इतरांनाही मिळतो. ज्याप्रमाणे पतंग दिव्यावर झेपावतात, त्याचप्रमाणे इतर माणसे त्यांच्या बहुरंगी व्यक्तिमत्त्वावर लोभावून त्यांच्यापाशी आकर्षित होतात.

एखाद्या गोष्टीबद्दलची अपार आवड ही तुमच्या जीवनमूल्यांची निदर्शक असते; तिच्यामुळे तुम्ही ओढले जाता, तीच तुमचे लक्ष वेधून घेते, रात्र रात्र तुम्हाला विचार करायला लावते. जर तुमच्याकडे तुम्हाला आवश्यक असलेला पैसा अन् साधनसंपत्ती असती, तर तुम्ही तीच गोष्ट केली असती - तुम्ही कशाकडे आकर्षित झाला असता? कोणत्याही मोबदल्याशिवाय तुम्ही कोणते काम केले असते?

जे तुम्ही करता त्यासाठी अतिशय आवश्यक आहे, त्या गोष्टीची तुमची निवड, तीबद्दलची आवड अन् आत्मीयता.

नादिया बुलँगर

तुम्हाला कशाविषयी प्रचंड आत्मीयता वाटते?

तुमच्या जीवनात काही अर्थपूर्ण असे बदल करण्यापूर्वी तुमच्यासाठी महत्त्वाचे काय आहे हे तुम्ही ओळखायला हवे. त्यांचा तुमच्या जीवनमूल्यांशी काय संबंध आहे हे सुद्धा पडताळून पाहायला हवे. म्हणून स्वत:लाच विचारा:

- ▶ माझ्यासाठी जीवनात सर्वांत महत्त्वाचे काय आहे?
- ▶ माझ्यासाठी माझ्या कामाच्या ठिकाणी सर्वांत महत्त्वाचे काय आहे?
- ▶ नात्यांमध्ये माझ्यासाठी महत्त्वाची गोष्ट कोणती?
- ▶ मी कोणत्या गोष्टींसाठी झगडावे?
- ▶ बदल घडवून आणण्यासाठी मी कोठे सुरुवात करावी?

अर्थपूर्णपणे जगणारी माणसे

एक अभ्यास

जो कुणी पीट कोहनला भेटला आहे, त्याला पटकन त्याच्या अर्थपूर्णता पाहण्याच्या वृत्तीची जाणीव होते. गेल्या पंधरा वर्षांहून अधिक काळामध्ये, सर्वोत्तम खपाची पुस्तके लिहिणाऱ्या आणि *जीएमटीव्ही* व *धिस मॉर्निंग* चा निवासी लाईफ कोच असणाऱ्या या लेखकाने, हजारो लोकांना वजन कमी कसे करावे, तंदुरुस्त कसे राहावे व स्वत:विषयी उत्तम अनुभूती कशी घ्यावी यासंदर्भात मार्गदर्शन केलेले आहे.

तुम्हाला चॉकोलेटस् आवडतात? तो समोर असलेल्या प्रेक्षकसमूहाला विचारतो. मला चॉकोलेटस् अतिशय आवडतात.. तो आर्जवी स्वरात पुटपुटतो, किंबहुना ती मला इतकी आवडतात की, कधी कधी वाटून जाते की सारे शरीर चॉकोलेटने माखून घ्यावे. तुम्हाला अजून पाहायचीत? असे म्हणून तो त्याचे जॅकेट उघडून दाखवतो. साऱ्यांनाच दिसते की, त्या कोटाच्या आतल्या बाजूला अजून बरीचशी चॉकलेटस् चिकटवलेली आहेत. मला आवडणारी चॉकोलेटस् कुठे ठेवावीत याबद्दल मी विशेष काळजी घेतो. कदाचित ती मी माझ्या पोटाभोवती गुंडाळून ठेवेन किंवा माझ्या ढुंगणापाशी ठेवेन. हे ऐकून अवाक् झालेल्या समुदायाला उद्देशून तो त्याचे आवडते परिणामकारक वाक्य बोलतो: ही चॉकोलेटस् जेव्हा तुमच्या शरीराच्या आत असतात तेव्हा ती तुम्ही कुठे ठेवणार याविषयी

अर्थातच तुमच्याकडे इतर कोणताही पर्याय नसतो...

या अशा सुरुवातीनंतर तो कार्यक्रम सुरू होतो. आश्चर्य म्हणजे या कार्यक्रमामुळे जवळजवळ ६८ टक्के लोक आपले वजन नुसतेच कमी करीत नाहीत तर, वर्षभराहूनही जास्त काळ ते वजन ते जास्त होऊ देत नाहीत. ही टक्केवारी यासारख्या इतर कार्यक्रमांमध्ये केवळ ५ टक्केच आढळून येते.

पीटचे हे सादरीकरण पाहून तुमचा कदाचित असाही ग्रह होण्याचा संभव आहे की, या इसमाचे आयुष्य चांगलेच सुरळीत गेलेले असावे - मात्र हे पूर्णतया चुकीचे आहे. बालपणापासून 'हा मागे' राहणारा असाच शिक्का त्याच्यावर बसलेला आहे. 'हा काहीच बनू शकणार नाही' असे त्याच्या शिक्षकांचे त्याच्याविषयीचे प्रांजल मत. त्यामुळे कोणतीही शैक्षणिक अर्हता प्राप्त न करता त्याने वयाच्या १६व्या वर्षीच शाळेला रामराम ठोकला. आयुष्याच्या नंतरच्या काळात त्याला तीव्र डिसलेक्शिया असल्याचे निदान झाले.

पीटने मात्र शिक्षण अतिशय चांगल्या पद्धतीने पूर्ण केले व त्यानंतर खेळाच्या क्षेत्रातील मानसोपचारतज्ज्ञ म्हणून काम केले; तसेच इंग्लंडमधील उत्तमोत्तम अ‍ॅथलीटस्नासुद्धा त्याने प्रशिक्षित केले. आता तो प्रेरक म्हणून व्यावसायिक पद्धतीने काम करतो. त्याने स्वत:चा उद्योग सुरू केला, त्याचा तो क्रांतिकारक म्हणावा असा सडपातळ करण्याचा कार्यक्रम सुरू केला व आता तो लक्षावधी लोकांना टी.व्ही.च्या माध्यमातून इंच लॉस आयलंड नावाचा कार्यक्रम सादर करून वजन कमी करण्यासाठी, त्यांची आंतरिक भीती घालविण्यासाठी व त्यांचा आत्मविश्वास वाढविण्यासाठी त्यांना प्रेरणा देत असतो. तो म्हणतो: मी स्वत:ला जास्त गंभीरपणे घेत नाही. कुणीही मला सहजगत्या भेटू शकतो - याचा अर्थ असा की, मी लोकांमध्ये बदल घडवून आणायला मदत करतो. त्यांचे जगणे त्यांच्यासाठी सोपे व्हावे हीच यामागची खरी कळीची गोष्ट आहे.

शिक्षकांनी त्याच्याविषयी केलेल्या नकारात्मक अंदाजांचा उपयोग त्याने प्रेरणा देणारे हत्यार या अर्थाने केला व त्यातून त्याने आपले ध्येय साध्य केले. त्या हत्याराने त्याला त्याच्या स्वप्नांच्या दिशेने झेप घ्यायला प्रवृत्त केले. त्याने अफाट परिश्रम केले व आता त्याच्याकडे खेळ व शारीरिक तंदुरुस्तीच्या प्रशिक्षणाविषयी व उपचारपद्धतीविषयी लागणाऱ्या पदव्यांची भली मोठी यादी आहे.

स्वत:वर असणारा निरतिशय विश्वास ही त्याची दुसरी प्रेरणाशक्ती. तो

म्हणतो: मला ठाऊक होते की, मला नेमके काय हवे आहे, म्हणून मी माझ्या यशाच्या कल्पना करण्यामध्ये भरपूर वेळ घालवला. मला निश्चितपणे ठाऊक होते की, मी कोण होणार आणि माझ्या भावना कशा असणार. मला हे सुद्धा ठाऊक होते की, जरी मी कितीही वेळ घेतला तरी अंती मी सफल होणारच व त्यासाठी मी मला जे हवे होते त्यावरच पूर्णपणे लक्ष केंद्रित केले. जर तुम्ही तुमच्या ध्येयावरून नजर हटविलीत तर कठीण काळात तुमचे मानसिक खच्चीकरण होणे अगदीच सोपे असते.

विचार करायला लावणारे

हे सारे साध्य करण्यासाठी पीटला दहा वर्षांच्या अथक परिश्रमाला प्रचंड मनोनिग्रहाची जोड द्यावी लागली; त्यानंतरच त्याला तो आज उपभोगीत असलेले यश लाभले.

यावर त्याचा सल्ला?

स्वत:लाच प्रेरित करीत राहा - इतर कुणीही ते तुमच्यासाठी करू शकणार नाही

सदा न् कदा जगाच्या नावाने बोटे मोडत जगणारा, हे जग मला आनंदी करू शकत नाही असे म्हणत नेहमीच तक्रारीचा सूर लावणारा, त्रस्त अन् रोगांनी बरबटलेला एक गोळा असण्यापेक्षा निसर्गाच्या ऊर्जेचा एक स्त्रोत असणे, तुमच्या दृष्टीने अतिशय महत्त्वाच्या असणाऱ्या एखाद्या कार्यासाठी तुमचा उपयोग होणे यासारखे हे जीवनातील खरे सुख!

जॉर्ज बर्नार्ड शॉ

उद्देशानुरूप जगण्यामागील मर्माची गोष्ट

- *तुम्हाला काय करायचे आहे ते नेमके शोधून काढणे, हीच मर्माची गोष्ट आहे.*
- *तुम्हाला जे हवे ते मिळविताना इतरांनाही त्याचा फायदा कसा होईल त्याचाही विचार करणे.*
- *तुम्हाला जे करायला आवडते, ते करीत असतानाच त्यासोबत पैसा मिळवण्याचे मार्गही शोधून काढणे.*

उद्देशासोबत ऊर्जा येते. उद्देशासोबत स्थिरबुद्धि येते. उद्देशासोबत येतात नवीन विचार अन् भावना. उद्देशच घेऊन येतो जीवनातील तुमच्या साध्याचे नवनवीन मार्ग. स्वत:ला ओळखल्यामुळे उद्देश उमजून येतो. याच कारणासाठी तुमच्या कल्पनाशक्तीला बहर येईल अशा काही प्रश्नांची उत्तरे तुम्हाला द्यायची आहेत. तुमच्या लिखाणातून तुमची वैयक्तिक आवड अन् नैसर्गिक प्रवृत्ति काय दाखवेल यावर विचार करा.

तुमच्या वैयक्तिक आवडीनिवडी अन् निसर्गदत्त प्रवृत्तिंच्या व्याख्या करा

कृति

खाली दिलेला प्रश्न वाचल्यानंतर तुमच्या मनात ज्या काही कल्पना उठतील, त्यासाठी प्रत्येक प्रश्नाखाली अर्धे पान कोरे सोडा:

▸ **कोणती गोष्ट नैसर्गिकरित्या तुम्ही उत्तम पद्धतीने करू शकता? कोणती गोष्ट तुम्ही सहजगत्या करू शकता?**

काय तुम्ही उत्तम प्रकारे संवाद साधू शकता, काय तुम्ही नैसर्गिक खेळाडू आहात, काय लोक तुम्हाला विदूषक म्हणतात किंवा तुम्ही एखादी परिस्थिती चटदिशी अन् परिणामकारकरित्या हाताळू शकता? काय तुम्ही अंतर्ज्ञानी आहात की जन्मत:च कुशल संघटक, आणीबाणीच्या परिस्थितीत उपयुक्त ठरणारे, सहानुभूतीपूर्ण की पिच्छा पुरविणारे वक्ते? बहुतेक वेळा ज्या क्षमतांमध्ये किंवा उपजत कौशल्यांमध्ये तुम्ही विशेष गती दाखविता त्यातच तुमच्या जीवनाची उद्दिष्टे दडलेली असतात - विशेषत: जर त्या गोष्टी करण्यातून तुम्हाला आनंद मिळत असेल तर!

▸ **तुमच्यापाशी असलेल्या उपजत कौशल्यांच्या अनुरोधाने तुम्हाला कधी यश मिळाले आहे का?**

कोणत्या गोष्टींना तुम्ही तुमचे आजवरचे सर्वांत मोठे यश मानता? मग ते कुणा तरी संकटात सापडलेल्याचे बोलणे नीट आपुलकीने ऐकून घेण्यासारखे अतिशय साधे काहीतरी असो किंवा तुम्ही केलेल्या एखाद्या कृतिमुळे काही गोष्टी सोप्या झाल्या असे लोकांनी सांगितल्याचे असो. कदाचित तुमच्याकडे विचक्षण निर्णयक्षमता असेल किंवा कंपनीचा व्यापार वाढविल्यामुळे तुम्हाला भरपूर मान्यता मिळालेली असेल. ते सारे लिहून काढा:

१. इतरांना त्याचा कोणता फायदा झाला?

२. त्यामुळे तुम्हाला काय वाटले?

▶ **ज्याविषयी तुम्हाला अपार आवड आहे, असे एखादे कारण तुमच्यापाशी आहे का?**

तुमचे लक्ष वेधून घेणारी एखादी गोष्ट, ज्याविषयी तुम्हाला अतिशय आपुलकी आहे, असे काही आहे का? त्यावरच तुमच्या आयुष्याची इतिकर्तव्यता अवलंबून आहे का? या प्रश्नांची उत्तरे लिहून काढा, कारण त्यातच तुमच्या जीवनाचे ध्येय वा आयुष्याची दिशा तुम्हाला सापडणे शक्य आहे.

काही लोक कदाचित असेही म्हणतील की, प्रचंड पैसा कमावणे हेच त्यांच्या आयुष्याचे कारण आहे, मात्र लक्षात घ्यायला हवे की, पैसा हे केवळ विनिमयाचे साधन आहे, केवळ कागदाचा निष्प्राण, निष्क्रिय ढिगारा ज्याचा उपयोग केवळ तुम्हाला हव्या असलेल्या वस्तू विकत घेऊन त्यामुळे अनुभवता येणाऱ्या भावनांसाठीच होऊ शकतो.

या विषयात तुम्ही जर जास्त खोलात गेलात तर तुम्हाला असे आढळून येईल की, त्यांना भासणारे बदल व ते प्रत्यक्षात आणणे याचीच बहुतेक लोकांना त्यांच्या संपत्तीकडून अपेक्षा असते. ॲरिस्टॉटल ओनॅसिस, ग्रीक जहाज वाहतूक क्षेत्रातील एक अब्जाधीश, त्याला जेव्हा विचारले गेले की, एवढा श्रीमंत असतानादेखील तो इतके परिश्रम का करतो आहे, तेव्हा तो म्हणाला: मला पुन्हा गरिबी अनुभवायची नाही आहे. हा मनुष्य कल्पनातीत श्रीमंत होता, मात्र सारा पैसा गमावून पुन्हा गरिबी पाहायला वा अनुभवायला लागू नये, हाच विचार त्याला जास्त परिश्रम करायला उद्युक्त करीत होता.

तुमची स्वप्ने प्रत्यक्षात आणण्यासाठी कल्पनाविलास करणे हीच मर्माची गोष्ट आहे

कृति

तुमची सारी स्वप्ने पूर्ण झाल्यानंतरच्या तुमच्या भविष्याविषयी कल्पना करा. कोणत्या भावना तुम्हाला अनुभवायच्या आहेत? स्वातंत्र्याची, कुणीतरी तुमच्यावर प्रेम करीत असल्याची, तुम्हाला मान्यता मिळाल्याची, सुरक्षिततेची वा इतर कोणती भावना तुम्हाला अनुभवावीशी वाटते? काय जमविलेली प्रचंड संपत्ति तुम्हाला या प्रकारचे विचार करायला भाग पाडते आहे की, या भावना तुमच्या अगदी वैयक्तिक पराक्रमामुळे जे तुम्ही साध्य केले आहे, त्यामुळे तुमच्या मनात उठताहेत?

लिओ अँगार्टची दृष्टीशी संबंधित कार्यशाळा - एक अभ्यास

कमजोर दृष्टी किंवा चष्मा वापरणे ही म्हातारे होण्याची लक्षणे नाहीत, हे जगाला दाखवून देणे हे लिओ अँगार्टचे ध्येय होते. त्याने एका पुस्तकात वाचल्याप्रमाणे काही व्यायामप्रकार करून स्वत:ची दृष्टी बरी केली व त्यानंतर त्याला विल्यम बेटस्‌ने शोधून काढलेल्या डोळ्यांसाठीच्या व्यायामप्रकारांचा शोध लागला. त्यामध्ये स्वत:च्या संमोहनाच्या व बरे करण्याच्या कौशल्याचा अंतर्भाव करून त्याने दृष्टीदोष नैसर्गिक पद्धतीने बरे करण्याचा मार्ग शोधून काढला. तो सांगतो की त्याची दृष्टी २०/२० अशी निरोगी आहे व गेली सहा वर्षे त्याने चष्मा वापरलेला नाही.

त्याच्या म्हणण्याप्रमाणे लहान मुलांना चुकीच्या पद्धतीने चष्मे सांगितले जातात व एकदा का त्यांची गणना दृष्टीदोष असलेल्यांमध्ये झाली की, तो चष्मा आयुष्यभर त्यांच्या मानगुटीवर बसतो. लिओ म्हणतो: मुलांची दृष्टी ते जी कामे करतात त्यानुसार, त्यांच्या तब्येतीनुसार, त्यांच्या खाण्यानुसार व थकव्यानुसार सतत बदलत असते. मायोपिया - लघुदृष्टी - ही काही नैसर्गिक अवस्था नाही. ज्या लोकसंस्कृतींमध्ये वाचण्याची प्रथा नाही, त्यांना लघुदृष्टीचा त्रास होत नाही. मात्र त्यांची मुले जेव्हा पाश्चात्त्य पद्धतीच्या शिक्षणाचा अंगीकार करून पुस्तके अन् फळ्याकडे पाहतात तेव्हा त्यांना लघुदृष्टीचा त्रास सुरू होतो. त्यांना चष्मा लावणे म्हणजे मोडका हात प्लास्टरमध्ये घालून तो मजबूत होण्याची अपेक्षा करण्यासारखे असते. तो तसा हात अर्थातच दुबळाच होतो, मजबूत नाही. लिओने दृष्टी कार्यशाळा शोधून काढल्या व तो सध्या हाँगकाँगमधील मुलांना, आराम करता करता डोळ्यांचा व्यायाम कसा करायचा हे शिकवतो. त्याने सुरू केलेल्या मॅजिक आईज्‌च्या कार्यशाळा मेक्सिको, ऑस्ट्रिया व मॅनिला या ठिकाणी मोठ्या प्रमाणात सुरू आहेत व त्याने शोधून काढलेल्या पद्धतीनुसार शिकविण्याची प्रथा मॉस्को, दुबई अन् ब्राझिल या देशांमध्ये लोकप्रिय झाली आहे. अमेरिकेत त्याने एक व्हिडियो चित्रित केला आहे व काही काळातच तो निरनिराळ्या भाषांमध्ये वितरित होणार आहे व त्याची ही पद्धत अमेरिकन लष्करात अंगीकारली जाण्याची बोलवा आहे.

आज आपल्याला काय करायचे आहे व ते आयुष्यात साध्य करण्यासाठी कोणती

पावले उचलायची आहेत हे निश्चित करून सकाळी उठणाऱ्या अनेक लोकांपैकी लिओ एक आहे. अशा लोकांना वैयक्तिक यशाचे जादूचे सूत्र म्हणजे ज्याविषयी त्यांना मनापासून काळजी असते अशी गरज शोधून काढणे आहे हे ठाऊक असते व ती भागविण्यासाठी ते त्यातून मार्गही शोधून काढतात.

- ▸ तुमच्यापाशी एखादा उद्देश असूद्या.
- ▸ तो उद्देश साध्य करून, तुम्ही इतरांना कोणत्या प्रकारे साहाय्यभूत होऊ शकाल हे शोधून काढा.
- ▸ ज्ञानाचा प्रसार होण्यासाठी मार्ग शोधून काढा.

त्यांना जे साध्य करायचे आहे, त्यावर लक्ष केंद्रित करून प्रेरित झालेले लोक स्वत:च्या मनात ते यश कसे दिसेल याचे चित्र तयार करतात व त्यानंतर स्वत:च्या कल्पनाशक्तिला कामाला लावून त्यातून त्यांना त्यांच्या ध्येयाच्या दिशेला घेऊन जाणाऱ्या कल्पनांची निर्मिती करतात. याचा अर्थ असा नाही की, त्यांना अपयशाचा सामना करावाच लागत नाही, परंतु त्यांचा आनंद अशा बाह्य गोष्टींवर अवलंबून नसतो. त्यांच्यासाठी त्यांचे उद्दिष्टच त्यांना अशा संकटकाळातून पैलपार नेण्यास समर्थ असते.

जीवन हे एखाद्याचा कस पाहणारे धाडस असते, अन्यथा काहीच नसते.

हेलेन केलर (जन्मत:च अंध, बहिरी अन् मुकी)

एक अभ्यास

एका सॉलिसिटरने अथक परिश्रम करून प्रगती केली व त्याच्या कंपनीत तो ज्येष्ठ भागीदाराच्या पदापर्यंत पोहोचला, मात्र तरीही त्याला आनंद झाला नाही वा यश मिळविले असेही वाटले नाही. त्याच्याकडे उत्तम राहते घर होते व त्याच्या अभिमानास पात्र ठरणारे कुटुंब होते अन् चांगले राहणीमान होते - मात्र त्याच्या म्हणण्याप्रमाणे बहुतांश वेळा त्याला त्याने जे काही साध्य केले ते फोल वाटे. व त्यामुळे इतर काहीतरी करावे असे त्याचे मन सारखा ध्यास घेत असे. इतर अनेकांप्रमाणे त्याने जे उद्दिष्ट त्याचे नव्हते, मात्र त्याच्या पालकांनी त्याच्यासाठी ठरविले होते, ते गाठण्यासाठी भरपूर परिश्रम केलेले होते.

कुणाचे उद्दिष्ट तुम्ही गाठताहात?

- कुणाचे उद्दिष्ट गाठायचा तुम्ही प्रयत्न करताहात?
- तुम्ही जे करताहात ते बदलायची वेळ आली आहे का?
- आत्ताच्या क्षणी जे आयुष्य तुम्ही जगताहात, ते तुम्हीच निवडले आहे का? की इतर कुणीतरी तुम्हासाठी ते ठरविले आहे?
- की ते ठरविण्यात तुम्हाला अपयश आहे अन् जेथे तुम्ही या क्षणी आहात तो केवळ अपघात होता?

स्वत:विषयीची माहिती तुम्हाला तुम्ही जगाच्या दृष्टिकोनातून कोणत्या पद्धतीने विचार करता हे समजण्यास निश्चितच मदत करते. तुमची स्वत:ची ओळख व कोणत्या गोष्टी तुम्हाला आकर्षित करू शकतात यासाठी ती मर्माची गोष्ट ठरते. केवळ भोवताली व जगात इतरत्र काय सुरू आहे याच्या जाणिवेतूनच नव्हे तर तुमच्या अंतरंगाची उकल करण्यातून देखील ती येऊ शकते. तुमच्या उद्दिष्टाच्या दिशेने चालण्यासाठी तुमच्या शरीर व मनाला, तुम्हाला नेमके काय हवे हे ठाऊक असणे आत्यंतिक गरजेचे आहे. त्यामुळे स्वत:च्या वागणुकीत बदल घडवून आणून तुम्ही स्वत:च्या ध्येयांना आधार देऊ शकाल.

तुमच्या मनात जर तुम्हाला तुमच्या यशाची एखादी प्रखर प्रतिमा घट्ट धरून ठेवायची असेल तर तुम्हाला तुमच्या ज्ञानेंद्रियांची शक्ती वाढवावीच लागेल, जी सर्वसाधारण माणसांकडे सहसा नसते, व त्याचमुळे तुम्हाला इतरांना न दिसणाऱ्या शक्यतांची जाणीव होते. सर्वसाधारण मनुष्याला जे दिसत नाही, ते गुन्हेगार शोधून काढतात, एखाद्या डिटेक्टिव्हच्या बारीकसारीक तपशिलांकडे लक्ष देण्याच्या कौशल्यामुळे गुन्ह्यांचे तपास लागतात. याच तंत्राचा उपयोग करून तुम्ही रोजच्या आयुष्यात सापडू शकणाऱ्या नवनवीन कल्पना पाहू शकाल.

तुमच्याकडे सूक्ष्म तपशील पाहण्याचे तंत्र व शक्ती नेहमीच असते - पाहण्याची, ऐकण्याची, स्पर्शाची, चवीची अन् वासाची या साऱ्याच शक्तींचे वरदान तुम्हाला लाभले आहे म्हणून चला, त्या शक्तींच्या क्षमता वाढविण्याच्या कामाला लागूया.

तुमच्या भविष्याचे कल्पनाचित्र पाहणे

कल्पना पाहणे

जे साध्य करण्याची आग तुमच्या अंतरी पेटली आहे, ते केल्यानंतर दहा वर्षांनंतर तुम्ही कसे असाल त्याची कल्पना करा. हे कदाचित तुमच्या

व्यवसायाच्या संदर्भात असेल, बढतीच्या, नवीन घराच्या वा सार्वजनिक जीवनाच्या संदर्भात असेल. तो एक चित्रपट आहे अशी कल्पना करून, तुमच्या पाहण्याच्या क्षमतेचा उपयोग करून, तुमच्या स्वत:च्या चित्राची कल्पना करा. तो चित्रपट पाहून व जे पाहिले ते ध्यानी ठेऊन तो चित्रपट पुन्हा पाहा व त्यात आवाज व भावना अंतर्भूत केल्यानंतर तयार होणारी त्याच चित्रपटाची अधिक तीव्रतर अशी प्रतिमा तुम्हाला कशी भासते त्याची नोंद घ्या.

- **दृष्टी:** *पहिल्यांदा ती महत्त्वाची घटना घडताना पाहा– ज्यात तुमची प्रमुख भूमिका आहे अशा तुमच्या त्या यशाबद्दलचा मानसिक चित्रपट तुम्ही पाहा. त्यातले रंग तुम्ही अधिक मोठे, ठसठशीत अन् भडक करता व तो चित्रपट तुमच्या डोळ्यांच्या अधिक जवळ आणता तेव्हा काय होते? काय तुम्ही अधिक उत्तेजित होता अन् त्या अनुभवातील तुमचा सहभाग वाढतो आहे असे तुम्हास वाटते?*
- **ध्वनी:** *तुमचा चित्रपट पुन्हा पाहा, या वेळेस त्यामध्ये काही आवाजाचा अंतर्भाव आहे का हे काळजीपूर्वक पाहा. कुणीतरी काही बोलतो आहे का? काय त्या चित्रपटात कुजबुजणाऱ्या गर्दीची काही दृष्ये आहेत का? वाहतुकीचे आवाज, पक्ष्यांचे आवाज, गुणगुण वा खरखराट असे आवाज आहेत की हा चित्रपट पूर्णतया मूकपट आहे?* (प्रत्येकालाच आवाज ऐकू येतात असेही नसते.)
- **संवेदना:** *तिसऱ्यांदा जेव्हा तुम्ही तुमचा चित्रपट पाहाल, तेंव्हा तुमच्या संवेदना वा भावभावनांवर लक्ष केंद्रित करा. ते चित्र जवळ आणून व अधिक प्रखर केल्यावर तुमच्या भावनांच्या प्रखरतेत कोणता फरक पडतो व तेच चित्र लांब नेऊन त्याचे रंग फिकट करून कृष्णधवल रंगात बदलल्यावर त्यांमध्ये कोणता फरक पडतो हे पडताळून पाहा. ते चित्र पुन्हा जवळ आणा, त्याचे रंग पुन्हा भडक अन् ठसठशीत करा. त्यानंतर भीती, उत्तेजना वा कुतूहल यांसारख्या भावना तुमच्या शरीरात कोठेकोठे उमटतात याची नोंद ठेवा.* (एखाद्या विशिष्ट प्रसंगासोबत येणाऱ्या भावना ओळखण्यास शिका व त्यांचे तुमच्या शरीरातील स्थान कोठे आहे ते ही ओळखा, कारण कधीकधी प्रत्यक्ष यश मिळण्याअगोदर त्याशी संबंधित भावना अगोदर उमटतात. म्हणूनच म्हटले जाते - (ते मला माझ्या पाण्यात जाणवते.)
- **चव:** *काय तुमच्या चित्रपटात चवींचा काही संबंध आहे? कधीकधी भावनांच्या उद्रेकाच्या क्षणी त्यांना चवींचे साहचर्य लाभते. यशाची चव*

चाखलीय असे लोकांना म्हणताना आपण अनेक वेळा ऐकतो.

- **वासः** *जर तुमच्या चित्रपटात बाह्यचित्रीकरण असेल तर तुम्हाला त्याशी संबंधित अनेक वास जाणवतील - गवताचा, रस्त्यावरील डांबरा-दगडांचा, पहाटेच्या मंद वाऱ्याचा, समुद्राचा.*

जगाविषयीची आपली सारीच मते पाहणे, ऐकणे, स्पर्श, वास अन् चव या जाणिवांवर आधारलेली असतात - अंतर्ज्ञान नावाचे सहावे इंद्रिय आहे की नाही यावर विद्वानांमध्ये अजूनही वादचर्चा सुरूच आहेत. जेव्हा एखादा माणूस बोलतो तेव्हा तो वर्णनाकरिता वापरीत असलेले शब्द हे त्याच्या सर्वाधिक प्रबळ संवेदना दाखवीत असतात. एखादा माणूस, जो दृष्याभासावर जास्त अवलंबून असतो तो कदाचित म्हणेल, तुला काय म्हणायचे आहे ते मला दिसतंय किंवा ते चित्र मी पाहू शकतो तर कुणी एखादा ज्याची भिस्त ध्वनीवर जास्त असते, तो म्हणेल, तुझे बोलणे मला ऐकू येते आहे किंवा आता माझ्या कानात घंटी वाजली. जो अंतर्मनाचा कौल घेतो, तो 'आपण असे करावे असा माझा विचार आहे' असे म्हणण्यापेक्षा म्हणेल की, मला असे जाणवते आहे की, आपण हे करावे.

लोकांच्या प्रबळ संवेदना जाणून घेतल्यामुळे, ते कोणत्या प्रकारे बाहेरच्या जगातून माहिती जमा करतात आणि कोणत्या गोष्टींची नोंद जास्त प्रमाणात करतात याविषयी तुम्हाला अधिक जाणून घेता येते. तुम्ही त्यांच्याशी त्यांच्या भाषेत वा त्यांच्या - दृष्य वा श्राव्य - पद्धतीने संवाद साधून त्यांच्याशी जवळीक करू शकता. त्यामुळे बाह्य जगाकडे ते कोणत्या दृष्टीने पाहतात याविषयी थोडी अधिक जाणीव तुम्हाला होते. स्वत:ला व इतरांना ऐकल्यामुळे व वापरलेल्या भाषेकडे लक्ष दिल्यामुळे तुम्हाला त्या माणसाच्या विचार करण्याच्या पातळीपर्यंत जाण्याची क्षमता प्राप्त करता येते.

लोकांच्या विचार करण्याच्या पद्धती ओळखा आणि ते काय करतात याची नोंद घ्या

इतरांना साहाय्यभूत ठरून तुमची उद्दिष्टे साध्य करण्याचे जर तुमच्या मनात असेल तर त्यांच्या ज्ञानेंद्रियांवर परिणाम करण्याचा प्रयत्न करणे हे तुमच्या दृष्टीने उपयुक्त ठरू शकेल. लोकांना आकर्षित करू शकतील अशा उत्पादनांसाठी, प्रशिक्षण कार्यक्रमांसाठी वा मूलभूत संकल्पनांसाठी नवीन योजना करताना तुम्हाला त्याचा निश्चितच उपयोग होऊ शकेल.

स्वत:विषयी उत्युच्च प्रकारच्या अपेक्षा ठेवण्यासाठी इतरांच्या वागणुकीच्या संदर्भात व ते गोष्टी कोणत्या पद्धतीने करतात याचे अनुकरण केल्यास ते अतिशय

उपयोगी असे तंत्र तुमच्या कामी येऊ शकते. विशेषत: जेव्हा तुम्ही एखादे नवीन कौशल्य शिकू पाहात असता व ते टिकविण्याचा प्रयत्नही करीत असता त्यावेळी हे अतिशय महत्त्वाचे ठरते. जेव्हा तुम्हाला जे मिळवायचे आहे त्याविषयी तुमच्या कल्पना स्पष्ट असतात व कुणाकडे तरी त्या पद्धतीचे कौशल्य असल्याचे तुम्हास ठाऊक असते त्यावेळी त्यांची कार्यपद्धती जाणून घेण्यासाठी तुम्ही त्यांचे अनुकरण करू शकता.

रिचर्ड बॅंडलर व जॉन ग्राइंडर ही अमेरिकन जोडगोळी मानवी उत्कृष्टतेच्या अनुकरणाच्या बाबतीत त्यांनी केलेल्या प्राथमिक कामासाठी विख्यात आहे. रोग्यांवर उपचार करण्यात अतिशय निष्णात अशा काही तज्ज्ञांच्या कामांचे, ते नेमके काय करतात हे जाणून घेण्यासाठी, त्यांनी निरीक्षण केले.

बॅंडलर व ग्राइंडर यांनी लिहिलेले *फ्रॉगस् इनटू प्रिंसेस् (इडन ग्रोव्ह एडिशन्स, १९९०)* हे पुस्तक याविषयी अधिक जाणून घेण्यासाठी तोंडओळख म्हणून अतिशय उपयुक्त ठरू शकते. त्यांचे काम न्यूरोलिंग्विस्टिक प्रोग्राम (एनएलपी) या नावाने ओळखले जाते. त्यात त्यांनी दाखवून दिले आहे की, ज्या व्यक्तींकडे काही विशेष कौशल्ये आणि विशिष्ट स्वभावरचना आहेत, त्या व्यक्तींनी ते गुण मिळविण्यासाठी योजनाबद्ध प्रयत्न केलेले आहेत. या लेखकद्वयीला असे आढळून आले की, जेव्हा माणसे त्यांच्या कामात अतिकुशल असतात, तेव्हा त्यांची कौशल्ये पूर्णत: त्यांच्या अंतर्ज्ञानावर आधारलेली असतात. इतकी की, ते जेव्हा काही साध्य करतात तेव्हा ते त्यांनी कोणत्या पद्धतीने साध्य केले याविषयी ते पूर्णपणे अनभिज्ञ असतात. त्यांच्याकडून ही माहिती मिळविण्यासाठी प्रतिकृतीच्या पद्धतीचा वापर करण्यात आला, ज्यामुळे कुणीही ही पद्धत अनुसरून ती तुमची स्वत:ची म्हणून वापरू शकेल.

एक गोष्ट बॅंडलर व ग्राइंडर यांच्या लक्षात आली की, सर्वसामान्य लोक ते जे काही करतात त्यासाठी ते काही ठरावीक योजना अमलात आणतात, त्यात अगदी शू लेस बांधण्यापासून ते कार चालविण्यापर्यंत किंवा भाषण करण्यापर्यंतचा अंतर्भाव होतो. त्यात त्यांना असेही आढळून आले की, ज्यांनी या गोष्टी नीटपणे केल्या नाहीत त्यांनीही त्यासाठी योजनांचा वापर केला होता.

साऱ्यांचेच वागणे वा कृती, त्यात तुम्हीही आलात, पुनर्निर्मितिक्षम अशा योजनांवर आधारलेली असते. तुमच्या वा इतरांच्या योजना कोणत्या प्रकारे काम करतात, याचे एकदा का तुम्हाला आकलन झाले की, ज्यांची तुम्हाला आवश्यकता आहे अशा योजना तुम्ही मनात येईल तेव्हा पुन्हा निर्माण करायला शिकू शकता. जर तुम्हाला एखाद्या क्षेत्रात चमकायचे आहे, तर तुम्ही एखाद्या व्यक्तीच्या कृतीची प्रतिकृती तयार करून त्याबरहुकूम तुमचे कौशल्य वाढवू शकता व त्याच्या

आधारावर तुमची ध्येये तुम्ही सहजी साध्य करू शकता.

कोणतेही काम उत्तम पद्धतीने करण्यासाठी लोकांनी ज्या काही योजना अमलात आणल्या, त्या नीटपणे समजून घेतलेल्या एका शिक्षिकेचे उदाहरण खाली दिलेले आहे. शब्दांची स्पेलिंग्स अतिशय उत्तम रीतीने सांगणाऱ्या लोकांच्या योजनापद्धतीबरहुकूम तिने एक स्पेलिंग योजना तयार केली व त्याच्या आधारावर ज्यांना स्पेलिंगज् येत नाहीत अशा मुलांना व मोठ्यांना तिने ती योजना शिकविली.

क्रिकेट केम्प - एक अभ्यास

दक्षिण-पूर्व एनएलपी व लर्निंग एक्सलन्सची शैक्षणिक व प्रशिक्षण सल्लागार क्रिकेट केम्प मुलांसाठी, शिक्षकांसाठी व ज्यांना स्पेलिंग्स येत नाहीत अशा मोठ्यांसाठी स्पेलिंग्सविषयक कार्यक्रम घेते. या कार्यक्रमाच्या एका भागात ती यांना उत्कृष्ट स्पेलर्सनी कार्यान्वित केलेल्या योजना शिकवते.

ज्यांना भूतकाळात 'मूर्ख' असे विशेषण लागले आहे, अशा मोठ्यांच्या व लहानांच्या आयुष्यात, त्यांना स्पेलिंग्स योजना शिकवून, बदल घडवून आणायचा ही क्रिकेट केम्पची आवड आहे, किंबहुना वेड आहे.

ती म्हणते: मी जेव्हा प्रयोग सुरू केले, तेव्हा मला असे आढळून आले की, ज्यांच्याकडे नैसर्गिक क्षमता नाही किंवा ज्यांना स्पेलिंग्स शिकणे अवघड जाते आहे, त्यांच्यासाठी दृष्य माध्यमाचा वापर करून ते शिकविणे शक्य आहे.

यातून रॉबर्ट डिल्टस्ने कॅलिफोर्नियातील शाळांमध्ये ज्या योजनेची सुरुवात केली होती व स्पेलिंग्स शिकविण्यासाठी ज्या नवनवीन योजना शोधून काढल्या होत्या, त्यांचीच सुलभ आवृत्ती तयार झाली. ज्या मुलांनी ही योजना आत्मसात केली त्यांचे वाचण्याचे वय ३ महिन्यांत १३ महिन्यांनी वाढले - हे निष्कर्ष वाचन सुधारणाऱ्या इतर कोणत्याही योजनांपेक्षा कितीतरी वेगळे व उत्तम आहेत.

क्रिकेट केम्प म्हणते: जेव्हा तुम्ही लोकांना एखादी गोष्ट उत्तम रीतीने करताना पाहता, तेव्हा त्यांनी अवलंबिलेल्या पद्धतीचे विश्लेषण करता येते, चाचणी घेता येते, शिकवता येते व शिकताही येते. हे खरोखरीच उपयुक्त आहे, कारण या पद्धतीमुळे माहिती गोळा करून ती पुढच्यांकडे सोपविता येते.

उत्तम रीतीने स्पेलिंग्स सांगणारे त्यावेळी काय करतात व ज्यांना ते जमत नाही

ते अशा वेळी काय करतात याचे निरीक्षण केल्यानंतर केम्पच्या ध्यानी आले की, चांगल्या प्रकारे स्पेलिंग्स सांगणारे बहुतेक वेळा दृष्य पद्धतीचा वापर करतात. नवे शब्द शिकण्यासाठी ते त्यांच्या मनोपटलावर तो शब्द दिसत आहे अशी कल्पना करतात. ज्यांना स्पेलिंग्स येत नाहीत किंवा जे यात कच्चे आहेत ते श्राव्य माध्यमाचा उपयोग करून - मोठ्याने उच्चारून व नंतर तो मनातल्या मनात उच्चारून - स्पेलिंग्स तयार करण्याचा प्रयत्न करतात.

केम्पच्या मते यश आणि उद्देश यांची परिणती पैशांमध्येच व्हायला हवी असे नाही. ती म्हणते: त्यांचा संबंध लोकांच्या जीवनात काहीतरी अर्थ आणणे असाही आहे. ती तिची स्पेलिंग्स्‌ची पुस्तके जेमतेम छपाईचा खर्च निघेल एवढ्याच किमतीत विकते. तिला जास्त आनंद, ती देशभर घेत असलेल्या स्पेलिंग्स्‌संबंधीच्या प्रशिक्षण कार्यक्रमांतून मोठ्या प्रमाणात मिळतो.

माहिती मिळण्यातून उद्देश सापडतो

ज्या गोष्टींचा तुमच्या विश्वासाशी व मूल्यांशी थेट संबंध जुळतो त्यातूनच तुमच्या उद्दिष्टांचा जन्म होतो.

मूल्ये म्हणजे ज्या गोष्टी तुम्हाला महत्त्वाच्या वाटतात. चांगले शिष्टाचार, चांगली सेवा, वक्तशीरपणा किंवा लोकांचे खरे बोलणे या गोष्टी तुमच्या दृष्टीने मूल्य असू शकतात. बहुतेक वेळा ही मूल्ये किती मानाने वागविली जातात हे सुद्धा तुमच्या दृष्टीस पडते.

तुमचे **विश्वास** हे तुमच्या मूल्यांपेक्षा निराळे असतात. एखाद्या चुकीच्या गोष्टीवरही तुमचा विश्वास असू शकतो. तुमचे घर सुरक्षित आहे ही गोष्ट ते पुराच्या पाण्याने भरेपर्यंत किंवा छत कोसळेपर्यंत खरे वाटत असते. तुमचा जोडीदार तुम्हाला सोडून निघून जाईपर्यंत तुमच्या नात्यावर तुमचा भला विश्वास असतो; मात्र या नंतर तुम्ही तुमच्या विश्वासार्ह गोष्टी - तुमच्या घराची सुरक्षितता किंवा तुमचे नाते -तपासून पाहायला सुरुवात करता.

लोकांच्या समुदायांना किंवा कदाचित राष्ट्रांनासुद्धा या प्रकारचे समान विश्वास असू शकतात.अतिरेक्यांनी जागतिक व्यापार केंद्राच्या इमारतीमध्ये विमान नेऊन आदळेपर्यंत अमेरिकन लोकांनासुद्धा स्वत:च्या अभेद्यपणाबद्दल पुरेपूर विश्वास होता. अशा संकटकाळामध्ये लोकांना एक कठीण गोष्ट करावी लागते, ती म्हणजे त्यांना ज्याबद्दल विश्वास होता त्याची विश्वासार्हता पुनश्च तपासून पाहणे - आता त्यांचा विश्वास कशावर आहे हे पडताळून पाहण्यासाठी.

तुम्ही नक्की कोण आहात याचा शोध

विश्वास, मूल्ये आणि उद्देश या तीन गोष्टी आपल्याला पुढे नेत असतात, आपल्याला प्रेरणा देत असतात व आपल्याला घडवीतही असतात. कोणती गोष्ट तुम्हाला पुढे घेऊन निघाली आहे हे जर तुम्हाला ठाऊक नसेल तर परिणामकारक होण्यासाठी तुम्ही स्वत:ला प्रेरित करूच शकणार नाही किंवा तुम्हाला आयुष्यात जे हवे आहे ते निष्कर्ष मिळविण्यासाठी तुम्ही स्वत: सुरुवातही करू शकणार नाही.

अंथरुणातून उठून कामावर जाण्यासाठी कोणती गोष्ट तुम्हाला भाग पाडते? वेदना की आनंद? काय तुम्ही उठताक्षणी धावायला सुरुवात करणारे एक क्रियाशील व्यक्तिमत्त्व आहात? काय तुमच्या मनात एखादे जीवितकार्य आहे? अजून एका कामाच्या दिवसाचे स्वागत करताना तुमच्या चेहऱ्यावर स्मित झळकते? किंवा पोटात उठलेला गोळा तुम्हाला एका गुणग्राहक नसलेल्या अन् घाणेरड्या वृत्तीच्या वरिष्ठामुळे आलेल्या थकव्याची जाणीव करून देतो? जर तुम्ही आनंदी नसाल तर तुमच्या तब्येतीवर वाईट परिणाम होतो. अशी माणसे स्वत:ची कार्यक्षमता गमावून बसतात, आजारी पडतात, गैरहजर राहतात व सरतेशेवटी स्वत:ची नोकरी गमावून बसतात.

मालकांच्या हल्लीच घेतलेल्या एका सर्वेक्षणामध्ये असे आढळून आले आहे की, त्यांचे ८० टक्के कामगार तणावाखाली असतात. हृदयविकाराचा झटका सोमवारी येण्याची शक्यता सर्वांत जास्त असते, मग तो कामावर जाताना असेल किंवा कामावर आल्यावर असेल.

कशामुळे स्वत:ला काहीतरी करीत राहण्याची ऊर्जा मिळत राहते हे जाणून घेण्यासाठी समूहातील हजारो लोकांना कुतूहल असते. ते कदाचित: त्यांची उत्पादने तुम्हाला विकायला उत्सुक असलेले उत्पादक असतील - वर्तमानपत्रे, मासिके, फॅशन डिझायनर्स, टी.व्ही.वरील खेळाची चॅनेल्स, इंटरनेट सेवा देणारे इ. तुमच्या मतदानावर प्रभाव पडावा म्हणून शासनाला तुमच्या मनावर बिंबवायचे असते की, ते जे करताहेत ते योग्यच आहे. स्वत:च्या भावी कर्मचाऱ्यांना काय प्रेरित करते हे जाणून घेण्यासाठी अनेक मालक आपल्या कंपन्यांमध्ये मानसशास्त्रीय चाचण्यांचा मार्गही अवलंबितात.

ज्या कंपन्यांचे बाजारातले स्पर्धात्मक स्थान त्यांच्या कर्मचाऱ्यांवर अवलंबून आहे, त्यांना समर्पित वृत्ती असलेला कर्मचारीवर्ग लागतो. मात्र जेव्हा कंपन्या कामगारकपात करतात, दुसऱ्या कंपन्यांमध्ये विलीन होतात किंवा त्यांच्यापाशी मोजकेच कायमस्वरूपी कामगार असतात - तेव्हा ते राहिलेल्या कार्मचाऱ्यांच्या इमानदारीवर भरवसून राहू शकत नाहीत, कारण त्यापैकी बहुतेकजणांना स्वत:च्या

नोकरीची शाश्वती नसते. मग या परिस्थितीत कंपन्या अशा समर्पित कर्मचाऱ्यांना आकर्षित करून घेण्यासाठी पैशांच्या व्यतिरिक्त काय देऊ करतात?

कामाच्या ठिकाणी जपण्याची मूल्ये

यातील अंतरंग

स्थित्यंतरातून जाणाऱ्या, खासगी रूपातून सार्वजनिक रूपात जाणाऱ्या कंपन्या त्यांनी अगोदर अंगीकारलेली मूल्ये, जी त्यांच्या भिंतींवर शोभून दिसत होती, तीच नवीन स्वरूपातही कायम ठेऊ शकतात काय? व्यवस्थापन व कर्मचारी या दोघांनाही त्यांची मूल्ये वेळोवेळी तपासून पाहायची आवश्यकता असते व त्याचसोबत कंपनीच्या जीवितकार्याची ओळख दाखविणारी नवीन वाक्यरचना व मूल्ये यांच्याही व्याख्या तयार करायच्या असतात.

डिस्कव्हरी वर्कफोर्समध्ये प्रशिक्षक असलेल्या वेण्डी सुलिव्हनच्या मतानुसार, कंपन्यांनी त्यांच्या कामगारांच्या जीवनाला व मूल्यांना साजेसे काम देणे अपेक्षित आहे. ती पुढे म्हणते: बरेचदा व्यवस्थापक या मूल्यांच्याविषयी वाचतात व त्यांना वाटते की, हे चांगले आहे. मग ते त्यांना भिंतीवर डकवतात अन् विचार करतात की, आता आपल्याकडे मूल्याधिष्ठित कंपनी आहे. मात्र हे निरुपयोगी ठरते - लोकांना कंपनीला अभिप्रेत असलेली मूल्ये मनाला भिडण्यासाठी भावनिक जोडसुद्धा लागते. त्यासाठी त्यांना त्या मूल्यांविषयी प्रश्न करण्यासाठी, त्यांना आव्हान देण्यासाठी, त्यावर प्रभाव टाकण्यासाठी व त्यात मिसळून जाण्यासाठी संधी द्यायला हवी, मग त्यात थेट भाग घेतल्यामुळे ते कर्मचारी त्या मूल्यांना अधिक चांगल्या प्रकारे समजून घेऊ शकतात.

मूल्ये एकदा का तुमच्या कंपनीमध्ये ठामपणे रुजली की, ती मग खऱ्या अर्थाने कर्मचाऱ्यांना त्यांचा अधिकार बहाल करतात. कंपनी ज्या मूल्यांवर उभी आहे त्यासंबंधी कर्मचाऱ्यांना जाणीव असली व त्या मूल्यांना धरून राहण्याने त्यांच्या स्वभावावर काय परिणाम होतो याची त्यांना जाणीव झाली की, मग हेच कर्मचारी कामासंबंधीचे निर्णय अतिशय स्वच्छपणे स्वत:शीच घेऊ शकतात.

ज्या आस्थापनांकडे मूल्याधिष्ठित आचारसंहिता नसते त्यांच्यापाशी खूप सारे नियम व त्यासंबंधीची पुस्तके असतात. ज्यामध्ये हे हवे, हे नको यासारख्या अनेक आचारसंहिता असतात व त्यांच्या अंमलबजावणीसाठी व कर्मचाऱ्यांना मार्ग

दाखविण्यासाठी व्यवस्थापनाचे अनेक थर असतात.

वेण्डी सुलिव्हन पुढे म्हणते: कंपनीच्या दृष्टीने ही चांगली बातमी आहे, कारण त्यासाठी तुम्हाला खूप कार्यपद्धतींची आवश्यकता नसते वा व्यवस्थापनाचे अवडंबरही नसते. मूल्याधिष्ठित कंपनीची क्षमता पूर्णपणे वापरता येण्यासाठी तेथील कर्मचाऱ्यांना अशा काही तत्त्वांची जाणीव करून द्यायला हवी की ज्यामुळे त्यांना जाणवेल की, त्यांची व कंपनीची मूल्ये एकत्र आलीच तर त्यामुळे त्यांना त्यांच्या कामाच्या माध्यमातून त्यांच्या आयुष्याला अर्थ प्राप्त होईल. त्यामुळे तो कर्मचारी एक सफल आयुष्य जगतो आहे अशी त्या कर्मचाऱ्याची भावना होण्यास मदत होईल.

हे असे जरी असले तरीही जेव्हा तुम्ही तुमच्या स्वत:च्या मूल्यांच्या, जी तुमच्या आस्थापनाच्या मूल्यांशी विसंगत आहेत, संपर्कात येता तेव्हा काय होते? वेण्डी सुलिव्हन म्हणते: काही लोक कदाचित जिथे असतील तिथेच राहून काम करीत राहतील. काही लोक त्यांना कामाच्या दृष्टीने निरुपयोगी वाटणारी काही मूल्ये टाकून देतील व कंपनीच्या मूल्यांशी जुळवून घेतील. काही लोक ती नोकरी सोडून दुसरा मार्ग पत्करतील - अन् हे साऱ्यांच्याच फायद्याचे असेल, कारण ज्यांची सारीच मूल्ये कंपनीच्या मूल्यांशी विसंगत आहेत अशांना कामावर ठेवणे व कंपनीची मूल्ये न जपता त्यांना तसेच राहू देणे हे कंपनीला न परवडणारे असेल. अर्थात ते त्या कर्मचाऱ्यासाठीदेखील उपयोगाचे नसेल, कारण त्याला त्या कामापासून कोणत्याच प्रकारचे समाधान मिळणार नाही.

व्हॅल्यूज ॲट वर्क, *लंडन इव्हिनिंग स्टॅंडर्ड* च्या सौजन्याने, जस्ट द जॉब रु फ्रान्सिस कूम्बस्

तुम्ही कामाकडे कोणत्या दृष्टीने पाहता?

त्यांच्या कामासंबंधी त्यांना काय वाटते यावर जवळजवळ प्रत्येकजण एखादे रूपक शोधून काढू शकेल. याचे अगदी उदाहरणच द्यायचे झाले तर, काम म्हणजे एखाद्या रोलर-कोस्टर प्रमाणे वाटते. याचा अर्थ असाही असू शकतो, की काही टप्पे सुरक्षित व कंटाळवाणे आहेत तर काही वेगवान अन् नियंत्रणाबाहेर जाणारे आहेत. किंवा काम हे बागकाम करण्यासारखे वाटते जिथे तुम्ही लहान रोपांची व मोठ्या झाडांची एकमेकांना अनुरूप होण्यासाठी काळजी घेताहात. काम हे एखाद्या युद्धासारखे असू शकते जिथे तुम्हाला शत्रूपक्षाला नामोहरम करण्यासाठी शस्त्रास्त्रांची व प्रशिक्षित सैनिकांची गरज भासू शकते.

त्यांना त्यांच्या कामासंबंधी काय वाटते याशी संबंध दाखविण्यासाठी जेव्हा

तुम्ही लोकांना एखाद्या रूपकाविषयी विचार करायला सांगता की ज्या रूपकामध्ये त्यांना अभिप्रेत असलेली मूल्ये असतील.

तुम्ही जे काम करता त्यात तुम्हाला अतिशय महत्त्वाचे काय वाटते?

उद्देश्याच्या मागे असणे

अनकंडिशनल सक्सेस, या बँटम प्रेसने प्रकाशित केलेल्या पुस्तकाचा लेखक व प्रेरणा या विषयावर बोलणारा एक उत्तम वक्ता, निक विलियम्स म्हणतो: आत्यंतिक निराश मनोवस्था किंवा स्फूर्ति या दोहोंपैकी एका कारणासाठी लोक नोकऱ्या बदलतात. बहुतेक वेळा या दोन्ही कारणांच्या थोड्या प्रभावामुळे ते असा निर्णय घेतात. जास्त काम किंवा ज्यापासून काहीच फायदा नाही असे काम, या कारणांमुळे ते त्यांच्या कामापासून आनंद मिळवू शकत नाहीत व त्यामुळे तसे काम सोडून देण्यासाठी त्यांना प्रेरणा मिळते, मात्र जेव्हा तुम्ही त्यांना विचारता: मग तुम्हाला काय करायचे आहे? त्यावेळी त्यांच्यापाशी या प्रश्नाचे उत्तर नसते.

ज्यावेळी तुम्हाला तुमच्या आयुष्यात काही अर्थपूर्ण बदल घडवून आणायचे आहेत, त्यावेळी तुमच्या दृष्टीने काय महत्त्वाचे आहे हे तुम्हाला ओळखता आले पाहिजे. तुम्ही कदाचित स्वत:ला प्रत्यक्षात तसे विचारणार नाही की, माझ्या आयुष्यात माझ्यासाठी काय महत्त्वाचे आहे काम, नाती - कशासाठी मी झगडेन? बदलांची सुरुवात मी कुठे करेन?

तुमची मूल्ये तुमच्या कामामध्ये आणा

ज्या गोष्टी तुम्हाला महत्त्वाच्या वाटतात त्याविषयी विचार करायला सुरुवात करा अन् संदर्भ शोधून काढा. कदाचित तुम्ही म्हणाल, माझ्यासाठी माझ्या आयुष्यातील मूल्ये कोणती आहेत किंवा प्रेमाबद्दलची मूल्ये कोणती आहेत? मात्र येथे आपण कामासंदर्भात विचार करू. कामाच्या संदर्भात अशा सहा गोष्टी निवडा ज्या तुम्हाला नितांत महत्त्वाच्या वाटतात. जर तुमच्या मनात काहीच येत नसेल तर खाली दिलेल्या यादीतून त्यांची निवड करा किंवा तुम्हाला जर त्यात अजून काही भर घालावी असे वाटत असेल तर तसे करा.

रोज तेच	प्रगती	उच्च उत्पन्न	इतरांना मदत
जबाबदारी	बदल	एकोपा	मान्यता
बंधुत्व	लक्ष्य	स्थान	वाढ
गुणग्राहकता	नवनिर्माण	सत्य	प्रसिद्धी

आत्मविश्वास	धोका पत्करणे	मान	इमानदारी
इमानदारी	नियंत्रण	मजा	अचूकता
स्वातंत्र्य	मुक्तता	एकट्याने काम	सांघिक काम
पुढाकार घेणे	सृजनशीलता	शिक्षण	समाजातील स्थान
पहिले पाऊल	उद्योजकता	प्रेरणादायी	वैविध्य
शिष्टमंडळ	मैत्रीपूर्ण	सहवासप्रियता	प्रगतीचा मार्ग

यांपैकी सहा मूल्ये निवडा व त्याशेजारी ती तुम्हाला महत्त्वाची का वाटतात ते विशद करा. ते कदाचित असेही असू शकेल:

> **सृजनशीलता माझ्यासाठी महत्त्वाची आहे कारण... त्यामुळे मी स्वत:ला व्यक्त करू शकतो.**
> **मुक्तता माझ्यासाठी महत्त्वाची आहे कारण... मला जे हवे ते मीच ठरवतो.**

एकदा तुम्ही तुमची मूल्ये लिहिलीत की मग त्यांच्या महत्त्वानुसार त्यांना क्रम द्या. जर तुम्हाला त्यांना अग्रक्रम देण्यात अडचण वाटत असेल तर ते शब्द कागदाच्या कपट्यांवर लिहा आणि दोन्ही तळहातांवर ठेऊन त्यांचे वजन करताहात अशी कल्पना करा, त्यातून तुम्हाला जास्त वजनाचा शब्द सापडेल.

जेव्हा तुम्ही मूल्यांविषयी विचार करायला सुरुवात कराल, त्यावेळी तुमचा मेंदू त्या माहितीचे विश्लेषण करायला सुरुवात करतो व त्यामुळे त्यानंतर काही गोष्टी ज्या महत्त्वाच्या असतात त्यांचा क्रम बदलू शकतो. किंवा काही आठवड्यांतच तुम्हाला तुमची यादी मूल्यांच्या दृष्टीने पूर्णतया बदललेली आढळून येईल.

डिस्कव्हरी वर्क्सच्या वेण्डी सुलिव्हानने केलेल्या कामासाठी एक गमतीदार रूपक आहे. तिच्या कामासाठी ती स्वत: जबाबदार आहे व त्यावर ती म्हणते: काम - हे एका कन्वेअर बेल्टप्रमाणे आहे, ज्यावर सारी पॅकेजेस् सुंदर वेष्टणातल्या भेटवस्तूंप्रमाणे जात असतात. मला ती सारी वेष्टणे त्यामध्ये काय आहे हे जाणून घेण्यासाठी व हातातून निसटू न देण्यासाठी भराभर टरकवायची असतात.

तुलना करण्यासाठी तुमच्याकडे जर एखादे मार्गदर्शक परिमाण नसेल तर भविष्यात काय करायचे आहे याविषयीचे लक्ष्य ठरवणे कठीण होते. त्यामुळे पुढला प्रश्न स्वत:ला विचारण्यापूर्वी तुमच्या मनात आत्ताच्या कामासंबंधीचे रूपक तयार असायला हवे.

ही रूपके किंवा आपण त्याला कथा म्हणू. आपण कोण आहोत त्याचा व

आपल्या आयुष्याचा भाग असतात, आपण त्यापासून धडे शिकत असतो, त्या अनुभवाने श्रीमंत होत असतो व त्यांची आव्हाने स्वीकारीत असतो. कधी कधी लोकांच्या गोष्टी ऐकून आपण आपल्या गोष्टी बदलीत असतो.

विचारांना चालना देणारे

जर तुमचे काम तुम्हाला अगदी हवे तसेच आहे व तुम्ही तुम्हाला हवे ते सारेच करताहात तर ते कसे असेल?

हे सारे एका वाक्यात सांगा व त्यासाठी पाच-दहा मिनिटे घेऊन ते वाक्य तुम्हाला जसे हवे तसे सुधारून घ्या.

तुमचे काम तुम्हाला कसे हवे आहे यासंबंधीच्या रूपकाचा एकदा का तुम्हाला अर्थ लागला की, कदाचित त्यातून अनेक निष्कर्ष निघतील, उदाहरणार्थ:

- मला एका यशस्वी संघातून काम करायचे आहे व मान्यता मिळवायची आहे.
- मला एकट्याला काम करायचे आहे व मान्यता मिळवायची आहे.
- माझ्या कामाच्या बाबतीतले जे आयुष्य, त्यावर मला जास्त नियंत्रण हवे आहे.
- मला कमी काम करून जास्त पैसे कमवायचे आहेत.
- मला असे काहीतरी करायचे आहे जे माझ्या भोवताली असणाऱ्या लोकांमध्ये व माझ्यामध्ये फरक दाखवून देईल.
- मला माझ्या कर्मचाऱ्यांना त्यांना मिळणाऱ्या पैशांचे जास्त मूल्य बहाल करायचे आहे.
- मला सुरक्षित वाटायला हवे आहे व माझ्या कामातून मिळणारा पैसा मला ती भावना देतो.
- मिळणाऱ्या पैशांव्यतिरिक्त मला माझ्या कामामधून जास्त आनंद मिळायला हवा आहे.

येथवर जर तुम्हाला तुम्ही का काम करता याचे कारण कळले तर उत्तमच. मात्र जर ते कळले नाही, तर खाली दिलेला स्वाध्याय तुम्हाला तुमचा उद्देश दाखवून द्यायला मदत करेल.

कृति

जर तुमचा कुणी एक मित्र तुम्हाला हे प्रश्न विचारू शकत असेल तर ती चांगलीच गोष्ट आहे. जर नसेल तर ते प्रश्न तुम्हाला स्वत:लाच विचारावे लागतील. तुम्हाला सापडलेले रूपक एका कागदाच्या माथ्यावर लिहा व स्वत:ला काही प्रश्न विचारा. प्रत्येक प्रश्न हा तुम्ही आधी वापरलेल्या वाक्यातील दोन वर्णनात्मक शब्द वापरून तयार केलेला असेल. उदाहरणार्थ:

मला एका यशस्वी संघात काम करून मान्यता मिळवायची आहे

प्रश्न : त्यामुळे तुला कोणता फरक पडेल?

उत्तर : त्यामुळे मला स्वत:लाच बरे वाटेल किंबहुना मला मान्यता मिळाल्यामुळे मी उत्तेजित होईन.

प्रश्न : तुला स्वत:लाच बरे वाटणे हे तुझ्याबद्दल काय सांगेल?

उत्तर : मी असे म्हणेन की, मी जे करतो त्यात मी उत्तम आहे व मी जे सर्वांत श्रेष्ठ त्यांच्यासोबत काम करतो व श्रेष्ठ असल्यामुळे जी पारितोषिके मिळतात, ती मिळवतो.

प्रश्न : ही पारितोषिके मिळवणे हे तुझ्याबद्दल काय सांगते?

उत्तर : मी असे म्हणेन की, मी माझ्या गुणवत्तेनुसार इथवर पोहोचलो आहे व त्यामुळेच मी पारितोषिके मिळवितो आहे.

तीच तीच उत्तरे पुन:पुन्हा यायला लागली की, प्रश्न विचारणे थांबवा, कारण या पातळीवर तुम्ही कदाचित यापेक्षा पुढे जाऊ शकणार नाही. विक्री विभागातील एका सेल्समनचे कामाचे रूपक पुढीलप्रमाणे होते, मला एका यशस्वी संघात काम करायचे आहे, मान्यता मिळवायची आहे व आर्थिक लाभसुद्धा. त्याने या प्रश्नांची उत्तरे दिली. तेव्हा त्याला जाणवले की,

- तो देशातील गाड्यांच्या एका विख्यात शो-रूममध्ये काम करतो आहे;
- तो एका यशस्वी संघाचा भाग आहे;
- त्याला वरचेवर मान्यतादेखील मिळते आहे व त्याविषयी त्याला स्वत:ला समाधानही आहे, किंबहुना तो त्या संघातला सर्वोत्कृष्ट सेल्समन आहे.

मग नेमके काय हुकत होते? आर्थिक लाभ! तो अशा आस्थापनासाठी काम करीत होता जे त्यांच्या विक्री करणाऱ्या संघाला जास्तीतजास्त पैसे देत होते व तो ते पैसे मिळवीत होताच. त्याला मग एक अगदी प्राथमिक सत्य उमगलं: याहूनही जास्त पैसे मिळविण्यासाठी त्याला ही नोकरी सोडून आयटी रिक्रूटमेंट किंवा विमा विक्री

क्षेत्रात जाणे भाग आहे, जिथे बरीच जास्त कमाई करणे शक्य आहे.

तुम्हाला नेमके काय करायला हवे हे शोधून काढण्याचे सूत्र आहे:

- तुमच्या दृष्टीने महत्त्वाचे काय ते शोधून काढा.
- जे तुम्हाला हवे ते स्पष्ट करा.
- त्यासाठी कोणते बदल करावे लागतील ते ठरवा.

जर तुम्ही हे करण्यासाठी कृती केली नाही तर हे सारे व्यर्थ असेल. याचे बीज तुमच्या मनात पेरा: माझ्या ध्येयाच्या दिशेने जाण्यासाठी मला कोणती पावले उचलणे भाग आहे?

जे भविष्य तुम्हाला सत्यात आणायचे आहे, त्यासाठी आज कोणती पावले उचलणे तुमच्यासाठी गरजेचे आहे? ती कृती कदाचित अगदी लहानशीच असेल - मात्र ती करा.

असा उद्देश शोधून काढा, ज्यामुळे तुमचे मन आनंदाच्या हिंदोळ्यांवर डोलेल

यातील अंतरंग

आयुष्यात ज्या गोष्टी तुम्हाला कराव्याशा वाटतात, त्या जर तुम्ही करीत असाल तर कशामुळे तुमचे मन आनंदाच्या हिंदोळ्यावर डोलू लागेल? कशामुळे त्या आनंदाचे पडसाद तुमच्या रोमरोमांतून प्रतिध्वनित होतील अन् श्वास घेतासोडता तुम्हास जाणवेल की, हीच तुमच्यासाठी योग्य गोष्ट आहे?

लक्षात ठेवा की, उद्देशाचा पाठपुरावा करीत असण्यामागचे जादूचे सूत्र आहे:

- ज्याविषयी तुम्ही अतीव काळजी करता अशी एखादी गरज शोधून काढा.
- आता काय होते आहे, त्याचे निरीक्षण करा.
- हे काही वेगळ्या प्रकारे करता येईल का यावर विचार करा.
- ती गरज भरून काढा.

तुमचे उद्देश, तुमचे विश्वास अन् दैव या साऱ्याच गोष्टी एकमेकांत गुंतलेल्या असतात. तुमचे विचार व कृती जेव्हा एकत्र काम करू लागतात व तुमच्या उद्देशांसाठी लागणारी ऊर्जा निर्माण होऊ लागते, तेव्हा तुम्हाला दिसून येईल की

संधी अनपेक्षित कोपऱ्यातून तुमच्या समोर येतील. ती कदाचित कुणाशीतरी एखादी आकस्मिक भेट असेल, एखादा प्रस्ताव असेल, चुकून कानावर पडलेले कुणाचे तरी बोलणे असेल, ज्यामुळे सावध होऊन तुम्ही कृती करण्यासाठी प्रवृत्त व्हाल व तुमच्या ध्येयाच्या दिशेने सुसाट निघाल.

ज्यावेळी तुमच्यावर पटकन् निर्णय घ्यायची वेळ येते, त्यावेळी स्टेशनमधून सुटणारी धावती गाडी पकडणाऱ्या प्रवाशासारखी तुमची गत होते. तुमचे गंतव्य तुम्हास ठाऊक नसल्यामुळे क्षणभर तुम्ही विचलित होता, मात्र विचार करण्यास वेळ नसल्यामुळे दुसऱ्याच क्षणी तुम्ही गाडीत असता.

जेव्हा दरवाजे बंद होऊन गाडी वेग घेते, त्यावेळी तुम्हास जाणीव होते की, ज्यासाठी तुम्ही अट्टाहास करीत होता त्या गोष्टी तुमच्या हाती दिल्या जात आहेत व सारे काही या आधी कधी नव्हे इतक्या वेगाने घडते आहे. भाग्य उजळणाऱ्या या अशा गोष्टी जेव्हा योगायोगाने घडतात, तेव्हा हे असे कसे झाले यावर माथेफोड करण्यात काहीही अर्थ नसतो. आता केवळ आनंद मानायचा असतो की, तुम्हाला तुमचा उद्देश ठाऊक आहे. यावर विश्वास ठेवा की, तुमच्या ध्येयाच्या वाटचालीतील हा केवळ एक टप्पा आहे. त्या साखळीतील एक लहानशी कडी आहे. तुम्ही तुमच्या प्रवासाच्या तिकिटाचे पैसे तुमच्या श्रमांनी दिलेले आहेत व त्यामुळेच तुम्ही या जागी पोहोचला आहात.

तुम्ही करू शकता यावर पहिल्याप्रथम विश्वास ठेवा - मग कामाला लागा.

◆

लक्षात ठेवण्याजोगे

- तुमच्या जीवाची आवड शोधून काढा, ज्यामुळे तुमचे आयुष्य अधिक उद्देशपूर्ण होईल व त्या मार्गावर चालू लागा.
- इतर लोक कोणत्या पद्धतीने त्यांचे उद्देश शोधून काढतात व कोणत्या पद्धतीने फरक करू शकतात त्याचे निरीक्षण करा.
- कोणाच्या उद्देशाचा पाठपुरावा तुम्ही करताहात? जर तो उद्देश तुमचा नसेल तर पुनश्च विचार करायची वेळ आली आहे असे समजा.
- जेव्हा विश्वास, मूल्ये व कृती यांचा योग्य तो ताळमेळ जमतो, तेव्हा तुमची ऊर्जा तुमच्या जीवनविषयक ध्येयाच्या दिशेने वाहू लागते.

७

तुमची विचारशक्ती तल्लख करा

या प्रकरणात तुम्ही खालील गोष्टी शिकाल:

- *तुमची मानसिकता कशी मजबूत करायची*
- *तुमचे ध्येय मनात ठेऊन कशी सुरुवात करायची*
- *तुमचे निष्कर्ष कसे सुधारायचे व पुढचे नियोजन कसे करायचे*
- *विचार करण्याच्या कौशल्याच्या लवचिकतेबद्दल*

नियोजन कृतीशिवाय व्यर्थ आहे.
नियोजनाशिवाय कृती आत्मघातकी आहे.

(बिझनेस मॅक्सिम)

नवीन कौशल्ये शिकण्याबद्दल

उद्याचे जग हे केंद्रबिंदूच्या जागी असलेल्या प्रतिस्पर्ध्यांचे आहे

इन्स्टिट्यूट ऑफ डायरेक्टर्सच्या एका सर्वेक्षणाने मानव संसाधनाच्या विभागातील संचालकांना विचारले की, जर त्यांनी त्यांच्या साऱ्या कर्मचाऱ्यांना एका रात्री कामावरून काढून टाकून पुन्हा घ्यायचे ठरविले तर किती टक्के कामगारांना ते पुन्हा नोकरीवर घेतील? त्यांचे उत्तर होते की, ते बहुधा ० ते ४० टक्के कामगारांना पुन्हा घेतील.

ज्यांच्यापाशी काही उद्दिष्टे आहेत व प्रगती करण्यासाठी उत्सुक आहेत, अशी माणसे निर्णय घेताना, प्रश्न सोडविताना, वाटाघाटी करताना, इतरांशी संबंध ठेवताना, नवीन सृजनात्मक कल्पनांना जन्म देताना आणि अपूर्ण माहितीशी सामना करताना त्यांची विचार करण्याची जी क्षमता असते ते ती अधिक उंचीवर नेतात. अस्पष्टपणा, अनिश्चितता, धोका अन् चुका या साऱ्या गोष्टी हाताळताना आपण

सज्ज असावे असा त्यांचा सदैव प्रयत्न असतो.

हाती घेतलेले काम उत्तम प्रकारे तडीस नेणाऱ्या ज्या व्यक्ती आहेत त्यांना ठाऊक असते की, परिणामकारकता वाढविण्यासाठी केल्या जाणाऱ्या कठोर व दीर्घ परिश्रम यांच्यामधल्या नात्यालादेखील एक मर्यादा असते. सुरुवातीला कठोर व दीर्घ परिश्रम आनंददायी वाटतात, मात्र काही काळ गेल्यानंतर त्यांच्या बदल्यात ताणतणाव, गलितगात्रपणा व थकवा यांच्या स्वरूपात किंमत मोजावी लागते. सतत तुमच्या रक्ताच्या उसळीवर अवलंबून एखादे काम करून त्यातून पार होणे हे व्यसनामुळे होणाऱ्या स्वत:च्या हानीच्या बरोबरीचेच मानले जाते.

खूप मेहनत करून काम पूर्ण करण्यापेक्षा हुशारीने काम केले तर आपण आपले ध्येय साध्य करण्यासाठी व आपले भविष्य सुरक्षित करण्यासाठी आपल्या विचारशक्तीला कामाला लावू शकतो. स्वत:च्या विकासाच्या संदर्भात जागच्या जागी उभे राहणे हा पर्याय मानता येत नाही. आपल्याला आपली कारकीर्द पुढे नेण्यासाठी निरनिराळ्या कौशल्यांची सदैव गरज भासते.

तुम्हाला दुसऱ्या प्रकरणात आपण अभ्यासलेले प्रेरणाकौशल्याचे चक्र आठवते का? एक तंत्र म्हणून विकास करण्याजोग्या एखाद्या विभागाविषयी तुम्ही विचार केलेला आहे का, ज्यामुळे तुम्ही तुमच्या ध्येयाच्या जास्त जवळ येऊ शकाल?

१. **कृती करण्यासाठी स्वत:ला सतत प्रेरित करत राहणे**
२. **कल्पनाचित्रे रंगविणे** - *भविष्याविषयी*
३. **उद्दिष्ट बाळगणे** - *एखाद्या विशिष्ट परिस्थितीमध्ये तुम्हाला काय वाटले ते तुम्हाला आठवतंय का? त्याचं तुम्ही वर्णन करू शकता का?*
४. **ध्येय ठरविणे** - *ध्येय कसे ठरवायचे, हे तुम्हाला नेमके ठाऊक आहे का?*
५. **दिरंगाई दूर करणे** - *स्वत:ला प्रेरित करून कृतिशील कसे व्हायचे याविषयी तुम्हाला माहिती आहे का?*
६. **संवाद कौशल्य** - *संवाद कौशल्यामध्ये व इतरांना प्रेरित करण्याविषयी तुम्हाला किती माहिती आहे?*
७. **अडथळा ठरणाऱ्या समजुतींना आव्हान** - *तुमची आगेकूच रोखणाऱ्या समजुतींना आव्हान*
८. **आगेकूच करण्यासाठी धोके पत्करणे** - *तुमचे ध्येय गाठण्यासाठी धोका पत्करण्याची तुमची तयारी आहे का?*
९. **नमुना तयार करणे** - *जी माणसे यशस्वी आहेत, त्यांच्या वागण्यातून व त्यांनी अंगिकारलेल्या वास्तव पद्धतीतून तुम्ही काय शिकलात?*
१०. **वेळेचे व्यवस्थापन** - *वेळेच्या चौकटीत काम करण्यात व निरनिराळी*

टोके एकत्र आणण्यात तुम्ही किती हुशार आहात?

तुमच्या मदतीसाठी ती आकृती येथे पुन्हा दिली आहे (पाहा आकृती क्र. ७.१).

विचारांना चालना देणारे

तुमच्या कौशल्यचक्राच्या बाह्यरेषेवर तुम्ही पुन्हा एकदा लक्ष द्या व पाहा की, तुम्ही कौशल्याच्या विकासाच्या निरनिराळ्या विभागांत कोणत्या प्रकारे गुण मिळविले होतेत.आता स्वत:लाच विचारा:

- ▶ मला माझ्या आयुष्यात काय मिळवायचे आहे?
- ▶ रोजच्या कामाच्या दिवसात माझ्यावर कोणते मुख्य दबाव आहेत?
- ▶ त्यामुळे माझ्या विचारशक्तीवर कोणता परिणाम होतो?
- ▶ मी जे विकल्प निवडतो, त्यांच्याविषयी स्पष्टपणे विचार करता यावा म्हणून मला माझ्या कामाच्या पद्धतीत कोणते बदल करावे लागतील?
- ▶ माझ्या कौशल्यचक्राच्या कोणत्या विभागावर लक्ष केंद्रित केल्यावर मला त्याचा जास्तीतजास्त लाभ होईल?

आकृती ७.१ : प्रेरणादायी कौशल्याचे चक्र

आपण आपल्या गुणवत्तेचा संपूर्ण विकास कधीच करीत नाही

यातील अंतरंग

जेव्हा ते त्यांच्या शिकण्याची संपूर्ण सबाबदारी स्वत:वर घेतात, तेव्हाच मोठी माणसे उत्तम रीतीने शिकू शकतात. स्वत:च्या शिक्षणाची जबाबदारी घेणे म्हणजेच एका अर्थी स्वत:च्या आयुष्याची जबाबदारी घेतल्यासारखे आहे. किंबहुना तो तुम्ही एक पूर्ण व्यक्तिमत्त्व बनण्याच्या प्रक्रियेचा एक भाग आहे.

आपले वय काहीही असो, मात्र आपणा साऱ्यांकडेच पूर्णपणे विकसित न झालेली गुणवत्ता आहे. जी माणसे यशस्वी म्हणून गणली जातात, त्यांना ठाऊक झालेले असते की, केवळ तेच त्यांना सापडलेल्या निष्कर्षांमध्ये सुधारणा घडवून आणू शकतात. म्हणून ते भविष्याचे नियोजन करतात. ते भविष्यासाठी एखादे लक्ष्य ठरवितात व वर्तमान क्षणापर्यंत मागे येत ते एक कृतियोजना तयार करतात व ते साध्य करण्यासाठी कोणती संसाधने, कौशल्ये, क्षमता, उपकरणे व तंत्रे लागतील याचा विचार करून ठेवतात.

विचार करण्याजोगे

तुमच्या आयुष्याची पटकथा तुम्हीच लिहा

जर तुम्ही उद्या गतप्राण झालात, तर तुम्हाला हव्या असलेल्या तुमच्याविषयीच्या शोकसंदेशामध्ये कोणती गोष्ट नसलेली प्रकर्षाने जाणवेल? कोणत्या गोष्टी तुम्ही साध्य केल्या असत्या? त्याविषयी तुम्ही काय करू शकाल?

पुढच्या पाच वर्षांचा विचार करून, जेव्हा तुम्ही यशस्वीपणे तुमचे लक्ष्य साध्य केले आहे, तेव्हा मधल्या काळात काय घडले आहे याची कथा लिहून काढा. मग वर्तमान दिवसापर्यंत मागे या. यानंतर तुमच्या आताच्या अवस्थेला येण्यासाठी तुम्ही काय काय पावले उचललीत ते लिहून काढा.

- तुम्ही तुमच्या निर्णयापर्यंत कसे पोहोचलात?
- कोणती कौशल्ये व गुणवत्ता तुम्ही यासाठी वापरलीत?
- काय ती कौशल्ये तुमच्या पूर्ण क्षमतेनिशी तुम्ही आत्ताही वापरता आहात?

▶ तुमच्या यशाला कारणभूत असलेल्या घटकांविषयी लिहून काढा. यामुळे अधिक यश मिळविण्यासाठी तुम्हाला काय करायला हवे, याविषयी तुमच्या मनात अधिक कल्पना उभ्या राहतील.

व्यावसायिक ध्येयांच्या बाबतीत अधिक लाभ मिळवा

बहुतेक यशस्वी लोकांकडे त्यांना नेमके काय मिळवायचे आहे याविषयीची एक दृष्टी होती व त्यानुसार ते स्वत:चे आयुष्य कोणत्या पद्धतीने जगायचे याविषयीचे पर्याय निवडतात. जे साध्य करायचे आहे ती गोष्ट मनात ठेवून, त्यांची स्वप्ने सत्यात उतरविण्यासाठी, त्यांनी त्यांना जे करायचे होते त्यासाठी टप्प्याटप्प्याची एक योजना तयार केली. स्वत:वर निरनिराळ्या विचारांचा व कल्पनांचा सतत मारा करीत राहून निर्माण होणाऱ्या तुमच्या कल्पना किंवा उत्पादने, तुमच्या प्रतिस्पर्ध्यांच्या कल्पना वा उत्पादनांपेक्षा, ग्राहकांच्या पसंतीस कशी उतरतील या प्रकारच्या ध्येयनिश्चितीसाठी उपयोगी पडतात.

पीटर थॉमसन् - एक अभ्यास

चोविसाव्या वर्षी पीटर थॉमसनने त्याच्या तीन प्रथितयश कंपन्यांपैकी पहिली स्थापन केली अन् दोन वर्षांत त्याने युरोपमधली सर्वांत मोठी कर्जदारांना शोधून काढणारी कंपनी स्थापन केली. ही कंपनी महिन्याला जवळजवळ ४००० कर्जदार शोधून काढीत होती. व्यवसायातील हे पहिले यश त्याने कसे काय मिळविले? तो म्हणतो: ध्येय समोर ठेवणे हे सर्वांत महत्त्वाचे. मी यादी तयार करून रोजचे ध्येय रोज बनवितो, मात्र जर तुम्हाला तुमच्या व्यवसायात अतिशय मोठ्या प्रमाणात यश मिळवायचे असेल तर तुमच्याकडे अशी काही कल्पना हवी जी तुम्हाला जास्त लाभ करून देईल.

थॉमसन् पुढे म्हणतो: धोक्याचे परावर्तन या नावाच्या योजनेने कर्जदार शोधून काढण्याच्या माझ्या नव्या कल्पनेतून माझा पहिला व्यवसाय सुरू झाला. जर आम्ही माणसे देऊ शकलो, तरच आम्हाला पैसे द्या अशी ती योजना होती. त्यातून आम्ही प्राथमिक कामासाठी आमच्या प्रतिस्पर्ध्यांपेक्षा खूपच कमी दर लावीत होतो, त्यामुळे आम्ही बरेच ग्राहक मिळवू शकलो. असे असेल तर मग या अशा व्यवसायातून एखादा मनुष्य पैसे कसे काय कमवू शकतो? थॉमसन् सांगतो: मला एक सूत्र मिळाले - जर तुम्ही एका

माणसाला शोधून काढलेत तर तुम्हाला एकापेक्षा अधिक वेळा पैसे मिळू शकतात - त्यालाच लाभ असे म्हणतात. समजा मी एक दुकानदार शोधून काढला, ज्याची माहिती माझ्या फाईलमध्ये आहे, त्याला कदाचित इतरांचे पैसे द्यायचे आहेत, त्यामुळे मी काम एकदाच केले, मात्र माझे निष्कर्ष मी पुन्हा पुन्हा विकत राहू शकलो. तेथेच मी पैसा कमविला.

त्याचप्रमाणे जेव्हा थॉमसनने ठरविले की त्याला ऑडियो प्रेझेंटर बनायचे आहे, तेव्हा त्याने स्वत:लाच प्रश्न करायचे तंत्र वापरले. मी लिहून काढले की मला काय करायचे आहे - *एक ऑडियो प्रेझेंटर.* नायटिंगेल कोनांट नावाची एक ऑडियो प्रेझेंटिंग कंपनी या क्षेत्रातील जगातील सर्वांत मोठी कंपनी होती. ते जे करीत होते ते इतरांपेक्षा खूपच वेगळे होते व माझा पाय त्यांच्या दारात अडकला, कारण मी त्यांच्याकडे नुसती कल्पना घेऊन जाण्याऐवजी एक परिपूर्ण उत्पादनच घेऊन गेलो.

त्या कंपनीकडे रोज शेकडो लोक निरनिराळ्या कल्पना घेऊन जात व सांगत की, ही अशी अशी आमची कल्पना आहे. म्हणून मी एक कार्यक्रम लिहिला, तो ध्वनिमुद्रित केला व एक पूर्ण उत्पादन म्हणून त्यांच्याकडे तो घेऊन गेलो. मी ओळखले होते की, या जगात कल्पना असणाऱ्या माणसांना तोटा नाही - कमतरता आहे ती कृतिशील माणसांची. ते म्हणाले: आम्हाला तुझा आवाज व तुझे उत्पादन खूप आवडले, मात्र आम्ही ऑडियोज् उत्पादनांच्या विक्रीच्या व्यवसायात फार मोठ्या प्रमाणात नाही. मात्र यातून एक साध्य झाले की, मी नायटिंगेल कॉनंटच्या दर्जेदार मानल्या जाणाऱ्या *लीड द फिल्ड* ला आवाज देऊ शकलो व त्यानंतर मी त्यांच्या शेकडो टेप्स व ऑडियोज् लिहिल्या आहेत.

लोक म्हणतात की, माहितीमध्ये ताकद असते, मात्र ते चुकीचे आहे. मी अनेक हुशार लोकांना भेटलो आहे, ज्यांच्यापाशी माहितीचा खूप मोठा साठा आहे मात्र पैसे नाहीत. ते कदाचित त्यांच्यापेक्षा कमी हुशार लोकांसाठी कामही करीत असतील, मात्र तुमच्याकडे असलेल्या माहितीच्या आधारावर तुम्ही वरचढ ठरून तुमच्या व्यवसायात मजबूत बनू शकता.

सौजन्य, एम्‌पीएम्‌जी लि., सेल्स डायरेक्टर मासिक

रु फ्रान्सिस कूम्बस्

भविष्यातील तुमची ध्येये ठरविताना या वरचढपणाचा लाभ घ्या

जेव्हा तुम्ही तुमच्या गाडीचे चाक बदलता त्यावेळी त्या गाडीखाली असलेल्या जॅकमुळे तुमच्या चाळीसपट वजनाची गाडी तुम्ही लीलया उचलता. व्यवसायात व विक्रीमध्येदेखील हा लाभ, ज्याला ८०/२०चा नियम म्हणतात, सर्रास सर्वांवरच लक्ष ठेवून व त्यासाठी श्रम करण्यापेक्षा काही निवडक ग्राहकांना ओळखून काढून व त्यांच्यावर लक्ष केंद्रित करून घेता येतो.

एखादी गोष्ट पूर्ण करताना तुमच्या वेळेचा सर्वांत उत्तम उपयोग करून घेताना हे लक्षात असायला हवे की, तुमच्या रोजच्या दिवसातील *करण्याची कामे* या सदरातील ८० टक्के परतावा तुम्ही लिहिलेल्या २० टक्के कामांमधून येतो व बहुधा तो त्यातील एकाच कामाचा असतो. अनेक लहान लहान कामांच्या मागे धावून ती पूर्ण करण्याच्या सापळ्यापासून स्वत:ला दूर ठेवा. कारण ही कामे भलेही सोपी किंवा समाधान देणारी वाटली, तरीही त्यातून फारच थोडे साध्य होत असते. त्याऐवजी एखाद्या, तितकीशी निकड नसलेल्या परंतु अधिक महत्त्वाच्या कामावर लक्ष केंद्रित करा. स्वत:लाच विचारा की, यांपैकी कोणत्या कामाचा माझ्या ईप्सिताशी थेट संबंध आहे? आजपासून पाच वर्षांनंतरही यातील कोणते काम माझ्यासाठी तेवढेच महत्त्वाचे असणार आहे?

मी पीटर थॉमसना याविषयी प्रश्न केला की, तो स्वत: या *'करण्याची कामे'* च्या यादीचा उपयोग कसा करतो? तो म्हणाला: तुम्ही सारीच कामे त्यांच्या प्राधान्यानुसार रचून घेता. त्यापैकी पहिले काम केल्यानंतर त्याचे प्राधान्य पुन्हा ठरवा अन् मगच पुढच्या कामाला हात घाला. हे असे केलेत तर मग दिवसभर तुम्ही सर्वोच्च प्राधान्य असलेली कामेच कराल व असे करताना जर तुम्ही इतर कामे केली नाहीत तरीही काय फरक पडतो? कारण ती एरवीही कधीच केली नसतीत किंवा इतर महत्त्वाच्या कामांऐवजी तुम्ही ती करीत बसला असतात.

किती परिणामकारकपणे तुम्ही ध्येय ठरवू शकता?

अनेक लोक जी वैयक्तिक व व्यावसायिक ध्येये ठरवितात, ती किती परिणामकारक असतात? जीवनात तुम्ही आज ज्या ठिकाणी पोहोचला आहात ते तुम्ही आजवर केलेल्या विचारांचे अन् योजनांचे फलित आहे. असे जर असले तर मग तुम्हाला इथेच यायचे होते की, काही थोडेच अंतर तुम्ही आला आहात? हवेतील इमले किंवा चुकीची उद्दिष्टे ही काही काम न करता, कृती न करता काही घडण्याची अपेक्षा करण्यासारखेच आहे.

पुढचे नियोजन करताना, काय बदल घडवून आणायचे आहेत याविषयीचे तुमचे हेतू तुम्हाला स्पष्ट करायलाच हवेत. उदाहरणच द्यायचे झाले तर, मला खूप पैसे मिळवायचे आहेत असे म्हणणे हे मला लॉटरी जिंकायची आहे असे म्हणण्यासारखेच आहे. या अशा बोलण्यातून तुम्ही तुमचे ध्येय कोणत्या प्रकारे साध्य करणार हे काहीच स्पष्ट होत नाही. हेतूच्या भक्कम पाठिंब्याविना उपरोक्त विधाने करणे हे नसती इच्छा करण्यासारखेच आहे.

जे बदल तुम्हाला तुमच्या जीवनात घडवून आणायचे आहेत, त्याविषयीच्या तुमच्या कल्पना स्पष्ट असल्याशिवाय तुम्ही ते करू शकत नाही. कदाचित तुम्ही आत्ता जे काम करताहात त्यात बदल हवा असेल किंवा कदाचित तुम्हाला तुमचे संपूर्ण करिअर बदलण्याची गरज असेल. कदाचित तुम्ही तुमच्या आताच्या कामात काही सुधारणा घडवून आणू शकत असाल. मात्र जर तुम्हास ठाऊकच नसेल की, तुम्हाला नेमके काय हवे आहे, तर मग तुम्हाला कोणत्या गोष्टींमुळे समाधान होईल त्याविषयी तुम्ही कायमच अनभिज्ञ असाल.

विचारांना चालना देणारे

जर काही चमत्कार घडला अन् सकाळी उठल्यावर तुम्हाला असे आढळून आले की, सारे काही तुम्ही जशी कल्पना केली होतीत तसेच आहे... ते झाले आहे हे तुम्हाला कसे कळेल?

- *तुम्ही काय पाहाल, ऐकाल वा तुम्हाला जाणवेल किंवा अनुभूति येईल की ज्यागुणे तुम्ही म्हणाल की काहीतरी चमत्कार घडला आहे.*
- *जे तुमच्याकडे नाही अशी कोणती गोष्ट तुम्ही तुमचे ध्येय साध्य केल्यावर तुमच्याकडे असेल?*

स्वत:ला व इतरांना कळण्यासारखे, वागणुकीचे काही ठरावीक वैयक्तिक आकृतिबंध, आपल्या सगळ्यांपाशीच असतात. काही गोष्टी पुन:पुन्हा केल्यामुळे आपल्याला निष्कर्ष मिळतात. ज्या कृती तुम्ही इतका काळपर्यंत करीत आलात, त्याचीच परिणती तुमच्या हाती या क्षणाला जे काही आहे त्यात झाली आहे.

आतापर्यंत आपण काय केले त्याचा अंदाज

- आत्ता तुम्ही कोठे आहात? काय तुम्ही तुमच्या स्वप्नांमध्ये जे काही पाहिलेत त्याच्याच वाटेवर आहात?
- ते तुम्ही मिळवाल याची कितपत शक्यता आहे?

- ▶ तुमचे ध्येय साध्य करण्यापासून तुम्हाला काही वंचित ठेवते आहे का?
- ▶ आत्ता तुम्ही जेथे आहात तिथवर तुम्ही कसे आला आहात?
- ▶ तुम्हाला काही बदल करावेसे वाटतात का?
- ▶ तुम्ही आता काय करणार आहात?

यशाविषयीचे तुमचे मानदंड कोणते आहेत?

चांगली नोकरी किंवा चांगले आयुष्य साध्य करण्याविषयीचे तुमचे मानदंड कोणते आहेत? एखाद्या प्रश्नावर लक्ष केंद्रित करण्यापेक्षा चांगले चालत असताना कोणत्या भावनांची तुम्हाला आस असते ते शोधून काढा.

नकारात्मक विचारधारा: या नोकरीत काहीच माझ्या मनासारखे होत नाही आहे व परिस्थिती हाताबाहेर चालली आहे. मी काय करायला हवे?

हा नकारात्मक प्रश्न सकारात्मक विचारधारेत बसवा.

सकारात्मक पृच्छा: या परिस्थितीत जर गोष्टी मला हव्या तशा घडायला हव्या असतील तर मला कोणते बदल घडवून आणायला हवेत? त्यानंतर त्याचे मानदंड एकाखाली एक लिहून काढा, ज्यामुळे तुम्हाला अपेक्षित असलेले बदल घडून येतील.

तुम्हाला जसे अपेक्षित आहे ते सारे केल्यानंतर, तुम्ही तुमचे उद्दिष्ट गाठल्यानंतर त्यातून नवीन काही प्रश्न उद्‌भवणार नाहीत ना, एवढे एकदा तपासून पाहा.

नकारात्मक विचारधारा: जर मला ही नवीन नोकरी मिळाली तर मला माझ्या नवीन वरिष्ठांना माझ्या कल्पना सांगाव्या लागतील. हे मी करू शकेन याविषयी मला विश्वास वाटत नाही, कारण मी त्यांच्याएवढा हुशार नाही.

पुन्हा एकदा ही नकारात्मक विचारधारा सकारात्मक पृच्छेमध्ये बदला.

सकारात्मक पृच्छा: तुम्ही तुमच्या वरिष्ठांइतकेच हुशार आहात हे जर तुम्हाला ठाऊक असते, तर तुम्ही कोणत्या पद्धतीने त्यांना पेश झाला असता. यावर तुमचे अंतर्मन तुम्हाला काय सांगते, हे नीट ऐका.

तुमचे ध्येय साध्य करण्यासाठी लागणारी सारी सामग्री आता तुमच्याकडे आहे हे ध्यानी घेऊन तुमच्या ध्येयाची त्याच्या साऱ्या बारकाव्यांनिशी मनोमन कल्पना करा व आता तुम्ही ते सत्यात आणण्यासाठी कोणती पावले उचलाल हे जाणून घ्या.

तुम्हाला यश कधी मिळेल हे जाणण्यासाठी तुम्ही तुमच्या कर्तृत्वावर कशा

पद्धतीने बारकाईने लक्ष ठेवाल? तुम्ही तुमचे ध्येय साध्य केले आहे हे जाणण्यासाठी तुम्हाला कोणत्या पुराव्यांची आवश्कता आहे? विचारात घ्याः

जे तुम्हाला हवे आहे ते तुम्ही मिळविले आहे हे तुम्हाला कसे कळेल?

मला माझ्या वरिष्ठांना भेटताना आता अधिक सकारात्मक वाटेल, मी स्वतःच्या वागण्यात व दिसण्यात अधिक आत्मविश्वास आणेन व चर्चांमध्ये अधिक सहभाग असेल याची काळजी मी घेईन.

हे केल्यानंतर चांगल्या नोकरीचे तुमचे ध्येय साध्य करण्यासाठी तुमच्या दुय्यम उद्दिष्टांची यादी आता बाहेर काढा. उदाहरणार्थ, सध्याच्या नोकरीत अधिक पैसा मिळविणे ही जर तुमची मोठी काळजी नसेल तर अधिक पैसा देणाऱ्या नोकरीच्या आमिषाने तुम्हाला आकर्षित करू नये, मात्र ज्या गोष्टी तुम्हाला अतिशय महत्त्वाच्या वाटतात त्यासुद्धा त्यामुळे बदलू नयेत.

त्यानंतर ज्यामुळे तुमचे स्वप्न सत्यात बदलेल अशा कृतिंचा विचार करा. तुमचे जे ध्येय आहे व त्यासाठी तुम्हाला ज्या साधनांची आवश्यकता आहे, ते विचारात घ्या. ही गोष्ट घडायलाच हवी यासाठी मी काय करायला हवे? अशांसारखे प्रश्न स्वतःलाच विचारा. मला माझ्या ध्येयाविषयी विधायक विचार करायला हवा व त्यासाठी पुढल्या बुधवारच्या बैठकीसाठी मला तयार रहायला हवे... यासारखी उत्तरे तुम्हाला कदाचित यातून मिळतील.

तुमचे ध्येय तुम्ही साध्य केले आहे, तुम्हाला जे हवे ते तुम्ही मिळविले आहे हे समाधान लाभण्यासाठी काय होणे गरजेचे आहे?

- तुमची योजना यशस्वी होण्यासाठी कोणत्या अटी असणे आवश्यक आहे?
- तुम्ही (अथवा तुमच्या भोवती असणाऱ्यांपैकी) कोणते त्यागे करणे गरजेचे आहे?
- काय बदलायलाच हवे?
- हे बदल घडून यावेत यासाठी तुम्ही काय करू शकता?

या अटी अत्यावश्यक आहेत

वरील प्रश्नांना तुम्ही जी काही उत्तरे दिली आहेत त्या तुम्हाला तुमची योजना यशस्वी करण्यासाठी लागणारे निकष आहेत. काय हे आव्हान कठीण आहे? की तुम्हाला ते करायचेच आहे?

जर तुम्ही ही पद्धत न वापरता तुमच्या यशाचे निकष शोधून काढले असते, म्हणजे परिस्थितीचे व्यवस्थित आकलन करून न घेता ध्येयनिश्चिती केली असती आणि पायाही तयार केला नसता, तर जे बहुतेक लोक करतात तेच तुम्ही केले

असते. बहुतेक वेळा लोक लक्ष्य ठरवितात व ते मिळविण्यासाठी आवश्यक असणारे नियोजन न करता तडक ते गाठायच्या मागे लागतात. याचा पुरावा म्हणजे:

- खर्चाचा अंदाजही न घेता ते नवीन व्यवसाय सुरू करतात.
- परवानगी न घेता ते घरात जादा बांधकाम करतात, परिणामी ते त्यांना तोडावे लागते.
- ते कदाचित त्या व्यवसायात यशस्वीही होतात व त्यानंतर त्यांना जाणवते की, त्यांचा जोडीदार बदलला नाही आहे, मात्र त्यांचे स्वत:चे व्यक्तिमत्त्व पूर्णत: बदलून गेले आहे. तुमच्याकडे अशी काही योजना असेल, की ज्यामुळे तुमचे आयुष्य तर बदलेलच, परंतु त्याचा परिणाम इतर लोकांवरही होऊ शकेल, तर सुरुवात करण्याअगोदर तुम्हाला अशा लोकांना सोबत घ्यावे लागेल.

योजनापूर्वक नियोजन

एखादी योजना विचारपूर्वक तयार करण्यासाठी व ती कार्यान्वित करण्यासाठी सर्वांत कठीण गोष्ट म्हणजे ती वापरण्याचा आत्मविश्वास आणि त्यासाठी काहीही करण्याची तयारी. त्या योजनेचे मूल्यांकन करायचे कौशल्य व कृतिशीलता यांचा समसमा संयोग निर्माण करायचे खरे काम नेमके याच ठिकाणी सुरू होते. काही मूलभूत प्रश्न नेमके याच ठिकाणी उपस्थित होतात:

- ठरविलेल्या वाटेवर तुम्ही नेमके कसे राहता?
- योग्य दिशेने तुमची वाटचाल होते आहे, हे तुम्हाला कसे कळते?
- योजनाबद्ध विचारधारेपासून तुम्ही ढळला आहात हे तुम्हाला कधी व कसे कळते?

तुम्ही घेत असलेल्या निर्णयांबद्दल स्वत:लाच प्रश्न करीत व बऱ्यावाईट निर्णयांवर बारकाईने लक्ष ठेवीत असताना तुमच्या हे लक्षात येईल की, तुमच्यासाठी कोणती गोष्ट योग्य आहे व कोणती नाही. तुम्ही जे काही कराल त्याविषयी प्रश्नचिन्ह उपस्थित करा.

- काय तुमचे निर्णय योग्य होते?
- परिस्थितीचे तुम्ही केलेले मूल्यमापन कितपत अचूक होते?
- जे काही डावपेच तुम्ही वापरले, ते व्यवस्थित होते का?
- कशाचा उपयोग झाला व कशाचा झाला नाही? यासंबंधी एक यादी तयार करा व तुमच्या पुढल्या योजनेच्या वेळी उपयोगात आणण्यासाठी ती

हाताशी असूद्या.

- पुढल्या वेळी कोणती गोष्ट तुम्ही वेगळेपणाने कराल?
- त्यातून जे निष्पन्न झाले त्यामुळे यश मिळाले का?

जर त्यातून यश मिळाले नसेल तर, त्याची कारणे खालीलप्रमाणे होती का:

कुशलतेचा अभाव या घटकाविषयी तुम्हाला काही सापडले का? तुमच्या क्षमतेचा कमी वा जास्त अंदाज?	**माहितीचा अभाव** माहितीचा एखादा महत्त्वाचा भाग मिळवणे तुम्हाला शक्य झाले नाही का?
साधनांचा अभाव काय एखादा महत्त्वाचा घटक, जो उपलब्ध नव्हता, तर त्यातून चांगले निष्पन्न झाले असते?	**पुढला विचार करण्याची कमतरता** जे होईल अशी तुम्हाला कल्पनाही नव्हती व त्यामुळे त्याला तोंड देण्याची योजना तुमच्याकडे तयार नव्हती असे काही घडले का?

योजनाबद्ध व डावपेचांचा भाग असलेल्या आपल्या विचारांविषयी जाणीव असणे, हे सुधारणांच्या दृष्टीने खूप महत्त्वाचे आहे. डावपेचांचा भाग म्हणून आपण घेतलेल्या निर्णयांचे सखोल परिणाम अभ्यासण्यासाठी साहाय्य म्हणून आपल्याला काही तंत्रांची आवश्यकता भासते.

आकृतिबंध ओळखण्याचे तुमचे कौशल्य वाढवा

यातील अंतरंग

मनुष्य हा नमुन्यांच्या किंवा आकृतिबंधांच्या शोधात असतो. हे वागणे अजाणता होत असते व हे आपल्या बाबतीत कायम असेच आहे. *हे असे होईल असे मला वाटलेच होते* असे लोकांना म्हणताना तुम्ही कैकदा ऐकले असेल. आता जास्तच प्रमाणात या आकृतिबंधांच्या शोधण्याच्या कौशल्याचा आपल्याला उपयोग करायला हवा, कारण स्पर्धेमध्ये पुढे राहण्यासाठी व नवीन प्रवाहांचा लगेचच माग लागण्यासाठी हे शोधकौशल्य आपल्याला वापरायला हवेच. (पाहा प्रकरण १३, यशाच्या नमुनेदार योजना)

आपल्याला केवळ स्वत:ची विचार करण्याची प्रक्रिया किंवा निर्णय घेण्याच्या नमुन्यांची दखल घेण्याची आवश्यकता नसते, कारण आपल्याभोवती असे अनेक आकृतिबंध फिरत असतात. आयुष्याच्या सुरुवातीला आपण असे प्रवाह, स्वभावाचे नमुने व गतकाळात घडलेल्या प्रसंगांची मनावर उमटणारी चित्रे ओळखायला शिकतो.

यातील अंतरंग

जे दलाल समभागांच्या खरेदी विक्रीचा व्यवसाय करतात, ते या प्रक्रियेतील ठरावीक आकृतिबंधांचा अभ्यास करतात. सावकार त्यांच्या कुळांच्या वागणुकीचे भाकीत करू शकतात, आपल्या कुटुंबाच्या किंवा सहकाऱ्यांच्या सवयींच्या अनुरोधाने आपण त्यांच्या वागणुकीविषयी अनुमान लावू शकतो. जर आपण एखादा व्यवसाय नव्याने सुरू करीत असू तर आपण आपल्या जुन्या अनुभवांच्या जोरावर व निष्कर्षांच्या आधारावर या नव्या व्यवसायाबद्दलही भाकीत वर्तवू शकतो. या साऱ्या तंत्रामुळे आपला, चाकाचा पुन्हा एकदा शोध लावायचा त्रास वाचतो.

जर आपण हा आकृतिबंध ओळखू शकलो तर आपण:

- ▶ त्याचे मूल्यमापन करू शकतो.
- ▶ त्याचा उपयोग होईल का हे पडताळून पाहू शकतो.
- ▶ त्यातला जो भाग आपल्या उपयोगाचा नाही, त्यास वेगळे पाडून त्याचा उपयोग वेगळ्या डावपेचांसाठी करू शकतो.

ज्या गोष्टी आपल्यासाठी उपयोगाच्या आहेत त्यांविषयीचे डावपेच शिकण्यासाठी, नवीन माहिती गोळा करण्यासाठी या सगळ्याचा उपयोग आपल्याला नक्कीच होतो. आपल्याला हवा असलेला एखादा डावपेच आपल्याला आढळला, तर त्याचा उपयोग कसा करता येईल हे आपण शिकू शकतो व त्याचे परिणाम जर आपल्याला हवे तसेच मिळाले तर तो आपण अंगीकारू शकतो.

अर्थपूर्ण आकृतिबंध ओळखण्याचे कौशल्य: जर आपण आत्मसात केलेल्याचा अर्थ असा होतो की, शून्यापासून सुरुवात न करता आपण एखादा प्रश्न सहज हाताळू शकतो. उलट आपण अंत:प्रेरणेने भूतकाळातील अशाच अनुभवांना शोधू शकतो. दुसऱ्याने तयार केलेला पदार्थ, काही थोडे वेगळे घटक वापरून, आपल्यालाही शिजवता येतो का त्याचाही आपण अंदाज घेऊ शकतो.

समभाग विक्री करणारे दलाल त्या समभागाचा आलेख पाहतात. पालक आपल्या मुलाच्या वागणुकीच्या आकृतिबंधावर लक्ष ठेवून असतात. जेव्हा तुम्ही हे

आकृतिबंध शोधायला सुरुवात करता तेंव्हा तुम्हाला ते जीवनाच्या प्रत्येक अंगामध्ये दिसू लागतात.

जेंव्हा तुम्ही कोणत्याही गोष्टीचे भविष्यकालीन नियोजन करायला सुरुवात करता, त्यावेळी निष्कर्षावर आधारलेल्या विचारांचा आधार घ्यायची सवय स्वत:ला लावून घ्या. अगदी कोणत्या गोष्टी करायच्या आहेत यासारख्या साध्या बाबतीपासून ते व्यवसायाच्या धोरणात्मक नियोजनापर्यंत, अगदी साऱ्याच गोष्टींचे वस्तुनिष्ठ नियोजन असणे आवश्यक आहे.

ध्येये वा परिणाम स्पष्ट असूद्या

लक्ष्य ठरविण्याची सवय तुम्हाला गुंतागुंतीच्या व सतत बदलणाऱ्या परिस्थितीतून मार्ग काढायला मदत करते. ध्येये व परिणामांची स्पष्ट कल्पना असल्यामुळे तुम्हाला हवे ते निकाल मिळवायला तुम्हाला मदत होते. तुम्हाला जे हवे ते साध्य करण्यासाठी व तुमचा कृती आराखडा तयार करण्यासाठी ध्येय निश्चित करा व आराखडा लिहून ठेवा.

तुमची ध्येये स्मार्ट (---) असतील याची खात्री करून घ्या. मनात एखादे ध्येय ठेऊन सुरुवात करा. हे ध्येय म्हणजे तुम्हाला जे मिळवायचे आहे ते, एखादी निशाणी, अंतिम लक्ष्याच्या दिशेने जाताना मिळालेला एखादा परिणाम. प्रत्येक परिणाम हा अनेक उप-परिणामांचा बनलेला असतो व अशा परिणामांचे मिळून ध्येय बनते. अंतिम परिणाम म्हणजेच ध्येय.

तुमची ध्येये अशी असायला हवीत:

विवक्षित : तुम्हाला जी निष्पत्ती अपेक्षित आहे त्याचे लहानसे, विवक्षित विवरण.

मोजता येण्याजोगे : तुमची ध्येये मोजता यायला हवीत व तुमच्या दृष्टीने अर्थपूर्ण असायला हवीत. ती साध्य करण्यासाठी एकापेक्षा अधिक मार्ग उपलब्ध असायला हवेत.

साध्य करता येण्याजोगे : तुमची ध्येये आत्ता घडताहेत व ती साध्य करता येण्याजोगी आहेत असे समजून त्यांचे वर्तमानकाळात वर्णन करा.

वास्तववादी : तुमची ध्येये जबाबदार, वास्तववादी व तुमच्यासाठी योग्य अशीच असायला हवीत.

कालमर्यादा : तुमचे ध्येय साध्य होण्यासाठी त्याला कालमर्यादा असणे गरजेचे आहे.

तुम्ही जे काही कराल ते सर्वोत्तम व्हावे असे जर तुम्हास वाटत असेल तर, तुमच्या विचार करण्याच्या प्रक्रियेविषयी व त्यातून उद्‌भवणाऱ्या कृतींविषयी तुम्ही सजग असायलाच हवे. मग मिळालेले परिणाम किती यशदायी आहेत याची नोंद घ्या व त्यामध्ये सतत सुधारणा कशी होत राहील याबाबत प्रयत्नशील राहा.

ज्यामध्ये लवचिकता आहे अशी विचारप्रणाली विकसित करा

मोठे चित्र पाहू शकणारा किंवा एकाच दृष्टिक्षेपामध्ये सबंध आराखडा पाठ करू शकणारा अन् लहानशा माहितीची देखील नोंद घेणारा लवचीक विवेकबुद्धिचा विचारवंत जर तुम्हास व्हायचे असेल तर, आपले विचार आपल्याला हवे तेव्हा पुढेमागे करता येणे अतिशय महत्त्वाचे आहे. मोठ्या चित्राचा विचार करता येण्याची क्षमता तुमच्यापाशी असल्यास हाती घेतलेले कार्य पूर्ण झाल्यावर कसे दिसेल याची जाणीव आपल्याला होते. तुमची उद्दिष्टे ठरविण्यासाठी तुम्हाला तुमची विचारांची पद्धती बदलणे आवश्यक असते व तुमचे प्रत्येक उद्दिष्ट कोणत्या प्रकारे गाठले जाईल याविषयी अतिशय बारकाईने विचार करणे गरजेचे असते.

कंपनीतले वरिष्ठ अधिकारी बहुतेक वेळा मोठे चित्र पाहू शकणारे विचारवंत असतात. जी ध्येये असतात, त्याविषयी मोठ्या कल्पना त्यांच्या मनात असतात व मग ते त्यांच्या कर्मचाऱ्यांकडून त्या ध्येयाच्या लहान लहान भागांची कामे करून घेतात, मात्र जर तुम्ही एकट्यानेच एखादे काम करीत असाल, तर तुमच्या विचारांमध्ये काहीशी लवचिकता असणे त्यांना तुमच्या इच्छेनुरूप तुमच्या उद्दिष्टाभोवती फिरविण्यासाठी सोयीचे ठरते.

तुमचे विचार लहान भागात विभाजन करा

आपल्याला ज्या प्रकारची माहिती हवी आहे. त्यानुसार माहिती लहान किंवा मोठ्या प्रमाणात विभागण्याची प्रक्रिया म्हणजेच विभाजन पद्धती. काही लोकांचे वर्णन *मोठी चित्रे पाहू शकणारे विचारवंत* असे आपल्या कानावर येते, त्याचा अर्थ असा की, एखाद्या परिस्थितीचे संपूर्ण चित्र ते आपल्या मनात उभे करू शकतात.

आकृती ७.२ : मोठे चित्र-विचारवंत संपूर्ण चित्र पाहतो

अतिशय कुशल समजल्या जाणाऱ्या विचारवंतांकडे मनात येताक्षणी विचारांचे आकृतिबंध बदलायचे कौशल्य असते. त्याचा उपयोग ते एखाद्या समस्येवर, परिस्थितीवर, घटनेवर, कार्यावर किंवा उद्दिष्टावर प्रकाश पाडण्याच्या दृष्टीने प्रश्न विचारण्यासाठी करतात. या प्रकारचा विचार करण्याच्या पद्धतीमुळे तुम्ही एखाद्या विषयाकडे निरनिराळ्या दृष्टिकोनांमधून पाहू शकता व त्यामुळे त्या विषयाची अगदी मूलभूत माहिती घेणे तुम्हाला साध्य होते.

माहितीचे विभाजन करणे

संगणकाच्या परिभाषेत विभाजन याचा अर्थ माहितीच्या एका भागाचे ठरावीक आकाराचे वर्णन. विभाजन करणे म्हणजेच ही माहिती लहान लहान भागांत विभाजित करणे.

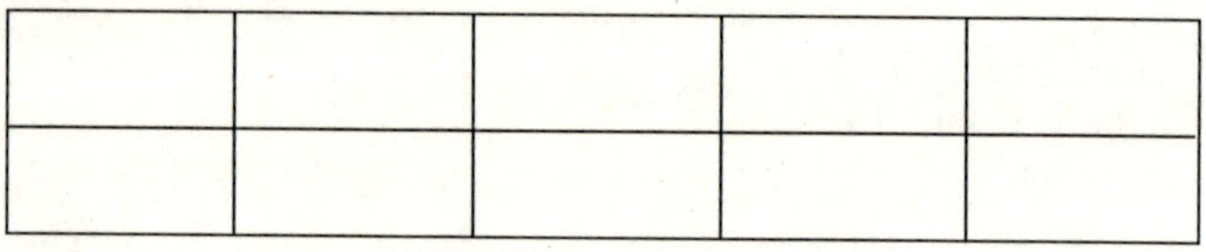

आकृती ७.२ : माहितीचे विभाजन

विचार करताना भाग जोडणे याचा अर्थ लहान लहान प्रश्नांकडून - उदा. मी हे कोणत्या विशिष्ट पद्धतीने... - मोठ्या चित्राच्या विचाराकडे, ज्यात ही संपूर्ण प्रक्रिया कोणत्या पद्धतीने चालेल हे दिलेले असते; उदा. हा वाऱ्याचा जोर मोजायचा बोगदा अमुक अमुक कारणासाठी बांधला आहे...

विचार करताना भाग पाडणे याचा अर्थ पूर्ण योजना पाहून - मोठे चित्र पाहून - त्याच्या एका एका लहान भागाकडे, – जे मोठ्या चित्राचा भाग असतात, – यायचे. मोठ्या उद्दिष्टाचे भाग पाडण्यामुळे ही प्रक्रिया हाताळणे त्यांना बरेच सोपे जाते.

कोणत्याही परिस्थितीत तुमच्या प्रश्नांचे क्रम वर खाली करण्याची लवचिकता जर तुम्हाला प्राप्त झाली तर सर्वांत महत्त्वाचे अन् अमूल्य असे कौशल्य तुम्ही मिळविले आहे असे म्हणावे लागेल. या विभाजन करण्याच्या पद्धतीमुळे तुम्ही तुमची विचारपद्धती योग्य प्रकारे मांडून अधिक माहिती अनेक प्रकारे हाताळू शकता.

विचार करायला लावणारे

जेव्हा तुम्हाला निरनिराळे दूरध्वनी क्रमांक आठवतात, ते एक प्रकारे माहितीचे विभाजनच असते. त्यांमधली विभागीय माहिती तुम्ही एका समूहामध्ये ठेवता व राहिलेली माहिती वेगवेगळ्या भागांमध्ये विभाजित केल्यामुळे ती चांगल्या प्रकारे आठवणीत राहू शकते.

हे छोटे छोटे भाग हवे तेव्हा पुढे-मागे करता आल्यामुळे तुम्हाला माहितीचे वर्गीकरण करण्यासाठीची लवचिकता प्राप्त होते. तुम्ही या माहितीची समूहवार रचना करू शकता व तुमचे विचार तुम्ही एका विशिष्ट (लहान) भागाकडून सर्वसाधारण (मोठे चित्र) भागाकडे नेऊ शकता. नेहमीच्या विचारपद्धतीने विचार केल्यास, तुम्हाला एरवी न मिळू शकणारी बरीच नवी माहिती यामुळे तुम्हाला मिळू शकते.

जेथे विभाजन उपयोगी पडू शकेल अशा काही परिस्थिती

- ध्येयनिश्चिती
- वाटाघाटी
- संघउभारणी
- संघर्षनिरसन
- समस्या निराकरण वा मध्यस्थी
- एक सादरीकरण तयार करणे व ते प्रेक्षकांपर्यंत लहान लहान भागांत पोहोचविणे– जेणेकरून ते समजणे प्रक्षकांना अवघड जाणार नाही.

तुमच्या विचारांचे लहान भाग कसे जोडावे

मोठे चित्र मिळविण्यासाठी लहान भागांमध्ये विभाजन करतेवेळी असे प्रश्न विचारा की, ज्यामुळे लोकांना त्यांच्या विश्वासांचा, मूल्यांचा व त्यांच्यासाठी जे महत्त्वाचे आहे, त्याचा पुनर्विचार करावासा वाटेल. विचारा:

- तुम्हाला कोणती गोष्ट जास्त महत्त्वाची वाटते...?
- अमुक एका गोष्टीसाठी कशामुळे तुम्हाला प्रेरणा मिळू शकेल?
- हे निष्कर्ष मिळाल्यामुळे तुम्हाला काय साध्य करता येईल?
- ...याचे उदाहरण काय आहे?
- तुम्ही काय शिकलात?
- कोणत्या कारणासाठी?

तुमच्या विचारांचे लहान भागांमध्ये विभाजन कसे करावे

काही विशिष्ट निष्कर्षांचे स्पष्टीकरण मिळविण्यासाठी विचारांचे लहान भागांत विभाजन करून, ज्यामुळे बारीकसारीक तपशील मिळतील असे प्रश्न विचारा:

- ▸ तुम्ही कशामुळे थांबता...?
- ▸ याचे एखादे उदाहरण द्याल का?
- ▸ कोण/काय/कधी/कुठे/कसे... विशेषत:?

हे विभाजन वर किंवा खाली हलविण्याचा विचार करा

जेव्हा तुमच्यापुढे एखादी कठीण समस्या उभी राहते तेव्हा तिचे लहान लहान भागांमध्ये विभाजन करण्याचा विचार करा, जे तुम्हाला आटोक्यात ठेवता येतील. यामुळे तुम्हाला एका वेळी एकाच भागावर लक्ष केंद्रित करून त्यावरील उपाय शोधता येतील. त्यानंतर तुम्ही पुढल्या भागाकडे वळू शकता.

जर तुमच्याकडे मोठ्या प्रमाणात तपशील असतील व त्याचा तुमच्यावर दबाव पडत असेल तर हे विभाग जोडत जा व तुम्ही जे काही करू पाहता आहात त्याचा अर्थ शोधायचा प्रयत्न करा. मोठे चित्र पाहिल्यामुळे तुम्हाला एकंदर परिस्थितीची जाण येईल व तुम्ही हे काय व का करता आहात याविषयी तुम्ही तुमचे मत निश्चितपणे मांडू शकाल.

समस्यांच्या पृथक्करणासाठी, नवीन परिस्थितीला सामोरे जाण्याचा योग्य मार्ग शोधून काढण्यासाठी व नवीन आणि अधिक आव्हानात्मक ध्येये समोर ठेवण्यासाठी, त्यांचे विभाजन करून ते वर किंवा खाली हलविण्याचे तंत्र अवगत असणे अतिशय महत्त्वाचे आहे.

◆

लक्षात ठेवण्याजोगे

- आपण आपली हुशारी कधीच पूर्णपणे विकसित करीत नाही. जर तुम्हाला हुशार व्हायचे असेल तर सतत नवनवीन कौशल्ये शिकत राहा.
- तुमच्या ध्येयांच्या संदर्भात मिळणाऱ्या फायद्याचा उपयोग करून घ्या.
- तुमचे यशाच्या कसोटीबद्दलचे मानदंड काय आहेत?
- योजनाबद्ध नियोजन करा व ध्येयनिश्चितीच्या संदर्भात तुमची परिणामकारकता वाढवा.
- नवीन प्रवाहांवर व कल्पनांवर लक्ष ठेवा, कारण स्पर्धेत पुढे राहण्यासाठी ते अतिशय आवश्यक आहे.
- तुमच्या विचारांचे लहान भागांमध्ये विभाजन करून त्यांमध्ये लवचिकता आणायचे कौशल्य शिकून घ्या.

८

ध्येयनिश्चिती करण्याची क्षमता

या प्रकरणात तुम्ही:

- *ध्येयांसाठी मार्ग, उद्देश व संधी निर्माण कराल.*
- *सवयींपेक्षाही तुमच्या निर्णयांमुळे तुमचे जीवन जगाल*
- *तुमच्या ध्येयसिद्धीसाठी तुम्ही तुमचे ध्येय लहान भागांत विभाजित कराल.*
- *२१ दिवसांमध्ये यशस्वीपणे फलनिष्पत्ती मिळवाल.*

तुमच्या स्वप्नांवर स्वार होण्याआधी, त्यांवर खोगीर चढवा

मेरी वेब (१८८१-१९२७)

नवीन कौशल्ये शिकण्याबद्दल

हॅरी पॉटर ही पुस्तकमाला लिहिणारी जे.के.रॉलिंग, ही पुस्तकांच्या खपाच्या बाबतीत जगातील सर्वाधिक यशस्वी लेखकांपैकी एक मानली जाते. ही घटस्फोटिता, सिंगल मदर असणारी स्त्री अतिशय थोड्या कालावधीत खालच्या परिस्थितीतून वर येऊन कोट्यधीश म्हणून गणली जाऊ लागली. तिच्या पुस्तकाच्या लक्षावधि प्रती विकल्या गेल्यात व तिच्या चित्रपटांना चांगला प्रतिसाद मिळतोय. यातून तिला गेल्या पाच वर्षांमध्ये अंदाजे २२६ दशलक्ष पौंडांचे उत्पन्न मिळाले आहे.

एका मुलाखतीदरम्यान रोलिंगला विचारले गेले की, मिळालेल्या या यशामुळे तिच्या आयुष्यात जे काही बदल घडून आले, त्यांच्याशी जुळवून घेताना तिला काही त्रास झाला का? तिचे उत्तर होते, 'नाही' कारण गेली पाच वर्षे तिने हॅरी पॉटरच्या नजरेतूनच जग पाहिले होते व ती एक अतिशय यशस्वी व्यक्तिरेखा होती. रोलिंगला तिच्या नव्या जीवनशैलीशी जुळवून घेणे बिलकूल कठीण पडले नाही, कारण तिने वर्षानुवर्षे त्या यशाची कल्पना केली होती. तुमची स्वत:ची एक विजेता म्हणून कल्पना करण्यातले जे फायदे आहेत, त्याविषयी ही गोष्ट काय सांगते?

विचार करायला लावणारे
आपल्याला आपल्या आयुष्यात जे काही मिळवायचे आहे त्याची दिवास्वप्ने आपण कदाचित पाहात असू, मात्र फारच थोडे लोक त्या ध्येयाच्या दिशेने जाण्याच्या दृष्टीने सतत योग्य ती पावले उचलीत असतात, मात्र याचा अर्थ असा नाही की आपण आळशी आहोत किंवा आपल्याकडे प्रेरणेचा अभाव आहे. किंबहुना काही बाबतीत असे दिसून येते की, ध्येये कशी निश्चित करायची अन् ती कशी गाठायची हेच मुळी आपल्याला कुणी शिकविलेले नसते.

बऱ्याच दिवसांपासून अपेक्षित असलेले यश मिळाल्यावर जाणवणारी उत्तेजना जर तुम्ही कधीही अनुभविली नसेल तर मग आनंद, गर्व या भावनांचा पुनश्च अनुभव घेणे व त्यांचा उपयोग तुमच्या पुढच्या अनुभवाच्या रूपात घेऊन त्यासंबंधी अस्सलपणा वाटणे, त्याची तीव्रता व जिवंतपणा अनुभविणे तुमच्यासाठी खरेच कठीण असेल.

तुमचे ध्येय गाठण्यामध्ये तुम्हाला आलेले यश हे तुम्ही स्वत:ला देऊ करीत असलेले सर्वोत्तम व सुख देणारे बक्षीस असू शकते. निरतिशय समाधान देणारी ही ध्येये साध्य करण्यासाठी प्रथमत: तुम्हाला ठाऊक असायला हवे की, जीवनाकडून तुम्हाला नेमके काय हवे आहे आणि ही ध्येये तुमच्या मूल्यांशी, विश्वासांशी व तुमच्या जीवनाच्या इतिकर्तव्याशी व जाणिवांशी कोणत्या पद्धतीने जुळली आहेत. ध्येयनिश्चिती केल्याशिवाय यश मिळणे कठीण आहे. त्याचकरिता तुमच्या इच्छांना तुमच्या मनापुढे येऊद्या व त्याद्वारे तुमची उद्दिष्टे सत्यात उतरूद्या.

ध्येयनिश्चिती करण्याची ताकद

उद्दिष्टे किंवा ध्येये ही साधारणत: दूरगामी असतात, मात्र लक्ष्ये ही कमी पल्ल्याची असतात. तुमचा व्यवसाय सुरू करण्याचे, मॅरेथॉनमध्ये धावण्याचे, लग्न करण्याचे किंवा तुमच्या ज्ञानात वाढ करण्याचे तुमचे लक्ष्य असू शकते. यांपैकी काही गाठण्यासाठी कदाचित कैक वर्षे थांबावे लागेल, मात्र या साऱ्याच तुम्ही चालत असलेल्या मार्गावरील खुणा आहेत, हे नक्की. जेव्हा जेव्हा तुम्ही यांपाशी पोहोचता तेव्हा तेव्हा तुम्ही करीत असलेल्या साऱ्याच गोष्टी तुम्ही थांबवीत नाही, कारण या गोष्टी गाठणे हे काही तुमचे अंतिम ध्येय नसते.

याप्रकारची लक्ष्ये तुम्ही केव्हा समोर ठेवता?

जर तुम्हाला कंटाळा आला असेल, काही करू नयेसे वाटत असेल किंवा आयुष्यात

चमक राहिलेली नाही असे जेव्हा तुम्हास वाटू लागते, तेव्हा तुमच्यासमोर काहीतरी आकर्षक ध्येय ठेवा. कदाचित असेही असू शकेल की, तुम्ही काहीच ध्येये समोर ठेवत नाही व त्यामुळेच कदाचित प्रवाहाबरोबर वाहात जाण्याची तुम्हास सवय झालेली आहे.

जर तुम्हीच तुमची ध्येये तुमच्यासमोर ठेवली नाहीत, तर त्याचा अर्थ असाही होत नाही, की तुम्ही काहीच गाठू शकत नाही. तुम्ही कदाचित इतरांच्या स्वप्नांचा किंवा कामाचा भाग असाल, तुमच्या कामाच्या ठिकाणी उत्पादन प्रक्रियेतील एक भाग असाल, तुमच्या भागीदाराच्या किंवा तुमच्या कुटुंबाच्या अपेक्षांचाही भाग असू शकता.

तुम्हाला ज्या काही गोष्टी हव्या आहेत, त्या मिळविण्याची संधी तुम्हाला मिळत नाहीत असे तुम्हाला वाटते का? काही लोक असे काही जोमदार आयुष्य जगत असतात की, इतर काही गोष्टी करण्याच्या भरात त्यांना ज्या काही गोष्टी हव्या आहेत त्या मिळविण्याची योजना तयार करण्याचे भानच जणू काही त्यांना राहात नाही.

जर तुम्हाला असे वाटत असेल की, तुम्हाला मिळणाऱ्या संधी हा तुमच्या सुदैवाचा भाग आहे तर त्याचा अर्थ असा आहे की, तुम्ही केवळ स्वप्नरंजन करता व नकळतच तुमची ध्येये ठरवीत असता. ज्या क्षणी तुम्ही जाणीवपूर्वक योजना तयार करून कामाला लागता त्यावेळी तुम्ही अधिकच सुदैवी ठरता.

जेव्हा तुम्हाला तुमची प्रेरणा अबाधित कशी ठेवायचे ते ठाऊक असते, तुमची ध्येये कशी ठरवायची ते माहीत असते आणि यांना सकारात्मक कृतींची जोड द्यायची जाणीव असते, त्यावेळी आयुष्यातल्या प्रत्येक क्षेत्रातील यशाचा मूलमंत्रच जणू तुमच्यापाशी असतो. जाणीवपूर्वक ध्येये ठरविणे ही एक कला आहे आणि ती जर तुमच्यापाशी असेल तर ते तुमच्याकडे असलेले एक अतिशय महत्त्वपूर्ण साधन असेल.

साधने, प्रेरणा आणि संधी

ध्येये ठरविण्यासाठी व ती साध्य करण्यासाठी गुन्हे शोधून काढण्यात तरबेज असणारी माणसे जी तंत्रे वापरतात, त्यांपैकी काहींचा उपयोग तुम्हाला करायला हवा. त्यासाठी तुम्हाला सर्वप्रथम तुमची ध्येये साध्य करण्यासाठी लागणारी साधने, प्रेरणा व संधींची उपलब्धता आहे की नाही हे पाहायला हवे.

- **साधने:** *तुमचे ध्येये साध्य करण्यासाठी लागणारी कौशल्यं, वेळ, पैसा, संपर्क व माहिती यांसारखी साधने तुमच्याकडे आहेत का?*

- **प्रेरणा:** *तुम्हाला तुमच्या निष्कर्षातून मोबदला मिळायला हवा आहे का? तुमच्या ध्येयापासून तुम्ही चळणार नाही वा कोणतेही आमिष तुम्हाला ते गाठेपर्यंत विचलित करू शकणार नाही याची तुम्हाला खात्री आहे का?*
- **संधी:** *ते गाठण्यासाठी तुमच्याकडे संधी आहेत का व मिळणाऱ्या निष्कर्षांवर तुमचे कितपत नियंत्रण आहे? कोणत्याही प्रकारच्या व्यावसायिक अथवा नातेसंबंधांच्या संदर्भातील निष्कर्षांवर तुमचे संपूर्ण नियंत्रण असणे कठीण आहे, मात्र अशा प्रकारच्या निष्कर्षांवर जेवढा तुमचा ताबा जास्त असेल, तेवढेच तुम्ही निश्चित केलेल्या ध्येयामध्ये यश मिळवाची तुमची शक्यता जास्तच बळावते.*

साधने, प्रेरणा व संधी यांवर बेतलेल्या साऱ्या योजना एकदा का तुम्ही निश्चित केल्या की मग तुम्हाला स्वत:बद्दल, तुमच्या ऊर्जेबद्दल व निश्चयाबद्दल असलेल्या तुमच्या धारणाच तुम्ही कितपत यशस्वी व्हाल ते ठरवितील.

तुम्ही पाहात असलेल्या स्वप्नांना मारून टाकू नका

तुम्हाला काट्याचमच्यांनी खाता यायला हवे, अशा प्रकारची नाना ध्येये तुम्ही लहान असताना, तुमच्या आईवडिलांनी तुमच्यासाठी कदाचित निश्चित केलेली असतील. ते कसे करायला हवे ते सुद्धा त्यांनी तुम्हाला कदाचित दाखविले असेल, ते जमल्यावर तुमचे कौतुकही केले असेल व ते जमल्यावर त्या कृतीची पुनरावृत्ती करणे तुम्हाला सहज शक्य झाले असेल. त्यानंतर काट्याचमच्याने खाणे हे तुमच्यासाठी कदाचित यंत्रवत झाले असेल व तुमच्या ओठांना इजा केल्याशिवाय ते अन्न तुमच्या तोंडात घालण्यात तुम्हाला यशही आले असेल.

पहिल्याच खेपेस नाही, हे मी काट्याचमच्याने खाऊ शकणार नाही, हे खूपच कठीण आहे. मी पुन्हा कधीही हे करणार नाही - असा पवित्रा तुम्ही घेतला असता तर काय झाले असते याची तुम्ही कल्पना करू शकता का? मात्र कोणत्याही ध्येयाचा पाठपुरावा करायला निघताना अनेकांची ही सहजप्रवृत्ति असते. मी एकदा तो प्रयत्न केला होता, मात्र मला ते काही जमले नाही. आता पुन्हा काही मी त्या वाटेला जाणार नाही - असे म्हणून ती माणसे स्वत:च स्वत:च्या स्वप्नांचा चुराडा करतात. तुम्हाला जे हवे आहे ते मिळविण्याचे साधन तुम्हाला दिसत नाही आहे याचा अर्थ असा नाही की, त्या परिस्थितीशी घोळ घालत बसल्याने तुम्हाला त्यातून मार्ग दिसणार नाही. त्यातून एकच अर्थ निघतो व तो म्हणजे तुम्हाला अजूनही उत्तर सापडलेले नाही. तुम्हाला अर्थपूर्ण वाटणाऱ्या ध्येयांपासून विचलित होऊ नका

कारण तुमच्या आयुष्याचे अर्थ गवसण्याची ती साधने आहेत.

ध्येये साध्य करण्याच्या यशस्वी योजना काही केवळ व्यावसायिक यशासाठीच उपयोगी पडतात असेही नसते. त्यांची सांगड आर्थिक, कारकीर्दविषयक, सार्वजनिक, कौटुंबिक, मानसिक शारीरिक वा दैविक अशांसारख्या तुमच्या आयुष्यातील प्रत्येक पैलूशी पडलेली असते. आपण स्वत:कडे कसे पाहतो, एक यशस्वी म्हणून की अयशस्वी म्हणून, यावर आपला आत्मविश्वास, स्वाभिमान व भविष्यामध्ये आपण काय करू शकतो वा मिळवू शकतो याबद्दलच्या आपल्या धारणा अवलंबून असतात.

स्वत: निवडलेला व्यवसाय किंवा पैशांच्या बदल्यात ते देत असलेले त्यांचे कौशल्य आणि/किंवा मान्यता यांतूनच बहुतेक लोकांना यश गवसत असते.

विचार करायला लावणारे

जर आपण आपल्याला हवे असलेले आयुष्य जगत असू, तर एक अतिशय वेगळा प्रश्न तुमच्यासाठी तयार आहे. काय या क्षणाला तुम्ही हव्या असलेल्या जागेवर तुम्हाला आवडणारे काम करीत बसला आहात का? काय हे काम तुम्ही पैसा व मान्यता यासाठी करीत आहात की फक्त पैशांसाठी करीत आहात?

निर्णय घ्या. सवयींपेक्षा तुमचे आयुष्य निर्णयांच्या आधाराने जगा. यामुळे तुमच्या आयुष्यावर तुमचा अधिक ताबा राहील व जास्त यशाचे तुम्ही मानकरी व्हाल.

पीटर थॉमसन

कारकीर्दविषयक ध्येय ठरविणे

जेव्हा तुम्ही तुमच्या ध्येयांना, तुमच्या सर्वसाधारण योजनेतील पायऱ्या बनविता, तेव्हा तुम्हाला यश मिळण्याची शक्यता बळावते. उच्च प्रतीचे अन्नपदार्थ बनविणाऱ्या व त्यांची सुविधा उपलब्ध करणाऱ्या कंपनीत काम करणे डेला फॉस्टरच्या मते अतिशय योग्य आहे, कारण स्वत:चे रेस्टराँ सुरू करायचे व लंडनमधील कार्यालयांमध्ये काम करणाऱ्यांसाठी सँडविच डिलिव्हरी सेवा सुरू करायचे त्यांचे पुढचे उद्दिष्ट आहे.

डेला फॉस्टर - एक अभ्यास

सव्वीस वर्षांच्या डेला फॉस्टरनी युनिव्हर्सिटीचा अभ्यास पूर्ण झाल्यावर, एका व्यवस्थापन सल्लागार कंपनीमध्ये काम केले. त्या म्हणतात: पहिले नऊ महिने मला अतिशय मजेचे वाटले, मात्र त्यानंतर हळूहळू माझा भ्रमनिरास व्हायला सुरुवात झाली. सल्लागार म्हणून काम करणे हे एका परीने खूप चांगले काम होते, मात्र माझ्या मते त्यातून फारसे काही साध्य होत नव्हते - त्यातले मुख्य काम म्हणजे एखाद्या कंपनीमध्ये निर्णय घेणारा जो कुणी असतो, त्याच्या मतावर शिक्कामोर्तब करायचे. जर कंपनीच्या अध्यक्षाला एखादा अप्रिय निर्णय घ्यायचा असेल तर ते अशा सल्लागारांना पाचारण करतात. तुम्ही कदाचित असेही म्हणाल की, लक्षावधि पौंडांच्या उलाढालीविषयी निर्णय घेणाऱ्या कुणाही माणसाला विश्वास देणे यात काय चुकीचे आहे? मात्र मला ते फारसे काही पटले नाही. याशिवाय ते काम फारच टेबलावरचे आहे असाही माझा काहीसा ग्रह झाला होता. मला एखाद्या कंपनीविषयी बोलण्याऐवजी एखादी कंपनी चालविण्यात अधिक रस होता.

एक दिवस डेलापाशी वेळ अतिशय कमी होता. घरी येणाऱ्या पाहुण्यांसाठी तिला जेवणाची ऑर्डर द्यायची होती, मात्र असे जेवण पुरविणारी कंपनी तिला सापडली नाही. ती पुढे म्हणते: नंतर मला कळले की, *डिलिव्हरन्स* नावाची एक कंपनी तशाच प्रकारची सेवा पुरविते आहे. मला ज्या प्रकारच्या व्यवसायामध्ये रस होता, त्याच प्रकारचा व्यवसाय ती कंपनी करीत होती.

त्या कंपनीच्या मालकांशी बोलून व संध्याकाळी काही वेळ काम करून, गिऱ्हाइकांच्या ऑर्डर्स वगैरेचा अनुभव घेऊन पाहावा व त्यानंतर तेथे नोकरी वगैरे पत्करायची की नाही हे ठरवावे अशी योजना डेलाने ठरविली. ती म्हणते: मी योग्य तेच केले. ती वर्षभरापूर्वी सुरू झालेली एक नवीनच कंपनी होती. साठ कामगार होते. *डिलिव्हरन्स*मधल्या एकंदरीत वातावरणामुळे, तेथे अनुभवता येणाऱ्या राहणीमानाच्या दर्जामुळे व कामातल्या मस्तीमुळे मनाला खूप छान वाटले. त्या वेगळ्या व मजेदार व्यवसायामध्ये प्रवेश करणे खरेच उत्तेजना देणारे होते.

मी साहाय्यक प्रबंधक म्हणून सुरुवात केली. व्यवसाय वाढविण्याच्या दृष्टीने नवनवीन मार्ग शोधायचे काम माझ्याकडे होते. एकाच वर्षात मी *डिलिव्हरन्स* ची दुसरी शाखा क्लर्कनवेल्स इथे सुरू केली व त्याचे

व्यवस्थापन करायला सुरुवात केली.

या कामात मला खूप आनंद मिळतो. लोकांसोबत काम करताना त्यांना प्रेरित करून तेच काम अधिक चांगल्या पद्धतीने कसे करता येईल हे पाहणे... मला अगदी हेच करायचे होते. नोकरीला सुरुवात केल्यापासून पंधरा महिन्यांमध्ये, कंपनीतील कर्मचारी दुपटीने वाढले व ती संख्या आजही वाढतेच आहे. कर्मचाऱ्यांच्या दृष्टीने, आर्थिक बाबींच्या दृष्टीने, पुरवठादार, ग्राहक व भविष्यकालीन नियोजन या साऱ्यांमध्ये मी पूर्णपणे गुंतलेली आहे. केवळ खर्चात कपात, अशासारख्या एकाच भागावर लक्ष केंद्रित न करता संपूर्ण चित्र पाहायची मला आस होती. सल्लागार कंपनीमध्ये काम करतेवेळी मला ते शक्य होत नव्हते.

(सौजन्य - चेरी पब्लिशिंग, *रिअल वर्ल्ड मॅगेझिन फॉर युनिव्हर्सिटीज्*)

रु फ्रान्सिस कूम्बस्

ध्येय हे नेमके काय असते?

- ध्येये ही विशिष्ट असतात. तुम्हाला तुमच्या उद्दिष्टांच्या दिशेने नेणाऱ्या त्या लहान लहान कृती आहेत असे म्हणता येईल.
- तुमची ध्येये ही तुमची वैयक्तिक बाब असायला हवी. ती कदाचित इतरांच्या ध्येयांशीही जोडलेली असू शकतील.
- ध्येये ही तुमच्या आवडीची असायला हवी अन् त्यांच्यामुळे तुम्हाला प्रेरणा, उत्तेजन मिळायला हवे.
- आपण ध्येयांचे मोजमाप घेऊ शकतो, त्यामुळे तुम्हाला तुम्ही तुमच्या उद्दिष्टांच्या दिशेने किती दूरवरचा पल्ला गाठला आहे, हे उमजते.
- ध्येये ही गाठण्याजोगी असायला हवीत. ती इतकीही सोपी नकोत, की जी गाठताना अजिबातच दमछाक होणार नाही. ती इतकीही दुष्कर नकोत की, ती गाठणे हे तुमच्यासाठी केवळ अशक्य असावे आणि त्यामुळे तुमचा आत्मविश्वास डळमळीत व्हावा.
- त्याचसोबत तुमची ध्येये वास्तववादी असायला हवीत. तुम्ही कोण आहात व तुम्ही काय करू शकता याच्या चौकटीत बसणारी असायला हवीत. जर तुम्ही जुनाट दम्याचे रुग्ण असाल तर, लंडन मॅरेथॉन धावण्याचे ध्येय ठेवण्याऐवजी दुसरे काही ध्येय ठेवणे शहाणपणाचे ठरेल. तुमची तंदुरुस्ती वाढविण्यासाठी काही कमी श्रमाचे व्यायामप्रकार निवडले तर ते जास्त श्रेयस्कर नाही का?

▶ ध्येये गाठण्यासाठी कालमर्यादा निश्चित करायला हवी. ती गाठतानाच्या मार्गावर मध्ये मध्ये निशाणेसुद्धा हवी, ज्यामुळे तुम्ही बरोबर आलात की नाही यांची जाणीव तुम्हास होत राहील, अन् तसे नसेल तर तुमच्या योजना बदलणे तुम्हास शक्य होईल.

मोठमोठी आस्थापने व व्यवसाय अनेक ध्येये एकाच्या आत एक अशा प्रकारे गुंतवून ठेवतात, जी एकाच उद्दिष्टाच्या दिशेने जाणारी असतात.

तुमच्या साऱ्या ध्येयांची एकाच सरळ रेषेत मांडणी करा, जेणेकरून त्यांचा ओघ एकाच दिशेने असेल.

▶ *तुम्हाला काय हवे आहे हे जाणून घ्या अन् कोणत्या संदर्भात तुम्हाला त्यात प्रावीण्य मिळवायचे आहे.*

▶ *तुमच्या ध्येयापर्यंत पोहोचण्यासाठी तुमच्यापाशी योजना तयार असू द्या.*

▶ *तेथपर्यंतच्या वाटेवर तुमच्या ओळखीच्या निशाण्या असूद्या, ज्यामुळे योग्य दिशेचा अंदाज तुम्हास येत राहील.*

▶ तुम्ही जे करीत आहात ते तुम्ही योजलेल्या इतर ध्येयांशी सुसंगत असेल याकडे लक्ष द्या. (हे खरोखरीच अतिशय सोपे आहे. अगदी उदारणच द्यायचे झाले तर, लोक आपल्या खाण्यापिण्यावर खूप लक्ष देतात. प्रकृति सुधारण्यासाठी पूरक अन्नपदार्थ खातात, मात्र त्याचबरोबर दिवसाला वीस-वीस सिगारेट्स सुद्धा ओढतात.) तुमची सारीच ध्येये एकाच दिशेला असतील यावर विचार करा. त्यांचा प्रवास तुमच्या उद्दिष्टाच्या दिशेला असेल याची काळजी घ्या. त्यासाठी मार्ग शोधून काढा.

▶ तुमची ध्येये सतत तुमच्या डोळ्यांसमोर असूद्या व तुमच्या भावी ध्येयपूर्तीच्या प्रसंगांची तुमच्या मनात वारंवार उजळणी करा, त्यामुळे ते ध्येय गाठताक्षणीच तुम्हाला त्याची ओळख पटणे सुलभ होईल.

तुमच्या ध्येयांची व्याख्या तयार करा

तुमचे आयुष्य, तुमच्या आकांक्षा यांच्याकडे एकवार लक्ष द्या व तुमच्या ध्येयांची व्याख्या करायला सुरुवात करा. ती ध्येये कोणत्या विभागात आहेत, त्यांचे मथळे काय आहेत हे एकदा लिहून काढा. उदा.

▶ व्यवसाय

- काम
- पैसा
- तब्येत
- संबंध

या प्रत्येक मथळ्याखाली तुम्हाला ज्या गोष्टी मिळवायच्या आहेत, त्याची एखादी यादी तयार करा. त्यानंतर एखादी गोष्ट तुम्हाला कोणत्या प्रकारे बदलायची आहे त्याविषयीचा तुमचा दृष्टिकोन लिहा. या क्षणी तुम्ही तुमचे ध्येय कोणत्या प्रकारे गाठणार आहात याविषयी चिंता करू नका.

एखाद्या सर्वसाधारण वाक्याने सुरुवात करा, जसे: मला माझे उत्पन्न वाढवायचे आहे, मला माझा व्यवसाय सुरू करायचा आहे, मला मॅरॅथॉनमध्ये भाग घ्यायचा आहे किंवा सर्वाधिक खपाचे एखादे पुस्तक लिहायचे आहे.

आता तुमची यादी व त्यातील तपशील थोडा अधिक विस्तारपूर्वक लिहा. त्यानंतर त्यातील बारीकसारीक गोष्टींवर लक्ष द्या, किती व कधी / किती काळ याविषयी एखादी कालमर्यादा ठरवा व ती लिहून ठेवा. हे झाल्यानंतर तुमचे ध्येय कोणकोणत्या प्रकारे तुम्हाला गाठता येईल याविषयी तुमच्या मनामध्ये भरपूर विचारमंथन होऊद्या.

तुमच्या साऱ्या ध्येयांचा प्रवास एकाच दिशेने होऊद्या.

आता तुमच्या ध्येयांच्या यादीकडे एक नजर टाका. पाहा की, ती एकाच दिशेने जाणारी आहेत, त्यातील काही एकमेकांवर अवलंबून आहेत किंवा ती समांतर जाऊनही तुमच्या उद्दिष्टांच्या दिशेला जाणारी आहेत.

आपण आपली ध्येये आपल्याला एकट्यालाच विचारात घेऊन रचलेली नसतात, ती बहुधा इतर लोक, गोष्टी व परिस्थिती यांच्याशी संलग्न असतात. स्वत:ला सतत हा प्रश्न विचारीत राहा की, जे मला अपेक्षित आहे ते मिळाल्यानंतर ते मला अजून कोणत्या दिशेला घेऊन जाईल वा त्यातून अजून काय निष्पन्न होईल?

आश्वासनत्मक ध्येयाची निवड करा

१. ज्या करणे तुम्हाला अतिशय आवडेल अशा दहा गोष्टींचा विचार करा.
२. ती प्रत्येक गोष्ट तुम्ही करताहात, अशी कल्पना करा.
३. आता त्यातील शक्यप्राय वाटणाऱ्या तीन गोष्टींवर लक्ष केंद्रित करा.
४. त्यातील एक गोष्ट आत्ता लगेच सुरू करावी असे तुम्हाला वाटत नाही काय?

योजनाबद्ध फलनिष्पत्ति

जे गाठण्यासाठी तुम्ही तळमळताहात, ज्याची दुष्करता तुम्हाला आमंत्रण देते आहे, मात्र जे तुमच्या आवाक्याबाहेरचेही नाही अशा एखाद्या गोष्टीचा विचार करा. तुमच्या ध्येयांची जी यादी आहे, त्यातील एखादे या क्षणी तुमच्यासाठी अतिशय महत्त्वाचे आहे का की, ज्यावर तुमच्या इतर अनेक आकांक्षा अवलंबून आहेत?

तुमच्या ध्येयांची स्पष्ट व्याख्या तुम्हाला ठाऊक असणे ही पहिली पायरी

१. **तुम्हाला काय हवे आहे?** *तुमच्या मनात काही ध्येये असतील, मात्र जर ती नसतील तर ती मिळविण्याची हीच वेळ आहे. तुमच्या यादीतील व्यवसाय, काम, पैसा, आरोग्य किंवा संबंध या मथळ्यापैकी जे तुमच्यासाठी तुमच्या जीवनाचे उद्दिष्ट म्हणून तुम्हाला महत्त्वाचे वाटते, त्यातील एखादे निवडा.*

२. **त्या ध्येयाची फलनिष्पत्ति तुमच्या हाती आली आहे अशी कल्पना करा.** *तुम्हाला कोणत्या गोष्टी दिसताहेत, ऐकू येताहेत, जाणवताहेत वा तुम्ही अनुभवू शकताहात, ज्यांच्या आधारावर तुम्ही असे म्हणू शकता की तुमच्या कृतींची फलनिष्पत्ती तुमच्या हाती आली आहे. ॲथलिटस् या प्रकारची विचारधारा रोज वापरतात. मी चेंडू मारला आहे, मी शर्यतीत धावतो आहे, मी वजन उचलले आहे, प्रत्यक्ष शर्यतीअगोदर मी हा अनुभव अनेकदा घेतला आहे. अशा प्रकारे ते त्यांच्या साऱ्या संवेदनशक्तींचा उपयोग करून, एरवी अनुभवजन्य नसलेल्या गोष्टी पाहतात. त्यांच्या कल्पनेतच कठीण गोष्टींची उजळणी करतात व त्यातील चुका सुधारतात. त्यायोगे उत्कृष्ट कामगिरीच्या, यश मिळविल्याच्या भावनांचा अनुभव घेतात.*

ज्याविषयी तुम्ही विचारही केलेला नाही, अशा काही वेगळ्या परिणामांच्या दृष्टीने चौकस राहा

१. **संदर्भः कोणत्या परिस्थितीत तुम्हाला हे निष्कर्ष हवे आहेत?** *व्यवसाय, काम, घर, सामाजिक? अशा काही परिस्थिती आहेत का, जेथे हे निष्कर्ष तुम्हाला नको असतील? उदाहरणच द्यायचे झाले तर, नोकरीच्या जागी एखादे जास्त आव्हानात्मक काम करण्यास उपयोगी पडावे म्हणून उत्तम नेतृत्वगुण संपादन करणे हे तुमचे ध्येय आहे, मात्र ते गुणकौशल्य तुम्ही तुमच्या मित्र किंवा कुटुंबीयांशी वागताना उपयोगात आणाल का? एक*

गोष्ट ध्यानी असूद्या की, तुमच्या विचार करण्याच्या पद्धतीत किंवा वागणुकीत झालेल्या बदलाने जर तुमच्या आयुष्यातील इतर पैलूंना स्पर्श केला तर त्यामुळे तुमच्या नातेसंबंधांमध्ये कदाचित आमूलाग्र बदल घडून येऊ शकतो.

२. **परिणामतः या प्रकारची फलनिष्पत्ति तुमच्या सभोवताली असलेल्या व्यक्तींवर कोणत्या प्रकारे परिणाम करू शकते?** *सहव्यावसायिक, सहकर्मचारी, भागीदार, कुटुंब, मित्र? कधीकधी भागीदारी मध्येच मोडून पडते, कारण एका भागीदाराला जास्त यशाची तहान लागलेली असते तर दुसरा त्याच जागी राहणे पसंत करतो. जर तुमचे ध्येय तुमच्या कुटुंबावर परिणाम करणार असेल तर, तुम्ही जे काही करताहात त्यात सुरुवातीपासूनच त्यांना सामील करून घ्या.*

३. **किमतीचे पृथक्करणः मिळणाऱ्या निष्कर्षांमुळे तुमचा कोणत्या प्रकारे फायदा होईल?** *तुम्ही सध्या जे करताहात त्यापासून तुम्हाला काय मिळणार आहे? तुम्हाला हवे ते निष्कर्ष मिळाले तर, तुमचा काही तोटा होईल का? एखाद्या ध्येयाभोवती त्यांचे विश्वास वा मूल्ये जखडलेली असतात व त्याभोवतीच फिरत असतात, मात्र त्यांच्या जीवनाच्या जोडीदाराचे तसे नसते व याच कारणामुळे त्यामुळे काही व्यावसायिकांचे पहिले लग्न फोल ठरते.*

तुमच्याकडे यासाठी आवश्यक असलेले नियंत्रण, साधने व वेळ आहे का?

विचार करायला लावणारे

तुम्हाला जे काही मिळवायचे वा गाठायचे असेल, मात्र भीती वाटते या कारणामुळे थांबू नका. भीतीमुळे तुम्ही कदाचित हातपाय गाळून बसाल किंवा काहीही करायचे थांबाल, मात्र तीच भीती तुमची सर्वांत मोठी प्रेरणाही बनू शकते.

१. **नियंत्रणः तुम्हाला अपेक्षित असलेल्या निष्पन्नावर तुमचे कितपत नियंत्रण आहे?** *कदाचित तुमचे संपूर्ण नियंत्रण नसेल, मात्र त्यावर तुमचा जितका जास्त प्रभाव असेल, तेवढेच ते साध्य करण्याची तुमची शक्यता बळावते.*

२. **साधनेः हे निष्पन्न मिळण्यासाठी तुम्हाला कोणत्या कौशल्यांची, समजांची, माहितीची वा वेळेची आवश्यकता आहे?** *या साऱ्या गोष्टी*

तुमच्याकडे आहेत का किंवा त्या कशा मिळवायच्या ते तुम्हाला ठाऊक आहे का? त्यासाठी तुम्हाला पैशांची गरज आहे का? एखाद्या परिस्थितीचा विचार करताना अनेक वेळा तुम्हाला जाणवते की, पैसा हे विनिमयाचे केवळ एक माध्यम आहे व या क्षणी तुम्हाला त्याची गरज नाही आहे, मात्र तुम्हाला जे हवे आहे ते पैशांनी विकत घेता येते आहे. मग त्याची अदलाबदली करा.

३. **वेळः तुमचे ध्येय साध्य करण्यासाठी तुमच्याकडे वेळापत्रक तयार आहे का?** *काही लोक कालमर्यादांच्या चौकटीत चांगले काम करतात. तुमचे तसे नसेल तर, तुमचे काम तुमचा साराच वेळ व्यापून टाकेल. तुमच्या कामाच्या नियोजनासंबंधी इतरांना सांगितलेत व ते पूर्ण होण्याची तारीखसुद्धा घोषित केलीत तर त्यातून मिळणाऱ्या प्रेरणेमुळे तुम्हाला कदाचित तुमच्या डळमळीतपणावर मातही करता येईल.*

४. **अडथळेः तुमच्या मार्गात येणाऱ्या अडथळ्यांच्या संबंधात तुम्ही काय कराल?** *जर तुम्ही इतर लोक किंवा घटना यांच्या संदर्भात काम करीत असाल तर कामे अडून राहणे वा उशीर यांचा सामना तुम्हाला नक्कीच करायला लागेल. यामध्ये काय काय असू शकेल याची एक यादी बनवा व त्या अडथळ्यांवर मात करण्यासाठी लागणाऱ्या विविध पर्यायांची विस्तारपूर्वक नोंद करा. अगदी उदाहरणच द्यायचे झाले तर, समजा की तुमचे काम पूर्ण करण्यासाठी होणारा उशीर हा दुसऱ्याच एका माणसामुळे होतो आहे. अशा वेळी कामाच्या सुरुवातीलाच त्यांच्याशी या बाबतीत बोला.*

५. **पूलः तुमचे ध्येय कशासाठी आहे व तुमची कृती काय एखाद्या पुलाचे काम करणार आहे?** *ध्येय साध्य झाल्यामुळे अनेक संधींची दारे उघडतात. यासाठी नेहमीच संधींच्या शोधात राहा.*

६. **पुढे जाणेः या निष्पन्नामुळे माणूस म्हणून तुमच्याविषयी काय म्हणता येईल?** *जर तुम्हाला अपेक्षित असलेले निष्पन्न तुम्ही मिळवू शकलात तर, एक व्यक्ती म्हणून तुमच्याविषयी काय सांगता येईल? यानंतर तुमचे पुढचे पाऊल कोणते असेल?*

काय अजूनही तुम्हाला तेच निष्पन्न हवे आहे?

ध्येय गाठण्याचा तुमचा आराखडा निश्चित करा

तुमची सारीच ध्येये तुमच्या सर्वसाधारण योजनेमध्ये बसायला हवीत. यासाठी ती

लिहून ठेवा, त्यामुळे तुम्हाला त्यांचा संदर्भ लागू शकेल व ती गाठण्यासाठी लागणाऱ्या मार्गांमध्ये बदल करायची वेळ आली तर ते सहज शक्य होऊ शकेल.

यातील अंतरंग

इतरांच्या संदर्भात विचार करून ठरविलेली ध्येये गाठण्याची शक्यता, कठीण काळातही जास्त असते, मात्र केवळ तुमचाच विचार करून ठरविलेली ध्येये, जर सारे नियोजनाप्रमाणे घडले नाही तर, सोडून द्यावी लागतात.

वैयक्तिक लेखाजोखा

तुमची जीवनमूल्ये उपयोगात आणून, तुमच्यासाठी महत्त्वाचे काय आहे ते ओळखा, हा तिसऱ्या प्रकरणातील स्वाध्याय जर तुम्ही पूर्ण केला असेल, तर तुम्हाला जी जीवनमूल्ये तुमच्यासाठी अतिशय महत्त्वाची आहेत त्यांची जाणीव झाली असेलच. तुमच्या मनामध्ये जे मोठे चित्र आहे त्यामध्ये तुमची ही जीवनमूल्ये व ध्येये नेमकी कुठे बसतात?

तुमच्या दृष्टीने तुमचे स्वातंत्र्य तुम्हाला अतिशय महत्त्वाचे वाटते, मात्र जास्त पगार देणारी दुसरी नोकरी मिळविणे हे तुमचे ध्येय आहे - असे जर असेल तर तुमच्या दूरगामी ध्येयांचा काय तुम्ही खरेच पाठपुरावा करताहात? जास्त मिळणाऱ्या पैशांमुळे तुम्ही एखाद्या देखण्या जागी तुमची सुट्टी व्यतीत करू शकाल. त्यामुळे तुम्हाला कदाचित तुमच्या कामातील ताणांचा विसर पडेल, मात्र ज्या इतर काही मूल्यांवर तुमचा विश्वास आहे त्यांचा संबंध तुमच्या कामाशी जोडल्यानंतर काय तुम्हाला खरेच समाधान वाटते?

- तुमच्या आजवरच्या यशाविषयी विचार करा. तुम्ही आजवर जे काही मिळविले आहे, त्यासाठी तुमचा कोणता गुण कामी आला आहे?
- तुमच्या वैयक्तिक करिष्म्यात तुमचे सर्वांत महत्त्वाचे गुण तुम्हाला कोणते वाटतात? काय तुम्ही कल्पना व दृष्टी असलेले आहात? काय तुम्ही दृढनिश्चयी, उत्साही व ऊर्जेने मुसमुसलेले आहात? एखाचे मोठे चित्र वा योजना पाहण्याची तुमची कुवत आहे (जे व्यवसायामध्ये नावाजलेले आहेत, ज्यांच्याकडे नेतत्वगुण आहेत अशांसाठी हे गुण आवश्यक आहेत)? तुमच्यापाशी बारीकसारीक तपशील नेमके हेरायची कला आहे का? काय तुमच्याकडे सुसंवाद साधण्याची उत्कृष्ट हातोटी व संबंध जोपासण्याचे कौशल्य आहे?
- भूतकाळामध्ये तुमच्या काही गुणांमुळे तुम्हाला मान खाली घालावी

लागली आहे? तुमच्याकडे बऱ्याच कल्पना असतील, मात्र त्या किती चांगल्या आहेत हे लोकांना पटवून देण्याचे कौशल्य विकसित करण्यासाठी तुम्हाला कदाचित थोड्या प्रशिक्षणाची गरज भासू शकेल.

तुम्हाला जे हवे ते पाहण्यात व तुमच्याकडे जे आहे ते ठाऊक असण्यात एक प्रकारचा तोल साधला जायला हवा, त्याचबरोबर तुमचे ध्येय साध्य करायला आवश्यक असणारे प्रशिक्षण व कौशल्ये यांना यांच्या महत्त्वाची जाणीवही मनात असायला हवी.

एखादी सुरुवात करताना साधेपणाने करा. उगीच अति नियोजन करू नका. तुमचे ध्येय कसे साध्य करायचे याविषयीच्या बारीकसारीक तपशिलांमुळे तुम्ही कदाचित भांबावून जाल व कदाचित त्याची परिणती तुम्हाला जे निष्पन्न हवे आहे त्यापासून तुम्ही लांब जाण्यात होईल.

सुरुवातीला साधी सोपी ध्येये समोर ठेवा. ती सुद्धा थोडक्या कालावधीची असूद्या. त्यानंतर ज्यावर तुम्हाला कृती करणे अत्यावश्यक आहे अशा लहान लहान तुकड्यांत त्यांचे विभाजन करा. यामुळे एक होईल की, सुरुवातीलाच तुम्हाला खूपसे यशाचे क्षण अनुभवायला मिळतील. तुमचे ध्येय साध्य झाल्याची जर तुम्ही कल्पना केलीत व भूतकाळाचा विचार केलात तर या यशापर्यंत पोहोचण्यासाठी तुम्ही काय काय केलेत याचा आलेख तुमच्यासमोर असेल. तुमची योजना कार्यान्वित होण्यासाठी तुमच्याकडे आवश्यक ती साधने आहेत की नाही याची शहानिशा तुम्हाला या कृतीमुळे होईल. याशिवाय तुमच्या ध्येयापर्यंत जाण्यासाठी पुढले पाऊल कोणते उचलायचे याचीही माहिती तुम्हाला होईल.

ध्येयनिश्चितीसाठी काही सल्ले

तुमचे ध्येय लहान लहान भागांमध्ये वाटा.

यातील अंतरंग

बाजारपेठेतील प्रवेश करून आपल्या मालाने ती भरून टाकणे किंवा शरीरयष्टी सडसडीत करून तंदुरुस्त होणे किंवा दशलक्ष पौंडांची कमाई करणे या प्रकारचा एखादा संपूर्ण प्रकल्प कार्यान्वित करणे तुम्हाला कदाचित कठीण वाटेल. त्यासाठी त्याचे निरनिराळे लहानलहान भाग पाडा व रोज तुमच्या ध्येयाच्या दिशेने एकएक पाऊल टाकायचेच असा संकल्प करा.

रोज तुम्ही किती प्रगती करता यावर तुमचे लक्ष असूद्या

माझ्या अगोदरच व्यस्त असलेल्या दिनचर्येतून वेळ काढून हे पुस्तक लिहिण्यासाठी मी माझ्या डायरीत या प्रकल्पावर जे काही काम केले त्याच्या वेळेच्या नोंदी ठेवल्या. त्यापैकी कशाचा उपयोग झाला व कशाचा नाही हे लक्षात आल्यावर मी असे ठरविले की, रोज सकाळी, ज्यावेळी माझी कार्यक्षमता सर्वांत जास्त असते, वीस मिनिटांची पाच सत्रे मी संगणकावर टायपिंगसाठी देईन. त्यानंतर मी माझ्या प्रगतीविषयी नोंदी ठेवायला सुरुवात केली, त्यामुळे जेव्हा मला खूप कंटाळा येत असे तेव्हा मी मस्त काम करतानाच्या वेळी माझ्या मनात कोणते विचार होते, मी काय करीत होतो व मला कसे वाटत होते याची आठवण करीत असे व त्यामुळे माझे पुढचे काम सोपे होत असे.

तुमच्या ध्येयाचा सतत विचार करा

तुम्ही तुमचे ध्येय साध्य केले आहे हा दृष्याभास सतत तुमच्या मनासमोर येऊद्या. तुमच्या पाहण्याच्या, ऐकण्याच्या, स्पर्शाच्या, चवीच्या व वासाच्या साऱ्याच संवेदना त्या दृष्याभासाशी एकत्र होऊद्या. ते चित्र तुम्ही वेगवेगळ्या कोनांमधून पाहा. त्यामुळे त्यात काही अडथळे आहेत का याची शहानिशा तुम्हाला करता येईल.

तुमची ध्येये लिहून ठेवा व त्यांच्याप्रती समर्पित असा.

तुमची ध्येये साधीसुधी असूद्या व त्यासाठी ठोस शब्दांचा वापर करा. मला बारीक व्हायचे आहे हे काही ध्येय नाही ती केवळ एक इच्छा आहे. मला दोन आठवड्यात तीन किलो वजन कमी करायचे आहे, या वाक्यामध्ये वेळेचे बंधन आणि उद्दिष्ट आहे. ज्यांना निशाण्या म्हणता येईल अशा गोष्टी, ज्या तुम्हाला पाहाता येतील, ऐकू येतील व ज्यांचा स्पर्श अनुभवता येईल त्या साऱ्यांची नोंद ठेवा. जेव्हा तुम्ही म्हणाल की, आता मला काहीसे तंदुरूस्त वाटते आहे अन् हे कपडे मला चांगलेच शोभून दिसताहेत; त्यावेळी तुम्ही समजायला हरकत नाही की, तुम्ही तुमच्या ध्येयापर्यंत पोहोचला आहात.

ध्येयांना वेळेची चौकट असायला हवी

यातील अंतरंग

दहा वर्षांच्या कालावधिचे उद्दिष्ट कदाचित तुमच्याकडे असेल. त्याचे वर्षभराच्या तुकड्यांमध्ये रूपांतर करा व दर माहिन्याला तुम्ही काय करताहात याकडे बारीक लक्ष ठेवा. दर आठवड्याला, शुक्रवारी, त्याचे

परीक्षण करीत जा. त्यात पुढील आठवड्यात काय करायचे आहे हे ठरवा व त्यावर रोजच्या रोज कार्यवाही करीत जा.

अडथळ्यांचा सामना

तुमचा प्रवास ध्येयांच्या दिशेने सुरू असताना कदाचित अडथळे येतील. त्यावेळी असा विचार करा की, ज्यांनी याप्रकारची कामगिरी केली आहे ते या प्रकारच्या अडथळ्यांना कोणत्या प्रकारे तोंड देतील? अशा तीन यशस्वी व्यक्तींना घेऊन स्वत:लाच प्रश्न करा की, ते ही कामगिरी कशी पार पाडतील? यासाठी वेळ द्या व या प्रश्नांची उत्तरे आपोआप मिळूद्या.

हुशारीने काम करा - त्यासाठी परिश्रम करू नका

एखादा प्रकल्प सुरू करण्यासाठी प्रचंड परिश्रमांची आवश्यकता असते, मात्र जर तुम्ही सतत दबावाखाली काम करीत असाल, खूप वेळ कामात गुंतून जात असाल व झोप घेत नसाल तर मात्र तुमच्या कामाची गुणवत्ता व तुमची विचारशक्ती या दोन्हींवर त्याचा वाईट परिणाम होईल. तुम्हाला स्वत:साठी अजिबातच वेळ नाही इतके कोणत्याही कामात गुंतून जाऊ नका. तुम्हाला ठाऊक असते की, तुम्ही कोणत्या दिशेला निघाला आहात; मग ती वाट चालत असताना स्वत:वरही थोडा दयालोभ दाखवायला हरकत नाही. वाटेवर उमललेल्या फुलांचा सुगंध अनुभवा, स्वत:चे थोडे मनोरंजन करा, स्वत:ला थोडे सुख द्या.

हाती घेतलेले काम उत्तमच झाले पाहिजे, असे स्वत:ला बजावा

दिवसभराच्या तुमच्या वाटचालीच्या, त्या वाटेवरील चढउतारांच्या नोंदी ठेवा. कोणत्या गोष्टींमुळे तुमच्या मनोवृत्तीत, तुमच्या प्रेरणांच्या पातळीत नकारात्मकापासून सकारात्मक बदल झाले यावर तुमचे लक्ष असूद्या. जेव्हा तुम्हाला या बदलांच्या कारणांविषयी उमजेल, त्यावेळी तुम्ही हे बदल तुम्हाला वाटेल तेव्हा घडवून आणू शकाल.

सिंहावलोकन

एखादा प्रकल्प पूर्ण झाल्यावर पाठीमागे वळून पाहायची सवय ठेवा. त्या सगळ्या प्रकल्पाचे पुनर्परीक्षण करून कशाचा उपयोग झाला व कशाचा नाही याची नोंद ठेवा. तुम्ही जे कराल ते सहजतेने व अधिक उत्तम पद्धतीने कसे करता येईल यासंबंधात चौकस राहा. तुमची कार्यक्षमता कशी वाढेल यावर मनापासून लक्ष द्या.

तुमच्या ध्येयांचे पुनरावलोकन करा

माझी दिशा योग्य आहे ना? या प्रश्नाबरोबरच, मला हेच ध्येय गाठायचे आहे ना? हा प्रश्नही स्वतःला विचारत राहा. सुरुवातीला तुम्ही जे ध्येय ठरविले होते, त्याप्रति तुम्ही अजूनही तितकेच समर्पित आहात का, किंवा मार्ग चालताना दिसलेल्या नवनवीन पर्यायांमुळे त्यात काही बदल झालेला आहे? अनेक वेळा असेही होते की, जी माणसे त्यांच्या ध्येयांचे वेळोवेळी पुनरावलोकन करीत नाहीत, त्यांना त्यांचे ध्येय गाठल्यावर जाणवते की, ज्याच्यासाठी त्यांनी अट्टाहास केला ते हे नाही.

ध्येय ठरवायचे व ते गाठायचेच ही सवय स्वतःला लावून घ्या

सुरुवातीला छोटी छोटी ध्येये ठरवा. त्यांना गाठण्यासाठी, तुम्ही मोठ्या प्रकल्पांमध्ये जेवढे कठोर श्रम केलेत तेवढ्याच तीव्रतेने स्वतःला वाहून घ्या. सुरुवातीला सहजसाध्य होणारी ध्येये ठरवा, ज्यामुळे तुमच्या तंत्राला सफाई येईल व तुम्हाला यशाची सवय होईल. जितक्या जास्त वेळा तुम्ही यशाचा अनुभव घ्याल त्यामुळे तुम्हाला जीवनाकडून जे हवे आहे, ते सहजगत्या मिळू लागेल.

यशस्वी ध्येयनिश्चितीच्या दिशेने २१ दिवस

बाह्य जगातील काही घटना वा प्रसंगांमध्ये जर तुम्हाला काही फरक करायचे असतील, तर त्यासाठी महत्त्वाची गोष्ट म्हणजे तुमचे ध्येयनिश्चितीचे तंत्र योग्य आहे की नाही हे तुम्हाला तपासून पाहायला हवे. त्यासाठी आधी स्वतःसाठी एक लहानसे ध्येय निश्चित करा - एखादी सवय बदलणे, उदा. बारीक होणे, तंदुरुस्त होणे, काहीतरी सवय सोडून देणे, नवीन काहीतरी करावयास शिकणे किंवा काही बदल घडवून आणणे.

जेव्हा तुम्ही फार काळ घेऊ शकणारी ध्येये समोर ठेवता, तेव्हा तुमच्या प्रेरणेची पातळी कमी व्हायची शक्यता असते. (मला सहा महिन्यात सडपातळ व्हायचे आहे, मात्र माझ्या पोटात गेलेल्या या चॉकोलेटचे काय? मला अर्ध-मॅरॅथॉन धावायची आहे, मात्र मला अंथरुणातून उठायचा कंटाळा आला आहे.) तुम्ही रचलेल्या या योजनांमधले बुडबुडे, तुम्ही जर फारच लांबचा विचार करू लागलात तर कधीच नाहीसे होतात. बऱ्याच लोकांसाठी एखादी नवीन सवय लावून घ्यायला एकवीस दिवसांचा कालावधि पुरतो. याच कारणासाठी तुम्हाला जे ध्येय गाठायचे आहे ते, तीन आठवड्यांच्या काळात मिळवायचे असे ठरवून, लहान लहान भागांमध्ये विभागून टाका.

कल्पना

एकवीस दिवसांसाठी एखादे ध्येय ठरवा. ते असे हवे की, तुम्हाला ते अगदी मनापासून मिळवायचे आहे व त्यासाठी इतका काळपर्यंत त्याचा पाठपुरावा करायची तुमची तयारी आहे.

- एकवीस दिवसांमध्ये मिळविण्याजोग्या त्या ध्येयाचा एक भाग घ्या. उदाहरणार्थ, जर एकवीस दिवसांत दोन किलो वजन कमी करायचे तुमचे ध्येय असेल तर, ते रोज करायला लागणाऱ्या कामामध्ये विभाजित करा. सुरुवातीला तुम्ही त्याविषयी काही वाचाल. त्यानंतर दिवसामध्ये कधी व कोणत्या वेळी तुम्हाला चॉकोलेट केकस् खावेसे वाटतात त्याची तुम्ही नोंद कराल. पहिले काही दिवस तुम्ही दिवसाच्या सुरुवातीची वीस मिनिटे, त्या दिवसभराचे नियोजन कसे करावे हे ठरविण्यामध्ये व स्वत:चे जेवण तयार करण्यात घालवाल. त्यामुळे तुम्ही तुमच्या ठरविलेल्या मार्गावरून इकडेतिकडे जाण्याचा संभव कमी होतो.
- जेव्हा तुमच्यासमोर तुमचा पहिला अडथळा उभा ठाकतो, दुपारची कॉफी, ज्यावेळी तुम्हाला चॉकोलेट केक खायची अनिवार इच्छा होते. त्यावेळी तुम्ही एखादा चवदार व पौष्टिक पदार्थ खाऊन ती वेळ मारून नेऊ शकता. ही तुमची नवी सवय एकदा का रुळली व त्यावेळी केक खायची तुमची इच्छा हळूहळू कमी होऊ लागली की मग रोज सकाळचा तुमचा जो दिनक्रम आहे, त्यात बदल करून एक दिवसाआड वीस मिनिटे जास्त चालायला सुरुवात करा; त्यामुळे काय फरक पडतो याविषयी विचार करा; यामुळे काय फरक पडला अन् काय नाही हे मागे वळून पाहताना तुम्हाला नक्कीच जाणवेल व त्याचा विचार करून आता तुम्हाला तुमच्या संध्याकाळच्या जेवणाचा विचार करायला मोकळीक मिळेल, कारण तुमच्या नवीन सवयी आता तुमच्या अंगवळणी पडलेल्या असतील.

यातील अंतरंग

'हे किंवा काहीच नाही ' या पद्धतीची विचारसरणी बदला. तुम्हाला अडथळ्यांचा सामना करावा लागेल. तुमचे ध्येय 'सडपातळ होणे' हे आहे, मात्र एक दिवस तुम्हाला चॉकलेट केक खायची प्रबळ इच्छा होईल, त्यामुळे असे समजू नका की, हे असे झाल्यामुळे तुम्ही ठरविलेले ध्येय त्या दिवसापुरते असफल ठरले आहे. ते तसे मुळीच नसते. म्हणून मग स्वत:ला दोन दिवस निवांतपणा द्या, ज्यामुळे तुमच्या नवीन सवयीलादेखील आराम मिळेल.

- ▶ जर तुम्ही नियोजनामध्ये माहीर नसाल, तर मग तुमच्या कॅलेंडरवर त्या त्या दिवसासमोर मोठाल्या लाल खुणा करा. तुम्ही काय गाठायचे ठरविले आहे याची तिथे सुरुवातीला नोंद करा व शेवटच्या दिवशी तुम्ही काय गाठले असे तुम्हाला वाटले ते लिहा.
- ▶ स्वत:ला काय बक्षीस द्यायचे ते आधीच ठरवा व दर पाचव्या दिवशी स्वत:लाच पार्टी द्या, किंवा ज्या दिवशी तुम्हाला वाटेल की तुमचे लाड न झाल्यामुळे तुम्ही रस्ता भटकला आहात. तुमचे ध्येय तुम्ही कॅलेंडरवर आगाऊच लिहिल्यामुळे तुम्ही रस्ता भटकण्याची शक्यता फार कमी असते. ठरविलेल्या नियमापासून न चळण्यासाठी जर तुम्ही स्वत:ला काही देऊ केले असेल तर, तुम्ही ते जरूर घ्या. तसे न केलेत तर वाटेवरून घसरणे नक्की आहे.

एकवीस दिवसांच्या या ध्येयनिश्चितीच्या कार्यक्रमातून तुम्हाला जे साध्य करायचे ते तुम्ही साध्य केलेत की, तुमच्या नवीन सवयी तुमच्या रोजच्या दिनक्रमाचा भाग बनल्या आहेत यावर नंतरचे काही दिवस लक्ष ठेवा.

◆

लक्षात ठेवण्याच्या गोष्टी

- *ध्येये ठरवा आणि ती दिसतील अशा ठळक जागी असूद्या, त्यामुळे तुमची उद्दिष्टे साध्य करणे तुम्हाला जमून जाईल.*
- *तुमची सारी स्वप्ने पूर्ण व्हावी म्हणून तुमची सारी ध्येये अशी असूद्या की, त्यांचा प्रवास एकाच दिशेने होईल.*
- *जर नसेल तर, तुम्ही अदलाबदली करू शकता का?*
- *तुमची ध्येये लहान लहान तुकड्यांमध्ये विभागा.*
- *तुमचे ध्येय एकवीस दिवसांमध्ये साध्य करायचे नियोजन करा.*

९

तुमच्या कक्षांच्या सीमेवर उभे ठाका

या प्रकरणात तुम्ही:

- *तुमच्या कक्षा वाढवाल.*
- *तुम्हाला जखडून ठेवणाऱ्या विचारांपासून मुक्त व्हाल.*
- *तुमच्या यशाचे आकृतिबंध निवडाल.*

नवीन जमीन शोधून काढणे म्हणजे शोध नव्हे तर नवीन डोळ्यांनी पाहणे ही खरी कला आहे.

मार्सेल प्राऊस्ट

टिम स्मिटची दूरदृष्टी - एक अभ्यास

इडन नावाची बाग ही टिम स्मिटच्या दूरदृष्टीची फलश्रुती आहे. ज्याला आजच्या जगातील वास्तुशास्त्रीय आश्चर्य म्हणता येईल अशी निर्मिती त्याने एका कचरा फेकण्याच्या ओसाड जागेवर केली. त्याच्या भोवती उपलब्ध असणाऱ्या मदतीने, ऊर्जेने व उत्साहामुळे त्याने त्याला पडलेले स्वप्न जगाला मोहून टाकणाऱ्या आश्चर्यामध्ये बदलून टाकले. इंग्लंडमधील कॉर्नवॉल येथे असलेल्या हेलिगनच्या हरवलेल्या बागेचे पुनरुज्जीवन करण्याची कल्पना जेव्हा त्याच्या मनात रुजली तेव्हा ते त्याचे एक स्वप्न होते हे तो मान्य करतो, मात्र आता ते स्वप्न सत्यात उतरले आहे व त्याच्या त्या अद्‌भुत स्वप्नाला जगभरातील लाखो लोकांनी भेट दिली आहे.

विचार करायला लावणारे

टिम म्हणतो: हेलिगनच्या हरवलेल्या बागेचे पुनरुज्जीवन करताना कल्पना मूर्त रूप कशा धारण करतात ही गोष्ट माझ्या लक्षात आली. त्याच्या मते:

> जर तुम्ही सीमारेषेवर उभे नसाल, तर तुम्ही निश्चितपणे जास्त जागा अडविलेली आहे.

योग्य व्यक्ती आणि योग्य परिस्थिती योग्य वेळेलाच सामोरे येतात, यावर असलेला टिमचा प्रचंड विश्वास ही एक मोठी कौतुक करण्याजोगी गोष्ट आहे. त्याला पक्केपणी हे ठाऊक होते की, इडन तयार करण्यामागे त्याची भूमिका एखाद्या आसाची आहे. मध्यवर्ति आहे. संगीताची पार्श्वभूमी लाभलेल्या टिमने जर स्वत:च्या वैयक्तिक माहितीमध्ये लिहिले असते की, एखाद्या अतिशय महत्त्वाकांक्षी प्रकल्पाचा संचालक म्हणून त्याला काम करायचे आहे, तर त्याला निश्चितच बाहेरचा रस्ता दाखविला गेला असता, कारण अशा प्रकारच्या कामासाठी लागणारी मानके त्याच्यापाशी नव्हती.

अगदी कडेला या, ती म्हणाली. आम्हाला भीती वाटते, ते उत्तरले. अगदी कडेला या, ती म्हणाली. ते आले, तिने त्यांना ढकलले. त्याचक्षणी ते उडू लागले!

गिलॅम अपोलिनेर

फारच थोडे लोक स्वत:च्या मर्यादा ओलांडायचा प्रयत्न करतात

फारच थोडी माणसे धारेवरचे जीवन जगण्याचा प्रयत्न करताना आपल्याला दिसतात. स्वत:च्या रोजच्या कामाव्यतिरिक्त इतर काही करण्याची त्यांची कुवत आहे किंवा नाही हे जाणून घ्याची देखील त्यांची इच्छा नसते. ग्राहकांना सेवा पुरविणारे, उत्पादनांची विक्री करणारे, साध्या कामांमध्ये उत्पन्नाचा स्रोत पाहणारे असे कितीसे भावी टिम यांच्यामध्ये सापडतील?

> **विचार करायला लावणारे**
> तुम्हाला जर आयुष्यात यशस्वी व्हायचे असेल तर, तुम्हाला तुमचे स्वप्न तयार करायला हवे व त्या स्वप्नामध्ये तुमची मध्यवर्ती भूमिका हवी. तुमच्याकडे आत्मविश्वास हवा. चांगल्याच गोष्टी घडणार आहेत हा आशावादही हवा.
> यशस्वी झाल्याचे स्वत:चे एखादे चित्र पाहा, त्या यशाचा अनुभव घ्या. त्याला जवळजवळ स्पर्श करेपर्यंत त्याची अपेक्षा करा. त्यानंतर चांगल्या गोष्टी तुमच्या दिशेने येताहेत अशी आशा करा. आपण काय मिळवू

शकतो याची आपल्यापैकी कुणालाच कल्पना नसते, मात्र जेव्हा आपण आपल्या कक्षांच्या धारेवर उभे राहतो किंवा त्या ओलांडून पलीकडे जातो, तेव्हाच आपल्याला स्वत:च्या खऱ्या कुवतीची काहीशी कल्पना यायला सुरूवात होते.

तुम्हाला बांधून ठेवणाऱ्या व तुम्हाला तुमच्या संकल्पित ध्येयापासून वंचित ठेवणाऱ्या काही कल्पना ओळखायच्या कशा व त्यातून मार्ग कसा काढायचा हे या प्रकरणात आम्ही तुम्हाला शिकविणार आहोत. स्वत:विषयी असणाऱ्या शंकांचे निरसन करणारी काही तंत्रे उपयोगात आणून त्यांचा उपयोग खऱ्या जगात होतो, हे तुम्हाला पटवून देण्याचा हेतू यामागे आहे, मात्र याचा उपयोग करण्याचा प्रयत्न करणे, वापर करणे व त्यातील ज्या कल्पना तुमच्या रोजच्या आयुष्यात उत्तम प्रकारे वापरता येतील त्या निवडणे ही सारी जबाबदारी तुमची असेल.

विचार करायला लावणारे

आर्क्टिक क्षेत्रात काम करणारे संशोधक म्हणतात, की तुम्ही जर नेतृत्व करणारा पहिला कुत्रा नसलात तर मग तुमच्यासाठी भोवतालच्या दृष्यात काहीच फरक होत नाही. जर तुम्ही ध्येये रचणारे असाल तर, तुमच्यासाठी सर्वच नवीन असते, त्याचे कारण तुम्ही स्वत: बदल घडवून आणीत असता व त्यामुळेच तुमच्या भोवतालचा देखावा सतत बदलत असतो.

ध्येयनिश्चिती या आठव्या प्रकरणामध्ये वर्णन केलेले, मार्ग, इच्छा व संधी हे तीन घटक एकदा का तुम्ही सकारात्मक पद्धतीने स्वत:मध्ये रुजविलेत की, तुम्हाला स्वत:विषयी वाटणारा विश्वास, तुमची क्षमता व तुमची प्रेरणा याच गोष्टी तुम्ही किती यशस्वी व्हाल हे ठरवितात. जर तुम्ही मानायचे ठरविलेत तर, या प्रकरणाचे उद्दिष्ट आहे की, तुम्ही खूप कार्यक्षम आहात, तुमच्याकडे प्रचंड आत्मविश्वास आहे व उष्णतेकडे आकर्षित होणाऱ्या एखाद्या अग्निबाणाप्रमाणे तुम्ही तुमच्या ध्येयाच्या दिशेने निघाला आहात या व अशा प्रकारच्या विचारांचा तुमच्या मेंदूवर मारा करावा.

विचार करायला लावणारे

कठीण परिस्थिती समोर असताना, माणूस केवळ एकच गोष्ट स्वत:ला सांगू शकतो व ती म्हणजे, मला हे जमणार नाही, हे शब्दच तुमच्या मनावर बंधन घालतात. जेव्हा तुम्ही कुणाला तरी हे शब्द उच्चारताना ऐकता, तेव्हा तुम्हाला कळून चुकते की, या माणसाने स्वत:ला एखाद्या

खोक्यात बंद करून घेतले आहे किंवा अशा पद्धतीने अडकवून घेतले आहे की, त्याच्या प्रश्नांची उत्तरे शोधून काढणे त्याच्यासाठी दुष्कर बनले आहे.

- ▶ मला हे करता येत नाही.
- ▶ मला यातून पार होता येत नाही.
- ▶ मला यातून मार्ग सापडत नाही.

तुमची काही एक समस्या आहे यावर जर तुमचा विश्वास असेल तर नक्कीच ती अस्तित्वात आहे - मग भले ती असो किंवा नसो. एखादी गोष्ट मला जमत नाही हे सांगताना ती व्यक्ती न चुकता हात हवेत उडवते. त्यातून त्या व्यक्तीला स्वत:ची अगतिकता दाखवायची असते. ती त्यावेळी गोंधळलेली असते व साकल्याने विचार करू शकत नसते. जेव्हा अशा व्यक्ती मला जमणार नाही या प्रकारच्या मानसिकतेत असतात, तेव्हा इतरांनी सुचविलेले उत्तम उपायही त्यांना अशक्य कोटीतले वाटण्याची शक्यता असते. त्यांची जणू खात्री असते की, या समस्येवर उपाय नाही.

जेव्हा आपण शांत असतो व साकल्याने विचार करू शकण्याच्या मनस्थितीत असतो व आपल्याला त्यावर उत्तर मिळते, तेव्हा आपण इतरांना सांगतो की, मला यातून बाहेर पडायचा मार्ग सापडला, मी यातून पार झालो किंवा सगळ्यात उत्तम म्हणजे, मी हे कोडे सोडविले. हे कोडे सोडविणे म्हणजे जणू एखाद्या संगणकाप्रमाणे उपलब्ध माहितीची छाननी करणे असते. त्या छाननीतून ओळखीचे वाटणारे नमुने शोधून काढणे असते. काय ही समस्या यापूर्वी कधी आली होती? ती आपण कशी सोडविली होती? त्याची परिणती कशात झाली होती? यांसारखे प्रश्न आपण स्वत:लाच विचारत असतो. जर आपण कुतूहलाच्या मानसिकतेचा अवलंब केला तर समस्या सोडविण्याच्या दृष्टीने आपण नक्कीच नवनवीन नमुने शोधून काढू शकतो.

सवयीच्या आहारी जाऊन विचार करायच्या प्रवृत्तीला आव्हान द्या

वर्तमानपत्रात येणारे भविष्य त्या त्या राशीतील साऱ्यांनाच चपखलपणे कसे बसते याचे आपल्याला नेहमीच आश्चर्य वाटत असते. मिल्टन एच्. एरिक्सन या संमोहनतज्ज्ञाच्या मते ही कौशल्याने लिहिलेल्या मात्र संदिग्ध असलेल्या अशा भाषेची किमया आहे. या प्रकारची भविष्ये लिहिणारी व्यक्ती संदिग्ध भाषा वापरते व ते भविष्य वाचणारे वाचक स्वत:च्या सोयीप्रमाणे व परिस्थितीप्रमाणे गाळलेल्या जागा भरून घेतात. ते भविष्य अचूक असते, कारण आपण स्वत:च्या सोयीचे भाष्य त्याला लागू केलेले असते.

जेव्हा आपण बोलत असतो तेव्हा समोर येणारी सारी माहिती आपण एकतर गाळत असतो, ती वाकडीतिकडी करीत असतो किंवा 'सर्वसामान्य' या सदराखाली तरी टाकीत असतो. ही सारी क्रिया इतरांविषयी आपल्याला काय वाटते वा काय भासते व जगातील घडामोडींविषयी आपल्याला काय वाटते यावर अवलंबून असते. आपल्याला जर स्वत:विषयी घृणा वाटत असेल तर आपण स्वत:ला कठोरपणे वागवतो. यामुळे जर कुणी तुम्हाला शाबासकी दिली तर त्याचा आनंद होण्याऐवजी आपल्या मनात येते की, याला माझ्याकडून काय हवे असेल बरे?

या 'आदतसे मजबूर' प्रकारच्या विचारप्रक्रियेची जर तुम्ही छाननी केलीत तर, रोज निरनिराळ्या प्रसंगांसंबंधाने तुम्ही जी वक्तव्ये करता, त्यांपैकी किती वक्तव्यांची शहानिशा करता ती टिकतील? खाली काही सर्वसाधारणपणे बोलली जाणारी वक्तव्ये दिली आहेत. ती इतरांनी किंवा तुम्ही केलेलीही असू शकतील. त्यांसोबत काही प्रश्नही दिलेले आहेत, जे विचारल्यामुळे अजूनही काही माहिती हाती लागू शकते.

नकारार्थी	**अधिक माहिती मिळविण्यासाठी प्रश्न**
याविषयी मी नाखूष आहे.	*कोणत्या* गोष्टीविषयी तुम्ही नाखूष आहात? *कोणत्या दृष्टीने* तुम्ही नाखूष आहात?
मला जे सांगायचे आहे, ते कुणीच ऐकत नाही	*एकही* मनुष्य नाही? विशेषकरून *कोण* ऐकत नाही?
कारण व परिणाम	
तिच्यामुळे मला राग येतो.	ती *कोणत्या* प्रकारे तुम्हाला राग आणते? तिच्यामुळे राग आला नाही असा एखादा प्रसंग आहे का?
विपर्यास	
तो फक्त टीकाच करतो.	*नेहमी?* याला अपवाद नाही?
तिला मी तिच्या संघात नको आहे.	तुम्हाला *कसं काय* ठाऊक?
त्यांना वाटते की मी कामाचा नाही.	त्यांना तसे वाटते हे *तुम्हाला कसे काय ठाऊक* ?
सर्वसाधारण विधान	
हे सगळेचजण करतात,	*सगळे कोण?* काय, अगदी *प्रत्येक जण* ?

चर्चासत्रे म्हणजे वेळेचा अपव्यय	*सगळीच चर्चासत्रे?* अगदी प्रत्येक?

गृहीतके

तू माझ्यासाठी फुले खरेदी करू नको. तुझे माझ्यावरील प्रेम कमी झाले आहे.	मी तुझ्यासाठी फुले खरेदी केली नाही म्हणजे मी तुझ्यावर प्रेम करीत नाही, *हे कशावरून ?*

मला हे जमणार नाही, असा विचार तुमच्या मनात आला की, स्वत:लाच एक प्रश्न विचारा की, हे कुणाच्या म्हणण्याप्रमाणे? तुम्हाला कुणी थांबविले?

तुमच्या नकारात्मक मानसिकतेला कसे सामोरे जायचे?

व्यवसायाने पत्रकार व प्रेरणा या विषयावर बोलणारा वक्ता असलेला ग्रेग लेव्हॉय, त्याच्या कॉलिंग्ज या हार्ट अॅट वर्क नावाच्या कार्यशाळेत, तुम्हाला बांधून ठेवणाऱ्या वा तुमच्यावर मर्यादा घालणाऱ्या नकारात्मक विचारांचा पाडाव कसा करायचा यासंबंधात एक अतिशय उत्तम स्वाध्याय घेण्यात येतो. तुमच्यापाशी असलेल्या नकारात्मक विचारांविषयी, उदाहरणार्थ, म्हणा - मी सर्वोत्तम खपाचे पुस्तक लिहू शकत नाही, मी माझा स्वत:चा व्यवसाय उभा करू शकत नाही, मी या जगातला सर्वोत्कृष्ट विक्रेता होऊ शकत नाही - अशा क्षणी स्वत:लाच विचारायला सुरुवात करा की, या साऱ्या गोष्टी मी का बरे करू शकत नाही? एखादा वादविवाद म्हणून किंवा तुमच्या मेंदूच्या नकारात्मक व सकारात्मक भागांमधील द्वंद्व म्हणूनच त्याच्याकडे पाहा.

सकारात्मक किंवा नकारात्मक, दोघांनाही त्यांचे म्हणणे मांडायला एक एक वाक्य द्या. नकारात्मक विचारांपासून सुरुवात करा. नंतरची ओळ सकारात्मक विचारांना द्या. एखादी गोष्ट तुम्हाला का जमत नाही हे नकारात्मक विचारांना सांगू द्या व ते शक्य आहे हे नंतर उमटणाऱ्या सकारात्मक विचाराला सांगूद्या.

उदाहरणार्थ:

नकार : मी सर्वोत्कृष्ट खपाचे पुस्तक लिहू शकणार नाही.
सकार : तुला कसे बरे माहीत?
नकार : कारण तू ते कधीच लिहिलेले नाही.
सकार : त्याचा अर्थ असा नाही की, मी ते कधीच लिहू शकणार नाही.
नकार : अर्थातच. तुझ्याकडे त्यासाठी लागणारी शिस्त कोठे आहे?

सकार : इतर गोष्टी मी शिस्तीनेच करतो. मी नियोजन व्यवस्थित करू शकतो.

नकार : तुझ्याकडे नाही अशासाठी लागणारी हुशारी आहे; इच्छाशक्ती नाही.

सकार : माझ्याकडे हे दोनही गुण आहेत व मला नेहमीच एक पुस्तक लिहावेसे वाटले आहे.

नकार : मात्र ते जेव्हा वेळ असेल तेव्हाच, अन् तुझ्याकडे पुरेसा वेळ कधीच नसतो.

सकार : मी वेळ काढू शकतो...

जोपर्यंत कोणतीही एक बाजू, मग ती सकारात्मक असो वा नकारात्मक, या वादात वरचढ होत नाही तोपर्यंत हे सुरूच ठेवा. ग्रेग लिव्हॉयच्या कार्यशाळेत हा स्वाध्याय केलेल्या ऐंशीहूनही अधिक लोकांपैकी बहुतेक लोक यामुळे आश्चर्यचकित झाले. त्यांच्या नकारात्मक विचारांवर त्यांनी सहजगत्या विजय मिळविला होता. आपल्या नकारात्मक विचारसरणीचा सामना करायला आपण नेहमीच कचरतो, कारण आपण स्वत: खोटे ठरू याची आपल्याला सतत भीती वाटत असते.

हा स्वाध्याय काही वेळा करा व त्यातून मिळणाऱ्या परिणामांची पडताळणी करा. खात्री आहे की, तुम्ही खचितच आश्चर्यचकित व्हाल. एखाद्या विषयासंबंधीचे नकारात्मक वा सकारात्मक विचार कागदावर मांडलेले वाचून त्याचा अजूनही एका परीने उपयोग होतो - तुमची विचारसरणी कुठे वाट चुकते आहे याची तुम्हाला जाणीव होते.

तुमच्या विचारांची गाडी रुळावरून घसरली आहे ही गोष्ट जेव्हा तुमच्या ध्यानी येते, त्याचक्षणी तुम्ही त्या चुका सुधारण्यासाठी, तुमच्या नकारात्मक विचारांना दूर लोटण्यासाठी प्रयत्न सुरू करता. काही ठोस पुरावे असल्याशिवाय कुणीही तुम्हाला घालूनपाडून बोलू लागले तर तुम्ही ते सहन कराल का? मग तुमचा मेंदूच जर तुमच्याविषयी नकारात्मक बोलू वा विचार करू लागला, तर मग त्या बोलण्याला आव्हान दिल्यावाचून गप्प का म्हणून राहायचे?

तुमची मानसिक पातळी बदला

इतरांवर प्रभाव टाकावा लागेल असा एखादा प्रसंग नजरेसमोर आणा. तुमच्या कल्पना इतरांच्या गळी उतरविण्याचा, एखादे सादरीकरण करण्याचा, सहकाऱ्यांशी बोलण्याचा किंवा एखादी गोष्ट जी तुम्ही एरवी कुणाहीकडे मागितली नसती ती मागण्याचा - उदाहरणार्थ, एखादे कंत्राट, तो प्रसंग अशांपैकी कोणताही असू शकेल.

- *जे करण्याची तुम्हाला अतिशय आवड आहे व त्यात तुम्हाला आत्मविश्वास वाटतो व गतीही आहे, असे एखादे काम आठवा. त्यासंबंधीचा एक मनातल्या मनात तयार केलेला चित्रपट पाहा व त्यातील प्रतिमांशी जुळवून घेत स्वत:ला त्या चित्रपटाचा एक भाग बनवा. जेव्हा तुम्ही मनाच्या प्रसन्न अवस्थेत तो चित्रपट पाहता तेव्हा तुम्हाला जाणवते की तुमच्या भावना खूप उद्दीपित झालेल्या आहेत. जेव्हा त्या चित्रपटातले रंग प्रखर होतील, लखलखीत, प्रकाशमान व नजीक भासतील तेव्हा काहीच करू नका; एक छानसा सुस्कारा सोडा अन् त्या सुरेख भावनांमध्ये चिंब भिजून घ्या.*
- *ते चित्र आता थोडा वेळ बाजूला ठेवा. आता असा विचार करा की, तुमच्या मनाची प्रसन्न व आत्मविश्वासाने भरलेली ही अवस्था तुम्हाला तुमचे सादरीकरण करताना किंवा कुणाला तरी प्रभावित करताना किती उपयोगी पडू शकेल!*
- *तुम्ही सादरीकरण करताहात अशा प्रकारचा चित्रपट तुम्ही जेव्हा स्वत:च पाहता त्यावेळी स्वत:ला काही अंतरावर उभे करा. असे समजा की, तुम्ही तिऱ्हाईत आहात. आता तुम्हाला जाणवेल की, नेमके काय घडते आहे! ही जाणीव तुम्हाला अशा नजरेतून स्वत:कडे पाहिल्यावर जास्त प्रखरतेने होते.*

तुम्हाला आवडणारे काम करीत असताना तुम्हाला प्रचंड आत्मविश्वास देणारा व तुमच्या चित्तपृत्ती प्रसन्न करू शकणारा हा चित्रपट तुम्ही मनोमनी पाहा. जेव्हा तुमच्या भावना प्रखर होतील तेव्हा तुमची तर्जनी व अंगठा एकत्र दाबून - तुमची भावनिक कळ - स्वत:ला अधिक जोशाने व त्या भावनांसहित त्या चित्रपटाचा भाग बनवून तो चित्रपट अधिक रंगीबेरंगी करा. अधिक यशाची धुंदी अनुभविण्यासाठी हा चित्रपट दुसऱ्या एका नवीन चित्रपटाचा भाग बनूद्या. आता तुम्ही नुसताच तो चित्रपट पाहात नाही आहात, तर तुम्ही त्या चित्रपटाचा एक भाग आहात आणि तुम्ही तुमच्या प्रखर भावना व यशाच्या प्रतिमांसोबत तुमची शक्ती, तुमचा आत्मविश्वास व तुमचा निर्धारही आणलेला आहे याची जाणीवही तुम्हाला होईल.

तुम्ही ज्यावेळी चित्रपट बदलला त्यावेळी भावनांच्या शिखरावर असतेवेळी तुमची भावनिक कळ दाबल्यानंतर निर्माण होणाऱ्या प्रखर भावना तुम्हाला आठवतात का? भविष्यात तुम्हाला याचा नक्कीच उयोग होईल. थोडक्या सवयीनंतर अंगठा व तर्जनी दाबल्यानंतर येणारी ती प्रखर भावनिक अवस्था तुम्हाला अनुभविता येईल व तिचा उपयोग तुम्हाला तुमच्या नवीन प्रयोगामध्ये करता येईल.

आपण आपली मानसिक पातळी नैसर्गिकपणे बदलत असतो

विचार करायला लावणारे

एखाद्या सुपरमार्केटच्या बाहेर पडण्याच्या काऊंटरवर काम करणारी व्यक्ती एका ठरावीक साच्याचे काम करीत असते, मात्र शनिवारी रात्री हा साराच माहौल बदलतो. नीटनेटक्या व आकर्षक कपड्यांमध्ये तीच व्यक्ती वेगळी भासू लागते. घरी जायला निघण्यापूर्वी नट्टापट्टा सुरू होतो. अत्तर दरवळते. आपण आकर्षक व कुणीतरी असल्याच्या विश्वास त्यांच्या मनात उभा ठाकतो. आपण डान्स फ्लोअरवरले सर्वोत्कृष्ट नर्तक असल्याची चित्रे त्यांच्या मनासमोर दिसू लागतात. त्यांचे पाऊल बाहेर पडते, मौजमजा सुरू होते, त्या व्यक्ती इतरांच्या नजरेत भरतात, गप्पा रंगतात, मात्र सोमवारी सकाळी त्याच चेकआऊट काऊंटरवरचे दृष्य काय असते? काय त्या व्यक्ती अदृष्य असतात? मुळीच नाही. केवळ त्या त्यांच्या कामाला आवश्यक असलेला बदल स्वतःच्या मानसिकतेत घडवून आणतात. समजा ग्राहकांना सेवा देत असतानाच दररोज पंधरा-वीस मिनिटे मौज-मजेचा तो मूड त्यांनी अनुभवायचे ठरविले तर काय होईल? कदाचित त्यांची नोकरी जाईल, त्यांच्याकडे लोकांचे लक्ष वेधले जाईल, त्यांना कदाचित पदोन्नती मिळेल, कदाचित ग्राहक त्यांची चौकशीही करतील. कदाचित त्यांच्या वागण्याबोलण्यात लवचिकता येईल व कसे वागावे वा बोलावे हे आपण स्वतःच ठरवू शकतो याची जाणीवही त्यांना होईल. एखाद्या परिस्थितीमध्ये कसे वागावे वा बोलावे याचे पर्याय आपल्याकडे नेहमीच असतात. लोकांना कसे वाटते यावर आपला प्रतिसाद द्यायची खरोखरीच काही गरज नसते.

आपल्या भावभावना ही आपल्याला मिळालेली सर्वांत मोठी देणगी आहे

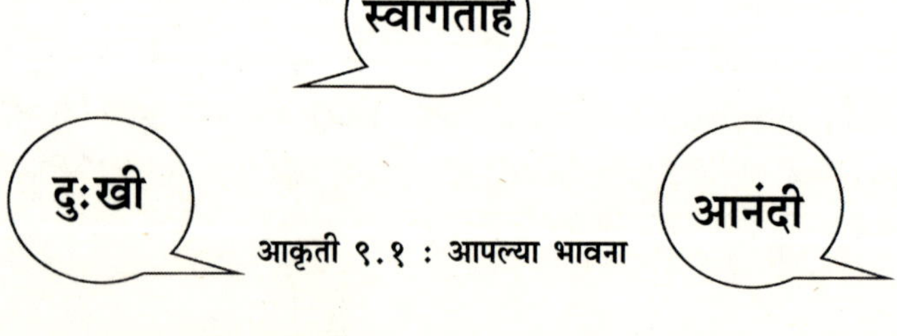

आकृती ९.१ : आपल्या भावना

आपले आनंदी असणे, दु:खी असणे, प्रेमापासून वंचित असणे, दुखावले जाणे, प्रिय असणे अथवा बहिष्कृत असणे या साऱ्यांवरच आपल्या भावनांचा पगडा असतो. आपला असाही समज असतो की, या गोष्टी इतरांच्या प्रभावामुळे होत असतात, मात्र आपण स्वत:च या साऱ्या मानसिकतेला जबाबदार असतो. तिला पाहिले, की माझा रागाचा पारा चढतो, हे असे म्हणताना तुम्ही कितीतरी लोकांना ऐकले आहे. मात्र तिच्यामुळे तुम्हाला राग येत नाही तर तुम्ही स्वत:च स्वत:ला रागवायची अनुमती देता, हेच सत्य असते. दुसऱ्या व्यक्तीला हे असे करायला देऊन तुम्ही तुमचा ताबा त्या व्यक्तीकडे सोपविता व त्यानंतर ती व्यक्ती तिच्या इच्छेनुसार तुम्हाला कसे वाटावे हे ठरवीत असते.

विचार करायला लावणारे

काही देशांमधली जवळजवळ एक तृतीयांश लोकसंख्या ड्रग्जच्या विळख्यात सापडलेली आहे, कारण त्यामुळे त्यांना स्वत:विषयी काय वाटते ही त्यांची मानसिकता त्यामुळे बदलते. जगाकडे ते स्पष्टपणे व वेगळ्या दृष्टीने पाहू शकतात, स्वत: आनंदी असल्याची वा इतरांना आवडत असल्याची अनुभूती ते घेऊ शकतात - परंतु या साऱ्या गोष्टी अल्प काळपर्यंतच त्यांना अनुभवता येतात. असंख्य गुन्हे हे ड्रग्जच्या अमलाखाली असतानाच होतात. काही व्यसनाधीन व्यक्ती तर अंमली पदार्थाच्या एका गोळीसाठी, चिमूटभर पावडरसाठी व भासमान होणाऱ्या या भावावस्थेसाठी स्वत:चा आत्मसन्मान, स्वत:चे कुटुंब, स्वत:चे स्वातंत्र्य व कधीकधी स्वत:चा जीवही बळी द्यायला मागेपुढे पाहात नाहीत.

तुमच्या यशाचे आकृतिबंध तुम्हीच निवडा

स्वत:ला कसे वाटायला हवे किंवा कोणत्या परिस्थितीत तुम्ही काम करायला हवे, या गोष्टी साधारणत: तुमच्याच हातात असतात, मात्र ते मादक पदार्थांच्या सेवनामुळे धुंद होण्यासारखे असते असेही मला म्हणायचे नाही, ते तुमचा घातही करीत नाही आणि तरीही तुम्हाला आनंदच देते. आपण सारेचजण आपण नेहमीच करीत असलेल्या काही गोष्टी परत परत करीत असतो, अगदी आपल्या चुकासुद्धा.

स्वत:ची मनोवस्था बळकट करण्यासाठी अगोदरच्या दोन अनुभवांमध्ये घातलेली सांगड म्हणजेच दोन अवस्थांचे बदलणे असते. या पद्धतीचा उपयोग बहुतेक वेळा खेळाडू व व्यावसायिक व्यक्ती, सार्वजनिक वक्ते आणि संगीतकार अशा व या

प्रकारच्या इतर व्यक्ती करताना दिसतात, ज्यांना प्रत्येक प्रसंगी सर्वोत्कृष्ट कामगिरीचीच आवश्यकता असते.

आपण सारेच आपली मानसिकता आपल्या इच्छेनुसार बदलू शकतो.

विचार करण्याजोगे

आपण सारेजण आपण अनुभवलेला एखादा वाईट अनुभव किंवा दुख:द घटना आपल्या इच्छेनुसार आठवू शकतो अथवा त्यांच्याशी आपला थेट संबंध क्षणार्धात जोडू शकतो, त्यासाठी केवळ स्वत:च्या मनाला आठवण करून द्यावी लागते व त्याच क्षणी तो चित्रपट सुरू होतो. त्या भावनांचा अनुभव घेताना त्यांना त्या घटना दिसू लागतात, त्यांचे खांदे आक्रसतात, श्वास मंदावतो.

असे जर असेल तर मग यशाशी संबंधित असलेल्या एखाद्या अनुभवाचा पुन:प्रत्यय का घेऊ नये? त्या घटनेचा उपयोग एखाद्या बटनासारखा करून तुम्हाला त्या प्रसंगी ज्या काही सशक्त भावना अनुभवता आल्या त्याचा पुन:प्रत्यय घेता येईल.

जे हरणारे असतात त्यांना अपयशाचे परिणाम दृष्यमान होतात, तर विजेत्यांना यशाची फळे डोळ्यांसमोर दिसत असतात.

डॉ. रॉब गिलबर्ट

चांगल्या भावनांचा उपयोग करून घ्यायला शिका

यशाचा एखादा क्षण आठवा. मनातल्यामनात त्याची इतक्या वेळा उजळणी करा की, त्यातील प्रत्येक बारकावा तुम्हाला अगदी स्पष्टपणे अन् सहजगत्या आठवेल.

- तुम्ही केलेली कृती व त्यावेळी अनुभवलेल्या भावभावनांची पुन:पुन्हा उजळणी करा.
- त्यांची साठवणूक एखाद्या छायाचित्राप्रमाणे तुमच्या मनाच्या पोतडीत करा.
- हा अनुभव जेव्हा पराकोटीला पोहोचतो, तेव्हा तो अनुभविण्याची कळ म्हणून हाताचे मधले बोट व अंगठा एकमेकांवर दाबून धरा.
- भविष्यात जेव्हा जेव्हा तुम्हाला ही यशोभावना पुनश्च एकवार अनुभवायची असेल त्यावेळी ही कृती तुम्हाला तो पुन:प्रत्ययाचा आनंद देऊ शकेल.

तुम्हाला खड्ड्यात ढकलणाऱ्या विचारधारा टाळा

'सगळं किंवा काहीच नाही' या पद्धतीचा विचार टाळा. कधी कधी असेही होते की, जेव्हा कोणत्याच गोष्टी आपण ठरविल्याप्रमाणे होत नाहीत. एखाद्या प्रकल्पावर तुम्ही जीव तोडून काम करताहात वा थकलेले आहात अशा वेळी या प्रकारच्या मानसिकतेचा बळी होणे सहज शक्य असते. अशा प्रकारच्या भावनांना जर मुक्तद्वार दिले तर हे नकारात्मक विचार तुमच्या मनाचा पगडा घेतात. तुमच्या प्रयत्नांना ते सुरुंग लावू शकतात. तुम्हाला तुमच्या मर्यादा ओलांडून यश गाठण्यापासून परावृत्त करू शकतात. मी हे करू शकणार नाही वा मी हे पूर्ण करू शकणार नाही, मी हे करू शकेन असे मला वाटले तरी कसे अशा प्रकारच्या मानसिकता तुम्हाला अस्वस्थ करून सोडतात, तुमच्या मनावर औदासीन्याचा वा भीतीचा पगडा बसवितात, तुमची परिणामकारकता कमी करून सोडतात. हे जर तुमच्या अनुभवास येत असेल तर तुमची विचारधारा तुम्हाला ताबडतोब बदलायला हवी.

नवीन प्रकल्पांच्या बाबतीत सुरुवातीला खूप प्रयत्न करावे लागतात. विमानाच्या उड्डाणाशी याची तुलना करता येऊ शकते. जमिनीवरून आकाशात उड्डाण करण्यासाठी विमानाला सर्वांत जास्त शक्ती व इंधन लागते. एकदा का ते त्याच्या नियोजित उंचीवर गेले की, मग ते उड्डाणाच्या वेळी लागणाऱ्या इंधनाच्या तुलनेत केवळ सदतीस टक्के इंधन वापरते, म्हणूनच एखादी गोष्ट चुकली तर सारा प्रकल्पच मातीत गेला असे कधीही गृहीत धरू नका. तसे नक्कीच नसते.

जर तुमच्या नियोजनाचा एखादा भाग काम करीत नसेल तर तुमचे ध्येय डोळ्यांसमोर ठेवून दुसरे काहीतरी करून पाहा. मुख्य भूमीवरून एका दुर्गम जागी असलेल्या बेटावर नियमितपणे जाणाऱ्या फिलीपिन्समधील एका वैमानिकाची गोष्ट मला ठाऊक आहे. ब्याण्णव टक्के वेळा त्याचा प्रवासमार्ग भरकटलेला असतो, मात्र प्रत्येक वेळा त्याच्या लक्षात ही गोष्ट येते आणि ती चूक सुधारून तो वेळेवर विमान उतरवतो. नियोजन करताना व ध्येये ठरवताना प्रत्येक वेळेस याच प्रकारचा अनुभव आपल्याला येतो. थोड्याफार सुधारणा आपल्याला करायला लागतातच, मात्र आपण ठरल्याप्रमाणे मुक्कामावर पोहोचतोच.

आपला दृष्टिकोन बदला

जर तुम्ही नकारात्मक विचारांच्या फेऱ्यात सापडला असाल तर नेमके काय सुरू आहे याचा परामर्ष घ्यायची वेळ जवळ आली आहे याविषयी खात्री बाळगा. अशा वेळी काहीसे लांब उभे राहून या साऱ्या परिस्थितीचा आढावा घेणे हा एक उत्तम मार्ग असतो. शांतपणे बसून एखाद्या चहाच्या कपाचा घेतलेला आस्वादही तुम्हाला या प्रकारचा आढावा घेण्यास मदत करू शकतो.

परिस्थितीच्या या प्रकारच्या फेरआढावा घेण्यामुळे काय होईल

दुसरा मनुष्य काय विचार करतो आहे हे तुमच्या लक्षात येण्यापूर्वी तुम्ही त्याच्या वहाणा घालून निदान एक मैलभर तरी चाललेले असायला हवे.

अमेरिकेतील आदिम जमातींमध्ये प्रचलित असलेली एक म्हण

दुसऱ्याची पादत्राणे घालून चालणे म्हणजे एका अर्थी त्याच्या व्यक्तिमत्त्वात मुरून जाणे असते किंवा स्वत:ची विचारधारा सोडून त्या व्यक्तिच्या विचारांमध्ये समरस होणे असते. अतिशय जाणीवपूर्वक या प्रकारचा निर्णय घेतल्यामुळे, तुम्हाला एखाद्या अवघड परिस्थितीपासून दूर उभे राहून वेगळ्या दृष्टिकोनातून त्याकडे पाहता येते. जी माहिती तुम्हाला एरवी मिळाली नसती ती तुम्हाला यामुळे उपलब्ध होते. जर इतर कोणत्याही उपायांमुळे तुम्हाला तुमच्या प्रश्नांवर तोडगा सापडला नाही तर वेगळा दृष्टिकोन स्वीकारून त्याविषयी स्वत:लाच प्रश्न विचारा. यामुळे निश्चितच तुम्हाला नवीन माहिती सापडेल, जी तुम्हाला एकाच दृष्टिकोनातून विचार करून मिळाली नसती.

तुमच्या विचार करण्याच्या पद्धतीत लवचिकता आणा

इच्छा होताक्षणी एखाद्या वेगळ्या दृष्टिकोनातून परिस्थितीचा विचार करण्याचा सराव करा.

खालील गोष्टींसाठी वेगळा दृष्टिकोन खूपच उपयोगी पडू शकेल:

- *तुमच्या वागण्याचा इतरांवर काय परिणाम होतो याची कल्पना करण्यासाठी*
- *दूर राहून पाहण्यामुळे तुमच्या मित्राबरोबर, जिवलगाबरोबर किंवा सहकाऱ्याबरोबर सुरू असलेल्या बारीकसारीक कटकटींचा विचार ते कसा करतात याचा अनुभव घेण्यासाठी*
- *एखाद्या परिस्थितीविषयी तुमच्या अंतर्मनाला काय वाटते याची जाणीव*

होण्यासाठी

- *दुसरी व्यक्ती झाल्यामुळे काय होऊ शकते याची कल्पना करण्यासाठी*

विचार करायला लावणारे

वेगवेगळे दृष्टिकोन आपण नेहमीच स्वीकारत असतो. काही वेळा असेही होते की, आपण त्यात भावनिकदृष्ट्या खूपच गुंततो व ते गुंतणे अतिशय वैयक्तिक पातळीवरचे असते. इतर वेळी आपण स्वत:ला अशा गोष्टींपासून लांब ठेऊ शकतो व वस्तुनिष्ठपणे विचार करायला त्यामुळे आपल्याला मदतच होते. निरनिराळ्या पद्धतींनी केलेल्या निरीक्षणांमुळे एखाद्या विषयाची निरनिराळी माहिती आपल्याला मिळते.

या साऱ्याचा एकत्र विचार

एक म्हण आहे की, जर साऱ्याच प्रश्नांचे उत्तर हातोडा हेच असेल तर मग सारेच प्रश्न खिळा असायला हवेत. मात्र आता तुमच्याकडे अशी काही प्रभावशाली साधने आहेत की, ज्यांचा उपयोग प्रश्न सोडविण्यासाठी व तुम्हाला जखडून ठेवणाऱ्या समजुतींना नामोहरम करण्यासाठी होऊ शकतो, म्हणूनच यासाठी उपयोगात येणारे प्रत्येक तंत्र जोखून पाहायला हवे व ते निरनिराळ्या प्रसंगी किती उपयोगी पडू शकते यावर विचार करायला हवा. प्रश्नांची उकल करण्यासाठी जेव्हा तुम्ही एखादे तंत्र उपयोगात आणता तेव्हा काय फरक पडतो, तो कोणत्या प्रकारे पडतो व त्यामुळे तुम्हाला अभिप्रेत असलेले साध्य तुम्हाला मिळते का हे सुद्धा तपासायला हवे. एखादी गोष्ट घडवून आणण्यासाठी तुम्हाला स्वत:ला व इतरांना प्रेरित करायची जबाबदारी घेण्याची क्षमता तुमच्याकडे असतेच - मग ती वापरा ना!

◆

लक्षात ठेवण्याजोगे

- *तुमच्या समजुती हे एक सर्वांत महत्त्वाचे साधन आहे. तुमच्या मनातील आराखड्यावर असलेला तुमचा विश्वासच तो आराखडा सफल होणार किंवा नाही ते ठरवीत असतो.*
- *बदललेल्या भाषेमुळे तुमच्या विचारांमध्ये व कृतीमध्ये फरक पडतो.*
- *माहिती गोळा करण्यासाठी व नकारात्मक समजुती बदलण्यासाठी अचूक प्रश्न विचारण्याच्या तंत्राचा उपयोग करा.*
- *स्वतःला नकारात्मक दृष्ट्या संबोधू नका. तसे वाटले तर, ते शाबित करण्यासाठी त्याचे निश्चित मूल्यमापन करा.*
- *आपल्या भावना ही आपल्याला मिळालेली सर्वांत मोठी देणगी आहे.*
- *जर फलनिष्पत्तिवर तुम्हाला तुमचा ताबा हवा असेल तर, तुम्हाला स्वतःवर नियंत्रण राखता यायला हवे.*
- *एखाद्या परिस्थितीविषयी तुम्हाला जर अधिक माहिती हवी असेल तर, वेगवेगळ्या दृष्टिकोनांमधून त्याविषयी विचार करा.*

१०

यशाची परिस्थिती निर्माण करा

या प्रकरणात तुम्ही खालील गोष्टी शिकाल:

- *यश मिळविण्यासाठी योग्य त्या वर्तुळात कसे शिरावे*
- *तुमच्या परिसीमा वाढविण्यासाठी धोके कसे पत्करावेत*
- *या वाटेवर चालण्यास मदत होईल अशी तंत्रे व साधने*

जे तज्ज्ञ आहेत अशांचे नेहमीच ऐका. जे करता येणे शक्य नाही व ते का, याविषयी तेच तुम्हाला मार्गदर्शन करू शकतील. त्यांच्या म्हणण्याप्रमाणे वागा.

रॉबर्ट हाईन्‌लिन

उद्योजकासाठी चिकन सूप

मार्क व्हिक्टर हॅन्सेन - एक अभ्यास

'चिकन सूप फॉर द सोल' या जगप्रसिद्ध पुस्तकमालिकेमागे मार्क व्हिक्टर हॅन्सेन नामक एक अतिशय हुशार व विपणनशास्त्रातील तज्ज्ञ अशा असामीचा हात आहे. या पुस्तकमालिकेच्या नऊ कोटींहूनही अधिक प्रती विकल्या गेल्या आहेत. तो म्हणतो: प्रचंड खप साध्य होण्यासाठी तुमच्याकडे तसेच एक भव्य स्वप्न असणे अतिशय आवश्यक आहे. तुम्ही मोठे विचार करणे गरजेचे आहे - कारण त्यासाठी पैसा लागत नाही. तुमच्या दृष्टिकोनात फरक पडला की, काहीतरी अद्‌भुत घडायला सुरुवात होते.

बारा किंवा त्याहीपेक्षा कमी शब्दांमध्ये तुम्हाला तुमच्या उत्पादनाची

व्याख्या करता यायला हवी. एका वेळी एका गोष्टीच्या माध्यमातून जग बदलणे हे 'चिकन सूप फॉर द सोल' या पुस्तकांचे उद्दिष्ट आहे. जेव्हा हवे ते उत्पादन तुम्हाला मिळते, त्याच क्षणापासून तुम्ही त्यातून मिळणाऱ्या परताव्याची अपेक्षा करू लागता.

'चिकन सूप फॉर द सोल' या मालिकेतील पहिले पुस्तक ३३ प्रकाशकांनी नाकारले होते, म्हणून मार्कने ते पुस्तक एका पुस्तक जत्रेमध्ये नेले. तेथे ते पुस्तक अजून १३४ वेळा नाकारले गेले. या प्रकारची नकारघंटा त्याने कशी सहन केली, या संदर्भात तो म्हणतो: तुम्हाला नाकारण्याची संधी तुम्ही इतरांना मुळीच देऊ नका. त्याअगोदरच पुढच्याला बोलवा. म्हणून मार्कने ती पुस्तके स्वत:च प्रकाशित करायचे ठरविले. या पुस्तक मालिकेतील १३४ पुस्तकांचा तो सह-लेखक आहे. १३ कोटी पुस्तकांच्या खपानंतर त्याचे नाव गिनीज् बुक ऑफ वर्ल्ड रेकॉर्डस् मध्ये नोंदले गेले. इ.स. २०२० पर्यंत एक अब्ज पुस्तके विक्रीचे लक्ष्य मार्कने ठरविले आहे.

विचार करायला लावणारे

लहान उद्योजकांसाठी मार्कचा एक सल्ला आहे. तो म्हणतो: तुम्ही जे काही करता त्यात यशवंत होण्यासाठी तुमच्याकडे एक स्वप्न असणे अतिशय आवश्यक आहे. खूप मोठे स्वप्न पाहा. तुमच्या सोबतीला समविचारी माणसांचा एक संच असणेही अतिशय गरजेचे आहे. जर तुम्ही लेखक असाल तर याचा अर्थ असा होईल की, विक्रीच्या प्रक्रियेमध्ये सामील होणे म्हणजेच प्रकाशकाच्या हातात तुमचे हस्तलिखित ठेवल्यावर तुमचा कार्यभाग संपला असे न मानणे. यशस्वी माणसांनी त्याची स्वप्ने कशी रचली हे ओळखणे तुमच्यासाठी गरजेचे आहे, म्हणून खूप आत्मचरित्रे वाचा. किमान आठवड्याला एक तरी.

हे पुस्तक वाचून झाल्यावर तुमच्यात निर्माण झालेली प्रेरणा तशीच अबाधित राहायला हवी, किंबहुना अनेकांसाठी पुस्तके, विशेषत: आत्मचरित्रे ही एक सुरुवात असते, त्यामुळे त्यांची वैचारिक भूक वाढते. ती त्यांच्यासाठी, एखाद्या विषयावर प्रभुत्व मिळविण्याच्या व व्यक्ति म्हणून स्वयंपूर्ण होण्याच्या प्रवासाची सुरुवात असते.

भाषणे, चर्चासत्रे, कार्यशाळा असे सहस्त्रावधि पर्याय यासाठी उपलब्ध असतात. तुमच्यासाठी योग्य असणारा पर्याय निवडणे ही त्यातील कळीची बाब असते. या प्रकरणामध्ये तुम्हाला तुमच्या वैयक्तिक विकासासाठी व जखडून ठेवणाऱ्या विचारांतून

लोकांना बंधमुक्त करण्यासाठी घेतल्या गेलेल्या एका खडतर अशा कार्यशाळेसंबंधी मागोवा घेतलेला आहे.

प्रशिक्षणासाठी यात तपासल्या गेलेल्या दुसऱ्या पद्धतीत, एकमेकांशी नाळ जुळलेल्या व प्रशिक्षण अशा दोन्ही पद्धतींचा एकत्रित उपयोग संपत्ती वाढविण्याचा एककलमी कार्यक्रम राबविणाऱ्या महत्त्वाकांक्षी लोकांसाठी करण्यात आलेला आहे. यातून निर्माण होणाऱ्या क्लबमध्ये एक गोष्ट प्रकर्षाने सामोरी आलेली आहे, ती अशी की, एकाच जातकुळीतल्या महत्त्वाकांक्षी पक्ष्यांनी आधारासाठी व प्रोत्साहनासाठी एकत्र राहणे व उडणे अतिशय गरजेचे असते. त्यातून त्यांच्या यशासाठी आवश्यक असलेले सारेच प्रशिक्षण त्यांना मिळू शकते.

तिसरी पद्धत एम्‌बीएनएलपी च्या मायकेल ब्रिनने शोधून काढलेली आहे. प्रथितयश कंपन्यांसाठी मायकेल ब्रिन एनएलपी शिक्षक व व्यवस्थापकीय सल्लागार म्हणून काम करतो. बोलणी करण्याचे कौशल्य व त्यासाठी अवलंबावे लागणारे डावपेच, पर्याय निर्माण करणे व प्रश्नांची उकल करण्यासाठी आवश्यक असणाऱ्या लवचीक विचारमंथनास उद्युक्त करण्यावर या कंपन्यांचा विशेष कटाक्ष असतो.

निखाऱ्यांवर चालणे

संघनिर्मिती

संघनिर्मितीकडे एक धोकादायक बाब म्हणून या दिवसात पाहिले जाते. वर्गातील प्रशिक्षण अथवा बजावलेली इतरांची भूमिका यावर समाधान न मानता कार्यालयात आवश्यक असणाऱ्या सुसंवादासाठी कर्मचाऱ्यांना राफ्टींग, पेंटबॉलिंग, रॅपलिंग अशा प्रकारच्या खेळांना सामोरे जावे लागते.

निखाऱ्यांवर चालणे

स्टारफायर प्रशिक्षण संस्थेचा फायरवॉक नेता सायमन ट्रेसेलयान सांगतो: आगीवर चालण्याची कल्पना थेट भावनांशी संबंध जोडून असते, त्यामुळे यात भाग घेणाऱ्या लोकांसाठी रसरसलेल्या निखाऱ्यांवर चालण्याअगोदर मनातील भीतीवर विजय मिळविणे खूपच गरजेचे असते. निखाऱ्यांवर चालण्याच्या या प्रशिक्षणातील वातावरण खूप नियंत्रित असते व त्यामुळे त्यातून जाणाऱ्या व्यक्ती त्यांच्या आयुष्यात मोठ्या प्रमाणात बदल घडवून आणू शकतात. हे मी करू शकणार नाही या मानसिकतेपासून सुरुवात करून ते अतिशय कमी वेळेत स्वत:मध्ये मोठ्या प्रमाणात असे काही सकारात्मक बदल घडवून आणू शकतात, जे याअगोदर त्यांना अशक्य वाटत

असतात. हे झाल्यानंतर त्यांना जाणीव होते की, यातून मिळणारी ऊर्जा व विचारधारेचा उपयोग ते त्यांच्या जीवनाच्या इतर अंगांमध्ये बदल करण्यासाठीही जेव्हा हवे तेव्हा करू शकतात.

आगीवरून चालताना अनेकजण भाजले गेले आहेत याची जाणीव त्या उफाळलेल्या ज्वाळा पाहून होत असते. १९९८ साली इगल स्टार कंपनीच्या सात विमा एजंटांना रुग्णालयात दाखल करावे लागले तेव्हा ही गोष्ट अतिशय स्पष्टपणे अधोरेखित झाली. प्रेरणेची अनुभूती स्पष्ट करणाऱ्या कार्यक्रमाच्या शेवटच्या सत्रामध्ये हा अपघात झाला. त्यापैकी दोघाजणांना अतिदक्षता विभागात हलविण्यात आले. त्यावेळी एका लोखंडाच्या मोठ्या तबकामध्ये कोळसे ठेवण्यात आले होते व त्यामुळे अतिशय प्रचंड उष्णता निर्माण झाली. स्टारफायरच्या कार्यक्रमांमध्ये या प्रकारचे अपघात होऊ शकतात का? नाही, असे उत्तर ट्रेसेलायनकडून मिळते. तो फक्त लाकूड वापरतो व ते ठेवण्यासाठी तो त्यासोबत कोणतेही तबक वा इतर साहित्य वापरीत नाही. लाकूड हे उष्णतेचे मंदवाहक आहे व जो कुणी त्यावरून वेळ न गमावता भराभर चालू शकतो त्याचे पाय भाजण्याची शक्यता कमी असते.

विचार करायला लावणारे

युनिव्हर्सिटी कॉलेज ऑफ लंडन येथे पदार्थविज्ञान शास्त्राचे प्राध्यापक असलेल्या जॉन हमबर्स्टन यांच्या मते ही कृती प्रत्यक्षात करण्यापूर्वी मनाची जी अवस्था असते तीसुद्धा या वेदनांचे दमन कारण्यासाठी काही प्रमाणात उपयोगी पडत असते. या व्यक्ती जेव्हा पहिले पाऊल उचलतात, तेव्हा त्यांनी मनाचे वर्चस्व प्रस्थापित केलेले असते व ते त्यांच्या नैसर्गिक कक्षांना ओलांडून पलीकडे गेलेले असतात.

पूर्वाश्रमी लष्करामध्ये उलटतपासणी आणि चौकशी अधिकारी व समन्वयक असलेला ट्रेसेलायन म्हणतो, मी लोकांना जे काही शिकवितो ते सारे टोकाच्या परिस्थितीत मी शिकलो आहे. आक्रमकता, हवे ते मिळविण्यासाठी काहीही यांसारख्या बऱ्याचशा नकारात्मक गोष्टींपासून मी आता दूर आहे. लोकांच्या सकारात्मक व नकारात्मक वागणुकीकडे मी लक्षपूर्वक पाहिले आहे. लोकांच्या वागणुकीवर सकारात्मक परिणाम करणारे व त्यामुळे नवीन काही शिकण्यासाठी त्यांना उद्युक्त करणारे व त्यांनी स्वत:ला जखडून ठेवलेली बंधने दूर करणारे नवीन काही मी त्यांना शिकवू शकलो.

काही वन्य जमातींमध्ये जातीत प्रवेश देण्यासाठी काही विधी केले जातात, त्याच प्रकारचे हे प्रशिक्षण असते काय? ट्रेसेलायन म्हणतो: काही प्राचीन संस्कृतींच्या

प्रथांमधून यातील काही उचललेले आहे. मूळ अमेरिकन प्रजातींमध्ये व हवाई बेटांच्या रहिवाशांमध्ये आगीवरून चालण्याची प्रथा बालपणातून प्रौढावस्थेत आल्याचे निदर्शक म्हणून पाळली जाते. गळ्याशी भिडलेल्या बाणाचे धातूचे टोक विरुद्ध दिशेने चालून मोडण्याची एक प्रथा फिजि बेटांमध्ये पाळली जाते, जी आपण या अगोदर केली. ही प्रथा स्त्रिया वयात आल्याचे निदर्शक असते. या प्रथा गेली हजारो वर्षे पाळल्या जाताहेत. त्यामागे काही ऐतिहासिक संकेत आहेत व मानवी प्रजातींसाठी काही अर्थ.

या प्रकारचे प्रशिक्षण पुरुष व स्त्रिया या दोहोंना सारखेच आवडते का? या प्रश्नावर ट्रेसेलायन म्हणतो: जरी या प्रकारच्या प्रशिक्षणामध्ये बऱ्याच प्रमाणात पुरुषी दर्प असला तरीही हे प्रशिक्षण पुरुषांमधील संवेदनशीलता तर स्त्रियांमधील एकंकार वृत्ती जागविते. आमच्या प्रशिक्षण कार्यक्रमामध्ये पंचावन्न टक्के सहभाग स्त्रियांचा असतो. त्या बाबतीत त्या पुरुषांना मागे टाकतात. पुरुषांकडे जे नेहमीच असते, ते स्त्रियांना सदैव हवे असते - त्यामध्ये करिअरची मांडणी, एकंकार वृत्ती, पैसे कमविण्याची क्षमता व स्वत:चे भवितव्य स्वत:च ठरविण्याची ताकद हे सारेच स्त्रियांना हवे असते. हे प्रशिक्षण म्हणजे त्यांना ते सारे मिळेल यासंबंधीची खात्री असते.

निखाऱ्यांवर चालण्याअगोदर काळजी घेण्याजोगे काही मूलभूत प्रश्न

विचार करण्याजोगे

रसरसलेल्या निखाऱ्यांवरून चालण्याअगोदर या लोकांना कोणत्या प्रश्नांची उत्तरे शोधावी लागतात? ट्रेसेलयानच्या मते, केवळ स्वसंरक्षण हीच माणसांची अंत:प्रेरणा नसते तर जे अतिशय जवळचे किंवा आवडीचे तेच करायची असते. उदाहरणच द्यायचे झाले तर नोकरीमध्ये किंवा नात्यांमध्ये टिकून राहणे, जेव्हा तुम्हाला ठाऊक असते की, आता यातून बाहेर पडायला हवे. निरनिराळ्या अवघड परिस्थितीतून बाहेर पडण्याचे मार्ग लोक स्वत:च शोधीत असतात.

ट्रेसेलयान म्हणतो: जेव्हा आपल्याला ठाऊक नसलेल्या गोष्टी आपण करीत असतो तेव्हा आपल्याला थकल्यासारखे वाटते, सतत भीती वाटत राहते, सारे काही एका जागी थांबल्यासारखे वाटत राहते. लोक नको असलेले, गर्तेत लोटणारे नातेसंबंध जोपासत राहतात किंवा ज्यातून काहीच लभ्यांश नाही अशा नोकऱ्यांना चिकटून राहतात, कारण यावेगळे अजून काय करावे हे त्यांना ठाऊकच नसते. आपण जेथे आहोत तेथे कसे योग्य आहोत याची हजार कारणे लोक देत असतात, मात्र पुढे

सरायला त्यांना भीती वाटत असते - खरे कारण हेच असते.

निखाऱ्यावर चालण्याच्या या नियंत्रित वातावरणात केलेला हा प्रयोग त्यात भाग घेणाऱ्यांना एक अद्‌भुत गोष्ट जाणवून देतो की, 'मी हे करू शकणार नाही' या अवस्थेतून बाहेर येऊन त्यांना अशक्य वाटणाऱ्या गोष्टी करणे त्यांना अगदी काही क्षणांमध्ये शक्य होते. एकदा का त्यांना कळले की, त्यांच्या स्वत:च्याच सकारात्मक दृष्टिकोनामुळे त्यांना वाटणारी भीती पळून गेली आहे की मग ते त्यांच्या आयुष्यात अडथळा ठरणाऱ्या इतर गोष्टीही तेच तत्त्व वापरून दूर करतात व स्वत:ची क्षमता स्वत:शीच सिद्ध करतात.

एकदा का हे झालं की, मग त्यांना जाणीव होते की यातून मिळणारी ऊर्जा व नावीन्यपूर्ण विचारधारा त्यांना त्यांच्या जीवनातील इतर पैलूंच्या बदलासाठी वापरता येते.

प्रेरणा, मनाची एकाग्रता, मनावर करण्यात येणारा मारा, ध्येयनिश्चिती व नियोजन या गोष्टी ट्रेसेलयानच्या प्रशिक्षण कार्यक्रमांचा गाभा असतात, मात्र या कार्यक्रमाच्या आठ तासांच्या अवधित एखाद्या कंटाळलेल्या, बेशिस्त व कामाची बांधणी वा त्याच्या नियोजनाबद्दल तिटकारा असलेल्या व्यक्तीला प्रेरित करणे व ध्येयवादी बनविणे त्याला कितपत शक्य आहे? ट्रेसेलयान म्हणतो: जर तुम्ही योग्य पद्धत वापरलीत तर ते तासाभरात करणे नक्कीच शक्य आहे. जर तुम्ही एखादी कंटाळवाणी कार्यपद्धती वापरलीत तर एखाद्याला प्रेरित करणे अथवा त्याची उत्पादकता वाढविणे खरोखरीच कठीण होऊन बसते, मात्र आगीवरून चालणे हे भावनिक आहे. एखाद्याचे सारे लक्ष ते वेधून घेऊ शकते - केवळ निखाऱ्यावरून चालणेच नव्हे तर त्याचे संपूर्ण नियोजनसुद्धा. या प्रकारात लोकांच्या भावना गुंतविल्या जातात, त्यांच्या त्या वैयक्तिक अवस्थेच्या नियमनाचा व निखाऱ्यांवरून चालण्यासाठी लागणाऱ्या ध्येयासक्तीच्या तंत्राचा त्या भावना ताबा घेतात.

मात्र एकदा ते निखाऱ्यावरचे चालणे संपले व पायांवर उपचार झाले की हा प्रयोग त्यांच्या कामाशी तुलना करता किती उपयोगी असतो? *गार्डियन* च्या संघाकडून त्याबाबत मिश्र प्रतिक्रिया मिळाल्या. यात भाग न घेणाऱ्या एकाला हा साराच मामला निरर्थक वाटला, तर उरलेल्यांना हा अनुभव त्यांच्या आयुष्याची दिशा बदलून टाकणारा भासला.

निखाऱ्यांवरून चालणे धोकादायक नाही काय? काही लोक भाजले जात

नाहीत काय? ट्रेसेलयान म्हणतो: बहुतेक वेळा असे काही घडत नाही. मात्र त्यासाठी लोकांनी निखाऱ्यांवरून चालण्याची अतार्किक भीती घालवायला हवी. ते मनात विचार करतात: अरे बापरे! आता मी भाजणार. मात्र तरीही त्यातील बहुतेक जण आनंदाने दोरीच्या साहाय्याने कड्यावरून उतरण्यासारखा प्रकार आनंदाने करतात - अगदी या प्रकारात अनेकांचा जीव गेलेला असला तरीही. मात्र निखाऱ्यांवरून चालताना कुणाचाही जीव गेल्याचे ऐकीवात नाही. या प्रकारात पायांच्या तळव्यांना जास्तीतजास्त एखादा फोड येण्यापलीकडे काहीही होत नाही. चुकीच्या मापाची पादत्राणे घातली तर असे फोड येतातच की!

ज्या वीसजणांनी यात भाग घेतला त्या साऱ्यांच्याच दृष्टीने हा एक अभूतपूर्व अनुभव होता. ट्रेसलयान म्हणतो: होय, मला त्याबद्दल आनंदच आहे, मात्र मला सर्वांत जास्त आनंद आहे तो याचा की, यातील दहाजणांना हा अनुभव त्यांच्या आयुष्याची दिशा बदलून टाकणारा वाटला. आयुष्यात अजून खूप काही मिळवून देण्यासाठी सक्षम करणारा वाटला.

ट्रेसलयान लोकांना उद्युक्त करण्यासाठी नेहमी काचांवर चालणे, बाणाचा फाळ गळ्याशी भिडविणे अशांसारख्या धोकादायक गणल्या जाणाऱ्या उपक्रमांचाच पाठपुरावा का करतो? तो म्हणतो: प्रत्येक माणसाला सर्वोत्कृष्ट बनण्याचा, त्यांची सर्वोच्च क्षमता गाठण्याचा व समाधानी होण्याचा पूर्ण हक्क आहे असा माझा अढळ विश्वास आहे. प्रत्येकाने स्वयंपूर्ण, स्वयंसिद्ध असायलाच हवे व हा संकल्प जास्तीतजास्त लोकांपर्यंत जायला हवा हा माझा आंतरिक ध्यास आहे. मला जाणीव आहे की, काही लोकांना हे नको असते. जसे असतील तसेच - अगदी दुय्यम प्रतीचे असले तरीही - असणे त्यांना आवडते, कारण त्याचा अर्थ असा असतो की, कुणीही त्यांना आव्हाने देऊ शकत नाही. अपयशाची कारणे देणे त्यांना सोयीचे होते. मात्र असे जे लोक आहेत की, ज्यांना आपण कोणत्या मातीचे घडलो आहोत हे ठाऊक करून घ्यायचे असते, सर्वोत्कृष्ट ठरायचे असते, त्यांच्यासाठी मी नक्कीच काम करेन व त्यांना सर्वोत्कृष्ट व्हायला मदत करेन.

रीड बिझनेस इन्फर्मेशनच्या सौजन्याने, *पर्सनल टुडे* मॅगेझिन

रु फ्रान्सिस कूम्बस्

सर्वोत्कृष्ट कामगिरीसाठी व्यावसायिक क्लब

विक्री क्षेत्रात काम करणाऱ्या ज्या लोकांना उत्कृष्ट कामगिरी करण्याची आस आहे, अशांसाठी व्यावसायिक क्लब नावाचे एक व्यासपीठ उपलब्ध आहे. अॅलेक्स मॅक्मिलन हा त्या व्यासपीठाचा संस्थापक. अॅलेक्सने, 'स्वत:च शिका' या मालिकेतील *'एक उत्कृष्ट व्यावसायिक बना'* हे पुस्तक लिहिले आहे. त्याची अशी खात्री आहे की, तुम्ही जर एखाद्या प्रशिक्षण कार्यक्रमामध्ये स्वत:हून सामील झालात तर त्यातून तुमच्या वागणुकीत कायमस्वरूपी बदल होत नाहीत.

तो म्हणतो: विक्रीच्या कामामध्ये प्रावीण्य मिळविण्यासाठी तुमच्याकडे प्रचंड आत्मविश्वास असणे खूप गरजेचे असते. प्रश्न सोडविण्याचे, पर्याय तयार करण्याचे व अपेक्षित परिणाम मिळविण्याचे कौशल्य तुमच्याकडे अगोदरपासून असतेच, मात्र त्यापेक्षाही चांगली कामगिरी करण्यासाठी लोकांना मोठे चित्र पाहण्याची, एकमेकांशी संधान साधण्याची व ऑफिसमधील सहकाऱ्यांऐवजी आपल्या क्षेत्रातील इतर महत्त्वाकांक्षी लोकांसोबत वेळ घालविण्याची आवश्यकता असते.

आपण जे काही करतो आहोत, त्यामध्ये सर्वोत्कृष्ट कामगिरी करण्याचा मानस असणाऱ्या लोकांसाठी या क्लबची स्थापना झाली आहे. मॅक्मिलन म्हणतो: या ठिकाणी ते स्वत:च्या सहकाऱ्यांच्या सहवासापासून व ऑफिसपासून दूर राहून स्वत:च्या मनात काय आहे याचा मुक्तपणे विचार करू शकतात. त्यामध्ये विक्रीच्या नवनव्या योजना, त्यासाठी करावे लागणारे बदल, उत्तम कामगिरीच्या आड येणारे अडथळे व त्यांवर मात करण्यासाठी करण्यात येणाऱ्या उपाययोजना यांवर ते मुक्तपणे चर्चा करू शकतात. या क्लबमध्ये टेप्स, पुस्तके व या विषयाबाबत प्रेरणा देणारे वक्ते, ज्यांच्या ऊर्जेमुळे व उत्साहामुळे महत्त्वाकांक्षी लोकांना प्रचंड उमेद मिळते, अशा गोष्टींचीही सोय केलेली आहे.

त्याच्या कार्यक्रमात *'जोपर्यंत मी जिंकत नाही तोवर काही संपत नाही'* या नावाचे एक सत्र असते. त्यामध्ये रिचर्ड ब्रॅन्सन, बिल गेटस्, अॅरिस्टॉटल ओनॅसिस्, रे क्रॉक (मॅक्डोनल्ड) यांच्यासारख्या स्वकर्तृत्वावर अब्जाधीश झालेल्या माणसांनी त्यांच्या आयुष्यात आलेल्या अडचणींना व निराशेसारख्या भावनांना कोणत्या विचारशक्तीच्या जोरावर तोंड दिले, यावर विचारमंथन होते. स्वाध्यायाचा भाग म्हणून या कार्यक्रमात सहभागी होणाऱ्या व्यक्ती स्वत:ची विचारधारा या अब्जाधीशांच्या विचारधारेशी ताडून पाहतात. कदाचित त्यांना यशस्वी करण्यापासून मागे खेचणारा एखादा विचार त्यांना या मंथनात सापडू शकतो, अशी यामागची भूमिका आहे.

तर मग एक लक्ष पौंड कमविण्यासाठी त्या विक्री व्यावसायिकाला कोणती गोष्ट पहिल्यांदा करायला हवी? मॅक्मिलन म्हणतो की, तितका पगार देणाऱ्या एखाद्या कंपनीत त्या व्यक्तीला नोकरी मिळायला हवी. तो म्हणतो: एका प्रसिद्ध कार कंपनीत पस्तीस हजार पौंड पगार घेणाऱ्या व विक्रीतही अग्रगण्य असलेल्या एका माणसाला मी प्रशिक्षण देत होतो. मी म्हणालो, याच कंपनीत राहून तू वर्षभरात एक लाख पौंड कमवू शकणार नाहीस, त्यामुळे त्याच्या पुढची पायरी म्हणजे ज्या ठिकाणी एक लक्ष पौंड कमावता येतील अशा कोणत्यातरी विक्री क्षेत्रात प्रवेश करणे. कदाचित ते क्षेत्र म्हणजे आयटी असेल, अर्थसेवांचे असेल किंवा तत्सम कोणते तरी.

दुसरी एक सोपी व लक्षात ठेवण्याजोगी गोष्ट म्हणजे, जी माणसे एक लक्ष पौंडांपेक्षा जास्त कमवतात ती जेथे जातील तेथे अधिकारारूढ होतील. त्यांच्या डोळ्यांसमोर त्यांची निष्पत्ती असते. एखादा भावी ग्राहक, एखादी विश्वसनीय बातमी व कल्पना, जे काही असेल ते - ते सोबत असल्याशिवाय ही माणसे पुढे निघत नाहीत.

एखाद्या कोऱ्या करकरीत कारचे आमिष नाही तर नोकरीची असुरक्षितताच विक्रीक्षेत्रात काम करणाऱ्या या माणसांना जास्त काम करायची प्रेरणा देत असते, असा मॅक्मिलनचा विश्वास आहे. तो म्हणतो: ही सारी मोणसे बोनसच्या दिशेने चालत नाहीत तर ती 'आपल्याकडून विक्री झाली नाही' या भीतीपासून दूर पळत असतात. आपण बऱ्याच वेळा जाहिराती पाहतो, ज्यात म्हटलेले असते की, साठ हजार पौंड व गाडी अन् त्यासोबत विक्रीच्या अनुषंगाने बोनस. विक्री व्यवसायातील अनेक कर्मचारी म्हणताना दिसतात की, याच प्रकारच्या जाहिराती त्यांना प्रेरणा देत असतात - मात्र वास्तवात हे असे मुळीच नसते. त्यांची वागणूक जर तुम्ही निरखलीत तर तुम्हाला असे दिसून येईल की, बक्षिसाच्या आशेने ते ऑफिसला लवकर जात नसतात तर त्यांना वाटणाऱ्या भीतीपासून पळ काढण्यासाठी ते तसे करीत असतात. असुरक्षितता हा एक प्रभावी प्रेरणास्त्रोत म्हणायला हवा.

जेव्हा मी विक्रीच्या क्षेत्रात होतो त्यावेळी जर तुम्ही विक्री आलेखाच्या तळाशी असाल तर तुमच्यावर दबाव नसायचा, मात्र व्यवस्थापकांकडे तुमच्यासाठी वेळ नसायचा. ते नेहमीच चांगले काम करणाऱ्यांशी बोलत असायचे. तुम्हाला त्यांच्या आतल्या वर्तुळात स्थान नसायचे. त्यांच्यासोबत जेवण घेण्याचे भाग्य तुम्हाला लाभायचे नाही. ज्यांना अशी वागणूक मिळायची त्यांच्यासाठी तो प्रकार म्हणजे चांगले काम करून दाखवायची ती एक संधी असायची, कारण स्वत:ला कुणीतरी अव्हेरते आहे, टाळते आहे ही भावना त्यांच्या पचनी पडत नाही. अपेक्षित पातळीहून

कमी काम करणाऱ्या या व्यक्तींना वाईट तर वाटतेच, मात्र त्यांना हे ठाऊक नसते की, त्यांना जाणीवपूर्वक या साऱ्यापासून दूर ठेवले जाते आहे, ज्यामुळे चांगली कामगिरी करून दाखवायची प्रेरणा त्यांना मिळते आहे.

जादूच्या क्षणांचे व्यवस्थापन या नावाच्या एका कार्यक्रमामध्ये विचारले जाते: अशी कोणती गोष्ट तुम्हाला सर्वोत्कृष्ट कामगिरी करायच्या मानसिकतेत आणते? मॅक्मिलन म्हणतो: विक्रीक्षेत्रातील सर्वोत्कृष्ट व्यक्तींची कामगिरीही वर खाली होतच असते, फरक इतकाच असतो, की इतरांच्या तुलनेत अतिशय थोड्या काळासाठी खाली घसरून पुन्हा उसळी घेऊन वर कसे यावे याचे उत्तम शिक्षण त्यांनी घेतलेले असते. जेव्हा विक्री क्षेत्रातील माणसांच्या कामगिरीत घट होते, तेव्हा त्यांचे व्यवस्थापक त्यांना पुन्हा एकदा प्रशिक्षणासाठी पाठवितात - मात्र त्यांना विक्रीचे ज्ञान असतेच व त्यातील खाचाखोचाही नेमक्या ठाऊक असतात. आमच्या लक्ष क्लबमध्ये प्रशिक्षक अन् तज्ज्ञ अगदी हाताशी असतात व या व्यक्तींना त्यांच्या विक्रेत्याच्या मनोभूमिकेत पुनश्च परत धाडण्याचे काम त्यांना करायचे असते. योग्य माणसांच्या साहाय्याने या विक्रेत्यांच्या कामगिरीत एका दिवसात, एका तासात व कधी कधी दहा मिनिटांतही बदल घडवून आणणे त्यांना शक्य असते.

स्वत:ला एका विवक्षित पातळीवर आणण्यासाठी उच्च कामगिरी करणाऱ्या व्यक्ती नेमके काय करतात? मॅक्मिलनच्या म्हणण्याप्रमाणे, एखादी व्यक्ती जेव्हा तिने ठरविलेली उद्दिष्टे गाठते किंवा नाही हे ठरवताना यामागे त्या व्यक्तीच्या स्वत:विषयीच्या निरनिराळ्या धारणा मोलाची भूमिका बजावतात, म्हणूनच पुनश्च चांगल्या कामगिरीसाठी सिद्ध होणे म्हणजेच स्वत:ला खूप प्रश्न विचारणे व संवाद घडून येण्यासाठी मनाची सारी दारे सताड उघडी ठेवणे, ज्यामुळे मिळणारी उत्तरे तुम्हाला चांगली ऐकू येतील.

या माणसांकडे उत्तम कामगिरी करण्यासाठी लागणारी सारी तंत्रे अगदी हाताशी तयार असतात व जेव्हा ते अवघड जागी अडकतात तेव्हा त्यांना कोणतीतरी गोष्ट चांगली कामगिरी करण्यापासून मागे खेचत असते. त्यांना प्रशिक्षणाची आवश्यकता नसते: त्यांना गरज असते त्यांच्याकडे जे आहे त्याच्याशी पुनश्च संबंध प्रस्थापित करायची. बहुतेक वेळ त्यांना भेडसावणारे प्रश्न भावनिक असतात. त्यावर मात करण्यासाठी आम्ही जी तंत्रे वापरतो ती यासाठी अतिशय उपयोगी पडतात. याबाबत जर बोलायचे झाले तर असे काही सोपे प्रश्न आहेत, जे तुम्ही स्वत:ला विचारू शकता. उदाहरणार्थ: ठरविलेल्या मार्गावर येण्यासाठी मला पुन्हा काय करावे लागेल? त्यासाठी माझी पुढची कृति कोणती असेल?

लोकांनी विचारलेल्या प्रश्नांपेक्षाही आपण स्वत:ला जे प्रश्न विचारत असतो त्यावर आपल्या मनाची अवस्था अवलंबून असते. हे आपण जाणीवपूर्वक करीत

नाही, मात्र जर काही गोष्टी मनासारख्या झाल्या नाहीत, तर लोक स्वत:लाच विचारू लागतात की, कोठे काय चुकले? मी असे काय केले?, अन् मग त्यांचा मेंदू त्यांना अशी उत्तरे देतो की, नकारात्मक भूमिकेत जाणे त्यांच्यासाठी अपरिहार्य ठरते.

सकारात्मक विचार खूप महत्त्वाचा आहे - म्हणूनच तुमच्या मेंदूने निवडलेले प्रश्न व त्यावर त्यानेच दिलेली उत्तरे स्वीकारण्यापेक्षा त्यांची निवड तुम्हीच करा. सकारात्मक विचार करायला लावणारे सहा प्रश्न निवडा. त्यांना भिंतीवर लावा व रोज सकाळी उठताक्षणी त्यांची उजळणी करा. उदाहरणार्थ: माझ्या ऑफिसच्या भिंतीवर लिहिले आहे की, अशा कोणत्या सहा गोष्टींमुळे या क्षणाला मी आनंदी आहे? पुढचा प्रश्न आहे – येत्या काळात मी स्वत:ला कोणते बक्षीस देऊ शकणार आहे? - हे प्रश्न मी रोज सकाळी वाचतो. अगदी सोपे आहे ते. अर्ध्या मिनिटापेक्षा जास्त वेळ नाही लागत ते वाचायला. मात्र त्यामुळे मनाची भूमिका सकारात्मक होते एवढे खरे.

सौजन्य: क्वेस्ट मिडिया, *सेलिंग फायनान्शिअल सर्विसेस,*
रु फ्रान्सिस कूम्बस्

व्यवसायातील वाटाघाटींच्या योजनांसंबंधी

मायकल ब्रीन हा एक एन्एल्पी व्यवसाय प्रशिक्षक, सल्लागार व वाटाघाटी करणारा आहे. तो लोकांना प्रशिक्षण देतो व त्याचसोबत पर्याय निर्माण करण्यासाठी व आव्हानांशी मुकाबला करण्यासाठी आवश्यक असलेले तंत्र व योजना त्यांची ओळख त्यांना करून देतो.

एन्एल्पीचे त्याचे प्रशिक्षण हे प्रतिकृतींची उत्कृष्टता आणि उद्योगक्षेत्रात सतत आपला ठसा उमटवणारी, कार्यक्षम व उत्पादक अशी जी व्यक्तिमत्त्वे असतात, त्यांच्या विचारांच्या व वागण्याच्या पद्धतीवर बेतलेले असते. लोकांनी कोणत्या पद्धतीने विचार करावा व भाषेचा उपयोग प्रश्नांचे निराकरण करण्यासाठी व बदल अमलात आणण्यासाठी तंत्रशुद्ध पद्धतीने कसा करावा, हे तो शिकवतो. ब्रीन म्हणतो: आपल्याला सर्वप्रथम गरज असते ती स्वत:च्या व इतरांच्या विचारपद्धतीतील बारकावे ओळखण्याची!

प्रश्नांची उकल

कोणत्याही विवक्षित परिस्थितीत, उत्तरे शोधणारे तुम्ही मध्यवर्ति भूमिका पार पाडत असता. त्यातून मिळणारे अनुभव व दृष्टिकोन यातून शिका. *या कृतीतून मला काय मिळणार आहे* यासारखी ध्येये मनोमन ठरवा. परिस्थितीची सुयोग्य कल्पना येण्यासाठी तुमच्या अंतर्मनाची जागृतावस्था व बाह्यावस्थेतील वस्तुनिष्ठ माहितीचा उपयोग करा.

- **प्रसंग** - *तुम्हाला जे दिसते, ऐकू येते व जाणवते त्याची नोंद ठेवा. जी दृष्ये वा भावना पुन:पुन्हा जाणवतात किंवा एखादा आकृतिबंध साकारतात ते बहुधा महत्त्वाचे असतात.*
- **तुमच्या मर्यादांना व्याख्या द्या** - *तुमच्या ध्येयांना अनुसरून यात कालमर्यादा व माणसे यांचा अंतर्भाव करा.*
- **जी वाढतील वा कमी होतील अशाच गोष्टींचा त्यात उपयोग करा** - *त्यामुळे जेव्हा जेव्हा इतर गोष्टींचा त्यांवर प्रभाव पडेल तेव्हा बदलणे त्यांना सोपे जाईल. जेव्हा एखादी गोष्ट जी बदलांना सामोरी जाऊ शकत नाही, ती तुम्हाला वापरायची असेल तर स्वत:लाच विचारा की, यामुळे मला काय मिळणार आहे?*

या अशा प्रकारच्या प्रश्नांमुळे तुमच्यासमोरील समस्येचा आकृतिबंध तुमच्या ध्यानी येईल. कोणती नवीन माहिती यातून मिळाली हे जाणून घेण्यासाठी तुम्हाला मिळालेल्या प्रतिसादात्मक माहितीचे परीक्षण करा.

तुमच्या संवेदना तुम्हाला लगेचच प्रतिसादात्मक माहिती देतात.

तुमच्या ज्ञानाची चाचणी:

जास्त माहितीसाठी खालील प्रश्नांची उत्तरे द्या:

- *तुम्ही करू पाहात असलेली कृती ही सवयीमुळे की तुमच्यापाशी असलेल्या प्रतिसादात्मक माहितीमुळे आहे?*
- *आतापर्यंतचे परिणाम काय आहेत?*
- *हे परिणाम तुमच्या अपेक्षांनुसार आहेत काय?*
- *या अगोदर तुम्ही जी कृती केलीत, त्यांचे परिणाम याबाबत नेमकी प्रतिसादात्मक माहिती तुमच्याकडे आहे काय?*
- *त्यांचा तुमच्यावर काय परिणाम झाला याची तुम्हास कल्पना आहे काय?*
- *ते तुम्ही कोणत्या प्रकारे माहीत करून घ्याल?*
- *ही परिस्थिती व त्यात गुंतलेली माणसे यांच्याविषयी तुम्ही कोणती गृहीतके धरलेली आहेत?*
- *तुमच्या लक्ष्मणरेषा तुम्ही कोठे आखून घेतल्या आहेत - व त्यासाठी खालील बाबींच्या बाबतीत तुम्ही किती तडजोड करण्यास तयार आहात?*

१ तुमची तब्येत व तुमचे स्वास्थ्य
२ नातेसंबंध
३ व्यवसाय?

निष्कर्षांवर आधारलेल्या विचारांचा सराव करा

मायकल ब्रीन सभासदांना विचार करण्याच्या ज्या ठरावीक पद्धती असतात त्या शिकवतो. एकदा तुम्ही प्रश्नाच्या रचनेची व्याख्या स्पष्ट केलीत की, त्यानंतर चांगल्या निष्कर्षासाठी विचारायचे प्रश्न खालीलप्रमाणे असतात:

- *मला काय हवे आहे?*
- *माझ्याकडे काय आहे?*
- *माझे यशाविषयीचे मानदंड काय आहेत?*

या प्रश्नांची उकल करण्यास अडथळे ठरणाऱ्या गोष्टींचा प्रथम विचार करा.

- *या समस्येचे निराकरण का होत नाही आहे?*
- *मी असे काय करतो आहे की, ज्यामुळे ही समस्या जैसे थे आहे?*

या बाबतीत तुम्ही तुमच्या मनामध्ये या प्रश्नाची जी मानसिक प्रतिकृति समोर ठेवली आहे त्यावर विचार करा आणि स्वत:लाच विचारा:

- *या समस्येबाबत मी काय गृहीत धरतो आहे?*
- *यात गुंतलेल्या लोकांविषयी मी काय गृहीत धरले आहे?*

या प्रकारच्या प्रश्नांमुळे तुम्हाला एकंदर परिस्थितीचा साधारण अंदाज येईल व त्यामुळे तुम्ही दुखऱ्या जागेवर नेमके बोट ठेवू शकाल. त्याची परिणती अचूकपणे व योग्य ती कृती करण्यात होईल.

जेव्हा या प्रशिक्षणार्थींना स्वत:च्या व इतरांच्या विचारपद्धतींबद्दल नेमके ठोकताळे बांधता येतात, त्याचवेळी त्यांना स्वत:मधील क्षमतेची व त्यांना शक्य असलेल्या नियंत्रणाची जाणीव होते. जे त्यांना इतर वेळी शक्य झाले नसते.

ध्येय ठरविण्याच्या व ते साध्य करण्याच्या क्षमतेविषयीच्या या कार्यशाळेचा नेमका काय परिणाम झाला हे पाहावे म्हणून मी काही प्रशिक्षणार्थींना सहा महिन्यांनंतर भेटलो. त्यामागचा हेतू होता की, त्यांना याअगोदर मिळालेले यश त्यांनी टिकवून धरलंय का अन् त्यांच्या स्वत:च्या कार्यक्षेत्रात त्यांनी त्याचा उपयोग केला आहे की नाही.

फिल बिअर्डवेल - एक अभ्यास

कॅनडा लाईफ अॅश्युअरन्स, सॉलीहिल शाखा येथे ऑपरेशनल मॅनेजर असणारा फिल म्हणतो: चाळीस अर्थविषयक सल्लागारांची व त्यांनी दरवर्षी एक दशलक्ष पौंड इतक्या रकमेचा व्यवसाय आणावा या साऱ्याची जबाबदारी माझ्यावर आहे. यासाठी मी निरनिराळ्या योजना वापरतो, कारण त्यातून मला लक्ष्य साधता येते. आमची काही बँक नाही, त्यामुळे थेट ग्राहक मिळत नाहीत. हे सांघिक काम आहे, त्यामुळे आम्ही सारेच जे करायचे आहे त्यावर लक्ष केंद्रित करतो. सहकाऱ्यांनी सकारात्मक भूमका अंगीकारावी यावर मी मेहनत घेतो. मला हे जमणार नाही, मी हे करणार नाही या मानसिकतेतून निरनिराळ्या योजना राबवून त्यांना त्यांच्या अवस्थेचा पुनर्विचार करायला लावतो, ज्यामुळे त्यांना त्याच्या क्षमतेचा जणू साक्षात्कार होतो व त्यांची पावले पुढे पडतात.

इयान हॅरिस - एक अभ्यास

इयान हॅरिस हा हार्टफोर्ड-शायरस्थित एक कॉम्प्युटर विक्रेता आहे. प्रशिक्षणाच्या तिसऱ्याच महिन्यात त्याने त्याच्या विक्रीच्या उद्दिष्टापेक्षा पंचेचाळीस हजार पौंड इतक्या जास्त रकमेचा व्यवसाय मिळवून दिला. सहा महिन्यांनंतरही त्याच्या विक्रीचे आकडे उंच पातळीवरच राहिले आहेत. तो म्हणतो: ग्राहकाला पटवून देणे ही योजना माझ्यासाठी यशस्वी ठरली. दुसरी व्यक्ती जगाकडे कोणत्या दृष्टीने पाहते, याकडे जर तुम्ही बारकाईने लक्ष दिलेत तर तुम्हाला ती व्यक्ती एखादी गोष्ट खरेदी करण्याअगोदर काय शोधत असते व तिच्या गरजा नेमक्या काय आहेत याचा अचूक अंदाज येतो व तिची मनोवस्था कळल्याचा फायदा तुम्हाला नक्कीच होतो.

एखादे उत्पादन काय आहे, याविषयी एखाद्या ग्राहकाला ऐकून घ्यायला आवडते, मात्र ती गोष्ट त्याला तीन वेळा सांगावी अशी त्यांची इच्छा असते. दोनदा त्यांच्यासाठी पुरेसे नसते, व याची कल्पना तुम्हाला आली नाही तर एक भावी ग्राहक तुम्ही गमावला आहे हे नक्की होते. इतरांपैकी काहींना त्याविषयी वाचायला तर उरलेल्यांना पाहून व स्पर्श करून ती वस्तू विकत घ्यायला आवडते.

स्टीव्ह हार्डिंग - एक अभ्यास

स्टीव्ह हार्डिंग हा एक भूविकासक आहे. जमिनींच्या खरेदीविक्रीची कामे तडीला नेण्यास त्याला समस्या निराकरणाच्या व वाटाघाटींच्या तंत्राचा चांगलाच उपयोग झाला. तो म्हणतो: प्रशिक्षणाच्या दरम्यान मी एका व्यवहाराचे काम सुरू केले होते व प्रशिक्षण पूर्ण झाल्यावर मी माझी उलाढाल दोन लक्ष पौंडांवरून पाच लक्ष पौंड इतकी म्हणजे जवळजवळ तिप्पट केली होती. त्यानंतर माझी खात्री पटली की वर्षभरात ती अजूनही दुप्पट होईल.

मानसिक अवस्थेच्या व्यवस्थापनाचा मला खरोखरीच फायदा झाला. मी माझी विचारांची पद्धत बदलली. *हा व्यवहार झाला तर बरे होईल* या वृत्तीतून मी *हा व्यवहार जेव्हा होईल तेव्हा होईल* या विचारधारेकडे वळलो. मायकलने शिकविलेल्या योजनाबद्ध विचार करण्याच्या व स्वत:ची जागा कोणती हे ओळखण्याच्या पद्धतीमुळे हे शक्य झाले. त्यामुळे वाटाघाटींच्या दरम्यान कोठे कोठे काय काय असते याचा सारा आवाका माझ्या ध्यानी आला. याआधी मला त्याची जाणीव नव्हती, मात्र आता मी असा विचार करू शकतो की, मला काय हवे आहे हे माझ्या समोर असलेल्या विषयसूचीत आहे व ते मी मिळविणार आहे. अर्थात जर हा व्यवहार अतिशय महत्त्वाचा असेल तर मात्र मी समोरच्या व्यक्तीला काय हवे आहे याचा मागोवा घेईन व त्यानुसार माझ्या अपेक्षा ठरवेन.

जेव्हा आम्ही लोकांना योजनांच्या विषयी शिकवतो, त्यावेळी मानसिक व भावनिक बाबींवर आमचा विशेष जोर असतो. त्यामुळे ते जे काही करतात ते उत्तमच करू शकतात. *तुम्ही उत्तम प्रकारे वाटाघाटी करू शकता हे तुम्हाला कसे कळेल?, तुम्हाला काय ऐकू येईल वा जाणवेल?* यांसारख्या प्रश्नांमुळे समोरच्या व्यक्तीच्या काय अपेक्षा आहेत हे सहज कळते. ठरविलेले लक्ष्य आपण यशस्वीपणे गाठले आहे हे दृष्यमान होण्यासाठी कोणते निकष लावायला हवेत हे केवळ त्यांनाच ठाऊक असते!

◆

लक्षात ठेवण्याजोगे

- *यशस्वी होण्यासाठी तुम्हाला तुमची सुखाची बैठक सोडून धोके पत्करावेच लागतील व त्यासाठी तुमच्या मर्यादाही ओलांडाव्या लागतील.*
- *कामाच्या ठिकाणी असलेल्या सहकाऱ्यांव्यतिरिक्त इतरत्रही स्वतःचे संबंध निर्माण करा, मात्र ते संबंध विजीगिषू वृत्तीच्या लोकांशी असू द्या.*
- *प्रतिसादात्मक माहिती तात्काळ मिळावी यासाठी तुमच्या संवेदनांचा उपयोग करा.*
- *निष्कर्षांवर आधारित असलेल्या विचारसरणीचा व लाभदायी वाटाघाटी करण्याच्या प्रवृत्तीचा सराव करा.*

११

लोकांची विचारसरणी ओळखायला शिका

या प्रकरणात तुम्ही:

- *विचारपद्धती ओळखायला शिकाल*
- *सुसंवाद साधू शकणारी भाषा वापरायला शिकाल*
- *तुमच्या विचारप्रवृत्तीला शोभेल अशी प्रेरणा घ्यायला शिकाल*

अतिशय गुंतागुंतीची जी उपकरणे असतात त्यांच्यासोबत सूचना नसतात मात्र ती रोज वेगवेगळ्या प्रकारे कामगिरी करतात - ती उपकरणे म्हणजे, आपली माणसे.

सर टॉम फार्मर, सीईओ क्विक-फिट

विचार करायला लावणारे

प्रत्येक माणसाचे वागणे इतके वेगवेगळे का असते? तुम्ही अनेकजणांना एकच गोष्ट करायला सांगता. एकजण ती नेमकी सांगितल्याप्रमाणे करतो. दुसऱ्याला त्याबाबत चर्चा करायची असते व त्यातील दोष हुडकायचे असतात किंवा तुमच्याशी हुज्जत घालायची असते तर तिसरा तुम्ही जे सांगता त्याकडे पूर्णतया दुर्लक्ष करतो. हे असे का होते?

कामावर तुमचा पर्यवेक्षक एखादे परिपत्रक फिरवतो. एखाद्या नियोजित प्रशिक्षणाच्या कार्यक्रमातील तुमच्या अनिवार्य उपस्थितीसंबंधी ते परिपत्रक असते. मात्र काही लोक सांगतात की, ते परिपत्रक त्यांच्यापर्यंत आलेच नाही. हा प्रकार गोंधळात टाकणारा आहे. कारण हेच थोडे लोक त्या पर्यवेक्षकाने या अगोदर दिलेली वार्षिक रजेबद्दलची, अतिशय काळजीपूर्वक लिहिलेली सूचनाही मिळाली नाही म्हणून सांगत असतात. हे नेमके काय सुरू असते?

विचार करायच्या निरनिराळ्या पद्धती

प्रत्येकाची विचार करायची पद्धत वेगवेगळी असते. जेव्हा पर्यवेक्षकाला या प्रत्येकाच्या पद्धतीविषयी कल्पना येते, त्यावेळी ती या साऱ्यांना समजेल अशा पद्धतीने स्वत:चे म्हणणे त्यांच्यापर्यंत पोहोचविते, कारण त्यामुळे जे करायचे आहे ते नेमके साध्य होते.

फियोना बेडोस-जोन्स या नावाची व्यवस्थापकीय सल्लागार व *थिंकींग स्टाईल्स* नावाचा प्रशिक्षण कार्यक्रम निर्माण करणारी एक विदुषी आहे. काही लोक लहान गोष्टींकडे दुर्लक्ष करतात, कारण त्या त्यांच्या दृष्टीने महत्त्वाच्या नसतात. त्यांना महत्त्व असते ते आपण काय करणार आहोत याचे. मात्र तेथपर्यंत आपण कसे पोहोचणार आहोत हे त्यांच्या दृष्टीने गौण असते. ही अशी माणसे बहुधा अप्रगत मानसिक *फायलिंग सिस्टीम* असलेली असतात. या विजोड व्यक्तींना - त्यांनी काय करावे हे त्यांना कुणी सांगितलेले आवडत नाही. या कार्यक्रमाचा भाग म्हणून फियोनाने कर्मचाऱ्यांसाठी एक प्रश्नावली तयार केलेली आहे, ज्यामुळे त्यांना स्वत:ची विचार करायची पद्धत कळून येते. ती पद्धत इतरांना लावून पाहिली असता संघभावनेने काम कसे करता येईल याची जाणीव त्यांना होते.

निरनिराळ्या संघांनी एकत्र येऊन परिणामकारकरित्या काम करणे

माणसे निसर्गत: ज्या प्रकारे माहितीचे विश्लेषण करतात, या कल्पनेवर नोकरी देण्यासाठी शेल व नॅशनल वेस्टमिन्स्टर बँकेने *थिंकींग स्टाईल्स* या कार्यक्रमाचा वापर केला. कामगारांच्या टीम्समध्ये कामाचे वाटप करण्यासाठी ब्रिटिश एअरोस्पेसनेही या कार्यक्रमाचा उपयोग केला. फियोना म्हणते: कोट्यवधि मोलाच्या प्रकल्पांमध्ये सांघिक परिणामकारकता जर साधली गेली तर कामाला लागणारा वेळ कमी होऊन त्यामुळे पैशांची मोठ्या प्रमाणात बचत होऊ शकते.

काहींना विचार करताना डोळ्यांसमोर चित्रे दिसत असतात. मात्र जर तुम्ही ऐकणाऱ्या वर्गातले असाल तर इतर माणसे वेगळ्या प्रकारे ती माहिती ग्रहण करीत आहेत, याविषयी तुम्ही नक्कीच अनभिज्ञ असाल. फियोना म्हणते: डोळे बंद करून तुम्ही तुमच्या ऑफिसमधल्या सहकाऱ्यांच्या संभाषणातील शब्दांकडे लक्ष द्या. एखादा म्हणतो, *तुला काय म्हणायचे ते मला दिसते आहे,* अशावेळी तो मनुष्य ते म्हणणे पाहात असतो. त्यांच्याच भाषेत बोलून, तुमचे बोलणे त्यांना समजले आहे की नाही हे ताडून पाहण्यासाठी तुम्ही त्यांना विचारता, *तुला चित्र स्पष्ट झाले आहे का?*

विचार करायला लावणारे

काहीजण प्रामुख्याने अंतर्ज्ञानावर भर देतात. तुम्हाला ते जाणवते, कारण त्यांच्या बोलण्यात सतत *मला वाटते की आपण हे करायला हवे* यांसारखी वाक्ये येतात. जर तुम्ही त्यांना विचारलेत की, त्यांना एखाद्या विवक्षित गोष्टीबद्दल काय वाटते, तर त्यांच्याकडून तुम्हाला विस्तृत माहिती मिळते.

इतरांशी काम करायच्याही लोकांच्या वेगवेगळ्या पद्धती असतात. काहींना इतरांशी मिळून मिसळून काम करायला आवडते. ही माणसे उत्तम संवाद साधू शकणारी असतात व ती ग्राहक संबंधांच्या क्षेत्रात उत्तम काम करू शकतात. ही माणसे स्वत:ला कोणत्याही अवस्थेत जुळवून घेऊ शकतात व इतरांच्या इच्छांमध्ये स्वत:ला नेटकेपणे सामावून घेतात. या व्यक्ती सामान्यत: नवीन काहीतरी शोधून काढणाऱ्यातल्या नसतात, कारण त्या मूलत: अतिशय सुजाण व अतिशय चांगल्या स्वभावाच्या असतात.

जॉर्ज बर्नाड शॉ म्हणाला होता: समजूतदार माणूस जगाशी नेहमीच जुळवून घेतो. मात्र जो असमंजस तो सतत जगाने माझ्याशी जुळवून घ्यावे या प्रयत्नात असतो. अगदी याचमुळे हा असमंजस कसा वागतो यावरच सारे बदल अवलंबून असतात. एखाद्या संघातील कुणाशी जुळवून न घेणारा मनुष्य हा असमंजस वर्गातला असतो, कारण त्यांच्यासाठी नवीन कल्पना या मतभेदांमधून निर्माण होतात.

फियोना म्हणते: अशा माणसाकडे जेव्हा तुम्ही एखादी नवीन कल्पना बोलून दाखविता, तेंव्हा ही माणसे बहुतेक वेळा तुमच्याशी असहमती दाखवितात. मात्र पुढच्या वेळेस ती विचार करून येतात व सहमतीपर्यंत पोहोचतात. ही माणसे उत्तम कॉम्प्युटर हार्डवेअर इंजिनिअर होऊ शकतात, कारण त्यांना सर्वच धोक्यांचा विचार करायची सवय झालेली असते.

यातील अंतरंग

जे काम आपण करत असू, ते करताना आपल्या मनाची अवस्था तणावाची आहे की उत्तम आहे व आपण कोठे आहोत या साऱ्या घटकांना अनुरूप अशा निरनिराळ्या विचारपद्धतींची सरमिसळ व बदल आपण सारेच करू शकतो. ज्याच्या विचारांमध्ये लवचिकता असते तो सर्वोत्तम विचारी म्हणायचा.

तुमची विचारपद्धती तुम्हाला ओळखता येते का?

बारकाव्यांविषयी जागरूकता *लोक लहान लहान गोष्टींकडे लक्ष देत असतात. छोट्या छोट्या तुकड्यांमधून मिळणारी माहिती त्यांना आवडते, कारण त्या माहितीचा त्यांच्याशी थेट संबंध असतो.*	**मोठा विचार करणारे** या व्यक्ती संपूर्ण परिस्थितीचे आकलन करून घेतात. माहितीचे मोठे तुकडे वापरून ते त्यातील महत्त्वाचे मुद्दे लक्षात ठेवतात. या व्यक्ती बहुधा नेतृत्व करतात व मोठे प्रकल्प किंवा योजनांची जबाबदारी यांच्यावर असते.
कार्यपद्धतीबद्दल विचार करणाऱ्या व्यक्ती *सूचनांचे पालन करतात व कोणतीही गोष्ट करण्याची ठरलेली पद्धत मान्य करतात. या प्रकारची व्यक्ती बोलत असताना जर तुम्ही मध्ये काही बोललात तर ती व्यक्ती पुन्हा पहिल्यापासून त्या विषयाला सुरुवात करते.*	**पर्यायांचा विचार** करणाऱ्या व्यक्ती त्यांच्या कामात जास्त पर्याय शोधत असतात व निरनिराळ्या शक्यता पडताळून पाहात असतात. त्या सहज कंटाळतात.
समानतेच्या पुरस्कर्त्यांना *तुलना करायला आवडते. या व्यक्ती संघभावनेने काम करू शकतात, उत्तम संवाद साधू शकतात व त्यांचा स्वभाव मिळतेजुळते घेण्याचा असतो.*	**वैगुण्ये शोधणाऱ्या** व्यक्ती असहमती दाखवून एखादी कल्पना तपासून पाहतात. प्रस्थापित कल्पनांना त्या आव्हान देतात व कोणत्याही प्रकारच्या बदलांविषयी त्या अतिशय उत्सुक असतात.
सारखेपणा शोधणाऱ्या *व्यक्ती नेमका सारखेपणा शोधत असतात. जर तुम्हाला मूळव्याधीचा त्रास होत असेल तर त्यांना तुमच्यापेक्षा जास्त त्रास होत असतो. त्यांच्यासाठी स्थैर्य व समान भूमिका या गोष्टी महत्त्वाच्या असतात.*	**विषमता शोधणाऱ्या** व्यक्तींना कोठे बदल झाला आहे वा काय वेगळेपणा आहे हे चटकन लक्षात येते. अगदीच पराकोटीची भूमिका म्हणजे या व्यक्ती केवळ चुका शोधीत असतात. या एकाच गुणासाठी संघात असायला हव्यात मात्र यांच्यासोबत आयुष्य काढणे अवघड आहे.

केवळ स्वतःसाठी *अशी भूमिका असणाऱ्या व्यक्ती प्रत्येक परिस्थितीत त्यांच्या स्वतःच्या गरजा व प्राथमिकतांनाच महत्त्व देताना दिसतात व स्वतः सर्वांत पुढे कसे राहू याची काळजी घेतात.*	**इतरांचा** विचार करणाऱ्या व्यक्ती इतरांच्या गरजा स्वतःच्या गरजांहून अधिक महत्त्वाच्या मानतात. पुरुषांपेक्षा माता किंवा मुले या वर्गात मोडतात. काळजीवाहू व्यवसायातील व्यक्ती या इतरांसाठी जास्त काम करतात.
लोकांपासून **दूर जाणाऱ्या** *व्यक्ती, ते करताना समस्या व धोके टाळण्याचा प्रयत्न करतात.*	**लोकांच्या जवळ जाणाऱ्या** व्यक्ती– यात प्रामुख्याने उद्योजकांचा समावेश होतो, कारण ते नेहमीच पुढाकार घेत असतात व त्यांची ध्येये साध्य करण्यासाठी ते त्यांच्या मर्यादाही ओलांडतात.
प्रतिक्रिया *देणाऱ्या व्यक्ती इतरांच्या मागण्यांना वा परिस्थितीतील बदलांना प्रतिसाद देतात.*	**स्वतःहून कृती** करणाऱ्या व्यक्ती बदलांना सुरुवात करतात, येणाऱ्या समस्या अगोदरच ओळखून त्यानुसार नियोजन करतात.
स्वतःच स्वतःला जोखणाऱ्या *व्यक्ती स्वतःची प्रगती कळण्यासाठी स्वतःलाच प्रश्न विचारतात की, माझे कसे काय चालले आहे? ते स्वतःच्या अंतरंगात डोकावून पाहतात व त्यासाठी इतरांवर किंवा इतरांच्या मान्यतेवर अवलंबून नसतात.*	**इतरांकडून स्वतःला जोखणाऱ्या** व्यक्तींना स्वतःची प्रगती वा कामगिरीचे मूल्यमापन करण्यासाठी इतरांच्या मताची गरज भासते. त्यांना इतरांकडून कौतुकाचे शब्द अन् भरवसा हवा असतो. पर्यवेक्षक, सहकारी, मित्र किंवा भागीदार अशा अनेकांवर या व्यक्ती त्यांच्या कामगिरीच्या मूल्यमापनासाठी अवलंबून असतात.

(सौजन्य, असोसिएटेड न्यूजपेपर्स, *लंडन इव्हिनिंग स्टँडर्ड.*
जस्ट द जॉब, रु फ्रान्सिस कूम्बस्

विचारपद्धतींचे परीक्षण

विचारपद्धती म्हणजे नेमके काय असते?

विचार करायला लावणारे

आपल्यावर रोज निरनिराळ्या माहितीचा मारा होत असतो. त्या माहितीचे विश्लेषण कारण्यासाठी नकळतपणे आपण जे निरनिराळे नमुने वापरतो, त्यालाच विचारपद्धती असेही म्हणतात. एखाद्या परिस्थितीत आपल्याला जे जाणवते, त्याचे आकलन आपण कसे करतो व त्यातून मार्ग काढण्यासाठी आपण ज्या काही उपाययोजना करतो त्यामध्ये या विचारपद्धतीचा मोठा हात असतो.

आपल्या संपर्क साधण्याच्या पद्धती, जगाकडे पाहण्याची दृष्टी, आपल्या आठवणी व आपल्याकडे येणारी माहिती या साऱ्याच गोष्टी आपल्यासाठी वैशिष्ट्यपूर्ण असतात. पाहाणे, ऐकणे, स्पर्श, चव अन् वास या आपल्या साऱ्याच संवेदनांच्या माध्यमातून आपण सगळ्या जगाकडून माहिती गोळा करीत असतो.

मिळालेल्या माहितीला चाळण लावून मगच स्वीकारायची अंतर्गत व्यवस्था जर आपल्याकडे नसती तर वर्तमानपत्रातले मथळे, संभाषणांच्या नोंदी, गाणी, पदार्थांच्या वेष्टणांवरली लेबल्स अशांसारख्या मिळणाऱ्या व त्यातून नको असलेल्या माहितीच्या माऱ्याखाली आपण बेजार झालो असतो. ज्यात आपल्याला गम्य नाही अशी माहिती आपली विचारपद्धती बाजूला काढून टाकते, जेणेकरून जी माहिती आपल्या उपयोगाची त्यावर आपल्याला अधिक लक्ष देता येते.

या विचारपद्धती काय करतात

यातील अंतरंग

आपल्याला रोज जी माहिती मिळत असते ती वेगळी करणे व त्याची नीट मांडणी करणे यासाठी आपल्या विचारपद्धती आपल्याला मार्ग दाखवीत असतात.

▶ *आपल्याला हवा तो मार्ग आपल्या आयुष्याला दाखविण्यासाठी व कारकीर्द निश्चित करण्यासाठी आपल्या विचारांचे व्यवस्थापन कसे करायचे व त्यांना योग्य तो आकार कसा द्यायचा हे शिकणे गरजेचे असते.*

- *आपण कोणत्या पद्धतीने विचार करतो हे जेव्हा तुम्हाला ठाऊक होते तेव्हा कसे वागायचे हे तुम्हाला कळते. त्यामुळे एक गोष्ट होते की, तुमच्या आयुष्याचे जे ईप्सित आहे त्याकडे पोहोचण्यासाठी तुम्हाला नेमके काय करायला हवे याचीही स्पष्ट जाणीव तुम्हाला होते.*

यातील अंतरंग

बहुतेक लोकांचे विचार करायचे आकृतिबंध सारखेच असले तरी प्रत्येक व्यक्तीची विचारपद्धती वेगळी व वैशिष्ट्यपूर्ण असते.

जर आपण विचारपद्धतींविषयी जास्त माहिती करून घेतली तर आपल्याला इतरांना अधिक चांगल्या पद्धतीने समजून घेता येईल.

- *एखाद्या व्यक्तीच्या विचारपद्धतीवर परिणाम करणारे जे समज वा गैरसमज असतात, ते तुम्ही चांगल्या प्रकारे समजू शकता.*
- *तुम्ही कसा विचार करता, कसे वागता व कामे कशी करता हे तुम्हाला कळल्यामुळे तुम्ही तुमच्या वेळेचा वापर अधिक योग्य प्रकारे करू शकता.*
- *तुमच्यासारखीच विचारपद्धती असलेल्या इतर कुणाला तरी आवडत असलेले करिअर तुम्ही निवडू शकता.*
- *तुमचे कर्मचारी कोणत्या पद्धतीने विचार करतात हे तुम्हाला ठाऊक असल्यामुळे तुम्ही त्याप्रमाणे त्यांना काम देऊ शकता.*
- *तुम्ही जे काही करता ते का करता हे समजण्यासाठी तुम्ही तुमच्या विचार करायच्या पद्धतींची एक यादी तुमच्या उपयोगासाठी तयार करू शकता.*

यातील अंतरंग

लोकांच्या वागण्याच्या अनेक पद्धती तुम्हाला दिसतात, कधीकधी ते कसे वागतील त्याचा अंदाजही तुम्ही करू शकता, मात्र याचा अर्थ असा नव्हे की, ते प्रत्येक वेळी त्याच प्रकारे वागतील. किंबहुना आपल्यापैकी बहुतेकांकडे इतरांना आश्चर्यचकित करायची क्षमता मोठ्या प्रमाणात असते.

अधिकारी व नेते हे बहुधा लांबचा विचार करणारे असतात; त्यांची भाषा सरसकटपणाची असते, मात्र ही उणीव ते एखादा साहाय्यक नेमून भरून काढतात. हे साहाय्यक बारीकसारीक गोष्टींच्या बाबतीत अतिशय दक्ष असतात. काही लोक विचारांच्या बाबतीत अगदी लवचीक असतात. ते दोन्ही टोकांचा विचार अगदी लीलया करू शकतात. तर या गोष्टी कशा करायच्या हे इतर लोक शिकू शकतात.

तुमच्या प्रबंधकांचा संबंध तळातल्या लोकांशी फारसा येत नाही. त्यासाठी ते इतरांनी पुरविलेल्या माहितीवर अवलंबून असतात. त्यांना मिळणारी ही माहिती, माहिती देणाऱ्याकडून येताना गाळली जाते व त्या माणसाला महत्त्वाचे काय वाटते यावर ती अवलंबून असते, मात्र जर त्या प्रबंधकाला आपल्याला माहिती देणाऱ्याच्या विचारपद्धतीचा अंदाज असेल तर मिळणाऱ्या बातमीमागची भूमिका व न मिळणारी माहिती याचा अचूक अंदाज त्याला येऊ शकतो.

विचार करायला लावणारे

वैगुण्ये वा विषमता शोधणाऱ्या व्यक्ती त्रासदायक होऊ शकतात, मात्र तुमच्या उत्पादनाची सुरुवात चांगली का होणार नाही हे ते अचूक सांगू शकतात. तुमच्या प्रकल्पाचा शेवट मात्र ते सांगू शकत नाहीत. तुमचे नियोजन जेव्हा असफल होते तेव्हा इतरांबरोबर ते तुमच्याकडे सहानुभूती व्यक्त करायला थांबणार नाहीत. ही माणसे संवादाच्या बाबतीत सौम्य म्हणता येणार नाहीत, मात्र एखाद्या प्रकल्पाच्या सुरुवातीला तुमचे काय चुकले हे भीडभाड न ठेवता सांगणारा कर्मचारी जर तुम्हाला हवा असेल तर मग तुम्हाला एवढी किंमत मोजायलाच हवी.

जी माणसे विचारांमध्ये लवचीक असतात ती त्यांच्या विचार करायच्या सवयी बदलू शकतात व त्याच्या विचारपद्धतीच्या दोन्ही टोकांना जाऊन विचार करू शकतात. अगदी बोलायचेच घ्यायचे झाले तर, एखादी प्रकल्प प्रबंधक खूप पुढचा अन् मोठा विचार करणारी असू शकते. एखाद्या नियोजनासंबंधी विचार करताना तिला पुढे काय होणार आहे हे दिसत असते - उदाहरणार्थ, समजा तिला हॉस्पिटल बांधायचे आहे. हे करताना मधल्या काही पायऱ्या कशा गाळायच्या व एकंदरच कार्यपद्धतीचे विभाजन लहान लहान भागात कसे करायचे यातही ती वाकबगार असू शकते. या प्रकारच्या लवचीक विचारपद्धतीमुळे तिला तिच्या कल्पना विशद करणे सोपे जाते व या प्रकल्पामधील तिची भूमिका तिला नेमकी समजल्यामुळे तिने तयार केलेली योजना योग्य तऱ्हेनेच कार्यान्वित होईल याविषयी तिला प्रचंड आत्मविश्वास असतो.

बेसावध विचारपद्धती

यातील अंतरंग

आपली विचारपद्धती काहीशी नकळत घडणारी प्रक्रिया असते, ज्याचा उपयोग आपण मिळालेली माहिती गाळण्यासाठी व निवडण्यासाठी करतो.

आपल्याला जे जाणवते, जगाच्या आलेल्या अनुभवातून आपण काय बोध घेतो यावर या विचारपद्धतीचा परिणाम होत असतो. एकाच प्रसंगाचे साक्षीदार त्या प्रसंगावर निरनिराळी भाष्ये करताना दिसतात. यात ते त्या प्रसंगाकडे कोणत्या दृष्टिकोनातून पाहातात व त्यातून मिळणारी माहिती कोणत्या पद्धतीने मांडतात यामुद्यांत त्यांच्यात व इतरांच्यात फरक असतो.

एखाद्या संदर्भामध्ये माणसे एकाच प्रकारची विचारपद्धती व वागणूक वापरताना दिसतात. एखाद्या मैत्रिणीबद्दल तुम्ही म्हणाल: मी तिला एखाद्या पुस्तकाप्रमाणे वाचू शकतो. हे बोलत असताना तुम्हाला म्हणायचे असते की, एखाद्या विषयाबद्दल तिच्या विचार करायच्या पद्धतीला तुम्ही चांगल्या प्रकारे ओळखू शकता. उदाहरणार्थ, काही लोकांना घासाघीस करून वस्तू घ्यायला आवडतात तर काहींना गुणवत्ता आवडते. जर तुमची मैत्रीण हे करीत असेल तर तुम्हाला तिची विचार करायची पद्धत कळलेली आहे असे म्हणावे लागेल व ती कशी वागेल हे तुम्हाला दुकानात पाऊल टाकण्याअगोदरच ठाऊक असेल.

विचार करायला लावणारे

विचार करायचे आपले जे निरनिराळे आकृतिबंध असतात, त्यांना मर्यादाही असतात. ज्याला घासाघीस करून वस्तू खरेदी करायची सवय आहे, तो अगदी आवश्यक असले तरीही गुणवत्तेकडे लक्ष देणार नाही. आपल्या या सवयी जर आपल्यालाच ठाऊक नसतील तर आपल्याकडे काही *ब्लाइंड स्पॉटस्* असतात व त्यामुळे आपण नेहमीच महत्त्वाची माहिती, जी आपल्याला ठाऊक असायलाच हवी, ती मिळण्यापासून वंचित राहतो.

काही व्यक्ती उपजतच ध्येयवादी असतात - इतर व्यक्ती या प्रकारच्या दुखण्यांपासून लांबच राहणे पसंत करतात. यांना सवयींमधून उद्‌भवलेली विचारप्रवृत्ती,जी आपण समान संदर्भांमध्ये वापरतो, असेही म्हणता येते. मिळालेली माहिती नीटनेटकी मांडण्यासाठी आपण ज्या पद्धती वापरतो त्या आपल्या जाणिवांच्या पलीकडील विचारांचे आकृतिबंध असतात, अन् तरीही येणाऱ्या परिस्थितीला आपण कोणत्या पद्धतीने सामोरे जातो यावर त्यांचा प्रचंड पगडा असतो. हे विचारांचे आकृतीबंध आपल्या ध्येयाच्या दिशेने चाललेल्या वाटचालीवर मर्यादाही आणू शकतात.

यातील अंतरंग

लोक निरनिराळ्या विचारपद्धतींची सरमिसळ करतात, मात्र प्रत्येकाची वैशिष्ट्ये असतातच. काही विशिष्ट प्रकारची विचारधारा असणारे लोक सहज ओळखू येतात, कारण त्यांची विचारपद्धती अगदी टोकाची असते.

च्या पासून दूर जाणारे ⟷ च्या जवळ जाणारे

जी माणसे वेदनांपासून दूर पळतात ती माणसे दुःखदायक परिस्थिती येणार असे दिसू लागताच किंवा गोष्टी हाताबाहेर जाणार आहेत असे जाणवताच कामाला लागतात. जेव्हा तुम्ही लोकांना विचारता की, त्यांना काय हवे आहे व त्यावर त्या व्यक्ती त्यांना काय नको आहे हे सांगतात, त्यावेळी ओळखावे की ते *च्या पासून दूर जाणाऱ्यांच्या* विचारपद्धतीचे आहेत. अशा लोकांना प्रेरित करण्यासाठी त्यांना सांगावे लागते की, त्यांनी जर अमुक अमुक केले नाही तर त्यांना त्यांचे ध्येय कधीही गवसणार नाही.

जेव्हा त्यांना काय हवे आहे व त्यांना काय मिळवायचे आहे, हे लोक तुम्हाला सांगतात, तेव्हा त्यांची विचार करायची पद्धती ही आनंद वा समाधानाकडे जाणारी असते. अशांना त्यांच्या प्रयत्नांबद्दल मिळणारे गाजर दाखवा किंवा बक्षिसांचे प्रलोभन दाखवा.

आवश्यकता ⟷ शक्यता

एखादी गोष्ट करायलाच हवी अशा विचारांनी काही लोक पछाडलेले असतात. *हे मला करायलाच हवे* हे जणू त्यांचे घोषवाक्य असते. ज्या व्यक्ती आवश्यकतेचा सोस धरून काम करीत असतात, त्यांचा अग्रक्रम बहुतेक वेळा कार्यशैलीला असतो व गोष्टी कोणत्या पद्धतीने करायच्या याविषयीच्या त्यांच्या कल्पना अतिशय सुस्पष्ट असतात.

काय होऊ शकते या विचारांनी ज्या व्यक्ती प्रेरित झालेल्या असतात, त्यांना पर्याय, नवीन साहसे व ते तडीस नेण्याचे नवनवीन मार्ग हवे असतात. आपल्याकडे कोणते पर्याय उपलब्ध आहेत व त्यामुळे काय साधता येईल याविषयी जाणून घेण्यास त्यांना आवडत असते.

स्वयंकेंद्रित ⟷ परकेंद्रित

या व्यक्ती स्वतःच्या संदर्भात एखाद्या परिस्थितीकडे पाहतात व त्यास कारणीभूत

असलेले इतरांचे प्रयत्न ध्यानीही घेत नाहीत. यातील अगदी पराकोटीची अवस्था म्हणजे, बाहेरचे जग आहे की नाही व तेथील माणसे या परिस्थितीला कसे तोंड देताहेत याचीही त्यांना शुद्ध नसते. स्वयंकेंद्री वर्तणूक म्हणजे स्वार्थाचेच दुसरे रूप म्हणायचे.

ज्या व्यक्ती इतरांवर लक्ष केंद्रित करतात व परिस्थितीचा त्यांच्यावर काही परिणाम होतो, अशा व्यक्ती काळजी करणाऱ्या असतात. त्या व्यक्ती स्वत:पेक्षा इतरांचे सुख व योगक्षेमाला जास्त महत्त्व देतात. सभोवार काय चालले आहे तिकडे त्यांचे लक्ष असते. यांची पराकोटीची अवस्था म्हणजे या व्यक्ती स्वत:ला तोशीस लावून इतरांना आनंद देण्याचा प्रयत्न करीत असतात.

समानता शोधणाऱ्या ⟷ विषमतेवर लक्ष देणाऱ्या

या व्यक्ती आधी झालेल्या घटना व सद्य स्थिती यांमधील समानतांची निवड करतात. त्यांना स्थैर्य हवे असते व त्याचप्रमाणे इतरांसोबत मिसळणेही. यांच्यापासून जर उत्तम काम करून हवे असेल तर यांच्याशी जिव्हाळ्याचे संबंध जोडणे हा सर्वोत्तम उपाय.

विषमता शोधणाऱ्या व्यक्ती भूत व वर्तमानातील फरकच शोधीत राहतात. आणीबाणीच्या काळात ते चांगले सहकारी ठरू शकतात, कारण ते प्रत्येक परिस्थितीतील कच्चे दुवे व शक्यता, ज्यांच्यामुळे काम बिघडू शकेल, त्यांचा शोध घेत असतात. चुका शोधून काढण्यासाठी ही माणसे तुमच्या संघात असणे गरजेचे असते, मात्र यांच्यासोबत आयुष्य काढणे नको.

मोठे विचार करणाऱ्या ⟷ लहान भागांचा विचार करणाऱ्या

यातील अंतरंग

मोठे वचार करणाऱ्या व्यक्तींना एकंदर परिस्थितीचा आवाका चटकन ध्यानी येतो. माहिती व महत्त्वाचे मुद्दे त्यांच्या चांगले लक्षात राहतात. या व्यक्ती बहुधा नेतेपद भूषवितात किंवा मोठ्या प्रकल्पांची जबाबदारी सांभाळतात. त्यांना बहुधा मोठ्या चित्राशी कर्तव्य असते व त्या चित्रातील बारकावे त्यांच्या दृष्टीने महत्त्वाचे नसतात.

लहान लहान बाबींचा विचार करणाऱ्या व्यक्ती कार्यपद्धतीचा विचार करणाऱ्या असतात. या व्यक्ती एखादी गोष्ट करण्यासाठी, दिलेल्या सूचनांचे तंतोतंत पालन व मळलेल्या वाटांचा वापर करतात. कार्यपद्धतीची अतिशय सवय असलेल्या

व्यक्तीच्या बोलण्यात जर तुम्ही खंड पाडलात, तर ती व्यक्ती पुन्हा अथपासून सुरुवात करते.

तुमच्या माणसांची जगासंबंधीच्या मतांची, इतरांसोबत देवघेव करा

दृष्य, श्राव्य, भावना, संवेदना ही सारी माध्यमे वापरून जगाकडून मिळणारी माहिती कोणत्या प्रकारे ग्रहण करायची याविषयी लोकांची एक विवक्षित पद्धत असते. ते जी संवेदनांची भाषा वापरतात तीच वापरून तुम्ही त्यांच्याशी छान जवळीक साधू शकता. हे असे केल्यामुळे जवळीक साधली जाते. मात्र तसे न केलेत तर ही जवळीक भंगण्याचा धोका असतो. हे कसे साधायचे याचे ज्ञान असणे गरजेचे आहे, मात्र जर तुम्हाला हे संभाषण पुढे न्यायचे असेल तर, ते कसे सुरू करायचे हे ठाऊक असणेही अतिशय गरजेचे आहे.

विचार करायला लावणारे
लोकांना जी भाषा समजते त्या भाषेत तुमचे म्हणणे मांडायचा जर तुम्ही प्रयत्न केलात, तर ते पटकन त्यांच्या ध्यानी येते व लक्षातही चांगले राहते. ही गोष्ट वेगळ्या प्रकारे केली तर हे ईप्सित साध्य होत नाही.

मुले व प्रौढ कोणत्या प्रकारे शिकतात व माहिती गोळा करतात याचा जेव्हा अभ्यास केला गेला तेव्हा खालील गोष्टी आढळात आल्या:

चित्रे: ज्या व्यक्ती मुख्यत्वेकरून दृष्य माध्यमाचा वापर करतात, त्या व्यक्ती भरपूर माहितीची निवड अगदी क्षणभरात करू शकतात. ते चित्रांच्या माध्यमातून विचार करतात व ती डोळ्यांसमोर ठेऊन कोळ्याच्या जाळ्याप्रमाणे त्याची पुनर्रचना करतात.

शब्द: ज्यांना शब्दांच्या माध्यमातून विचार करायची सवय आहे, त्यांच्यासाठी ही माहिती नीट रचलेली व त्या माहितीचा संबंध एका सरळ रेषेत असणे गरजेचे आहे. या व्यक्ती काहीही लक्षात ठेवण्यासाठी पाठांतराचा व स्मरणशक्तीचा उपयोग करतात. ठाऊक असलेल्या माहितीची निवड करण्यासाठी श्राव्य माध्यम अतिशय चांगले म्हणता येईल, मात्र यात सृजनाला फारसा वाव नसतो.

भावना: कोणतीही गोष्ट करण्याआधी ती एकदोन वेळा अगोदर करून पाहणे ही या भावनाप्रधान माणसांची खासीयत असते. आपल्या शरीरात आपण नाना प्रकारची माहिती साठविलेली असते. कल्पना करा की, तुम्हाला मोटारसायकल कशी चालवायची ते ठाऊक आहे. मात्र अनेक दिवस तुम्ही ती चालवलेली नाही.

अशा परिस्थितीत जेव्हा तुम्ही त्यावर स्वार होता त्याक्षणी तुमचे शरीर योग्य त्या हालचाली सुरू करते. अगदी तुम्हाला आठवत नसले तरी.

ज्या व्यक्ती भावनांच्या, संवेदनांच्या वा जाणिवांच्या माध्यमाचा वापर करतात, त्या बहुधा अतिशय तरतरीत असतात, मात्र इतरांना तपासून पाहता येईल अशा प्रकारे त्यांना मिळालेल्या माहितीचा वापर करण्याची कला त्यांना साध्य नसते. एकदा का त्यांची सुरुवात झाली की, माहितीचा प्रचंड डोलारा ते उभा करतात व त्यात समजुतीची वीज मधूनच झळाळत असते.

विचार करायला लावणारे

जर तुम्हाला या पद्धतीच्या माणसांच्या समूहाशी संवाद साधायचा असेल तर तुम्हाला चित्रे, आकृत्या व शारीरिक कसरती या साऱ्या घटकांची गरज भासेल, ज्यामुळे या साऱ्या प्रकारांशी संबंध प्रस्थापित करता येतील.

काही करण्यासाठी लोक कसे प्रेरित होतात?

जेव्हा तुम्हाला संवाद साधायचा असतो त्यावेळेस इतरांच्या विचारपद्धतीविषयी ठाऊक असणे किती गरजेचे आहे ते खाली दिलेल्या काही कारणांवरून समजून येईल:

- *जर तुम्ही नेतृत्व करीत असाल व इतरांना प्रेरणा द्यायची तुम्हाला आवश्यकता वाटत असेल तर, लोक कोणत्या प्रकारे माहिती स्वीकारतात व त्यावर विचार करतात हे तुम्हाला ठाऊक असेल तर त्यांच्याशी अधिक परिणामकारकरित्या संवाद साधता येतो.*
- *तुम्ही स्वतःला कोणत्या प्रकारे प्रेरित करता, जे जेव्हा तुम्हाला ठाऊक असते, त्यावेळी तुम्हाला इतरांची मानसिकता अधिक चांगल्या प्रकारे कळते व त्यामुळे तुम्ही त्यांना चांगले मार्गदर्शन करू शकता व प्रेरितही करू शकता.*
- *लोक कोणत्या प्रकारे विचार करतात याविषयी जर तुम्हाला चांगली माहिती असेल तर तुम्ही त्यांच्याशी अगदी निकटचे संबंध प्रस्थापित करू शकता व तुमच्या ग्राहकांशी, सहकाऱ्यांशी व मित्रांशी अगोदरपेक्षाही घनिष्ठ संबंध निर्माण करू शकता.*
- *ज्या शब्दांमुळे लोकांच्या विचारपद्धतीवर छाप पडेल अशी भाषा वापरून तुम्ही लोकांच्या गटांशी बोलू शकता.*

- *जेव्हा एखाद्या विवादाच्या अनेक बाजू तुमच्या ध्यानी येतील त्याचवेळी तडजोड करण्यासाठी लागणाऱ्या अनेक गोष्टीही तुमच्या ध्यानी येतील, त्यामुळे तुम्ही तुम्हास साहाय्यभूत होणारी परिस्थिती निर्माण करण्यात यशस्वी व्हाल.*
- *जर तुम्ही नोकरीसंबंधीची जाहिरात लिहिता आहात वा जाहिरातीसंबंधीचे ब्रोशर तयार करताहात व हे सारे एका ठरावीक तऱ्हेच्या वाचकापर्यंत पोहोचविण्याचा तुमचा मानस आहे, तर त्यावेळी त्या वाचकाची विचारपद्धती ध्यानात घेऊन त्याच्या मनाला हात घालेल अशीच भाषा वापरायला हवी.*

तुमच्या श्रोत्यांशी थेट संपर्क प्रस्थापित करा

यातील अंतरंग

बऱ्याच जाहिराती *दुखण्यापासून लांब पळण्याची* योजना वापरणाऱ्या लोकांसाठी तयार केलेल्या असतात. योग्य तो कार इन्श्युरन्स न घेतल्याबद्दलचा दंड किंवा इंटरनेटवर शोध घेण्यासाठी योग्य सर्च इंजिनचा वापर केला नाही तर होणारा त्रास अशांसारख्या कल्पना यात मांडलेल्या असतात, मात्र हे ज्यांच्या लक्षात आलेले आहे असे काही लोक, ही अपराधीपणाची भावना नको म्हणून यापासून लांब राहणेच पसंत करतात. त्यांना ज्याप्रमाणे हवा आहे त्याप्रमाणे जर हा संदेश दिलेला नसेल, तर ही माणसे त्याकडे जाणीवपूर्वक दुर्लक्ष करतात.

संदेशातील जो भाग त्यांच्या उपयोगाचा असेल नेमका तोच भाग लोक उचलतात. त्यातील इतर भाग त्यांच्यासाठी कुचकामी असतो.

श्रोते तुमच्याकडून कोणत्या प्रकारच्या सुसंवादाची अपेक्षा करीत असतात?

तुमच्या श्रोतृवर्गाला तुमच्याकडून एक वचन हवे असते व त्यांच्या त्या अपेक्षा तुम्ही पाळाव्यात अशी त्यांची अपेक्षा असते. तुम्ही देत असलेली माहिती, गोष्टी वा विनोद किंवा तुम्ही देत असलेली छापील माहिती वा स्वाध्याय एकमेकांशी संबंध असलेले असावेत ही त्यांची अपेक्षा असते. तुमच्या व्याख्यानातून तुम्ही देऊ पाहात असलेला संदेश जर वेगवेगळ्या प्रकारच्या श्रोत्यांसाठी नियोजित असेल तर त्या श्रोतृवर्गातील प्रत्येकजण त्या व्याख्यानात गुंतेल व तुम्ही काय म्हणताहात हे ध्यानी ठेवेल,

याविषयी तुम्हास काळजी घ्यावीच लागेल.

लोक ज्या पद्धतीने विचार करतात त्याच पद्धतीने त्यांच्याशी संवाद साधा

जर तुम्ही सर्वसाधारण श्रोत्यांना संबोधून बोलत असाल व त्यांची एकंदरीत पार्श्वभूमी तुम्हास ठाऊक नसेल तर खालील गोष्टी विचारात घ्या:

- यांच्यापैकी ३५ टक्के लोकांना असे वाटत असते की, मी याचे *का* ऐकावे. त्यामुळे त्यांचे मन जिंकणे व सुरुवातीलाच माझे बोलणे तुमच्यासाठी आवश्यक का आहे हे त्यांना सांगणे तुमच्यासाठी गरजेचे असते.
- २५ टक्के लोक नेहमीच हा विचार करीत असतात की *म्हणून काय झाले?* तुम्ही जे सांगणार आहात ते किती उपयोगाचे आहे जे त्यांना जाणून घ्यायचे असते.
- २२ टक्के लोकांना असे वाटत असते की, मिळणाऱ्या माहितीचा वापर मी कसा करावा हे ही यांनी सांगायला हवे.
- राहिलेले १८ टक्के लोक *जर मी असे केले...* ही माहिती मी मला ज्याप्रकारे हवी आहे त्याप्रमाणे बदलून घेतली तर? त्याचा अर्थ माझ्यासाठी काय होईल व त्याचा उपयोग मी कोणत्या प्रकारे करून घेईन? त्यातून मला काय साध्य होईल?

(स्टॅटिस्टिक्स फ्रॉम बर्नी मकार्थी, सीओएल्बी लर्निंग स्टाईल बुक, दी ४-मॅटसिस्टीम चा लेखक - एक्सेल इन्कॉर्पोरेटेड, १९८७)

जर तुम्ही लोकांच्या एखाद्या गटाशी, त्यांच्यावर प्रभाव पाडण्याच्या उद्देशाने बोलत असाल तर तुमच्या हातातील टिपांवर नजर टाकून तुम्ही खात्री करून घ्यायला हवी की, त्या सर्वसाधारण श्रोत्यांना जे प्रश्न पडू शकतील त्याची उत्तरे त्यांना तुमच्याकडून मिळताहेत.

तंत्र

जेव्हा तुम्हाला एखादे सादरीकरण करायचे असेल, त्यावेळी जर तुम्हाला श्रोत्यांचे अखंड लक्ष तुमच्याकडे हवे असेल तर मासिकांमधून दिसणारी तशा प्रकारच्या श्रोत्यांची चित्रे कापून घेऊन तुम्ही भिंतीवर चिकटवा व लिहीत असताना मधून मधून त्याकडे पाहात जा. हे खूप उपयोगाचे ठरू शकते.

त्या चित्रातील प्रत्येकाला तुम्ही एक नाव द्या व त्या प्रत्येक चित्राच्या खाली *का? काय? म्हणून काय झाले?* व *कसे?* हे शब्द लिहून ठेवा. जणू त्या श्रोत्यांमधील प्रत्येक गटाशी माहिती देत असताना तुम्ही वैयक्तिकरीत्या बोलणार आहात असे समजा. या संभाषणात तुम्ही मध्येच थांबा व म्हणा, *म्हणून काय झाले? ला म्हणा* - डेव्ह मी माझे म्हणणे ज्या पद्धतीने मांडले, त्याविषयी तुला काय वाटते - त्यानंतर उत्तरासाठी थांबा.

तुमचे नेतृत्त्व टिकवून ठेवा

यातील अंतरंग

जर तुम्हाला कुणाला तरी जाणिवेच्या नव्या पातळीवर घेऊन जायचे असेल तर त्या पातळीवर आधी तुम्हाला जायला हवे. एखाद्या श्रोतृवर्गाला जर तुम्हाला काही माहिती द्यायची असेल तर, तुमच्याकडे असलेली ऊर्जा, तुमची भावावस्था, तुमच्याकडे असलेली प्रेरणा व उत्साह या साऱ्याच गोष्टींच्या बाबतीत तुम्ही त्या श्रोतृवर्गापेक्षा वरच्या पातळीवर असायला हवे. या वेळी तुमची अंतर्गत भावावस्था व तुमची प्रेरणा तुमचे यशापयश ठरविते.

एखाद्या गटाशी थेट सुसंवाद जुळून येण्यासाठी व त्यांच्या सहभागासाठी:

- *ते हात वर करून उत्तर देऊ पाहतील असा एखादा प्रश्न विचारून सुरुवात करा. उदाहरणार्थ: किती लोक अगदी मनापासून येथे आले आहेत? त्यांना प्रोत्साहन देण्यासाठी, प्रश्न विचारताना स्वत:चाही हात पहिल्यांदा वर करा व इतरांना हात खाली करायला सांगेपर्यंत तो तसाच असूद्या.*
- *ज्यांनी हात वर केलेत, अशा प्रत्येकाची नजरभेट घ्या. त्यानंतर राहिलेल्या इतरांनीही हात वर करावा म्हणून, कितीजण केवळ त्यांना पाठविले म्हणून येथे आले आहेत? असाही प्रश्न विचारा.*
- *त्यानंतर या प्रश्नांना मिळालेल्या उत्तरांवरून तुमचे निरीक्षणही नोंदवा. म्हणा की: येथे जमलेल्या ९० टक्के लोकांना गोगलगायींच्या प्रजननाच्या सवयी जाणून घ्यायच्या आहेत हे स्पष्ट झाले आहे. माझी खात्री आहे की, आज आपला वेळ अतिशय चांगला जाणार आहे. हे बोलत असताना साऱ्या वर्गावरून पुन्हा एकवार नजर फिरवा.*

◆

यातून लक्षात ठेवण्यासारख्या गोष्टी

- *जेव्हा तुम्हाला इतरांशी संवाद साधायचा असतो तेव्हा त्यांची विचारपद्धती तुम्हाला ठाऊक असणे अतिशय आवश्यक असते.*
- *तुमची प्रेरणा व तुमची विचारपद्धती एकत्रितपणे कसे काम करतात हे जाणून घ्या.*
- *जेव्हा तुम्ही एखाद्या गटासमोर सादरीकरण करीत असता, तेव्हा सर्वच प्रकारे विचार करणाऱ्यांना बांधून ठेवेल अशीच भाषा वापरा ज्यामुळे सुसंवाद होण्यास बरीच मदत होईल.*
- *तुमच्या नेतृत्वाचे योग्य नियोजन करीत रहा.*

१२

तुमच्या विचार करायच्या पद्धतीवर नियंत्रण मिळवा

या प्रकरणात तुम्ही:

- *तुमच्या विचार करायच्या पद्धतीवर नियंत्रण मिळवाल*
- *तुमच्या विचारांचा आराखडा तयार कराल*
- *तुमच्या प्रेरणांसाठी जे अनावश्यक आहे ते दूर कराल*

जास्तीतजास्त प्रभाव पडण्यासाठी, श्रोत्यांची विचारपद्धती ओळखा

वर्ड्स दॅट चेंज माईंड्स (केंडॉल पब्लिकेशन्स, १९९७) या पुस्तकाच्या कॅनडाच्या लेखिका शेले रोझ शार्वे या सुसंवाद व प्रभाव टाकण्याची तंत्रे या विषयाशी संबंधित आंतरराष्ट्रीय प्रशिक्षक आहेत. मोठमोठ्या आस्थापनांमधील विक्रीशी संबंधित गटांना, विक्री करताना नेहमी दोन पावले पुढे कसे असावे यासंबंधी प्रशिक्षण दिले आहे. याशिवाय निवडणुकांच्या मोहिमांची आखणी करण्यासाठी त्यांनी राजकीय पक्षांना मार्गदर्शनही केले आहे. लोक वेगवेगळ्या प्रकारे कसे विचार करतात हे समजून त्यानुसार कृती कशी करायची यावर त्यांची ही दोन्ही कामे आधारलेली होती.

शार्वे म्हणते: एखाद्याच्या विचार करायची पद्धत जर तुम्हाला व्यवस्थित समजली तर तुम्हाला ती व्यक्ती कोणत्या पद्धतीने वागेल हे कळेल व त्यानुसार त्यावर जास्त प्रभाव टाकता येईल. जर तुम्ही एखाद्या गटाचे नेतृत्व करीत असाल तर, तुमच्या गटातील कोणत्या लोकांवर कौतुक, बक्षिसे, मानमान्यता यांसारख्या बाह्य गोष्टींचा परिणाम त्यांना प्रेरणा मिळण्यात होतो व कुणाला त्यांच्या मनातील विश्वास व जीवनमूल्ये यांमुळे प्रेरणा मिळते यासंबंधी माहिती असणे गरजेचे असते.

विचारपद्धतीविषयी काही सूचना

जर तुम्ही एखादे उत्पादन किंवा एखादी कल्पना कुणाला तरी विकत असाल तर लोक कोणत्या पद्धतीने विचार करतात व त्यांच्या मनात उठणाऱ्या ऊर्मींवर कोणत्या पद्धतीने अवलंबून असतात याची जाण

असणे तुमच्या दृष्टीने खूप गरजेचे असते. त्यामुळे त्यांच्या वागण्याविषयी तुम्ही नेमका अंदाज करू शकता व त्या वागण्यावर प्रभावही टाकू शकता.

- *अशी काही माणसे असतात जी यातनांपासून दूर पळू पाहतात तर दुसऱ्या टोकाला असलेली माणसे आनंदाच्या जवळ येण्याची प्रेरणा घेऊन ती वाट चालत असतात.*
- *काही ग्राहकांना केवळ स्वत:चे वेगळेपण दाखविण्यासाठी एखादे उत्पादन हवे असते तर एखाद्याला स्वत:कडे असलेल्या तसल्याच उत्पादनाशी नवीन उत्पादनातील साम्य तपासून पाहायचे असते.*
- *काही ग्राहकांना त्यातील सारखेपणासोबत असलेले त्यातील काही अपवादही खुणावत असतात. अशांना सुधारणा, अधिक चांगले, जास्त किंवा कमी यांसारखे तुलनात्मक शब्द ऐकायला आवडत असते.*

शेले म्हणते: केवळ सर्वसाधारण व्यक्तीच नव्हे तर व्यावसायिक व्यक्तीही एखाद्या गोष्टीच्या जवळ जाण्याचे किंवा लांब जाण्याचे स्वभाववैशिष्ट्य बाळगून असतात. जर तुम्ही विक्री क्षेत्रात काम करणाऱ्यांशी बोलत असाल, तर त्यांच्यात ध्येयाजवळ जाण्याची प्रवृत्ती आढळून येते, तर डॉक्टर्समध्ये रोगांपासून दूर जाण्याची व बोलणाऱ्यांनीही तशाच प्रकारचा सावध पवित्रा घ्यावा अशी अपेक्षा आढळते. शेले पुढे म्हणते: एखादी अवघड परिस्थिती डॉक्टरच्या कानावर घालण्यासाठी तुम्ही त्याच्या दवाखान्यात धाव घेतली आहे अशा वेळी तुमच्याकडे दुर्लक्ष करून, अतिशय आनंदाने, तुमची आरोग्यविषयक ध्येये काय आहेत? असा प्रश्न विचारणाऱ्या डॉक्टरची तुम्ही कल्पना तरी करू शकाल काय?

तुम्ही लोकांना जे काही सांगता त्यातील त्यांना महत्त्वाचा वाटेल तेवढाच भाग घेऊन बाकीचा भाग ते लोक विसरूनही जातात. जाहिरातींपैकी बहुसंख्य जाहिराती यातनांपासून दूर पळणाऱ्या वृत्तीच्या माणसांना केंद्रभागी ठेवून बनविलेल्या असतात. तुमच्या कारसाठी जर तुम्ही योग्य तऱ्हेचा विमा नाही घेतलात, तर होणाऱ्या गंभीर परिणामांची भीती घालून त्या विम्याची जाहिरात केलेली असते. या जाहिरातीचा परिणाम आनंदाच्या दिशेने निघालेल्या व्यक्तींवर होत नाही. या व्यक्ती या प्रकारच्या अपराधीपणाच्या भावनेपासून शक्य तितक्या जलदीने दूर सरकतात.

जर तुम्हाला किंचित जास्त ऊर्जा हवी असेल किंवा तुमचे मन तुम्हाला जे सांगते त्या दिशेने जायला जर तुम्हाला प्रेरणेची गरज भासत असेल तर तुमच्या विचारपद्धतीचा कल आनंदाकडे जाणारा आहे की यातनांपासून दूर पळणारा आहे,

हे तुम्हाला ठाऊक असणे अतिशय गरजेचे आहे.

एखाद्याला कशापासून प्रेरणा मिळते हे काढून घेण्यासाठीचे प्रश्न

शेले म्हणते: एखाद्या व्यक्तीला कशामुळे प्रेरणा मिळते हे जर जाणून घ्यायचे असेल तर, खाली दिलेल्या प्रश्नांसारखे प्रश्न विचारायला हवेत;

- तुम्ही तुमची नोकरी बदलायचा निर्णय का घेतलात?
- तुम्ही तुमचा याअगोदरचा जोडीदार का बदललात?

त्यांनी एखादी गोष्ट का बदलली याचे उत्तर त्यांच्याकडून मिळेल असे प्रश्न त्यांना विचारा.

ज्या व्यक्तींचा प्रवास आनंदाच्या दिशेला निघाला आहे त्या तुम्हाला सांगतील, *या नोकरीत मला चांगली संधी दिसली. मला ज्या वेगवेगळ्या गोष्टी करायची इच्छा आहे, त्या मला येथे करता येऊ शकतील अशी संभाव्यता येथे मला भासली.* यानंतर या व्यक्ती तुम्हाला अशा निकषांची एक यादीच सादर करतील.

ज्या व्यक्ती यातनांपासून दूर पळतात, त्या म्हणतील: *मला त्या नोकरीत राहणे अशक्य झाले, म्हणून मी ती सोडली.*

जोडीदारांच्या संदर्भात बोलायचे झाले तरीही ही वृत्ती त्यांच्या उत्तरात दिसून येते. कटकटींपासून दूर पळू पाहणाऱ्या व्यक्ती म्हणतील: *फारसे काही नाही, पटेनासे झाले. दिले सोडून.*

तर ध्येयसिद्धीस आतुर झालेला एखादा म्हणेल: *मला त्यापेक्षा चांगला जोडीदार मिळाला. आनंदी व्हायची इतकी चांगली संधी मी कशी बरे सोडेन? म्हणून मी ती संधी दोन्ही हातांनी धरली.*

येथे एक गोष्ट लक्षात ठेवायला हवी की, कटकटींपासून दूर पळून जाऊ पाहणाऱ्या व्यक्ती आनंदाच्या दिशेने निघालेल्या व्यक्तींपेक्षा कोणत्याही बाबतीत उण्या नसतात. या दोन्ही प्रकारच्या व्यक्ती अतिशय यशस्वी ठरू शकतात, मात्र त्यांनी त्यांचे ध्येय गाठण्यासाठी केवळ वेगळे मार्ग पत्करलेले असतात.

सारख्या परिस्थितीत सारख्याच पद्धतीचे विचार आपण सारेच करीत असतो

काही लोक अगदी नैसर्गिकरीत्या त्यांच्या ध्येयांच्या दिशेने चालत असतात - काही यातनांपासून दूर जात असतात. सारख्याच संदर्भांमध्ये या विचारपद्धतींचा वापर झालेला आपल्यास येथे दिसतो. मिळालेली माहिती नीट मांडणे ही गोष्ट विचार

करायची पद्धत व स्वभाव यांची द्योतक असते व या गोष्टी आपल्या जाणिवांच्या बाहेर असतात, मात्र तरीही बाहेर घडत असलेल्या परिस्थितीला आपण कसे सामोरे जातो त्यावर यांचाच परिणाम प्रामुख्याने होत असतो.

सवयींमुळे तयार झालेल्या विचारपद्धती कोणत्या प्रकारे काम करतात हे एकदा तुम्हाला समजले की, तुम्हाला प्रेरणा कोठून मिळते याची जाणीव तुम्हाला होते. ही गोष्ट खाली दिलेल्या बाबींसाठी अतिशय उपयुक्त असते:

- तुमची ध्येये तुम्ही कधी ठरविता
- इतरांच्या विचारपद्धती जाणून घेण्यासाठी
- इतरांशी सौहार्दपूर्ण संबंध प्रस्थापित करण्यासाठी

लोकांच्या वेगवेगळ्या विचारपद्धती ओळखा

स्वत:च्या व इतरांच्याही विचारपद्धती जर तुम्ही ओळखू लागलात तर तुम्हाच्या प्रेरणाविषयक बाबींचा उलगडा होऊ शकेल. ओळखीच्या परिस्थितीत तुम्ही नेमके कसे वागाल याचा आगाऊ अंदाजही तुम्हाला येईल.

विचारपद्धती ओळखता येऊ लागल्यामुळे तुम्ही इतरांशी कोणत्या पद्धतीने वागता याचे नियोजनही तुम्ही करू शकाल, किंबहुना यामुळे तुम्हाला इतरांकडून जे अपेक्षित आहे ते मिळविण्यासाठी तुम्हाला तुमच्या वागण्यात बदल करणे सहजच शक्य होईल. खाली दिलेली यादी तुम्हाला लोकांच्या वैशिष्ट्यपूर्ण स्वभावांच्या निरनिराळ्या विचारपद्धतींची ओळख करून देईल.

विचारपद्धतींची यादी

यातनांपासून दूर जाऊ पाहणारे

- *समस्यांवर संपूर्णपणे लक्ष केंद्रित असते.*
- *जे घडू नये असे त्यांना वाटते, त्याविषयी बोलतात.*
- *नकारात्मक परिणामांमुळे प्रेरित होतात.*
- *त्यांची ध्येये सांगणे त्यांना नेहमीच अवघड जाते.*

आनंदाच्या दिशेने वाटचाल करणारे

- *प्रेरकांना प्रतिसाद देतात.*
- *साध्य त्यांना प्रेरणा देते.*
- *नकारात्मक परिणाम ओळखणे यांना कठीण जाते.*

केवळ गरज आहे म्हणून प्रेरित झालेले

- *एखाद्या गोष्टीमुळे झपाटण्याचा स्वभाव दाखवितात.*
- *एखादी गोष्ट कशी करावी याविषयीची त्यांची मते काहीशी आग्रही असतात.*
- *सर्वमान्य व सरळ, स्वच्छ पद्धती यांना प्रेरित करतात.*

निरनिराळे पर्याय व शक्यता यांच्यामुळे प्रेरित होणारे

- *यांना खूप मोठ्या प्रमाणात निवडीचे पर्याय हवे असतात.*
- *काहीही करायचे नवनवीन मार्ग शोधून काढण्यात हुशार असतात.*
- *नवीन आव्हाने यांना प्रेरणा देतात.*

मनातून एकंकार झालेले

- *जी काही माहिती त्यांच्यापर्यंत पोहोचविली जाते त्यावर त्यांची प्रतिक्रिया अवलंबून असते.*
- *इतरांच्या भावनाप्रधान स्वभावाची वा भावनांची दखल घेत नाहीत.*
- *इतरांशी सौहार्दपूर्ण संबंध सहजी निर्माण करीत नाहीत.*

इतरांवर लक्ष केंद्रित केलेले

- *भोवताली असलेल्या इतरांना प्रतिसाद देतात.*
- *अतिशय मनमिळावू*
- *इतरांच्या जबाबदारीविषयक अपेक्षा पूर्ण करतात.*

समानता शोधणारे

- *दोन परिस्थितींत काय समानता आहे हे यांच्या पटकन लक्षात येते.*
- *तुम्ही सांगितलेल्या गोष्टीसारखीच दुसरी गोष्ट तुम्हाला सांगतात.*
- *अगदी माझ्यासारखेच, नेमके असेच, सारखेच यांसारखे शब्द वापरतात.*

विषमता शोधणारे

- *जे वेगळे त्याकडे यांचे पहिल्यांदा लक्ष जाते.*
- *जे दिसत नाही ते आधी निवडून काढणार*
- *दोष शोधण्यात अगदी पटाईत*

मोठा विचार करणारे

- *एखादी कल्पना किंवा परिस्थिती मोठ्या पटावर मांडून विचार करतात.*

- *बारीकसारीक बारकाव्यांकडे लक्ष देणे यांना जमत नाही.*
- *मोठ्या आराखड्यात न बसणाऱ्या गोष्टी यांच्या नजरेतून निसटतात.*

लहान विचार करणारे

- *बारकावे लक्षात ठेवून ते योग्य प्रकारे हाताळतात.*
- *एखादी कल्पना नेमकी कोठे योग्य ठरेल याविषयी अनभिज्ञ असू शकतात.*
- *एखादी गोष्ट कशी केली जाते हे जाणून घेण्यास अतिशय उत्सुक असतात.*

तुमच्या विचारांचे आकृतिबंध ओळखा

वर दिलेली निरनिराळ्या विचारपद्धतींची यादी एकदा नजरेखालून घाला व अगदी अलीकडे घडलेल्या काही प्रसंगांची व त्याला तुम्ही दिलेल्या प्रतिसादाची मनातल्यामनात एकवार उजळणी करा. स्वत:लाच विचारा की, निव्वळ सवयीमुळे तुम्ही कोणत्या पद्धतीचा विचार करता - ती तुमची विचारपद्धती आहे.

खाली दिलेल्या विचारपद्धतींचा वापर करून, तुम्ही अथपासून इतिपर्यंत एकच पद्धत वापरता का, हे तपासून पाहा. कोणत्याही विचारपद्धतीच्या ज्या जागी तुम्ही आहात असे तुम्हास वाटते त्या जागी, खाली दिलेल्या रेषांवर फुली मारा

वेदनांपासून दूर	⟷	आनंदाच्या दिशेने
आवश्यकता	⟷	शक्यता
स्वत:चा संदर्भ	⟷	इतरांमुळे दिलेली प्रतिक्रिया
समानतांची निवड	⟷	विषमतांचा शोध
मोठा विचार करणारे	⟷	लहान बाबींचा विचार करणारे

विचारपद्धतींमुळे स्वभावाविषयी अचूक होरा बांधता येतो व त्या जर ठाऊक असल्या व त्या तुम्हाला समजून घेता आल्या तर त्यामुळे लोकांशी कसे वागावे यांसंबंधी आवश्यक असणारे योग्य ते बदल तुम्हाला करता येतात, मात्र ही केवळ मार्गदर्शक तत्त्वे असतात, कारण कुणीही मनुष्य एका ठरावीक पद्धतीनेच वागेल असे निश्चितपणे कधीच सांगता येत नाही. आपण सारेचजण, काही थोड्या सरावानंतर आपल्या अनावश्यक असलेल्या किंवा बोचऱ्या वागणुकीला आवर घालू शकतो.

तुम्ही जे निर्णय घेता ते कोठून येतात?

शरीराच्या कोणत्या भागात निर्णयक्षमता असते? स्वत:चे संदर्भ स्वत:च शोधून काढणाऱ्या व्यक्ती सारी माहिती बाह्य स्रोतांमार्फत गोळा करतात व नंतर त्यांच्या स्वत:च्या अंतर्गत मानकांना अनुसरून त्यावर निर्णय घेतात. ज्या व्यक्ती बहिर्मुख असतात, त्यांना त्यांच्या मनाची तयारी करण्यासाठी इतरांच्या मतांची गरज भासते. तुम्ही निर्णय कोणत्या पद्धतीने घेता हे जाणणे तुमच्यासाठी अतिशय गरजेचे आहे, कारण त्याच गोष्टीवर तुम्ही कोणत्या प्रकारे प्रेरित होता हे अवलंबून असते.

कृती

लोक एखादा निर्णय कसे घेतात हे जर तुम्हाला जाणून घ्यायचे असेल तर त्यांना विचारा की, एखादी गोष्ट तुम्ही उत्तम रीतीने केली आहे हे तुम्हाला कधी जाणवते? हा प्रश्न तुम्ही अनेकांना विचारा, कारण त्यामुळे तुमच्याकडे निरनिराळी उत्तरे जमा होतील.

- *काही लोक म्हणतील: ते कळते की! तशी भावना तुम्हाला जाणवते. हे सांगणारी माणसे स्वत:चे संदर्भ स्वत:च शोधणाऱ्या, स्वत:ची उत्तरे स्वत:च शोधून काढणाऱ्या गटातील असतात.*
- *इतर म्हणतील: माझ्या पर्यवेक्षकाने, मित्रांनी वा सहकाऱ्यांनी सांगितले की, मला जाणवते की मी उत्तम काम केले आहे. या प्रकारची माणसे इतरांकडून मिळणाऱ्या दुजोऱ्यावर अवलंबून असतात.*
- *अजून काही लोक म्हणतील: मी एखादे काम उत्तम करतो तेव्हा मला तर ते जाणवतेच, मात्र इतरांनी तसे सांगितलेलेही मला आवडते.*

शेले म्हणते: जेव्हा एखाद्या मोठ्या कंपनीत मला बोलावणे येते व आमचे साहेब आम्हाला अंधारात ठेवतात, आम्हाला काहीच सांगत नाहीत या प्रकारची वाक्ये जेव्हा माझ्या कानावर पडतात, तेव्हा मी ओळखते की, इथले मॅनेजर्स स्वत:चे संदर्भ स्वत:च शोधणाऱ्या जातकुळीतले आहेत, कामगारवर्ग इतरांच्या मतांची वा सल्ल्यांची वाट पाहणारा आहे व त्यांनी चांगले काम केले आहे हे सांगण्याची गरज असणारा आहे, अशा एका कंपनीशी माझी गाठ पडली आहे, कारण तिथल्या मॅनेजर्सना त्यांनी केलेल्या कामाच्या बाबतीत इतरांच्या रुकाराची आवश्यकता भासत नाही व कर्मचाऱ्यांना काय समस्या येऊ शकतील याचा विचार करायचीही गरज त्यांना वाटत नाही.

सवय या शीर्षकाखाली येणाऱ्या तुमच्या विचारांचे आकृतिबंध तुम्हाला ठाऊक

असल्यास, तुमच्या प्रेरणेसंबंधात तुम्हाला चांगली माहिती असू शकते. याचा उपयोग तुम्हाला तुमची ध्येये ठरविताना चांगलाच होऊ शकतो, तर इतरांसंबंधी तशी माहिती असल्यास त्यांच्यासोबत उत्तम संबंध तुम्ही प्रस्थापित करू शकता.

दूर जाणारा व जवळ येणारा, यांच्या बाबतीतल्या समस्यांच्या निराकरणासाठी

एखादी समस्या उद्‌भविल्यास तुमच्या सभोवतालची माणसे त्या समस्यांना कोणत्या प्रकारची प्रतिक्रिया देतात?

- *आता समस्या सामोरी उभी ठाकलीच आहे, तर चला तिला तोंड देऊया.* (ठरावाच्या दिशेने)
- *अरे देवा! पुन्हा समस्या उभी राहिली. दुर्लक्ष करून पाहूया. गेली तर गेली.* (कटकटींपासून दूर जाणारे)

या प्रतिक्रिया काहीशा अतिरेकी म्हणता येतील, मात्र बहुसंख्य लोक याच पद्धतीने विचार करतात. एखाद्या सारख्याच म्हणाव्या अशा प्रसंगात लोकांकडून सारखीच प्रतिक्रिया उमटते. एखाद्या प्रसंगात ते कसे वागतील याचा अंदाज तुम्ही बहुतेक वेळा सांगू शकाल, मात्र याचा अर्थ असाही नाही की, ते दुसऱ्या कोणत्या तरी संदर्भात तसेच वागतील.

विचार करायला लावणारे

इतरांची वागण्याची पद्धत कळली की, त्यांना कशामुळे प्रेरणा मिळते व काय म्हणून ते सर्वोत्तम काम करायला उत्सुक होतात हे ही तुम्हाला कळते.

ज्याला सवयप्रधान म्हणता येईल अशी तुमची स्वत:ची वागणूक जेव्हा तुम्हाला समजते, त्यावेळी कोणकोणते पर्याय तुम्ही निवडू शकता व कोणत्या निरनिराळ्या मार्गांनी तुम्ही एखादे काम करू शकता हे तुम्हाला कळून चुकते.

एखादी गोष्ट करताना तुम्हाला जे हवे ते मिळाले नाही तर, पुन:पुन्हा त्याच प्रकारे वागायची वा कृती करायची खरेच गरज नसते.

आपण जे जे काही करतो त्यात ज्याला सवय म्हणता येईल असे वागणुकीचे आकृतिबंध आपण वापरीत असतो. त्यात अगदी सकाळी उठण्याच्या पद्धतीपासून

ते अगदी आयुष्याचा जोडीदार शोधेपर्यंतचे सारे प्रकार येतात, मात्र हे आकृतिबंध नेमके कसे काम करतात हे तुम्हाला जाणवणे ही यातली कळीची गोष्ट मानता येते, कारण त्यामुळे तुमचे प्रेरणास्रोत तुम्हाला कळतात व त्याचा उपयोग करून तुम्हाला आयुष्याची नवनवीन ध्येये ठरविता येतात व तुम्ही जे कराल त्यात यश मिळणे सहज शक्य होते.

तुम्ही ज्या पद्धतीने विचार करता, त्यावर नियंत्रण मिळवा

समजा, मी असे म्हटले की, तुमची विचारप्रक्रिया व तुमच्या भावभावना तुम्ही पद्धतशीरपणे,केवळ पेन व पेपर यांचा वापर करून रेकॉर्ड करू शकता. तर कदाचित तुम्ही म्हणाल: मी हे कशासाठी करायला हवे?

मात्र, सर्वशक्तिनिशी एखाद्या समस्येवर मात करताना तुम्ही कोणत्या पद्धतीने विचार केलात, तुम्हाला काय वाटले व तुम्ही कसे वागलात याविषयीचे गतकाळातले आकृतिबंध जर यामुळे तुम्हाला तुलनेसाठी मिळाले तर तुम्हाला नेमके सांगता येईल की, कोणती चावी बसल्यामुळे तुमची कामगिरी झटक्यात उंचावली - काय, वाढले ना तुमचे औत्सुक्य? या अशा पद्धतीने जर आपण लिहून ठेवू शकलो तर, त्या नोंदींचा उपयोग मागील घटनांना उजाळा देण्यासाठी व त्यानुसार तुमची भावी व्यूहरचना ठरविण्यासाठी तुम्हाला करता येतो. पूर्वी तुम्हाला जो अनुभव मिळालेला असतो, त्यामुळे तुम्ही अगोदर केलेल्या चुका तुम्हाला सुधारता येतात, तुमच्या वागणुकीतील काही अनावश्यक भागही वगळता येतात - यामुळे तुम्हाला आश्चर्य वाटले का?

अगदी अलीकडेपर्यंत प्रामुख्याने ॲथलिटस् व उद्योजकमंडळी, त्यांच्या व्यावसायिक वा वैयक्तिक प्रशिक्षकांचा वापर करून भूतकाळातील त्यांच्या कर्तृत्वाचा लेखाजोखा व त्या त्या वेळच्या त्यांच्या मनोवस्था एका विवक्षित पद्धतीने साठवून ठेवायला शिकले होते. त्याचा उपयोग करून ते त्यांच्या त्यांच्या क्षेत्रात, ज्याला जागतिक पातळीची म्हणता येईल अशी अलौकिक कामगिरी करायला उद्युक्त होत होते.

सवयीनुसार विचार करणे

ज्या पद्धतीने तुम्ही तुमचे दात घासता किंवा जेवताना चाकू वा काटा वापरता, चहा पिताना हाताचा वापर कप उचलण्यासाठी करता– या साऱ्या तुम्ही तयार केलेल्या सवयी असतात. या गोष्टी करताना हातांची अदलाबदल करून बघा व त्याच गोष्टी सुरुवातीला किती कठीण भासतात ते पाहा. आपल्यापैकी बहुतेक जण सवयींच्या अधीन होऊन विचार करतात व त्याचा उपयोग करून घ्यायला आसुसलेली

अब्जावधि पौंड किमतीची जागतिक इंडस्ट्री त्यांच्या कल्पना वा उत्पादने तुम्हाला कशी खपवावीत यावर विचार करीत असते.

जेव्हा लोक तणावाखाली असतात, तेव्हा बहुतेक वेळा ते लहानपणी अनुभवलेले घबराटीचे प्रसंग आठवतात. त्या प्रसंगांना भलेही वीस वर्षे होऊन गेलेली असोत व ती व्यक्ती यशस्वी होऊन आता मोठ्या पदावर बसलेली असो, मात्र आजही जेव्हा काळाशी स्पर्धा करायचा प्रसंग येतो किंवा एखाद्या मोठ्या आव्हानाला सामोरे जायची वेळ येते तेव्हा वर्गातला निबंध वा कमी मार्कस् अशा लहानपणी अनुभवलेल्या, पोटात गोळा यायच्या, प्रसंगांची पुनरावृत्ति होतेच होते.

त्यामुळे जेव्हा बोलण्याच्या भरात लोक काही मुद्दे सांगताना त्यांचा भर संवेदनांच्या (दृक्, श्राव्य, भावना गंध, रसना) भाषेवर अधिक असतो. कदाचित तो जाता जाता दिलेला एखादा शेराही असेल, मात्र त्यातही त्यांची तणावाबद्दलची वा आव्हानाबद्दलची वृत्ती दाखविणारा आशय दडलेला असू शकतो.

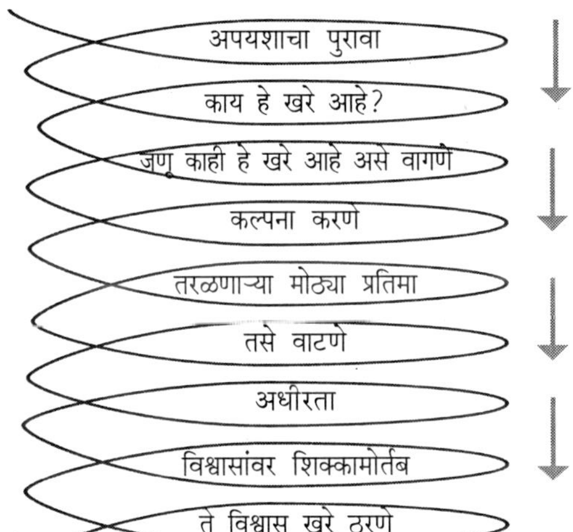

आकृति १२.१: नकारात्मक विचारांची अधोगती

तुमच्या विचार करायच्या सवयींचा एक आराखडा तयार करा

जिचे तुम्ही यशस्वीपणे उच्चाटन केले आहे अशी एखादी समस्या तुम्हाला आठवते आहे का? त्या समस्येचा अनुभव कसा होता? त्या वेळेस तुमच्या संवेदनांचा अनुभव काय होता? तुम्हाला पुढे जाण्यात कोणता अडथळा होता?

तुमच्या विचार करण्याच्या सवयींचे मूल्यमापन कसे करावे?

जेव्हा तुम्ही एखाद्या समस्येला तोंड देत असता, त्याचा संदर्भ येथे वापरला आहे.

याअगोदर एखाद्या समस्येला तोंड देताना तुमच्या मनात जे विचार वा भावना उद्भवल्या त्याची त्या त्या क्रमानुसार नोंद करा. हे करताना अगदी समस्या उद्भवण्याआधी तुमच्या मनात कोणत्या भावना होत्या व त्या समस्येचे निराकरण झाले असे वाटल्यानंतर तुमची भावना काय होती, याकडे लक्ष द्या.

हायलायटर पेन घेऊन त्यातील तुमच्या भावना व्यक्त करण्यासाठी तुम्ही वापरलेली वर्णनात्मक भाषा अधोरेखित करा. विचार करण्याच्या सवयींसाठी दिलेला तक्ता संदर्भासाठी घ्या व तुम्ही तुमच्या मते जो *विचार करणारा स्वभाव* दर्शविणारी वाक्ये वापरली आहेत, त्यानुसार त्या तक्त्यामध्ये असलेल्या रेषांवर फुली मारा.

वेदनांपासून दूर	⟷	आनंदाच्या दिशेने
आवश्यकता	⟷	शक्यता
स्वत:चा संदर्भ	⟷	इतरांमुळे दिलेली प्रतिक्रिया
समानतांची निवड	⟷	विषमतांचा शोध
मोठा विचार करणारे	⟷	लहान बाबींचा विचार करणारे

तुम्ही स्वत:शी काय बोलता आहात?

वेदनांपासून दूर विरुद्ध आनंदाच्या दिशेने ही समस्या सामोरी उभी राहील हे मला ठाऊक होते का आणि तरीही ती टाळता येणे शक्य नाही अशी पाळी येईपर्यंत मी ती थोपवून धरली का? की त्या प्रसंगातील शक्यता पाहिल्यानंतर मी बदल करण्याच्या दिशेला वळलो?

आवश्यकता विरुद्ध शक्यता ही समस्या *केवळ मला वाटते म्हणून* अस्तित्वात आहे की, *इतर कुणीतरी मला तसे सांगितले आहे?*

स्वत:चा संदर्भ विरुद्ध इतरांमुळे दिलेली प्रतिक्रिया यामुळे होणाऱ्या परिणामांची जी काळजी वाटते, ती *माझ्यासाठी,* इतरांसाठी की दोन्हीसाठी?

समानतांची निवड विरुद्ध विषमतेचा शोध मी आतापर्यंत ज्या काही समस्यांचा सामना केला त्या समस्या व यात *काही साम्य आहे* की *काही फरक* आहेत? तसे जर असेल तर कोणत्या बाबतीत हा सारखेपणा / विषमता आहेत?

मोठा विचार करणारे विरुद्ध लहान बाबींचा विचार करणारे हे *नेहमीच* माझ्याच बाबतीत का होते असा जर तुम्ही विचार करीत असाल, तर तुम्ही एक सर्वसामान्य विधान करीत आहात, मात्र हे असे का होते असा प्रश्न जर तुम्ही स्वत:ला विचारलात तर तो प्रश्न खरेच तुमच्या उपयोगी पडेल, कारण त्यातून तुम्हाला बरीच उत्तरे मिळतील.

आता एकाएकी असे काय घडले की, तुमचे मतपरिवर्तन होऊन तुम्हाला तुमचे ध्येय गाठावेसे वाटू लागले याचा विचार करा. तुम्हाला तुमचे उद्दिष्ट गाठण्यासाठी मदत साहाय्यभूत ठरणारी दृष्ये, शब्द वा भावना यांच्यामध्ये कोणता फरक पडला? या संवेदना वेगळ्या रंगांमध्ये अधोरेखित करा व त्यांना तुमच्या आराखड्यात स्थान द्या.

समस्यांना तोंड देताना व पूर्वी त्यांचे निराकरण जेव्हा तुम्ही केले, ते आठवल्यावर तुमच्या स्वभावाचे आकृतिबंध जेव्हा तुम्हाला उमजतात, त्यावेळी त्याची नोंद तुम्ही करू शकता व तुमच्या ध्येयाच्या दिशेने सुरू असलेला तुमचा प्रवास तुम्ही अधिक जलदीने करू शकता.

एन्एल्पी प्रशिक्षक व फ्रेश-लूक एक्सपिरिअन्सचा ब्रँड कोच असलेला गिल शॉ म्हणतो: स्वत:पाशी असलेला विश्वास आपल्याला आपल्या निर्णयप्रक्रियेत एक प्रकारची खात्री, वास्तविकता व दिशा देतो. एखाद्या गोष्टीची जी परिणती आपल्याला अपेक्षित असते, त्यासाठी आपल्याकडे सकारात्मक विश्वास असणे खूप गरजेचे असते. हा विश्वास आपल्या जीवनमूल्यांशी सांगड घालून काम करीत असतो व आपला प्रेरणास्त्रोत म्हणून आपल्याला उपयोगी पडतो.

विश्वास बदलण्याच्या क्रियेचे तीन भाग आहेत:

१. **हे शक्य आहे.** *नकारात्मक विचारांचे रूपांतर सकारात्मक विश्वासामध्ये करणे शक्य व्हावे, यासाठी तुम्हाला तुमची मानसिकता बदलणे गरजेचे आहे व एखादी गोष्ट शक्य आहे यावर तुम्हाला विश्वास ठेवता आला पाहिजे.*

२. **तुम्हाला ते शक्य होते.** *तुमच्यापाशी जी काही साधने उपलब्ध असतात त्यांच्या मदतीने तुम्ही तुमचे ध्येय गाठता व ते तुमच्या प्रयत्नांस साजेसेच असते. अन्यथा तुमच्या ठायी ध्येयासक्ती नसेल किंवा त्याहूनही वाईट म्हणजे तुमच्याच ध्येयाला तुम्ही सुरुंग लावाल, कारण तुमचे ध्येय तुम्ही गाठू शकाल असा विश्वासच तुमच्यापाशी नाही.*

३. **तुमची खात्री असायला हवी की तुमचे ध्येय वास्तववादी आहे.** *तुमच्यावर बंधने घालणाऱ्या व खाली नेणाऱ्या नकारात्मक विचारांना तुम्ही प्रगतीच्या दिशेने नेणाऱ्या विचारांमध्ये बदलू शकता. इतर कुणीतरी*

केले आहे म्हणून ते करणे मलाही शक्य आहे हे जेव्हा तुम्हाला जाणवते त्यावेळी हा बदल घडू शकतो. तुमचा तुमच्यावरच जर विश्वास असेल तर या गोष्टी शक्य असतात.

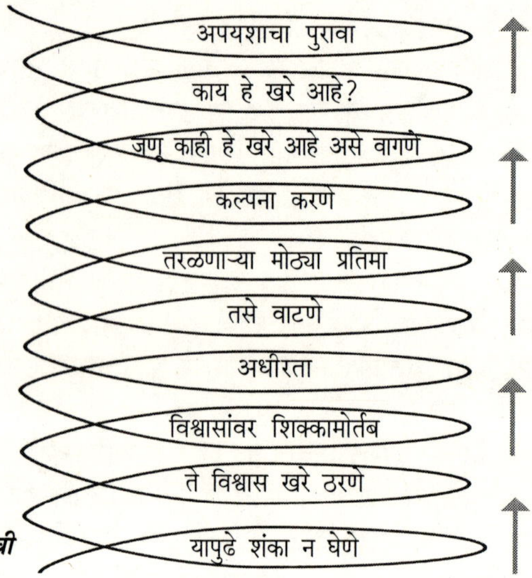

आकृति १२.२: सकारात्मक विचारांची प्रगती

विचार करायला लावणारे

विश्वासांना जेव्हा प्रखर भावनांची जोड मिळते तेव्हा त्याची परिणती खात्रीमध्ये होते - व त्यातूनच आपल्याला पुढली कृति करायची ऊर्जा मिळत असते.

- ▶ तुमचे जे काही विश्वास वा समजुती असतात त्यांचे संदर्भ व त्यांचा सारांश यांची सकारात्मक रचना करा.
- ▶ अगोदर मिळालेल्या यशाच्या पुराव्यांना तुमच्या विश्वासांची जागा घेऊद्या.
- ▶ तुमचा विश्वास हेच सत्य आहे असेच वागा.
- ▶ तुम्हाला मिळत असलेल्या यशाचे खतपाणी तुमच्या विश्वासांना देत राहा.
- ▶ बहुतेक वेळा जेव्हा या विश्वासांची वा समजुतींची परिणती सत्यात होते तेव्हा आपण त्यांना प्रतिजाप करीत नाही, मात्र त्यामुळे याची परिणती

म्हणून आपण आपल्या स्वभावाची लवचिकता घालवून बसतो. एक व्यक्ती म्हणून तुमची वाढ व्हावी यासाठी तुम्ही तुमच्या समजुतींना सतत आव्हाने देत राहायला हवे.

समजुती कशा बदलाव्या

बदलत्या चित्रांमुळे तुम्हाला प्रेरणा मिळत असते.

तुम्हाला एखादी गोष्ट करण्यासाठी प्रेरणा कशी मिळते हे जाणून घेणे तुमच्यासाठी खूप उपयोगी ठरू शकते. एखादी आवश्यक असलेली गोष्ट करण्यासाठीही तुम्हाला प्रेरणेची उणीव भासत असेल तर, तुमचा दृष्टिकोन बदलण्याची वेळ आलेली आहे हे निश्चित समजा.

क्लेअर - एक अभ्यास

क्लेअरला स्वत:चे करिअर बदलून शहरातील एका स्टॉकब्रोकरकडे काम करायची इच्छा होती. तीन वेळा ती मुलाखतीच्या पायरीपर्यंत गेली; मात्र तेथे ती डावलली गेली. तिला असे जाणवले की ही पायरी ओलांडून या कामासाठी लायक ठरण्यासाठी तिला जास्त माहितीची आवश्यकता आहे.

तिला ठाऊक होते की:

- ▶ तिला काय करायला हवे.
- ▶ कधी करायला हवे. (पुढल्याच बुधवारी तिची अजून एक मुलाखत होती.)

मात्र तरीही ती ते करू शकली नाही.

क्लेअर म्हणाली की, तिला तिच्या मुलाखतीच्या तयारीसाठी, सर्वांत वर असलेल्या शंभर शेअर्सच्या किमतींचे चढउतार तयार करायला हवे होते, मात्र ते करणे ती पुढे ढकलीत राहिली. हे सांगताना ती तिच्या हातांनी एखादी काल्पनिक गोष्ट तिच्या डाव्या पावलाच्या दिशेने ढकलीत असल्यासारखे हावभाव करीत होती.

''ही तुझ्या हातांची हालचाल काय म्हणून?'' मी तिला विचारले.

''मला वाटते, मला करायला हवे असणारे काम मी बहुधा दूर ढकलते आहे,'' क्लेअर उत्तरली. मला ते करायचे नाही आहे, म्हणून मी ते

खाली, दूर ढकलते की ज्यामुळे ते नजरेआड राहील. 'शेअर्ससंबंधी माहिती न घेता ती मुलाखतीसाठी गेली तर काय होईल,' असे मी तिला विचारले. त्यावर ती काहीशी बेचैन होऊन गप्प झाली.

प्रेरणा मिळण्यासाठी तुमची योजना तयार असूद्या

तिने याअगोदर अशा पद्धतीचे काम उत्तम रीतीने पार पाडले आहे का व ते आताच्या तुलनेत कोणत्या प्रकारे वेगळे होते या माझ्या पृच्छेवर ती म्हणाली: ज्यावेळी मी या प्रकारचे काम केले, त्यावेळी मी पूर्णतया प्रेरित होते व त्या कामाकडे मी एक मोठे, झगझगीत व धडधड वाढविणारे या दृष्टीने पाहात होते. माझ्यासाठी ते विविधरंगी व माझ्या खूप जवळ भासणारे असे होते. "त्यावेळी तुला प्रेरणा कोठून मिळाली?" मी विचारले. आता तिला जाणवले की, तिने त्यात यशस्वी व्हावे असे इतरांना वाटत होते व ही वस्तुस्थिती होती. आता कोणतेही काम यशस्वीपणे करायची क्लेअरची प्रेरणेसंबंधीची योजना हळूहळू दृग्गोचर व्हायला सुरुवात झाली आहे. मी तिची भूमिका निभावणारी एक तात्पुरती व्यक्ती आहे असे समजून तिला स्वत:ला काय दिसते आहे, काय जाणवते आहे व प्रेरणा मिळण्यासाठी ती स्वत:ला काय सांगते आहे याचे वर्णन करायला सांगितले.

तिच्यासमोर असलेले काम किती रंगतदार व तिच्या जवळचे आहे हा क्लेअरच्या प्रेरित असलेल्या व नसलेल्या अवस्थांमध्ये असलेला महत्त्वाचा फरक होता. मग तिने तिला प्रेरणा देऊ न शकणारे लहान, अंधूक व दूर भासणारे असे ते काम मोठे व झगझगीत आहे, अनेकरंगी व तिच्या अतिशय जवळ आहे असे पाहण्याचा सराव केला. आता तिला ते आवडू लागले, करावेसे वाटू लागले व ते यशस्वी करण्यासाठी काय काय करावे लागेल याची योजना ती विस्ताराने सांगू लागली. सरतेशेवटी मी तिला विचारले की, हे पूर्ण करण्यासाठी तिने कालमर्यादा ठरविली आहे का व ती मोठ्या आत्मविश्वासाने म्हणाली की, होय, आता हे करावे असे मला वाटू लागले आहे व ते मी सोमवार दुपारपर्यंत पूर्ण करीनच.

ज्यांची मदत होत नाही अशी चित्रे बदलली की प्रेरणाही बदलते

- *एखादे काम करताना तुम्ही जे पाहता, ऐकता, अनुभवता किंवा जे रंगचित्र तुम्हाला दिसत असते, त्यामुळे तुम्ही करीत असलेल्या कामाविषयी तुम्हाला*

काय वाटते, यावर परिणाम होत असतो.

- *तुम्हाला नको वाटत असलेले काम करण्याचे विचार जेव्हा तुम्ही करता तेव्हा मनात उमटणाऱ्या भावनांची ओळख करून घ्या. बहुतेक वेळा त्यातील एखादी भावना बदलायचीच गरज असते.*

एम्मा - एक अभ्यास

एम्मा जेव्हा जेव्हा तणावाखाली असायची किंवा तिला दिलेली कामाची वेळ पाळणे भाग असायचे, तेव्हा तेव्हा तिला डोक्याच्या पाठीमागे डाव्या बाजूला एखादा काळाकुट्ट, बोजड ढग आहे असा भास व्हायचा.

पहिल्यांदा हा भास झाला अन् त्यानंतर तिला तिच्या चेहऱ्यासमोर कागदांचे असंख्य तुकडे दिसले, ज्यामुळे तिला पुढचे काहीच दिसत नव्हते. त्या कागदाचे प्रत्येक पान म्हणजे एक एक प्रकल्प होता व त्यामुळे हे काम आता कधीच संपणारे नाही अशीच तिची भावना झाली, परिणामी कोणत्याही एका कामावर लक्ष एकंकार करणे तिला केवळ अशक्य होऊन बसले.

एखादे काम तुम्ही अतिशय पद्धतशीरपणे व उत्तम प्रकारे करीत आहात अशी स्वतःची भावना करून घ्या.

मी एम्माला विचारले की, ''जर हे सारे प्रकल्प एकाच वेळी तुझे लक्ष वेधून घेण्यासाठी आरडाओरड करीत नसतील तर काय होईल? असे समज की, हे सारे कागद एका नेमक्या क्रमाने जमिनीवर रचून ठेवलेले आहेत.''

हे ऐकून एम्मा म्हणाली: 'तसे जर झाले तर एका वेळी एक प्रकल्प निवडणे हे तिला अतिशय आवडेल व त्यामुळे त्या एकाच प्रकल्पाचा कागद तिला तिच्या चेहऱ्यासमोर आणता येईल, ज्यामुळे ते काम तर होईलच, मात्र आजूबाजूचे दिसण्यातही अडथळा येणार नाही. परिणामस्वरूप एका वेळी एकाच कामावर ती तिचे लक्ष केंद्रित करू शकेल व ते काम सुरू करण्याअगोदर नेमके काय काय करायला हवे, कोणती पावले उचलायला हवी याबाबत तिच्या मनात शंका नसेल.' मग इतके सगळे झाल्यावर स्वतःला बक्षीस देणे ओघानेच आले.

तुम्हाला यायलाच हवे असे एखादे काम जर तुम्हाला जमत नसेल तर, 'हे काम करण्यासाठी मी कोणती चित्रे अथवा भावनांचा उपयोग करायला हवा व ते कोणत्या प्रकारे बदलता येईल व त्याचा उपयोग मी स्वतःला प्रेरणा देण्यासाठी कसा करू

शकेन?' असा प्रश्न स्वत:लाच विचारा.

डझ चेंजिंग पिक्चर्स मोटिव्हेट यू? सौजन्य: *पॉझिटिव्ह हेल्थ मॅगेझिन,* (पीएच्) अंक १२२, फेब्रुअरी २००७, www.positivehealth.com रु फ्रान्सिस कूम्बस्

जर सवय बदलायची असेल तर, ती कशामुळे लागली आहे याकडे लक्ष द्या

विचार करायला लावणारे

विचार करण्यावर वा वागणुकीवर मर्यादा घातल्या की, आयुष्य अवघड होऊन जाते, कारण त्यामुळे पुढे जाऊन कोंडीत अडकायला होते. आपल्या ध्येयापर्यंत जाण्यास अडथळा ठरणाऱ्या सवयीच्या विचारप्रवृत्तीला ओळखून जर आपण शिस्त लावू शकलो, तर आपण त्या विचारांऐवजी नवीन विचार तेथे रुजवून व जुने फायदे तसेच ठेवून त्याशिवाय आपल्याला हवे ते ध्येयही सहजच गाठू शकतो.

◆

लक्षात ठेवण्याजोगे

- जेव्हा तुमच्या कल्पना तुम्ही कुणाच्या गळी उतरवत असता, त्यावेळी समोरच्या व्यक्तीची विचारपद्धती लक्षात ठेवा.
- ती व्यक्ती तुमच्या इच्छेनुरूप वागावी असे जर तुम्हास वाटत असेल तर, सूचक प्रश्न विचारून त्या व्यक्तीस प्रेरक ठरणाऱ्या गोष्टी कोणत्या, हे जाणून घ्या.
- तुम्ही कोणत्या प्रकारे विचार करता, यावर ताबा मिळवा.
- नकारात्मक समजुतींमुळे येणारी अधोगती व सकारात्मक समजुतींमुळे होणारी प्रगती, या गोष्टी समजून घ्या.
- तुमच्या स्वत:च्या विचारांचा आराखडा तयार करा.
- तुमच्या सवयी जर तुम्हाला बदलायच्या असतील तर, त्या कशामुळे निर्माण झाल्या याकडे लक्ष असूद्या.
- प्रेरणा बदलण्यासाठी तुम्ही पाहात असलेल्या अनावश्यक चित्रांमध्ये बदल करा.

१३

यशस्वी डावपेचांचे नमुने

या प्रकरणात तुम्ही खालील गोष्टी शिकाल:

- *यशस्वी माणसांची वैशिष्ट्ये कोणती असतात*
- *वेगवेगळ्या गोष्टी करण्याचे नवनवीन मार्ग*
- *यशस्वी लोकांच्या सवयी कशा गोळा करायच्या*

इथे तिथे अशी बरीच विघापीठे असतात. आईन्स्टाईन ज्या विद्यापीठात शिकला तेथे तुम्हीही जाता. इतरांच्या खांद्यावर उभे राहायला शिकता. याशिवाय एक असते तुमच्या आयुष्याचे विद्यापीठ, तेथे शिकलेला प्रत्येक माणूस स्वतःच्या चुकांमधूनच शिकतो. बरोबरच आहे ते. चुकीचे काहीच नाही त्यात. फक्त एकच दोष आहे त्यात, हे सारं शिकायला प्रचंड वेळ लागतो.
तुम्हाला जिथे जायचे असते, तिथे लवकर पोहोचण्यासाठी एक सुलभ मार्ग असतो. इतर लोक तिथवर कसे पोहोचले व त्यासाठी त्यांनी काय केले हे पाहून त्याची नक्कल करायची. हे असे जेव्हा तुम्ही करता तेव्हा प्रश्न एखाद्या तज्ज्ञ व्यक्तीकडे जाण्याचा नसतो. जेव्हा तुम्ही एखादे आहार नियमनाविषयीचे पुस्तक विकत घेता, तेव्हा त्यावर असलेले लेखकाचे चित्र मुद्दाम निरखून पाहा. या अशा तज्ज्ञ मंडळींविषयी मी अजून काही बोलायला हवे का? प्रश्न असतो तो, आपण कुणासारखे व कोणत्या पद्धतीने वागायचे, याचा! आपल्याकडे असलेल्या अनेक पर्यायांमध्ये अजून एका पर्यायाची भर घालायला हवी, हीच यामागची खूणगाठ आहे हे सतत ध्यानी असूद्या.

मार्टीन गुडायर, मोटीव्हेशनल ट्रेनर, रीच इंटरनॅशनल असोसिएटस्

यशस्वी डावपेचांची नोंद घेणे

एकटे काम करणाऱ्या व्यक्ती फार क्वचित यशस्वी होताना दिसतात. इतरांच्या सोबत काम करून, त्यांच्या विश्वात मिसळून जाऊन, त्यांच्याशी संबंध प्रस्थापित करून, त्यांच्या कामाला दाद देऊन व त्यांनी मिळविलेल्या यशात भर घालूनच तुम्हाला यशस्वी होता येते.

विचार करायला लावणारे

जे करण्यासाठी तुम्ही मनापासून घडपडताहात, ते दुसऱ्या कुणी तरी कोणत्या प्रकारे केले याचे तुम्हाला जर आकलन झाले तर, त्याच क्षणी अपरंपार शक्यतांचे विश्व तुम्हापुढे उभे असेल. आपापल्या क्षेत्रांमध्ये सर्वोच्च स्थान मिळविलेल्या व्यक्तींनी वापरलेल्या डावपेचांचे निरीक्षण तुम्ही करून व त्याचा आराखडा समजावून घेऊन तेच डावपेच तुम्ही वापरलेत तर तुमच्या हाती यशाचे गमक आलेले असते. तुमच्या भोवतालच्या हरहुन्नरी लोकांमध्ये असलेली कौशल्ये तुम्ही आत्मसात करू शकता व ती वापरून तुमच्या आयुष्यासाठी ठरविलेली ध्येये तुम्ही गाठू शकता व आकांक्षांची पूर्तीही करू शकता.

तुम्हाला सडपातळ व्हायचे असते. बढती हवी असते, उत्तम प्रेमिक, व्यावसायिक, खेळाडू, उद्योजक अथवा यजमान व्हायचे असते. जणू तुम्हाला सारेच करायचे असते. अकरा व बारा या दोन प्रकरणांमध्ये सवयींचे व स्वभावांचे आकृतिबंध व लोक असे का करतात वा वागतात याविषयीची निरीक्षणे दिली आहेत. या प्रकरणात आपण, लोक या गोष्टी कशा करतात ते पाहणार आहोत.

साऱ्याच व्यावसायिक खेळाडूंचे प्रशिक्षक असतात, जे त्यांना इतर यशस्वी व्यक्तींनी वापरलेल्या डावपेचांचा उपयोग करून यशाला गवसणी घालायला शिकवतात. व्यवसायामध्येसुद्धा यातले बरेचसे डावपेच, संघकार्य, विक्रीमध्ये वाढ, वाटाघाटी अथवा संपर्कव्यवस्था आदींमध्ये लोकांचे कौशल्य तंत्रशुद्ध करण्यासाठी वापरले जातात. बाजारपेठेतील प्रत्येक दुकान हे इतरत्र यशस्वी झालेल्या दुकानांवर बेतलेले असते.

तुम्हाला कदाचित यालाच डावपेच म्हणतात, हे ठाऊक नसते. मात्र ते डावपेच वा योजना आपण आयुष्यात सगळीकडेच वापरतो. अगदी केस विंचरण्यापासून, बाजारहाट करण्यापासून ते अगदी खूप भूक लागल्यावर काय खायचे इथपर्यंत साऱ्याच गोष्टी यात अंतर्भूत होतात. जे तुम्ही उत्तम प्रकारे करू शकता, तेथेही व

ज्या गोष्टी तुम्हाला नीट जमत नाहीत तेथेही याविषयीच्या योजना तुम्हाला उपयोगी पडू शकतात. यातून घेण्यासारखी एकच गोष्ट म्हणजे यामुळे तुम्हाला यशस्वी व्यक्तींनी उपयोगात आणलेले निरनिराळे डावपेच आजमावून पाहता येतात व त्यापैकी एखादा तुमचा म्हणून तुम्हाला निवडता येतो.

हे कसे करता येते?

विचार करायला लावणारे
जर तुम्ही विक्री विभागात, मानव संसाधन, प्रशिक्षण वा ज्या व्यवसायात उच्च प्रतीची संभाषणकला आवश्यक असते, अशा विभागात असाल व लोक एखादी गोष्ट का करतात याचे आकलन जर तुम्हाला झाले असेल तर, तुम्ही किमयागार बनू शकता. कृती करायची सवय लावून घ्या. एखादे नवीन कौशल्य आत्मसात करण्यासाठी योग्य परिस्थिती यायची वाट पाहू नका. एखाद्या व्यक्तीकडे एखादे चांगले कौशल्य तुम्हाला दिसले, जे आत्मसात करायची तुम्हाला मन:पूर्वक इच्छा आहे, तर त्या व्यक्तीने ते कसे साध्य केले हे थेट विचारायची सवय लावून घ्या.

लोकांच्या निर्णयांमागे कोणत्या प्रकारचा प्रेरणास्त्रोत असतो हे जर तुम्हाला जाणून घेता आले, तर तुम्हाला तुमचे आयुष्य तुम्हाला हव्या असलेल्या वाटेवर सहजतेने नेता येईल. जर तुम्हाला सडपातळ व कार्यक्षम व्हायचे असेल तर: अशा माणसांचे विचार व स्वभाव यांच्या गुणधर्मांचा अभ्यास तुम्हाला करावा लागेल व त्यासाठी त्यांनी अंगीकारलेल्या योजना कोणत्या होत्या याचा शोध घ्यावा लागेल. खाण्याविषयी ते कसे ठरवितात, हे त्यांना विचारा.

त्याचप्रमाणे जर तुम्हाला एखादा यशस्वी उद्योजक व्हायचे असेल तर, अशा उद्योजकांच्या स्नेहसंमेलनामध्ये एखादी संध्याकाळ व्यतीत करा व इतरांपेक्षा ते वेगळे कसे आहेत याचे एखादे चित्र मनाशी तयार करा. ही उद्योजक मंडळी इतरांपेक्षा जरा जास्तच कृतिशील असतात, त्यांचे निर्णय भराभरा होतात व कदाचित सर्वसामान्य व्यक्ती घेणार नाही, असे धोके ते सहजच पत्करतात. ते नेहमीच मोठ्या चित्राचा विचार करतात व उंच जागी असलेले लक्ष्य गाठायची तयारी ठेवतात.

तुमच्या उच्च ध्येयसिद्धिच्या बाबतीतले तुमचे गुणांकन काय आहे

याविषयी तुमचे गुणांकन जाणून घेण्यासाठी खाली दिलेल्या प्रत्येक विधानासमोर दिलेल्या जागेत १ ते १० या गुणतक्त्यावर स्वत:चे गुणांकन करा.

उच्च ध्येयसिद्धि असणाऱ्या व्यक्तींना त्यांनी अंगीकारलेल्या कामात अतोनात रस असतो.	
त्यांच्या ध्येयांना भावनांची जोड असते.	
त्यांच्या कृतिमुळे परिस्थितीत फरक पडेल, यावर त्यांचा प्रगाढ विश्वास असतो.	
मिळालेली संधी वाया घालवायची नाही, अन् अनुभवातून शिकणे म्हणजे एका अर्थे जीवन.	
आव्हानांवर मात करणे हे यशस्वी व्यक्तीचे ध्येय असते.	
निरीक्षण, निवड अन् इतरांच्या डावपेचांना स्वत:च्या वापरासाठी सहजगत्या स्वीकारण्याची त्यांची क्षमता असते.	
ध्येयाच्या दिशेने प्रवास व त्यामागची कारणपरंपरा यातूनच त्यांना ऊर्जा व उत्साह मिळत असतो.	
यशस्वी माणसे अतिशय संभाषणचतुर असतात	

जर तुम्ही तुमचे कौशल्य, हुशारी व क्षमता हे सुधारण्याप्रति कटिबद्ध असाल तर, वरीलपैकी कोणत्याही विधानासमोरील तुमचे गुण निश्चितच वाढू शकतात.

तुमच्या स्वत:च्या क्षमतांवर असलेला तुमचा विश्वास तुम्हाला नेहमीच हुरूप देतो

तुमचे स्वत:चे विश्वास, तुमची जीवनमूल्ये व तुम्हाला प्रेरक ठरणाऱ्या बाबी या तुमच्या भल्याबुऱ्या क्षमतांवर अन् तुमच्या सकारात्मक वा नकारात्मक विचारप्रवृत्तीवर कसा परिणाम करतात हे आतापर्यंत आपण पाहिले. तुमच्या क्षमतांवर असलेला तुमचा विश्वासच तुम्हाला दोन पावले पुढे ठेवत असतो. मग तुम्ही लहानसे ध्येय गाठा किंवा सुपरमॅनप्रमाणे येणाऱ्या प्रत्येक अडथळ्याला उधळून देत एखादं भव्यदिव्य ध्येय गाठा. आता थांबून तुम्हाठायी असणारा जो विश्वास आहे, त्याविषयी थोडा विचार करायला हरकत नाही.

विचार करायला लावणारे

- तुमच्या स्वत:बद्दलच्या दहा सकारात्मक धारणा लिहून काढा, ज्यांची तुम्हाला मदत झाली आहे. (उदाहरणार्थ: मी चांगला आहे..., मी

यशस्वी होईनच, कारण..., मी हे करू शकेन, कारण...)

- आता तुमच्या स्वत:बद्दलच्या दहा नकारात्मक धारणा लिहून काढा ज्यांनी तुमच्या कर्तृत्वाला मर्यादा घातल्या आहेत. (उदाहरणार्थ: मी पुरेसा चलाख नाही..., जेवढा असायला हवा तेवढा काही मी चांगला नाही..., मी हे करू शकणार नाही.) आता एखादा साधारण प्रकल्प हाती घ्या, ज्यामुळे तुम्हाला *मी हे करू शकतो* हे पुढचे पाऊल उचलणे सोपे जाईल. हे करीत असताना स्वत:ला सतत विचारत राहा की, मी जर हे करू शकलो तर काय होईल?

ही यादी हाताशी असू द्या आणि हे प्रकरण पूर्ण होईतोवर सतत हाच विचार मनी असूद्या की, या नकारात्मक यादीतील मुद्दे सकारात्मक यादीत जाण्यासाठी मला कोणकोणती कौशल्ये आत्मसात करावी लागतील! त्यानंतर योजनाबद्ध रीतीने तुमच्या कौशल्यांना, कार्यक्षमतेला अन् आत्मविश्वासाला उजाळा द्यायचा प्रयत्न करा.

कामाच्या ठिकाणी यशाचे प्रतिरूप तयार करणे - आराखड्याचे तंत्र

सुरुवातीला कार्यालयातील मांजरापेक्षाही खालच्या पातळीवरला, मात्र काही काळानंतर एखाद्या विभागाचे नेतृत्व करणारा असा कुणी महाभाग तुमच्या ओळखीचा आहे का? हे असे घडताना आपण अनेक वेळा पाहिलेले असते, मात्र तो कित्ता आपणही गिरवावा अशी अपेक्षा आपण ठेवतो का? एखाद्या व्यक्तीने इतकी मजल गाठली आहे, याचे कारण त्याची जास्त शैक्षणिक पात्रता किंवा योग्य जागी योग्य वेळी असण्याची क्षमता हे असायला हवे असे जर तुम्हाला असे वाटत असेल, तर मग तुमच्या यशाचे सारेच मार्ग तुम्ही स्वत:च मानसिकरीत्या पूर्णतया बंद करून टाकलेले आहेत, असेच म्हणायला हवे.

फोकस ग्रुपमध्ये सल्लागार प्रशिक्षक म्हणून काम करीत असलेली ॲन फुल्लर-गूड काही प्रशिक्षण कार्यक्रम राबवते. कोणत्या गोष्टींमुळे लोक ते करीत असलेल्या कामात सर्वोच्च गुणवत्ता मिळवतात हे व्यवस्थापन व कर्मचारी या दोघांनाही उमजावे म्हणून या कार्यक्रमांचे नियोजन केलेले असते. ती म्हणते: तुम्हाला जर यशस्वी व्हायचे असेल, तर एखादा मनुष्य कोणत्या प्रकारे यशस्वी झाला ते आधी शोधून काढा. एखाद्याकडे उत्तमोत्तम कल्पना असतात, म्हणूनच तो एखादे काम उत्तम प्रकारे करीत असतो. कदाचित काम करायचा हा योग्य मार्ग नसेलही, मात्र जर दहा लोकांनी हा मार्ग अनुसरून यश संपादन केले आहे तर, मग तुम्हीही सर्वोच्च गुणवत्तेच्या जवळपास पोहोचला आहात असे म्हणायला हरकत नाही.

यशाचे आराखडे उपयोगात आणण्याचे या प्रकारचे तंत्र वापरून, लंडनच्या वॉटर्लू स्टेशनमधील नियंत्रणकक्ष सांभाळणाऱ्या त्यांच्या कर्मचाऱ्यांना युरोस्टारने प्रशिक्षण दिले आहे. ॲन म्हणते: हा नियंत्रणकक्ष उत्कृष्टरीत्या सांभाळणाऱ्यांच्या यशामागील इंगित काय होते व त्यांच्या इतर सहकाऱ्यांनीही तीच विचारपद्धती वापरून पाहावी हा या प्रशिक्षण कार्यक्रमामागचा मुख्य उद्देश होता.

जे सर्वोत्कृष्ट आहे, त्याचा आराखडा तयार करणे म्हणजेच दुसऱ्या कुणाच्यातरी सवयी अंगीकारणे, त्या माणसाच्या धारणा व त्याच्या श्रद्धा समजून घेणे असाही होतो. इतर कंपन्यांमधील प्रशिक्षण कार्यक्रमांच्या दरम्यान उत्तम नेतृत्वगुण असलेल्या काही व्यक्तींचा अभ्यास ॲनने केला. हे केल्यावर तिला असे आढळून आले की, एखादी गोष्ट करण्यासाठी एकापेक्षा जास्त मार्ग उपलब्ध असतात, यावर या व्यक्तींचा दृढ विश्वास होता. ती म्हणते: जर या व्यक्तींना आढळून आले की, त्यांना हवे असलेले निष्कर्ष एखादी पद्धत वापरूनही मिळत नाही आहेत तर, ते वेगळ्या मार्गाचा अवलंब करीत. या धारणेची परिणती म्हणून त्यांचे सारे लक्ष ध्येय गाठण्यावर एकंकार झाले.

ॲन म्हणते: जर तुम्ही प्रशासकीय विभागात काम करताहात व तुम्हाला मॅनेजर बनण्याची इच्छा असेल तर, अनेक कामे एकाच वेळी करणे, गोंधळाच्या वातावरणातही शिस्तबद्धपणा दाखविणे यांसारखी कौशल्ये अंगी असलेली एखादी व्यवती शोधून काढा. हे जे तुम्ही उत्तम प्रकारे करू शकता ते तुम्हाला कसे जमते? किंवा हे करीत असताना कोणती महत्त्वाची गोष्ट तुमच्या डोळ्यांपुढे असते? अशांसारखे प्रश्न विचारून अशा व्यक्तींच्या अंतरंगात असलेल्या धारणा समजून घ्या.

विचार करायला लावणारे

कधी कधी तुम्ही अशा जागी असता की, इतरांच्या गरजांना प्रतिसाद देणे तुमच्याकडून अपेक्षित असते, मात्र जर तुम्हाला मॅनेजर व्हायचे असेल, तर तुम्हाला स्वत:होऊन पुढाकार घेऊन काम करण्याशिवाय पर्याय नसतो. 'मी कोणतीही आव्हाने परतवून लावू शकतो' अशासारख्या एखाद्या यशस्वी मॅनेजरच्या समजुती एका दिवसासाठी तुम्ही स्वीकारल्यात असे आपण समजू. हे करीत असताना तुमच्या विचार करायच्या पद्धतीमध्ये जो काही बदल होतो त्याची नोंद करा.

कुणाच्याही समजुती तंतोतंत स्वीकारण्याआधी, त्या अतिशय सजगपणे स्वीकारणे व काही काळपर्यंत त्यांचा अनुनय करणेही तेवढेच महत्त्वाचे असते. या समजुती स्वीकारल्याने मला कोणता फायदा होणार आहे? त्या स्वीकारल्यामुळे मला समाधान मिळणार आहे का? असे प्रश्न स्वत:लाच विचारा. या प्रश्नांची उत्तरे जर 'होय' अशी येत असतील तर मग त्या समजुती 'तुमच्या' म्हणून स्वीकारण्यासाठी सगळ्यात उत्तम उपाय म्हणजे त्या वारंवार उपयोगात आणणे. हे ठळक अक्षरात लिहून, सतत समोर दिसेल अशा पद्धतीने लावून ठेवा व दिवसातून दहा वेळा त्याचा उपयोग करा. ही तुमची स्वत:ची धारणा आहे ही गोष्ट तुमच्या मनात घट्ट बसण्यासाठी साधारण तीन आठवड्यांचा कालावधि लागतो, यामुळे तुमच्या विचारांच्या पद्धतीमध्ये, कामाच्या संदर्भात, किती चटकन फरक पडतो हे तुम्हाला पडताळता येईल.

यश रक्तातच घेऊन काहीजण जन्माला येतात काय? ॲन म्हणते: हे असे मुळीच नसते; मात्र आयुष्यातील अनुभवातून ही माणसे प्रेरणा घेतात आणि इतरांपरक्षाही जास्त यश संपादतात. 'मी यशस्वी होईनच' असा काहींचा विश्वास असतो व ही माणसे त्या दृष्टीनेच काम करीत असतात. अपयशाची भीती वाटण्याऐवजी त्यांना ते एक आव्हान वाटते. अन् ते पेलायचा विश्वासही वाटतो.

केवळ यशासाठी हे सारे करणे खरेच गरजेचे आहे? याविषयी वादच नाही! तसे स्वप्न पाहा अन् स्वत:च अनुभव घ्या की.

सौजन्य: असोसिएटेड न्यूजपेपर्स, *लंडन इव्हिनिंग स्टँडर्ड,* **जस्ट दि जॉब**

रु फ्रान्सिस कूम्बस्

पाहून शिकण्यासारखी व आत्मसात करण्यासारखी जी जी कौशल्ये आहेत, त्यांच्यापासून सुरुवात करा.

विचार करायला लावणारे

प्रेरणा मिळण्यासाठी, तुमच्या क्षमतांवरचा तुमचा विश्वास दृढ होण्यासाठी किंवा तुमचे करिअर पुढे रेटून तुम्हाला शिखरावर नेण्यासाठी तुम्ही कोणत्या प्रकारच्या कौशल्यांचा उपयोग कराल? हे करताना तुम्हाला पुनश्च एकवार चाकाचा शोध लावायचा नाही किंवा कोणतेही मूलभूत संशोधनही करायचे नाही. तुमच्या सभोवताली दिसणाऱ्या माणसांमधली गुणवत्ता हेरा. त्यातही शिकण्याची कौशल्ये आत्मसात करणे काहीसे सोपे असते.

तुम्ही जेथे काम करता, तेथे काही विशिष्ट कौशल्ये निरीक्षणातून शिकता येतात

एखाद्या विशिष्ट कामात नैपुण्य संपादन केलेली माणसे तुम्ही जेथे काम करता तेथे तुम्हाला नक्कीच आढळतील. 'ही माणसे अमुक एक गोष्ट इतक्या चांगल्या पद्धतीने कशी बरे करू शकतात?' असा विचार करण्याऐवजी 'हे असे करू शकणे मला शक्य झाले तर काय मजा येईल!' या पद्धतीची विचारसरणी नमुना तयार करण्याच्या तंत्रासाठी गरजेची असते. किंबहुना येथे ज्याला सक्रिय म्हणता येईल अशा कुतूहलाच्या पातळीपर्यंत तुम्ही पोहोचता अन् या गोष्टी नेमक्या *कशा* केल्या जातात ते तुम्ही शोधून काढता.

नमुने तयार करण्याचे तंत्र आत्मसात करण्यासाठी, रोजच्या आयुष्यात सापडणारी उदाहरणे

तुम्हाला आवडणारी कौशल्ये ज्यांच्या अंगी आहेत अशी माणसे तुमच्या सभोवताली असतात. अशांना सहकारी मानून त्यांच्यातील तुम्हाला हवी असणारी वैशिष्ट्यपूर्ण कौशल्ये बाजूला काढा. अशा माणसांमधून निवडता येण्याजोगी साधी, सोपी अन् बहुमोल कौशल्ये कदाचित खालीलप्रमाणे असू शकतील:

- *उत्तम निर्णय कसे घ्यावेत*
- *प्रश्न सोडविण्यासाठी उपयोगात येणारी तंत्रे*
- *तुमच्या सृजनाला मदत करण्यासाठी कोळ्याच्या जाळ्यांच्या आकृती*
- *एखाद्या परिस्थितीवर नियंत्रण मिळविणे*
- *मदत कशी मागावी*
- *नाही कसे म्हणावे*
- *मधून मधून येणारे व्यत्यय कसे हाताळावेत*
- *वेळेची बचत करण्याविषयी काही टीपा*
- *सफल बैठकीचे अध्यक्षपद*
- *अहवालांची मांडणी*
- *भराभर वाचन करण्याची तंत्रे*
- *तुमची ई-मेल प्रणालीची व्यवस्था*
- *नेमके प्रश्न विचारणे*
- *जे अतिशय महत्त्वाचे, ते लक्षपूर्वक ऐकणे*
- *पसारा असलेल्या टेबलाचा ताबा घेणे*

- *परिस्थितीचे पूर्वनियोजन*
- *अनपेक्षिताची हाताळणी*

नमुना तयार करणे

जेव्हा तुम्ही एखादे नवीन कौशल्य किंवा स्वभावगुणाचा नमुना तयार करता तेव्हा तुम्ही काय पाहता, ऐकता व अनुभवता याची नोंद ठेवणे तुमच्या यशाच्या दृष्टीने अतिशय आवश्यक असते. तुमच्या कोणकोणत्या धारणांनी वरची पायरी गाठली आहे, हे पाहण्यासाठी तुमचा गुणतक्ता वरचेवर तपासून तो अद्ययावत करीत राहा व तुमच्या प्रगतीचा आलेख तयार करीत राहा.

काही लहानसहान कौशल्ये, जी आत्मसात करणे काहीसे सोपे असते

जी तुम्हाला हवी आहेत व ज्यांचा सराव करता येईल अशी दहा कौशल्ये तुमच्या सहकाऱ्यांकडून निवडा. ही कौशल्ये आत्मसात केल्यानंतर तुमच्या कार्यक्षमतेवर त्याचा दृष्य परिणाम दिसून येईल. *तुम्ही हे कसे करता,* हा प्रश्न तुम्हाला इतरांच्या या बाबतीतल्या नैपुण्याविषयी उत्तरे देईल.

जर एखाद्या डावपेचाचे वर्णन करता येत असेल तर, तो डावपेच नक्कीच शिकता आणि शिकवताही येतो

विचार करायला लावणारे

ज्याचे गुण आपल्याला हवेहवेसे वाटत असतात अशा व्यक्तीला जेव्हा आपण जास्त ओळखायला लागतो, तेव्हा त्यांच्या कामाची पद्धत व त्यांचे डावपेच आपल्या कामात अंतर्भूत करणे आपल्याला अतिशय सोपे जाते. अगदी सुरुवात करायची म्हटली तर, शारीरिक कौशल्यांच्या निरीक्षणांतून व वापरातून करता येते. नमुना तयार करत असताना आपल्या ध्यानी येते की, काही लोक जेव्हा एखादी गोष्ट उत्तम प्रकारे करू शकतात व जे इतरांना अवघड वाटते, ते अपघाताने किंवा नशिबाने घडलेले नसते. अशा एखाद्या व्यक्तीच्या कृतींचा नमुना तयार करणे म्हणजे नवीन गोष्टी शिकण्याचा एक सुंदर मार्ग असतो.

पटकन आत्मसात करता येण्यासारखी कौशल्ये

- **एखादी गोष्ट पटकन शोधून काढणे.** *फोनवर एखादा ग्राहक असतो व त्याला हवी असणारी माहिती आपलाच सहकारी ऑफिसच्या धबडग्यातून किती लीलया शोधून काढतो? जर तुमच्याकडे यासंबंधी योजना तयार असेल, तर ही गोष्ट अतिशय सोपी आहे अन् जर नसेल तर ती जाणून घेणे गरजेचे आहे. कार्यालयातील तुमच्या कोणत्या सहकाऱ्यापाशी या प्रकारचे कौशल्य आहे हे पाहा व त्यानंतर ती व्यक्ती हे कसे करू शकते याचा शोध घ्या. फाईल्सना लेबल्स लावणे किंवा त्यात काय आहे याची सूचि त्या फाईलच्या कव्हरवर चिकटविणे यांसारखे मार्ग ती व्यक्ती कदाचित अनुसरत असेल. मात्र डोळे उघडे ठेवा व ज्यांच्याकडे या तऱ्हेची कौशल्ये आहेत त्यांच्या कामाच्या पद्धतीवर लक्ष द्या.*
- **नीटनेटके टेबल.** *त्याच्या कामाचे वेगवेगळे पैलू असतानादेखील तुमचा एखादा सहकारी त्याचे टेबल इतके नीटनेटके कसे काय ठेवू शकतो? त्यालाही काम करताना व्यत्यय येतच असतात. त्याचेही लक्ष इकडेतिकडे होतच असते. हे सारे होत असूनसुद्धा त्याचे टेबल इतके नीटनेटके कसे काय असू शकते? हे कौशल्य जर तुमच्याकडे असेल तर कदाचित तुम्ही विचार कराल की, मग काय झाले,माझेही टेबल तसे असते की. मात्र तुमच्याकडे जर हे कौशल्य नसेल तर पटकन शिकता येण्याजोगे हे कौशल्य आहे. ते शिकल्याचे बक्षीस तुम्हाला ताबडतोब मिळेल व त्याची सवय तुम्ही आयुष्यभर जडवून ठेवाल.*
- **मला कोठून सुरुवात करायची आहे.** *बरेच जण अमुक एक काम झाल्यानंतर पुढचे काम कोणते हे आठवणीसाठी एखाद्या कागदावर लिहून ठेवताना दिसतात, मात्र शेवटच्या क्षणी तुम्ही दुसऱ्या दिवशी घालायचे कपडे वा बॅग बदलता व तो कागद आपली वाट चुकतो. अशा वेळी सर्वांत सोपा उपाय म्हणजे ही माहिती स्वत:ला ई-मेल करणे, जेणेकरून ती हरविण्याचा प्रश्नच येत नाही व ज्याक्षणी हवी त्याक्षणी ती तुमच्यासाठी उपलब्ध असते. अगदी साधी, सोपी योजना – मात्र ती तुमच्या कामाच्या पद्धतीत केवढा फरक करते! तुम्हाला आज काय करायचे आहे, याची यादी तुमच्या हाताशी असणे यासारखे दुसरे सुख नाही.*
- **शांत राहणे.** *एखाद्या अवघड परिस्थितीत शांत राहण्याची उपजत देणगी तुम्हाला असली तर, याकडे दुर्लक्ष करा; मात्र तुम्ही गडबडून जात असाल व अशा अवस्थेत शांत राहण्याचा प्रयत्न करीत असाल तर, एखाद्या*

सहकाऱ्याकडून याविषयी माहिती करून घेणे वा शिकणे हा यावरचा उत्तम उपाय आहे. हे शिकण्याचा सगळ्यात महत्त्वाचा फायदा म्हणजे हे तुम्ही लगेचच उपयोगात आणू शकता व त्याचा वापर तुम्हाला रोज करता येऊ शकतो. याची परिणती तुमचा आत्मविश्वास वाढण्यात होते हा याचा दुसरा फायदा म्हणायचा.

शांत राहण्याचे डावपेच

शांती हा मंत्र वारंवार करीत राहा, दीर्घ श्वास घ्या व त्यानंतर खाली दिलेली विचारप्रक्रिया सावकाशपणे आचरणात आणा:

ल्परिस्थितीवर लक्ष केंद्रित करा.

- *तुमचे सारे विचार एकत्र करा. (असे समजा की, तुम्ही समुद्रकिनाऱ्यावर आहात व शांतपणे शंख गोळा करीत आहात. हे शंख म्हणजे तुमचे सुटे विचार. ते एका झोळीत टाकीत चालत राहा.)*
- *तुम्हाला जर कुणाचा सल्ला हवा असेल तर तो बिनदिक्कत घ्या. जर तुम्ही टेलिफोनवर असलेल्या तुमच्या ग्राहकाशी बोलताहात, तर त्या व्यक्तीला सांगा की, मी तुम्हाला मागाहून फोन करेन.*
- *परिस्थितीला तोंड द्या. अवघड बनलेली परिस्थिती निवळण्यासाठी योग्य ती कृती करा.*

ही एक अतिशय सोपी म्हणावी अशी योजना आहे. ती तुम्हाला सोयीची आहे किंवा नाही हे जाणून घेण्यासाठी याचा सराव करा. तुमच्या ज्या सहकाऱ्यांना शांत राहणे जमते, ते त्यासाठी कोणत्या योजना उपयोगात आणतात हे जाणून घ्या. त्याविषयीचे तुमचे कुतूहल जागे असूद्या. शांत राहण्याचे दोन-तीन मार्ग शोधून काढा व त्यापैकी प्रत्येकाचा वापर करून तुमच्यासाठी कोणता मार्ग उत्तम आहे हे ठरवा.

हे आत्ताच करायला हवे - ही खुमखुमी. काम हातात पडताक्षणी ते पूर्ण करण्यासाठी सुसाट सुटायचे अशी वृत्ती असलेला तुमचा एखादा तरी सहकारी असेलच. त्याच्याएवढा उत्साह जरी तुमच्याकडे नसला मात्र तसे असायला हवे अशी तुमची इच्छा असली तर, ही सुसाट व्यक्ती हातात काम मिळताक्षणी काय करते ही गोष्ट मात्र निरखण्याजोगी असायलाच हवी. हे काम मी करायलाच हवे का? हे इतके गरजेचे आहे का? यावर विचार करण्यासाठी मी एखाद दोन दिवस घेईन - या पद्धतीची जर तुमची विचारधारा असेल तर या सुसाट व्यक्तीला नक्कीच भेटा व त्याला विचारा की, एखादे नवीन काम मिळताक्षणी त्याच्या डोक्यात नेमके

काय सुरू होते? तो जे काही करतो ते कसे करतो? नवीन काम मिळताक्षणी शारीरिक व मानसिक दृष्टीने त्यांच्यामध्ये काय फरक पडतो? एखादे काम लगेचच करण्याविषयीच्या त्यांच्या धारणांकडे विशेष लक्ष द्या व त्यांची नोंद करून ठेवा.

कुतूहल हे तुमचा स्थायी स्वभाव बनूद्या. तुम्हाला हवी असलेली यशनिष्पत्ति तुमच्या भोवताली असलेली माणसे कोणत्या प्रकारे मिळवतात याविषयीचे कुतूहल तुमच्या मनी सदैव जागे असूद्या. तुमच्या आयुष्याच्या हर एक कप्प्यामध्ये दडलेल्या अशा अनेक साध्यासुध्या योजना आत्मसात करायला सुरुवात करा. यांपैकी कोणती योजना तुमची कामगिरी उंचावू शकेल यावरही विचार करा. या कौशल्यांचा वापर करणारी माणसे शोधून काढा. एखादे काम उत्तम रीतीने करताना ही माणसे कोणता विचार करतात? सुरुवातीपासून शेवटपर्यंतच्या त्यांच्या विचारप्रक्रियेचा अभ्यास करा. त्याचा सारांश काढा व तो आपलासा करा.

चढत्या श्रेणीची लहान लहान कौशल्ये आत्मसात करा

यातील अंतरंग

तुमच्या सभोवताली होत असलेल्या अनेक कौशल्यपूर्ण गोष्टींपैकी चढत्या श्रेणींची लहान लहान कौशल्ये आत्मसात करायला सुरुवात करा. यामुळे तुमची कामगिरी तुम्हाला सर्वसाधारण या पातळीपासून अपूर्व या पातळीवर नेता येईल. अशी दहाबारा कौशल्ये तुम्ही आत्मसात केलीत व त्याला 'हे आत्ताच करायला हवे' या खुमखुमीची जोड दिलीत तर तुम्ही इतरांचे लक्ष वेधून घेण्यात यशस्वी व्हाल व त्याचबरोबर तुमच्या प्रगतीची घोडदौडही सुरू होईल.

एकदा का तुम्ही या साध्या, सोप्या व लहान कौशल्यांना आत्मसात करण्यात कुशल झालात की पुढल्या वर्गात जायची तुमची वेळ आली असे समजायचे. येथे कौशल्ये मिळविण्यासाठी जास्त एकतानता लागते. ही कौशल्ये तुमची कामगिरी खरोखरीच उंचावतात व तुम्हाला आयुष्याच्या प्रत्येक दालनात यशस्वी ठरलेल्या एका व्यक्तीची अनुभूती देतात.

यशस्वी स्वभावाचे इंगित तुम्हाला एकदा का उमगले व विचार आणि स्वभावगुण यांविषयीचे आकृतिबंध तुम्हाला यदृच्छा वापरता येऊ लागले, की तुमच्या परिणामकारक डावपेच गोळा करण्याच्या पद्धतीत एक प्रकारचे सातत्य दिसून येईल व हे डावपेच तुमच्या व्यक्तिमत्त्वाचा एक अविभाज्य भाग बनतील.

अनुभवांना एक वैशिष्ट्यपूर्ण बांधणी असते

विचार करायला लावणारे

तुम्हाला जे काही करायचे आहे, ते जर इतर कुणाला येत असेल, तर त्या यशस्वी व्यक्तीला गाठा व तो किंवा ती ज्या प्रकारे ती गोष्ट करीत असेल त्याचा नमुना तयार करा. ही प्रक्रिया खूप आनंद देते, कारण तुम्हाला कळते की, जे शिकण्यासाठी तुम्हाला कदाचित कैक महिने लागले असते, ते यामुळे अतिशय कमी वेळेमध्ये साध्य होते.

हॅम्लेटची भूमिका करणाऱ्या सर लॉरेन्स ऑलिव्हर या अभिनेत्याबद्दल एक गोष्ट सांगितली जाते. एका प्रयोगादरम्यान त्याच्या उत्कृष्ट कामगिरीमुळे त्याला दहा वेळा रंगमंचावर पुन:पुन्हा बोलाविण्यात आले. त्यानंतर स्टेज मॅनेजर ड्रेसिंग रूममध्ये गेला तेंव्हा त्याला असे आढळून आले की, सर ऑलिव्हर संतापलेले आहेत.

"तुम्ही तर अतिशय सुरेख कामगिरी केली आहे, आता समस्या काय आहे?" त्याने विचारले.

तेव्हा सर ऑलिव्हर म्हणाले,

"अहो, मी भले सर्वोत्कृष्ट काम केले असेन, मात्र ते मी कसे केले हे मात्र मला कळलेले नाही, त्यामुळे अगदी तशीच कामगिरी मी पुन:पुन्हा कशी करू?"

आपल्यापैकी बहुतेकांना या अशा जादुई क्षणांचा अनुभव आलेला असतो. आपल्या हातून अशी काही कामगिरी घडते की जी पुन्हा करू जाता ते शक्य होत नाही. त्या यशामागचे इंगित कळल्याशिवाय आपण ती कामगिरी तशाच सहजतेने पुन्हा करू शकत नाही. नमुना तयार करण्याच्या पद्धतीमुळे कौशल्य एकाकडून दुसऱ्याकडे जाण्याची जी प्रक्रिया असते ती सुलभ होते, कारण कुणी एक व्यक्ती करीत असलेले काम जर, त्याविषयीची पूर्ण माहिती आपल्याकडे असेल तर, आपणही सहजच शिकू शकतो. एकदा ते कळले की, त्या व्यक्तीची विचार करायची पद्धत आपण सहजच अनुसरू शकतो.

नमुने तयार करण्याच्या आपल्या कारकिर्दीला कधीच सुरुवात झालेली आहे

नमुने तयार करण्याचे आपले कौशल्य आपण अगदी लहान असल्यापासून हस्तगत करायला सुरुवात करतो. आईच्या उंच टाचांच्या चपलांमध्ये चालू पाहणारे किंवा पालकांच्या वागण्याबोलण्याची नक्कल करणारे लहान मूल ही या प्रकारच्या नमुने तयार करण्याच्या पद्धतीची उत्तम उदाहरणे आहेत. हे करताना ते मूल दुसऱ्याच्या

अंतरंगात शिरण्याची व त्याचा अनुभव घेण्याची कला शिकत असते. कौशल्ये व क्षमता मिळविण्याच्या निरनिराळ्या पद्धती अस्तित्वात आहेत.

नमुन्यातून शिकण्याची पद्धत पुस्तकांपेक्षा वेगळी कशी

एखादा खाद्यपदार्थ बनविण्यासाठी तुम्ही एखादे पुस्तक वाचाल. त्यात दिलेल्या पदार्थांच्या यादीप्रमाणे निरनिराळे पदार्थ व त्यात दिलेली प्रक्रिया वापरून तो खाद्यपदार्थ सिद्ध कराल. किंवा टी.व्ही.वर सादर होत असलेल्या एखाद्या कार्यक्रमातील शेफने केलेली कृती पाहून तेच कौशल्य आत्मसात कराल. पुस्तकापेक्षा यातून तुम्हाला जास्त माहिती मिळते, कारण तुम्ही ती संपूर्ण प्रक्रिया तुमच्या डोळ्यांनी पाहात असता, मात्र त्यात चव, गंध अन् स्पर्श हे घटक अनुपस्थित असतात.

योग्य ते वातावरण, चव अन् पदार्थाचा वास या गोष्टी जर तुमच्यासाठी महत्त्वाच्या असतील तर तुम्ही क्लासमध्ये जाणे किंवा तुमच्या आवडत्या शेफला प्रत्यक्ष पाहणे अधिक पसंत कराल, ज्यामुळे तुम्हाला त्या खाद्यपदार्थ तयार करण्याच्या प्रक्रियेचा संपूर्ण संवेदनानुभव मिळेल. एखाद्या कौशल्यांचा नमुना तयार करणे हा अनुभव पूर्णतया संवेदनांवर अवलंबून असतो. त्या व्यक्तीच्या केवळ विचारांची वा कृतींची प्रक्रिया आपण उचलत नाही, तर ती व्यक्ती काय पाहते, काय अनुभवते, कोणती चव वा गंध घेते याचेही आपण अनुकरण करीत असतो. या कामामध्ये ती व्यक्ती इतकी असामान्य कशी याचा अनुभवही आपण घेत असतो.

कोणत्या प्रकारची कौशल्ये तुमच्यासाठी उपयुक्त असतील?

तुमच्या क्षमतांविषयी तुमचा विश्वास दृढ होण्यासाठी किंवा तुमची कारकीर्द बहरण्यासाठी, आयुष्यात उच्च स्थान गाठण्यासाठी तुम्हाला प्रेरणा मिळेल अशी कोणती कौशल्ये तुम्ही वापराल? कदाचित ही कौशल्ये मिळविण्याचा प्रयत्न तुम्ही याआधी केलाही असेल, तो कदाचित मध्येच सोडूनही दिला असेल किंवा तुम्ही त्यायोग्य नाही असेही तुम्ही ठरविले असेल. एक लक्षात ठेवा की तुम्हाला चाकाचा शोध पुन्हा लावायचा नाही आहे किंवा मूलभूत कल्पनाही शोधायच्या नाही आहेत. इतरांच्यात जे गुण तुम्हाला दिसतात ते स्वत:मध्ये शोधून काढण्यासाठी आता खोदकाम सुरू करा.

विचार करायला लावणारे

इतरांच्या यशाची गमके असणाऱ्या कौशल्यांचे व योजनांचे नमुने तयार केल्यामुळे त्याच प्रकारचे यश मिळविण्याची शक्यता तुमच्यासाठी वाढते. लोक यशस्वी कसे होतात याची जाणीव तुम्हाला पुस्तकी ज्ञानापेक्षा अधिक चांगल्या प्रकारे होईल. स्वभाव, समजुती, मनोवस्था व संवेदनशीलता यांच्या विषयीही तुम्हाला अधिक चांगल्या पद्धतीने कळू शकेल. यशासाठी लागणाऱ्या साऱ्याच प्रक्रिया याच घटकांनी बनून त्यांना अनुभवाचे रूप मिळते, ही गोष्ट आपल्याला यामुळे समजते.

नमुने तयार करण्याविषयी तुम्ही विचार करा, जेव्हा:

- *गतकाळातील तुमच्या एखाद्या चांगल्या कामगिरीची तुम्हाला पुन्हा उजळणी करायची असेल तर व ती कामगिरी तुम्ही कशी केली हे तुम्हाला ठाऊक नसेल तर (स्वत:चाच नमुना);*
- *नवीन काही कौशल्य शिकायचे असेल तर किंवा असलेल्या कौशल्यास अधिक प्रभावी करायचे असेल तर;*
- *ज्या कुणाकडे एखादे असामान्य कौशल्य आहे, अशा व्यक्तीला जर तुम्ही भेटलात व त्याच्याकडून तुम्हाला यामागचे इंगित जाणून घ्यायचे आहे;*
- *इतरांनी मिळविलेल्या यशाचा मार्ग तुम्हालाही चालायचा आहे;*
- *तुम्ही जे काही केले त्यातील काही अयशस्वी भाग बदलून इतर भाग तुम्हाला तसाच ठेवायचा आहे.*

प्रतिबिंब

यावर विचार करा:

- *कोणते काम प्रथम सुरू करणे तुमच्यासाठी लाभदायी ठरेल?*
- *तुमच्याकडे एखादे कौशल्य असेल तर त्याचा प्रभाव तुमच्या व्यक्तिमत्त्वावर कसा पडेल?*
- *त्यामुळे तुम्ही काय मिळवू शकाल?*
- *तुमच्या कोणत्या ध्येयासाठी हे कौशल्य पहिल्या पायरीच्या अर्थाने तुमच्या उपयोगी पडू शकेल?*

नमुने तयार करण्याच्या पद्धतीचा जो सृजनात्मक भाग असतो, तिथे

तुम्हाला तुमच्या समजुती, तुमचे विश्वास, तुमचे शरीरशास्त्र व तुमच्या योजना या साऱ्यांच्या क्षमता ताणाव्या लागतात व तेव्हाच तुम्ही इतर कुणाचे कौशल्य आत्मसात करून तुमच्या स्वत:च्या उपयोगात आणू शकता.

नमुना तयार करण्यासाठी कौशल्याची निवड कशी करायची

तुमच्या सभोवताली पाहा - ज्या कोणत्या वातावरणात तुम्ही आहात, तिथे तुमच्या भोवती अशी अनेक माणसे असतील, ज्यांच्या हुशारीविषयी तुमच्या मनामध्ये आदर आहे व त्यांची कौशल्ये आत्मसात करावीत अशी तुमची इच्छा आहे. खाली दिलेल्या काही उदाहरणांमध्ये, यशस्वी व्यक्तींनी एखादे काम कोणत्या पद्धतीने केले, त्या पद्धतीचा उपयोग विक्री व शिक्षणाच्या क्षेत्रामध्ये कसा केला गेला हे दाखविलेले आहे. कदाचित तुमच्या उपयोगी पडणाऱ्या काही नवीन कल्पना यातून तुम्हाला सुचतील.

कर्मचाऱ्यांच्या प्रगतीसाठी व विकासासाठी आयोजित केलेल्या एका प्रशिक्षण कार्यक्रमामध्ये, त्यात सहभागी झालेल्यांना नमुना तयार करण्यासाठी *सार शोधून काढणे* - म्हणजे क्लिष्ट माहिती सोपी करणे, मनातल्या मनात करायच्या गणितामध्ये गती वाढविणे, सर्व निर्णय वेळच्यावेळी घेणे, गिर्यारोहणामध्ये पुढचे पाऊल काय असेल हे ठरविणे, मनात उठणारे विचारांचे कल्लोळ बंद करणे व मन स्थिर व एकंकार ठेवणे, विक्रीच्या व्यवसायात तुमची पत वाढविणे, या प्रकारच्या कौशल्यांचा अंतर्भाव होता.

विक्रीतील यशाचा नमुना तयार करणे - एक अभ्यास

विक्रीच्या व्यवसायामध्ये एखादी योजना समजून घेणे हे यशासाठी अतिशय महत्त्वाचे असते. काही विक्रेते स्वभावत:च उत्तम विक्रेते असतात, मात्र त्यातील काहीजणच सातत्याने व्यवसाय वाढविताना आढळतात. जॉन जॉईंट हा एक सल्लागार आहे. केवळ विक्री करण्याऐवजी नवीन व्यवसाय वाढवू शकतील अशा व्यक्तींचा शोध घेण्याचे काम शहरातील एका मोठ्या आस्थापनाने त्याला दिले.

जॉन म्हणतो: या नमुन्यासाठी मी पंधराजणांशी बोललो. साऱ्यांनाच त्यांच्या कौशल्याचे काही पैलू ठाऊक होते. आता या यशस्वी लोकांना 'सतत प्रेरणा देणारे विचार कोणते' याचा शोध मला घ्यायचा होता. त्यांची कौशल्ये कोणती, त्यासाठी त्यांनी कोणती तंत्रे वापरली व साधने

वापरली आणि ते जे काही करत होते तेव्हा त्यांच्या वैयक्तिक श्रद्धा कोणकोणत्या होत्या हे सुद्धा मी पाहिले.

आम्हाला आढळून आले की, विक्री करण्यामध्ये जी माणसे उत्कृष्ट होती त्यांनी काही वेगळाच मार्ग स्वीकारला होता. त्यातला कळीचा मुद्दा असा होता की, या लोकांना फक्त प्रेरणेची अपेक्षा नव्हती. प्रत्येकाकडे एक प्रवृत्ती होती जी पैसा वा जिंकण्याशी निगडित नव्हती. इतरांविषयी कुतूहल असण्यापासून ते अगदी त्यांच्या विषयात प्रचंड रस असण्यापर्यंत या अपेक्षांमध्ये विविधता होती आणि हीच गोष्ट त्यांना जिंकण्याची प्रेरणा देत होती व त्याची परिणती म्हणून त्यांना पैसे मिळत होते.

यशस्वी ठरलेल्या व्यक्तींची तंत्रे व योजना जर तुम्ही अंगीकारल्या तर, त्याच पद्धतीचे यश तुम्हाला मिळण्याची शक्यता नक्कीच बळावते. यामुळे एखाद्या गोष्टीत लोक सर्वोच्च पातळीला कसे पोहोचतात, हे तुम्हाला पूर्णतया आकळते. हे समजून ते जेव्हा तुम्ही तुमच्या आचरणात आणता तेव्हा तुम्हाला स्वभाव, धारणा, मनस्थिती व संवेदना या साऱ्या घटकांच्या अंतरंगात शिरून त्याविषयी नवनवीन गोष्टी जाणून घेता येतात. जेव्हा तुम्ही तुमच्या सर्वोत्तम पातळीवर काम करीत असता तेव्हा तुम्हाला हा अनुभव येतोच येतो.

तुम्हाला हवे असलेले नमुने तुमच्या सभोवताली असतात

विचार करायला लावणारे

ज्याचे कौशल्य तुम्हाला मनोमन लोभावते असे कुणी आहे का? एखादी व्यक्ती चांगल्यापैकी संघटक असू शकते, तर दुसऱ्या कुणाकडे उत्तम निर्णयक्षमता असते. हे व अशांसारखे सारे उत्तम गुण एकाठायी असलेली व्यक्ती शोधून काढायची तुम्हाला खरोखरीच गरज नाही. तुम्हाला आवश्यकता असते ती केवळ ज्या कौशल्यामध्ये तुम्हाला उत्कृष्ट ठरायचे आहे ते कौशल्य असलेला गुणवान शोधण्यात.

लोक त्यांच्या सर्वोत्कृष्ट पातळीवर असताना ते काय करीत असतात याचे निरीक्षण करायला सुरुवात करा.

◆

लक्षात ठेवण्यासारखे काही

- तुम्हालाही हवे असलेले यश इतर लोक कसे संपादन करतात हे जाणून घ्या आणि तुमच्या यश देऊ शकणाऱ्या योजनांची संख्या वाढवा.
- जेव्हा एखाद्या योजनेचे वर्णन तुम्ही करू शकता त्यावेळी हे ही ध्यानी असूद्या की, ते तंत्र शिकता व शिकवताही येते.
- हळूहळू व पायरीपायरीने वाढत जाणारी कौशल्ये शिकण्यापासून सुरुवात करा.
- अशी कोणती कौशल्ये आत्मसात करणे तुमच्या दृष्टीने उपयोगाचे ठरू शकेल?

१४

जे कौशल्य तुम्हाला आत्मसात करायचे आहे, त्याची निवड करा

या प्रकरणात तुम्ही खालील गोष्टी शिकाल:

- *एखाद्या कौशल्याचा नमुना तयार करताना कशाकडे लक्ष द्यायचे*
- *डोळ्यांनी द्यायच्या सूचना*
- *एखादी योजना कशी आत्मसात करायची*

> **अनेक आकडे जुळविल्यावर उघडणारी काही कुलपे असतात. आपले आयुष्यही तसेच असते, मात्र त्यासाठी योग्य ते आकडे योग्य क्रमात शोधायचे काम आपले असते. एकदा का ते जमले की, जे हवे ते तुम्हाला मिळू शकते.**
>
> ब्रायन ट्रेसी

यशप्राप्तीच्या अशा काही योजना, ज्या उपयोगी ठरतात

जे कौशल्य तुम्हाला हस्तगत करायचे आहे त्यावर एकदा तुम्ही लक्ष केंद्रित केलेत की, तुम्हाला स्वभाव, धारणा, मनस्थिती व संवेदना या साऱ्या घटकांच्या अंतरंगात शिरून त्याविषयी नवनवीन गोष्टी जाणून घेता येतात. जेव्हा तुम्ही तुमच्या सर्वोत्तम पातळीवर काम करीत असता तेव्हा तुम्हाला हा अनुभव येतोच येतो. ज्यांचे नमुने तुम्ही बनवू शकता अशी हजारो कौशल्ये अस्तित्वात आहेत. त्यामुळे जे कौशल्य तुम्हाला अगदी मनापासून शिकायचे असेल तेच निवडाल याकडे लक्ष द्या, कारण तो भाग अतिशय महत्त्वाचा आहे. केवळ सराव म्हणून उगीच काही तरी निवडू नका. जर तुम्ही यामागची प्रक्रिया जाणून घेण्यास उत्सुक असाल तर हा अनुभव तुम्हाला निश्चितच आनंददायी वाटेल.

तुमच्या आजूबाजूला रोज दिसणाऱ्या माणसांकडेही वेगवेगळ्या क्षमता असतात.

त्यापैकी एखादी तुम्हालाही हवीशी वाटेल:

- *शुभेच्छा कशा द्यायच्या किंवा त्यांचा स्वीकार कसा करायचा*
- *उत्तम निर्णय पटकन कसे घ्यायचे*
- *एखाद्या पुस्तकाचा किंवा अवघड परिस्थितीचा सारांश कसा समजून घ्यायचा*
- *पॅकिंगमधून आलेल्या फर्निचरची जुळणी कशी करायची*
- *पसारा कसा आवरायचा*
- *मनात उठणाऱ्या कल्लोळाला शांत करून चित्त एकंकार कसे करायचे*
- *नेतृत्वगुण*

जर तुम्हाला कुणाच्यातरी कौशल्याचा नमुना तयार करायचा असेल तर, ती व्यक्ती त्या संबंधात काय काय करते हे तुम्हाला जाणून घ्यायलाच हवे. यामध्ये ती व्यक्ती काय करते व कोणत्या क्रमाने करते याचे केवळ निरीक्षण करायचे नसून त्या व्यक्तीच्या धारणा व विचारप्रक्रिया यांचाही विचार करणे गरजेचे असते. याशिवाय ते काम करण्याअगोदर,करताना व झाल्यानंतर त्या व्यक्ती स्वत:ला काय सांगत असतात याही गोष्टी जाणून घ्यायला हव्यात.

नमुना तयार करण्याच्या अनेक व्यावहारिक पद्धती आहेत, मात्र तुम्ही ज्या नवीन योजना शिकता, आत्मसात करता व त्यानंतर तुमचे रोजचे आयुष्य सुसह्य करण्यासाठी त्यांचा कोणत्या प्रकारे उपयोग करता ते खरे महत्त्वाचे असते.

नमुना तयार करणे हे एक व्यवहार्यकौशल्य आहे

फ्रान्सिस कुम्बस् - एक अभ्यास

जेव्हा माझ्या डाव्या हाताला अतिशय तीव्र वेदनांचा त्रास सुरू झाला तेव्हा मी ठरविले की, ज्या माणसांना दोन्ही हातांनी लिहिता येते, अशांच्या कौशल्याचा नमुना तयार करायचा, ज्यामुळे माझ्या उजव्या हातावर पडणारा ताण मला कमी करता येईल. दोन्ही हातांनी लिहिण्याची कला प्रौढावस्थेत आत्मसात केलेला मनुष्य शोधणे तसे पाहायला गेले तर दुरापास्तच होते. मात्र काही बाबतीत प्रकाश पाडणारेसुद्धा होते. जेम्स नावाच्या एका आर्किटेक्टचा हात युनिव्हर्सिटीत असताना मोडला, मात्र पदवी मिळविण्यासाठी त्याने स्वत:ला डाव्या हाताने लिहायला शिकवून

त्यात पारंगतही केले.

सहसा जास्त वापर नसलेल्या डाव्या हाताने लिहायला सुरुवात केल्यानंतर पहिल्यांदा कसे वाटले, त्याची नक्कल करून दाखवायला मी जेम्सला विनंती केली. त्याची लिहितानाची एकंदर वागणूक व संवेदनप्रक्रिया यांचा नमुना तयार केल्यानंतर माझ्या लक्षात आले की, त्याला हातावरचे नियंत्रण व वाचता येण्याजोगे हस्ताक्षर या गोष्टी उभ्याने लिहिल्यावरच चांगल्या प्रकारे जमताहेत. दोन्ही पायांवर समान वजन असल्यामुळे लिहिण्यासाठी व पेनवर नियंत्रण राहण्यासाठी पाया भक्कम असल्याची भावना होते. लिहिताना उंची स्वयंपाकघराच्या ओट्याइतकी किंवा तत्सम असायला हवी, ज्यामुळे उभ्याने लिहिणे सोपे जाईल.

या प्रकारची लिहिण्याची योजना मी याआधी कधीही पाहिली वा ऐकली नव्हती, तरीही जेव्हा मी जेम्सचे बोलणे ऐकले तेव्हा त्यातील स्पष्टपणामुळे मी थक्क झालो. गमतीची गोष्ट म्हणजे स्वत: जेम्सला त्याने याची सुरुवात कशी केली किंवा यासाठी कोणती योजना आखली या गोष्टींची मुळीच कल्पना नव्हती.

नवीन सवय लावणे

मी रोज सकाळी सहा ते दहा मिनिटे याप्रमाणे तीस दिवस या प्रकारे स्वच्छ, जलद वा सलग लिहिण्याचा सराव करायचा असा संकल्प केला. आजच्या दिवशी काय करायचे किंवा आज काय खरेदी करायचे याविषयी रोज दोन मिनिटे उभ्याने लिहून मी माझी सवय मोडू दिली नाही. परिणामी महिन्याभरात आज मी दोन्ही हातांनी सहजपणे लिहू शकतो.

जर तुम्हाला तुमच्या क्षेत्रात उत्तम कामगिरी करायची असेल तर त्यासाठी सगळ्यात चांगला मार्ग म्हणजे ते कौशल्य असलेल्या तुमच्या आजूबाजूच्या लोकांच्या स्वभावाचा नमुना तयार करणे हा होय.

- *हे कौशल्य संपादन करताना त्या व्यक्तीच्या धारणा काय होत्या?*
- *त्याच्या डावपेचांची आठवण करताना किंवा ते वापरतात त्याची देहबोली व वागणूक कशी बदलते?*
- *'तुम्ही अमुक एक गोष्ट का करता' असे लोकांना विचारू नका. त्याऐवजी ते ती गोष्ट कशी करतात याविषयी चौकशी करा. प्रश्न विचारण्याचा हा एक उत्तम मार्ग आहे, ज्याचा त्यांच्या स्वत:च्या जगावर परिणाम होत नाही. 'कसे' या शब्दामुळे ती व्यक्ती एखादी गोष्ट कशी करते याविषयीची तिची*

विचारप्रक्रिया स्पष्ट होते.

योजनेचे बारकावे काढून घेणे

अशा व्यक्तींचे नुसतेच निरीक्षण करण्याऐवजी ती गोष्ट करून दाखवायला सांगा.

- स्वत:च्या स्वभावचक्रामध्ये शिरण्याअगोदर त्या व्यक्तीची पहिली जाणीव कोणती असते याचा शोध घ्या.
- त्या चक्रात शिरताना ती व्यक्ती कोणत्या परिभाषेचा वापर करते याची नोंद ठेवा. ती बोलत असताना मला दिसते आहे, मला ऐकू येते आहे, मला जाणवते आहे अशांसारख्या शब्दांवर लक्ष द्या. याद्वारे तुम्हाला त्या व्यक्तीला गरजेची असलेली प्राथमिक अवस्था समजू शकेल.

जर त्यांना मधूनमधून तुमच्या बोलण्याची गरज भासत असेल तर, त्यांना विचारा:

- *तुम्हाला तुमच्या मन:चक्षूंसमोर एखादी प्रतिमा दिसली का?*
- *वा! हे काम मात्र तू उत्तम केलेस, असे काही तुम्ही स्वत:शीच म्हणाला का?*
- *तुम्हाला त्यासंबंधी काहीतरी वाटत होते का?*
- *एखाद्या बाह्य वा आंतरिक गोष्टीपासून तुम्हाला प्रेरणा मिळाली का? तुम्हाला तुमचा आतला आवाज ऐकू आला का? तुमची एखादी आठवण वा भावना जागृत झाली का?*

डावपेचांची आखणी

त्या व्यक्तीला विचारा की, त्यानंतर त्याला काय जाणवले (प्रतिमा, आवाज, भावना), व त्यानंतर त्याच्या संवेदन परिभाषेची नोंद ठेवा. याआधी तुला कशाची जाणीव झाली होती काय? अशासारखे प्रश्न जोपर्यंत त्याच्या डावपेचांची रूपरेषा स्पष्ट होत नाही, तोपर्यंत त्याला विचारत राहा. एखादी गोष्ट करीत असताना त्याचे विचार, त्याच्या मनात उमटणाऱ्या प्रतिमा व कृति यांविषयीचा अनुक्रम स्पष्ट होईपर्यंत या प्रकारच्या प्रश्नांनी त्याचा पाठपुरावा करीत राहा.

मॉडेलिंग सक्सेस स्ट्रॅटेजिझ्, सौजन्य *पॉझिटीव्ह हेल्थ* मॅगेझिन
(पीएच्) इश्यू १२०, फेब्रुअरी २००६
--- फ्रान्सिस कूम्बस्

जॅनेट हर्ल्स- एक अभ्यास

***पुस्तक किंवा अहवालातील सारांश उचलणे* - या एन्एल्पी नमुना प्रकल्पांतर्गत मिळालेली माहिती. (जटिल माहिती सोपी करणे)**

जॅनेट हर्ल्स ही नमुना तयार करण्याच्या तंत्रातील प्रगतावस्था गाठलेली व्यक्ती. तिने तिच्या कामासाठी खूप वाचन केले. त्या वाचनातून जे काही हाती आले ते तिला सारांशरूपाने हवे होते. या तंत्रात प्रगत असलेल्या तीन व्यक्तींची तिने नमुना तयार करण्यासाठी निवड केली.

हे करताना तिला दिसून आले की: प्राथमिक अवस्थेत असतानाच या व्यक्ती अतिशय पद्धतशीरपणे विचार करीत होत्या. मिळालेली सारी माहिती ही एकमेकांशी संबंधित असून ती एका मोठ्या चित्राचा भाग आहे यावर त्यांचा विश्वास होता. विषयापासून लांब राहणे व वस्तुनिष्ठता हा या तिघांच्याही योजनांचा गाभा होता.

जेव्हा पुस्तकात वाचलेली माहिती लोक गाळून निवडून घेत असतात, तेव्हा ते त्या माहितीचा एक नकाशा त्यांच्या संवेदनातून तयार करतात, त्यानुसार एक चित्र निर्माण करतात व त्याची पूर्वपीठिका तयार करतात. ते विचार करतात, अच्छा, हे सारे असे आहे तर!

एकाने सांगितले की, त्याच्यासमोर कोळ्याची प्रतिमा होती. त्याच्या सगळ्या पायांमध्ये निरनिराळी माहिती लटकलेली होती. दुसरा म्हणाला, त्याने जी प्रतिमा पाहिली होती ती, पृथ्वीच्या गोळ्यासारखी होती. काही तुकडे असे होते की, जिथे ते म्हणत *हे इथे बसते आणि ते तिथे.* याचाच अर्थ असा की, जेव्हा ते एखाद्या बैठकीत होते किंवा पुस्तक वाचीत होते, तेव्हा ते त्यांच्या अंतर्मनात असलेल्या नमुन्याशी त्या माहितीतले दुवे व नाती शोधीत होते.

नमुना तयार करताना तुम्ही ज्या कुणाचे कौशल्य शिकू पाहता त्या व्यक्तीच्या धारणा, शरीर व योजना यांच्याशी तुम्ही झुंज घेत असता. ज्यांच्या गुणवत्तेविषयी तुम्हाला आदर आहे व त्या प्रकारची गुणवत्ता तुमच्याही ठायी असावी अशी तुमची इच्छा आहे, अशांचा शोध घ्यायला सुरुवात करा. 'हे तुम्ही कसे करता' असा प्रश्न विचारून तुम्ही नमुना तयार करण्याच्या प्रक्रियेला सुरुवात करा.

एखाद्या कौशल्याचा नमुना तयार करताना कोणत्या गोष्टींकडे लक्ष द्यायला हवे

एखाद्याच्या कौशल्याचा नमुना तयार करताना तीन गोष्टी लक्षात ठेवायला हव्यात.

- *त्यांच्या कौशल्याशी त्यांच्या कोणत्या धारणा निगडित आहेत? माझा विश्वास आहे, हे महत्त्वाचे आहे..., मला वाटते अशांसारख्या शब्दांकडे लक्ष द्या. ते शब्द त्या व्यक्तीसाठी अतिशय महत्त्वाचे आहेत किंबहुना त्या त्यांच्या धारणा आहेत हेच यातून प्रतीत होत असते.*
- *एखादी योजना कार्यान्वित करताना किंवा त्या योजनेची आठवण जागविताना त्यांच्या देहबोली व वागणुकीत पडणाऱ्या फरकांवर लक्ष ठेवा. त्यांची लकब, त्यांच्या शरीराची ठेवण व कामाविषयी बोलत असताना ते स्वत:ला कोणत्या प्रकारे प्रस्तुत करतात यातील बदलांकडेही लक्ष ठेवा.*
- *त्यांची योजना कोठे सुरू होऊन कोठे संपते ते ध्यानी ठेवा. एकदा तुम्हाला एखाद्या व्यक्तीची योजना समजली व कशामुळे त्यांचा आत्मविश्वास बळावतो व आवश्यक असलेल्या कोणत्या क्षमतांमुळे त्यांच्यातील स्पर्धाभाव जागतो हे लक्षात घेऊन त्यांच्या धारणांचा उपयोग करायचा प्रयत्न करा.*

ते जसे उभे राहतात किंवा बसतात तसेच तुम्ही करा. त्यांच्या शरीराची लकब तुम्ही उचला. त्यांच्या योजनेचा एक धावता दौरा तुम्ही स्वत: करा. ते करीत असताना तुमच्या कृतींचा उच्चार मोठ्याने करा. तुमच्या नमुन्याने जे व जसे केले व जसे उच्चारले त्याचा पुनरुच्चार करा. जर तुम्ही चुकत असाल तर ते तुमची चूक सुधारतील, कारण ती योजना तुम्ही त्यांच्याच विश्वातून उचललेली असते व त्यातील लहानशी चूकही त्यांना नक्कीच खटकेल.

आत्तापर्यंत ती योजना तुम्ही आत्मसात केलेली आहे. ती वापरूनही तुम्हाला काहीच जाणवले नाही, तर त्या व्यक्तीला ते पुन्हा करून दाखवायला सांगा व ते स्वत: बोला, कारण तुमच्याकडून काही तरी चूक होते आहे.

- *वागण्यातील सातत्याकडे लक्ष ठेवा व नीट ऐका.*
- *तुमच्या अंतर्मनातून येणाऱ्या संकेतांकडे लक्ष देण्यासाठी मध्ये विसावा घ्या.*
- *स्वस्थ व्हा आणि मगच निष्कर्षाप्रत या.*

कधी कधी एखादी योजना लोकांच्या इतक्या अंगवळणी पडलेली असते की त्याचे परिवर्तन सवयीमध्ये होते. त्यातील काही भाग त्यांच्यासाठी इतके स्पष्ट असतात की, त्याविषयी स्पष्टीकरणे द्यायलाही ते विसरतात. बहुतेक वेळा हा गाळलेला

भागच अतिशय महत्त्वाचा असतो, ज्यावर ही योजना कशी काम करते याविषयीची माहिती असते.

जोपर्यंत तुम्हाला तिचे संपूर्ण आकलन होत नाही तोपर्यंत त्या योजनेची वारंवार उजळणी करा. त्यानंतर ती काही दिवस वापरून त्याचा सराव करा. एखादी योजना पूर्णपणे स्वीकारायच्या अगोदर त्या योजनेविषयी त्या व्यक्तीच्या ज्या काही धारणा आहेत त्या तुमच्या धारणांशी नेमक्या जुळताहेत याची खात्री करून घ्या.

सक्सेस स्ट्रॅटेजिझ्, सौजन्य *पॉझिटीव्ह हेल्थ* मॅगेझिन
(पीएच्) इश्यू १२०, फेब्रुवारी २००६
--- फ्रान्सिस कुम्बस्

डोळ्यांतून सूचित होणाऱ्या भावभावनांकडे लक्ष ठेवा

तुमच्या एखाद्या जिवलग मित्राला जेव्हा तुम्ही जेवणासाठी निमंत्रण देता, तेव्हा त्यांनी शब्द उच्चारण्याअगोदर, तो येणार की नाही याची जाणीव तुम्हाला होते. तुम्ही त्या व्यक्तीला उत्तम प्रकारे ओळखत असता आणि त्यांच्या नि:शब्द संवेदनांतून तुम्ही माहिती घेत असता.

सारख्याच परिस्थितींमध्ये लोकांचे वागणे बहुतांश वेळा सारखेच असते. हवी ती माहिती गोळा करण्यासाठी झालेली डोळ्यांची हालचालही यात अंतर्भूत असते.

नमुने तयार करण्यासाठी डोळ्यांच्या हालचालीमधून सूचित होणाऱ्या भावभावनांचा उपयोग कसा केला जातो?

डोळ्यांतून मिळणाऱ्या सूचना एकदा का तुम्हाला समजल्या की, एखादी व्यक्ती दृष्य की श्राव्य योजनांचा उपयोग करते याविषयीची माहिती तुम्हाला मिळते. एखादी विशिष्ट संवेदना वापरून ती व्यक्ती काम करते, हे एकदा का तुम्हाला समजले की, त्या माहितीची तुम्हाला मदत होऊ शकते. समजा, त्या व्यक्तीला एखादे काम नीट जमत नाही आहे, अशा वेळी वेगळ्या संवेदनांचा उपयोग करून एखादी नवी योजना शिकविण्यास तुम्ही त्या व्यक्तीला मदत करू शकता.

नमुने व निरनिराळ्या योजना तयार करणे ही क्रिकेट केम्पची खासीयत आहे (पाहा प्रकरण ६). ज्या मुलांना स्पेलिंग्ज लिहिता येत नाहीत अशांना दृष्य योजनांचा वापर करून ती शिकविण्यात तिचा हातखंडा आहे. उत्कृष्ट स्पेलर्स काय करतात याचे निरीक्षण करून ती हे शिकली. तिने तयार केलेली मॅजिकल स्पेलिंग स्ट्रॅटेजी शिकणाऱ्यांच्या उजव्या व डाव्या मेंदूतील समन्वय बदलण्यास कोणत्या प्रकारे कारणीभूत होते व त्यांच्यातील सुशिक्षितपणा वाढविण्यास कोणत्या प्रकारे मदत

करते, यासंबंधात ती आता संशोधन करते आहे.

क्रिकेट केम्प - एक अभ्यास

ज्यांना स्पेलिंग्ज येत नाहीत अशा पाच ते सदुसष्ट या वयोगटातील हजारो लोकांना स्पेलिंग्ज कशी करायची याविषयीच्या क्रिकेट केम्पची दृष्य स्पेलिंग योजना *मॅजिकल स्पेलिंग* या नावाने ओळखली जाते.

ती म्हणते: 'निरनिराळे शब्द शिकताना घोकंपट्टी करून शिकले तर मुले त्या शब्दाचे स्पेलिंग लिहू शकतात, मात्र त्यामुळे ती चांगले स्पेलर्स होऊ शकत नाहीत किंवा स्पेलिंग करू शकण्याची त्यांची क्षमताही वाढत नाही. जे चांगले स्पेलर्स असतात, त्यांच्यासाठी एखादा शब्द अचूक सांगणे ही एक अंतर्गत प्रक्रिया असते.

बहुतेक शिक्षक दृष्य पद्धत वापरून शिकवतात. जी मुले बहुत करून श्राव्य (ऐकून स्पेलिंग करू शकणारी) असतात किंवा एखादा शब्द बरोबर आहे हे जाणवणारी असतात, त्या मुलांना दृष्य माध्यमाचा उपयोग करून शिकणे नेहमीच कठीण जाते. *मॅजिकल स्पेलिंग* च्या कार्यक्रमात आम्ही मुलांना स्पेलिंग तयार करायची दृष्य प्रक्रिया वापरायला उद्युक्त करतो व त्याचा उपयोग त्यांना आयुष्यभरासाठी होतो.'

शिकण्यासाठी मानसिकता तयार करणे

ही पद्धत शिकवताना या मुलांची मानसिकता योग्य असावी यासाठी त्यांच्याशी खेळीमेळीचे संबंध प्रस्थापित करणे निरतिशय गरजेचे असते व त्याचवेळी शिकण्याची उत्तम अवस्था गाठण्यासाठी काय करायला हवे हे मुलांना ठाऊक असणेही तेवढेच महत्त्वाचे असते.

अचूक स्पेलिंग लक्षात ठेवणे

शिक्षक एका कार्डवर लोअर केसमध्ये शब्दाचे अचूक स्पेलिंग लिहितात. मुलांनी तो शब्द पाहिल्यावर, शिक्षक ते कार्ड उंच धरून वर्गाच्या उजव्या बाजूला चालत जातात. आम्ही हे करतो, कारण जे चांगले स्पेलर्स असतात ते त्या शब्दाचे दृष्य स्पेलिंग लक्षात ठेवण्यासाठी वरून डावीकडची जी चौकट असते त्यावर लक्ष केंद्रित करतात.

याचा प्रयत्न करून पाहणे

ते कार्ड काढून घेतल्यानंतर तिने मुलांना त्याच जागी पाहात राहायला सांगितले अन् विचारले की, त्यांना तो शब्द अजूनही *दिसतो* आहे का? दिसत असेल तर तो त्यांनी लिहावा असे तिने सुचवले. मग त्या शब्दात किती अक्षरे होती, हे मुलांनी आठवले व प्रत्येक बरोबर अक्षरावर त्यांनी

खूण केली. यातील महत्त्वाची गोष्ट म्हणजे शब्द शिकणे महत्त्वाचे नाही, तर स्पेलिंग बरोबर असल्यावर निर्माण होणारी समाधानाची भावना महत्त्वाची आहे.

स्पेलिंग तयार करण्याच्या या योजनेचा सराव करणे

जर तुम्ही लिहिलेला शब्द बरोबर नसेल, तर ती प्रक्रिया पुन्हा एकवार करा.

डिसलेक्शिया असलेल्या मुलांना शिकविणारी जेनी मॉर्गन, केम्पकडून *मॅजिकल स्पेलिंग* शिकली व तिने कर्कबाय स्टिफन ग्रामर स्कूलमध्ये तिच्या विद्यार्थ्यांना ती पद्धत शिकविली. तिच्या मते तिला आढळलेले हे सर्वांत प्रभावी तंत्र आहे.

तिने त्या विशेष मुलांची स्पेलिंगची वये वर्षाच्या सुरुवातीला नोंदून घेतली व सहा महिन्यांनंतर त्यांच्या प्रगतीचीही नोंद घेतली. तिला असे आढळून आले की, स्पेलिंग करायच्या क्षमतेत या सहा महिन्यांत दोन वर्षांचा फरक पडला होता. अनेक मुलांनी या सहा महिन्यांमध्ये चार ते पाच वर्षांची प्रगती करून दाखविली.

नॅशनल टिचर्स युनियनच्या द *टिचर मॅगेझिन* च्या सौजन्याने

रु फ्रान्सिस कूम्बस्

डोळ्यांतून मिळणाऱ्या सूचना कशा काम करतात

विचार करायला लावणारे

माणसे जेव्हा मनातल्यामनात एखादे चित्र तयार करीत असतात तेव्हा ती बहुतेक वेळा वर पाहतात. जेव्हा ती भावनांचा अनुभव घेत असतात वा मागील अनुभवांची आठवण करीत असतात तेव्हा ती खाली पाहतात. ध्वनींचा अनुभव घेताना ती दोन्ही बाजूंना पाहतात. कधी कधी चांगले ऐकू येण्यासाठी ती आपले डोके एकाच बाजूला कलते करतात. आजूबाजूच्या जगातून माणसे कोणत्या पद्धतीने माहिती गोळा करतात हे एकदा तुम्हाला कळले की, तुम्ही त्यांच्याशी अधिक चांगल्या पद्धतीने संवाद साधू शकता.

एखाद्या माणसाला तुम्ही काही दृष्य, श्राव्य किंवा जाणवणारे प्रश्न विचारा व त्यांच्या डोळ्यांतून सूचित होणाऱ्या भावभावनांची नोंद घ्या, निरनिराळी माहिती आठविण्यासाठी ते कुठे पाहताहेत, त्यांचे डोळे कसे हलताहेत याकडे नीट लक्ष द्या.

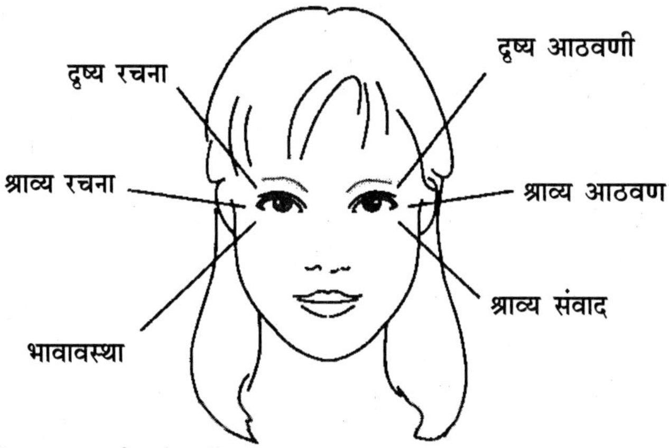

आकृती १४.१ : डोळ्यांतून मिळणाऱ्या सूचना (ही आकृती उजव्या हाताचा वापर प्रामुख्याने करणाऱ्यांसाठी आहे)

लोक माहिती कोणत्या प्रकारे साठवून ठेवतात याविषयीचे संकेत कसे ओळखायचे

दृष्य आठवणी: एखादा प्रसंग आठवताना बहुतेक लोक त्यांच्या डावीकडे वरच्या बाजूला पाहतात.

- *तुमच्या पुढच्या दाराचा रंग कोणता?*
- *तुमच्या मित्राचा चेहरा आठवा.*

दृष्य रचना: एखाद्या प्रसंगाची मालिका आठवून त्याची पुनर्रचना करताना बहुतेक लोक त्यांच्या उजवीकडे वरच्या बाजूला पाहतात.

- *तुमचे केस जांभळ्या रंगात रंगवले तर तुम्ही कसे दिसाल?*
- *नारिंगी व हिरव्या मांजरांचे बँड पथक कसे दिसेल याची कल्पना करा.*

श्राव्य आठवण: काही बोलणे आठवताना लोक सहसा त्यांच्या डावीकडे पाहतात.

- *तुमचे आवडते संगीत*
- *खळाळत्या पाण्याचा आवाज*

श्राव्य रचना: एखादे अनोळखी वा न केलेले संभाषण तयार करताना लोक त्यांच्या उजवीकडे पाहतात.

- *एखादी लहानशी धून तयार करून ती तुमच्या मनातल्यामनात वाजवा.*
- *एखादा समुद्रपक्षी भुंकतो आहे अशी कल्पना करून त्याचे भुंकणे ऐका.*

श्राव्य संवाद: स्वत:शीच बोलताना बहुतेक लोक त्यांच्या डावीकडे खालच्या बाजूला पाहतात.

- *एखादी चांगली गोष्ट केल्यावर तुम्ही स्वत:ला काय सांगता?*
- *'काय करावे' हा प्रश्न पडल्यावर तुम्ही स्वत:ला काय सांगता?*

भावावस्था: जेव्हा लोक त्यांच्या भावना किंवा संवेदनांचा अनुभव घेत असतात तेव्हा ते त्यांच्या उजवीकडे खालच्या बाजूला पाहतात.

- *तुमच्या बाबतीत घडलेल्या शेवटची दु:खद घटनेबद्दल विचार करा.*
- *तुमच्या बाबतीत घडलेल्या शेवटच्या आनंददायी घटनेबद्दल विचार करा.*

एखाद्याच्या संवेदनांच्या अवस्थांची फोड करणे नेहमीच मदतपूर्ण ठरू शकते कारण निरनिराळी माहिती या व्यक्ती कुठे साठवून ठेवतात व त्या व्यक्ती दृष्य, श्राव्य वा भावनिक यांपैकी कोणत्या बाबींचा जास्त उपयोग करतात, ते तुम्हाला समजते.

एखाद्या योजना वा डावपेचाला सांकेतिक खूण देणे

स्वभावाला सांकेतिक खूण देण्याचा एक फायदा असतो. ज्या व्यक्तींकडे आत्मविश्वासाचा अभाव असतो अशा व्यक्ती कृती करण्याअगोदर एखाद्या योजनेची पुन:पुन्हा उजळणी करीत असतात. कधी शंभर तर कधी हजार वेळा. कधी रोज, कधी आठवडाभर, कधी महिनोन् महिने.

त्या व्यक्तीसोबत प्रेरणा देण्याच्या संदर्भात काम करणारा प्रशिक्षक त्या व्यक्तीला या प्रकारची विचारधारा ओळखायला मदत करू शकतो व त्या व्यक्तीचा विचारांमध्ये गुरफटण्याचा जो स्वभाव आहे तो बदलू शकतो. यामुळे निर्णय घेणे पूर्वीपेक्षा अधिक सुकर होते.

नीटनेटकी योजना करणे शिका

एखाद्या नीटनेटक्या माणसाची योजना खालीलप्रमाणे असू शकते:

- *प्रथम एखाद्या नीटनेटक्या वातावरणाची कल्पना करा, जी दृष्य रचना **(दृर)** केलेली प्रतिमा आहे.*
- *यामुळे तुम्हाला अभिमान, आनंद, सुटका यांसारख्या आतील संवेदना– ज्यांना आपण अंतर्गत जाणिवा **(अंजा)** म्हणू शकतो.*
- *यातून पुढे माणूस अंतर्गत संवाद बोलू लागतो. उदा. माझे काम पूर्ण*

झाल्यावर ही जागा किती सुंदर दिसेल नाही? या प्रकारच्या संवादाला अंतर्गत श्राव्य ***(अंश्रा)*** *असेही म्हणता येईल.*

- *त्यानंतर तुम्हाला कृती करण्यास उद्युक्त करणारी अंतर्गत जाणीव* ***(अंजा).***

म्हणून या योजनेची सांकेतिक खूण असेल **दूर, अंजा. अंश्रा, अंजा -**

कृती

एखादा नीटनेटका माणूस काही करताना ही योजना नेहमीच अमलात आणतो, कारण ती त्याची सवय झालेली असते. जेव्हा तुम्ही तुमची कृती अशा सांकेतिक भाषेत बांधू शकता तेव्हा तुम्ही त्या प्रक्रियेत लहान लहान फेरफारही करू शकता व तुमच्या दृष्टीने काय सोयीचे असेल त्याची निवड करू शकता.

मायकेल ब्रीन - एक अभ्यास

एमबीएनएलपी या प्रशिक्षण व सल्लागार कंपनीत प्रमुख असलेला मायकेल एक प्रेरणा प्रशिक्षक आहे. या प्रशिक्षण कार्यक्रमात सहभागी झालेल्यांना तो त्यांना दिसणाऱ्या प्रतिमा किंवा विचारांना सांकेतिक खुणा कशा घायच्या याविषयी मार्गदर्शन करतो. पुनःपुन्हा एकच गोष्ट केल्यामुळे कृती करण्यापूर्वी माणूस मानसिकरीत्या काहीसा दमतो, हे लक्षात आणून देणे व ते टाळायला मदत करणे हा त्याचा हेतू असतो.

मॅनेजर्स कठीण निर्णय टाळू शकतात. ज्या ठिकाणी विक्री होणार नाही अशी खात्री असते अशा ठिकाणी जायला वा तेथे फोन करायला सेल्समन नाखूश असतात. या कार्यक्रमात सहभागी होणाऱ्या अनेकांचा स्वभाव फळ्यावर सांकेतिक भाषेत लिहिताच ते म्हणतात: 'अरे हो! मी नेमका असाच वागतो व इथेच माझा वेळ फुकट जातो.'

एकदा का लोकांना त्यांच्या अनुत्पादनाला कारणीभूत व त्यांची ऊर्जा शोषून घेणाऱ्या स्वभावाची ओळख पटली की, त्यांच्या सवयी बदलणे व दुष्टचक्रातून बाहेर पडणे त्यांना सरावामुळे काही मिनिटांमध्ये शक्य होते. मायकेल पुढे म्हणतो: 'त्यांना मी विचारतो की, तुमच्या अनुत्पादित ठरलेल्या स्वभावचक्राची ओळख पटल्यावर व त्या स्वभावाला हद्दपार केल्यानंतर जो मोकळा वेळ तुम्हाला मिळाला आहे, त्यात तुम्ही काय काय करणार आहात?' यांपैकी बहुतेकांना कमी तणाव देणारे, वेळ वाचवणारे हे स्वभावैशिष्ट्य अंगीकारणे नक्कीच प्रेरणादायी वाटते.

शिकण्याची योजना
टी.व्ही.वर प्रश्नमंजूषांचे कार्यक्रम पाहून इतरांच्या डोळ्यांवाटे मिळणाऱ्या सूचनांचे निरीक्षण करून तुम्ही तुमचे तंत्र सुधारू शकता. प्रथम कोणत्या पद्धतीचे प्रश्न विचारले जातात याकडे लक्ष असूद्या. त्यानंतर माहिती मिळविण्यासाठी स्पर्धक कोणत्या दिशेला डोळे फिरवतो ते ध्यानी घ्या.

डोळ्यांवाटे मिळणाऱ्या सूचनांचे उपयोग

एखादा यशस्वी विक्रेता कसे व्हायचे, एखाद्या मुलाखतीदरम्यान यशस्वी कसे व्हायचे किंवा नवीन मैत्रीच्या पहिल्याच भेटीत गप्पा कशा मारायच्या याचा नमुना जर तुम्ही तयार करीत असाल तर त्यांच्या डोळ्यांवाटे मिळणाऱ्या सूचनांकडे लक्ष दिल्यामुळे ती व्यक्ती तुमच्या बोलण्याकडे नीट लक्ष देते आहे किंवा नाही हे तुमच्या लगेचच ध्यानात येते. तुम्ही दिलेल्या दृष्य, श्राव्य वा संवेदनांच्या रूपातील माहितीवर ते कोणत्या प्रकारे प्रक्रिया करतात त्याचेही आपल्याला दर्शन होते. जर ते वर पाहात असतील व दृष्य माहितीचा वापर करीत असतील व ते पाहून जर तुम्ही तुमच्या कल्पना त्यांना दृष्य रूपात पेश केल्यात तर त्यांच्या भाषेत बोलून तुम्ही त्यांच्याशी स्नेहबंध जुळवलेत असे समजा.

लोक निरनिराळ्या प्रकारची माहिती कोठे शोधतात?

बोलत असताना जर लोक तुमच्यासमोर हातवारे करीत असतील, तर त्यावेळी ते विशिष्ट माहिती कोठे शोधतात याकडे लक्ष ठेवा. जर तुम्ही त्यांना विचारलेत की, 'तुमचा भूतकाळ कोठे आहे?' तर ते कदाचित त्यांच्या मागच्या बाजूला इशारा करतील. जर तुम्ही विचारलेत, 'तुमचे भविष्य कोठे आहे?' तर कदाचित ते इशारा करून दाखवितील की, ते त्यांच्या पुढल्या बाजूस आहे. जर तुम्हाला यांना काही वस्तू विकायच्या आहेत, त्यांच्याकडून एखादे काम करून घ्यायचे आहे किंवा त्यांची सहमती मिळवायची असेल तर तुमच्या दृष्टीने वर म्हटलेले सारेच महत्त्वाचे आहे.

लोक त्यांच्यासमोरील मोकळ्या हवेत निरनिराळी माहिती कोठे ठेवतात हे जर तुम्हाला माहिती असेल, तर तुम्ही काय करू शकता? उदाहरणार्थ, तुम्हाला एका ग्राहकाला तुमच्या कंपनीचा कॉम्प्युटर विकायचा आहे, मात्र ग्राहकाच्या मनात दुसराच कॉम्प्युटर भरलेला आहे. जेव्हा ग्राहक त्याला हव्या असलेल्या कॉम्प्युटरचे वर्णन करीत असतो, तेव्हा तो बहुतेक वेळा तुमच्या व त्याच्या मधल्या मोकळ्या हवेत अंगुलीनिर्देश करीत असतो. हीच ती जागा जिथे ते त्यांच्या मनातील आदर्श

वस्तूचे चित्र ठेवतात. एक विक्रेता म्हणून तुम्हाला या गोष्टीचा अंदाज यायला हवा व त्याच जागेकडे निर्देश करून, हातवारे करून जणू काही आधीचे उत्पादन बाजूला सारीत, तिथे तुम्ही विक्री करीत असलेला कॉम्प्युटर ढकला. त्यानंतर तुम्ही तुमच्या कंपनीच्या कॉम्प्युटरबद्दल बोलणे सुरू करा व त्याला त्या ग्राहकाच्या आदर्श वस्तू ठेवायच्या जागेत नीटपणे विराजमान करा. ज्यांना त्यांच्या ग्राहकाची *नवीन वस्तू* ठेवायची नेमकी जागा ठाऊक आहे, असे अनेक विक्रेते तुमच्या दृष्टीस पडतील.

नीटनेटकेपणाची योजना आत्मसात करणे

जर तुम्ही अगदी अव्यवस्थित असाल मात्र तुम्हाला व्यवस्थितपणा, टापटीप अंगीकारायची आहे तर मग तशा प्रकारची व्यक्ती शोधून काढा, जी तुम्हाला त्याचा नमुना तयार करू देईल. नीटनेटकी माणसे साधारणपणे कोणती माहिती कुठे ठेवायची या त्यांच्या मनोरचनेत व्यवस्थित असतात. तुमच्या पुढल्या दाराचा रंग कोणता आहे? असा प्रश्न जर तुम्ही त्यांना विचारला तर ते त्यांच्या डावीकडे वरच्या बाजूस पाहतील, जिथे लोक सर्वसाधारणपणे त्यांच्या आठवणीतल्या प्रतिमा ठेवतात. तुम्ही त्यांना असे विचारले की, जर कलिंगडाला पाय फुटले व त्याचा एक सुरवंट बनला तर? तर ते कदाचित वर उजवीकडे पाहतील जिथे ते त्यांच्या मनातील एक प्रतिमा तयार करतील. कारण त्यांचे मत सांगण्याअगोदर मनात ती प्रतिमा तयार होणे त्यांच्या दृष्टीने गरजेचे असते.

यातील अंतरंग

लोक जिथे अशा प्रतिमा वा माहिती ठेवतात त्यात नेहमीच सातत्य आढळते. नीटनेटकेपणाचा एक आदर्श नमुना या अशा लोकांच्या डोक्यात बसलेला असतो व त्यांच्याकडे माहिती योग्य पद्धतीने निवडून व जमवून ठेवण्याची आणि वेळ येताच ती तयार ठेवण्याची एक चांगली पद्धत उपलब्ध असते.

ज्याच्याकडे या प्रकारचे गुण नाहीत, माहिती वा प्रतिमा साठवायची तुमची कोणतीही पद्धत नाही अशा कुणालाही तुम्ही विचारलेत की, तुमच्या पुढल्या दाराचा रंग कोणता आहे? तर त्यांचे डोळे चारही दिशांना, वर, खाली अगदी सगळीकडे भिरभिरतील, जणू काही ते ती माहिती कुठे ठेवली आहे ते शोधताहेत. जर तुम्ही त्यांना विचारलेत की नीटनेटकेपणा कसा असतो? तर ते म्हणतील, आम्हाला कल्पना करता येत नाही किंवा अव्यवस्थितपणाची एखादी प्रतिमा त्यांच्या अंत:चक्षूंसमोर

सपकन तरळून जाईल. एखाद्या नीटनेटक्या माणसाच्या संवेदनांचा, त्याच्या डोळ्यांवाटे मिळणाऱ्या सूचनांचा किंवा विचार करण्याच्या पद्धतींचा नमुना तयार करून सराव केल्यास एखादा अव्यवस्थित मनुष्य, अगदी कमी कालावधीत त्याच्या आयुष्यात सुव्यवस्थितपणा आणू शकतो. कधी कधी एखादा नुसते म्हणतो, 'हो, माझ्या लक्षात आले' अन् पंधरा मिनिटांमध्ये ती गोष्ट घडलेली दिसते.

एखादी प्रतिमा डोळ्यांसमोर दिसण्यासंबंधी

तुमच्या आणि ज्याला तुम्ही बरीच वर्षे ओळखता अशा तुमच्या एखाद्या मित्र किंवा सहकारी याच्या मानसिक प्रतिमा पाहण्यात किंवा न पाहण्यात, किंबहुना जीवनाच्या दृष्टीत कोणता फरक तुम्हाला आढळून येतो?

विचार करायला लावणारे

काही लोक मोठ्या, ठळक अन् झगमगीत प्रतिमा पाहतात, काहींना दूरवर असलेला चकचकाट दिसतो तर इतरांना काहीच दिसत नाही. यानंतर भेटणाऱ्या सहा जणांपैकी प्रत्येकाला तुम्ही एखाद्या व्यक्तीबद्दल किंवा व्यक्तीसमूहाबद्दल विचार करून त्या प्रतिमा त्यांना त्यांच्या मनात त्यांना कशा दिसताहेत याचे वर्णन करायला सांगा. ती प्रतिमा रंगीत आहे की कृष्णधवल की रंग फिकट झालेली? आता एखादा प्रसंग आठवा व त्यात तुम्हाला काय दिसले व त्यांशी संबंधित रंग कोणते याचे वर्णन करा.

- *जे रंगांच्या माध्यमातून विचार करतात व एखाद्याचा चेहरा टी.व्ही.वर पाहावा इतक्या लख्खपणे पाहू शकतात, त्यांना इतर लोकसुद्धा रंगीत प्रतिमाच पाहतात असे वाटत असते.*
- *तुम्हाला एखाद्याचा चेहरा टी.व्ही.वर पाहिल्यासारखा स्वच्छपणे कसा काय आठवतो याचे आश्चर्य ज्यांना फिकट झालेले, कृष्णधवल किंवा करडे रंग दिसतात, अशांना होते.*
- *काही लोकांना कल्पना करूनही काहीच दिसत नाही. त्यांना केवळ लोकांचा आभास होतो. त्यांच्या स्वत:च्या घराचा दरवाजा किंवा त्यांनी पाहिलेल्या व्यक्ती जेव्हा ते ओळखतात तेव्हा, ओळखण्याची कोणती तरी प्रक्रिया सुरू झालेली असते. असे असेल तर मग ज्यांना त्या व्यक्ती डोळ्यांपुढे दिसत नाहीत अशी ही माणसे या प्रतिमांच्या नोंदी कशा करतात?*

डोळे बंद करून बसल्यावर ज्यांना प्रतिमा किंवा एखाद्या पानावरचे शब्द आठवत नाहीत, त्यांना स्पेलिंग शिकत असताना किती वेगळ्या प्रकारे विचार करावा लागत असेल याची तुम्ही कल्पना करू शकता?

शिकवण्यात व शिकण्यात असलेली नमुना तयार करण्याची कौशल्ये

लर्निंग एक्सलन्स मध्ये प्रशिक्षक असलेली क्रिकेट केम्प म्हणते: 'आपण आपल्या स्वत:च्या दुनियेत असलेल्या नमुन्याबरहुकूम पाहतो व शिकवतो. शिक्षक शिकवताना त्यांच्या स्वत:च्या प्रमुख संवेदनांचा (बहुतेक दृष्य) आधार घेत असतात. हे करीत असताना त्यांना श्राव्य किंवा जाणिवांवर अवलंबून असलेले विद्यार्थी, ते सांगत असलेली माहिती कोणत्या प्रकारे घेताहेत किंवा साठवून ठेवताहेत याची मुळीच कल्पना नसते. त्यांची शिकविण्याची पद्धत मुलांच्या शिकण्याच्या गरजा पुरवते आहे किंवा नाही याची जाणीवही त्यांना नसते.'

ज्या मुलाला स्पेलिंग तयार करणे अवघड जाते आहे, त्याला मदत करताना, तुम्हाला तुमचा स्वत:चा नमुना दूर ठेऊन त्या मुलाच्या जगात शिरायला हवे व ते मूल कोणत्या प्रकारे साऱ्याकडे पाहते व स्वत:ला हवी असलेली योजना कोणत्या प्रकारे तयार करते हे समजून घ्यायला हवे.

एन्एलपी, नमुना तयार करण्याचे कौशल्य आणि लोकांच्या उत्तम कामाचे नमुने तयार करणे या माध्यमांतून अशा प्रकारच्या समस्या दूर करायचा आम्ही प्रयत्न करीत आहोत. एखादे काम करीत असताना निर्माण होणाऱ्या लोकांच्या विचारप्रक्रिया, त्याच्या धारणा या आपण समजून घेणे खूप गरजेचे असते. जी मुले दृष्य माध्यमाचा सहसा वापर करीत नाहीत व त्यामुळे अभ्यासात मागे पडतात अशांना शिकविण्यासाठी उपरोक्त गोष्टी आत्मसात करणे गरजेचे असते.

दृष्य माध्यमाचा वापर करून शिकणारे - या व्यक्ती संदर्भासाठी मनात प्रतिमा ठेवतात व त्यामुळे माहितीचा वापर करणे यांना अतिशय सुलभ जाते, कारण ते घडताना त्यांना ते प्रत्यक्ष दिसत असते.

श्राव्य माध्यमांचा वापर करून शिकणारे - मिळणारी माहिती बांधीव स्वरूपात व ती जर सरळ स्वरूपात नसेल तर या व्यक्तींना माहिती साठविणे कठीण जाते. माझा हिशोब मी बोलून करते व त्याची मांडणी अतिशय व्यवस्थित केलेली असते. ठाऊक असलेली माहिती निवडण्यासाठी व विद्यमान प्रक्रिया

वापरण्यासाठी ही पद्धत चांगलीच उपयोगी पडते, मात्र तुम्हाला नवीन काही करायचे असेल तर ही पद्धत उपयोगाची नाही.

जाणिवांचा वापर करून शिकणारे - या व्यक्ती हुशार असतात, मात्र मिळालेल्या माहितीचा उपयोग करून त्याचा संदर्भ शिक्षकांनी सांगितलेल्या गोष्टींशी लावणे यांना जमत नाही. जाणिवांच्या माध्यमातून शिकणाऱ्यांची स्वत:ची अशी एक प्रणाली असते, ज्यातून त्यांना एकाच वेळी भरपूर माहिती मिळत असते, जी सुरुवातीला कदाचित गोंधळात पाडू शकते. या व्यक्ती एखादी समस्या सोडविण्यासाठी स्वत:होऊन चार पावले पुढे सरकतात, मात्र ते करताना आपण पावले टाकलीत हे मात्र त्यांच्या ध्यानी येत नाही.

केम्प म्हणते: 'निरनिराळ्या गोष्टी करण्यासाठी आपण मुलांना संवेदनांवर आधारलेली प्रणाली अवगत करण्यासाठी प्रोत्साहन देत असतो. तसे जर असेल तर मग माझ्याकडे माहितीचा जो भरपूर साठा आहे, त्याचा उपयोग मी कसा करावा? माहिती पाहण्यासाठी व ती मांडण्यासाठी दृष्य पद्धत उत्तम आहे आणि ती माहिती एका ठरावीक साच्यात बांधण्यासाठी व लिहून ठेवण्यासाठी तुम्ही श्राव्य पद्धतीचा उपयोग करू शकता.'

विचार करायला लावणारे

क्रिकेट केम्प म्हणते: 'शिकण्याची पद्धत व आयुष्य उत्तम रीतीने शिकवणारे जे शिक्षक असतात ते त्यांची अनुभविण्याची पद्धत व जगाबद्दलचे ठोकताळे तुम्हापर्यंत पोचवीत असतात. त्यांना काय ठाऊक आहे यापेक्षा त्यांना ते कसे ठाऊक झाले याविषयी ते तुम्हाला सांगतात. तुमची ज्ञानेंद्रिये ते त्यांच्या विषयात गुंतवून ठेवतात व तुमची दृष्टी विशाल व्हायला मदत करतात. या शिक्षकांपैकी जे सर्वोत्कृष्ट असतात, ते तुम्हाला तुमच्या विशाल होत चाललेल्या दृष्टीने भविष्याचा वेध कसा घ्यायचा ते शिकवतात.

तुमच्यापाशी असलेल्या कौशल्यांना व क्षमतांना लवचिकपणा कसा आणायचा याविषयीची अधिक माहिती म्हणजेच नमुनापद्धती. याविषयी तुमचा स्वत:चा एखादा प्रकल्प सुरू करण्यासाठी इथे अनेक कल्पना आहेत. त्यातील प्रत्येक कल्पनेचे नीट निरीक्षण करा व स्वत:लाच विचारा, यांचा उपयोग मी स्वत:साठी कसा बरे करू शकेन?

तुम्ही स्वत:च्या भविष्याचे नियमन करू शकत नाही किंवा यशाने तुमचे दार ठोठावल्यावर आजपासून पाच वर्षांनी येणाऱ्या एका मंगळवारी तुम्ही काय करणार

आहात हे तुम्ही आज ठरवू शकत नाही, मात्र तुमच्या यशाला मूर्त स्वरूप मिळण्यासाठी आज किंवा उद्या तुम्ही कोणती पावले उचलणार हे फारतर तुम्ही ठरवू शकता.

नमुना तयार करण्याच्या कौशल्यामध्ये जर तुम्ही प्रावीण्य मिळविलेत तर तुम्हाला कधीच कंटाळवाणे भासणार नाही. तुम्हाला भेटणाऱ्या प्रत्येक माणसामध्ये काहीतरी चांगला गुण असतो व तुम्हाला भेटणाऱ्या माणसांपैकी तो एक अफलातून माणूस होऊ शकतो. त्यांचा कोश काढून त्यातून त्यांचे गुण शक्य तितक्या लवकर बाहेर काढणे हे तुमचे काम असते. तुमच्याकडे नसलेली मात्र तुम्हाला हवीशी वाटणारी कौशल्ये त्यांच्याकडे आहेत का, याचा शोध घ्या. त्यांची कौशल्ये मनोवेधक, आव्हानात्मक, आश्चर्यकारक, मनाला सुखावणारी आहेत का? तसे असेल तर त्यांपैकी कोणती कौशल्ये नमुने तयार करण्याजोगी व घेण्याजोगी आहेत हे तुमचे तुम्हालाच ठरवायला हवे.

चला, यातून प्रेरित व्हा - तुमचे नमुने तयार करण्याचे कौशल्य वाढवा व यश लवकरच तुमच्यापाशी येईल अशी कृती करा.

◆

लक्षात ठेवण्याजोगे

- *यश मिळविण्यासाठी इतर लोक ज्या योजना कार्यान्वित करतात त्याची नोंद घेत चला.*
- *जे कौशल्य तुम्हाला मिळवायचे आहे त्याची योग्य निवड करा.*
- *त्या व्यक्तीची योजना शोधून काढा.*
- *लोक त्यांना असलेली माहिती योग्य तऱ्हेने कशी ठेवतात, हे शोधून काढण्यासाठी प्रश्न विचारत राहा.*
- *तुमच्या विचार करण्याच्या ज्या सवयी आहेत, त्यातील वारंवारिता काढून टाका व त्याजागी वेळ व श्रम वाचविणाऱ्या योजनांची नेमणूक करा.*
- *अनेक नवनवीन योजना मिळवा व त्यांचे नमुने तयार करा.*

१५

एखादी गोष्ट पूर्ण करायची मानसिकता मजबूत करा

या प्रकरणात तुम्ही खालील गोष्टी शिकाल:

- *तुमची ध्येयनिश्चिती व त्यासाठी लागणारा वेळ यांची सांगड*
- *कामाचा पसारा व वेळेचे चुकीचे नियोजन*
- *तुमचे यापुढचे उद्दिष्ट आणखी जवळ कसे आणायचे*
- *काळाच्या कोणत्या भागात तुम्ही काम करता*

> **हातात धरलेल्या हिमकणाचे काय करावे, याचा विचार करीत असतानाच तो नाहीसा झालेला असतो.**
>
> सेंट लुई ब्युगल

तुमच्या ध्येयनिश्चितीच्या संदर्भात काळाचा विचार तुम्ही कसा करता?

एखादे लक्ष्य ठरविल्यानंतरही जर तुम्हाला जात असलेल्या वेळेचे भान नसेल तर, तुम्ही ते लक्ष्य गाठण्यासाठी कालमर्यादा ठरवू शकत नाही. मग तुम्ही त्यासाठी - मला स्वत:वर जास्त दाब द्यायचा नाही आहे; मला निर्दोष काम आवडते, त्यासाठी सारे जमून येईपर्यंत थांबायची माझी तयारी आहे; माझ्याकडे आत्ता वेळ नाही आहे - यासारखी कारणे दिलीत तरीसुद्धा तुम्ही तुमचे लक्ष्य गाठणे अवघड आहे हे समजायला हवे.

संधी तुमच्या समोर येते, मात्र ती फारच थोडा काळ तुमच्यासमोर राहते, हे न कळल्यामुळे मोठमोठ्या संधी हातातून निसटलेली अनेक माणसे माझ्या परिचयाची आहेत. उभे राहावे, मिळालेल्या संधीवर झडप घालावी अन् धावत सुटावे या विचारांनी जर तुमच्यावर पगडा घातला नसेल तर ही संधी हातून सुटायला वेळ लागत नाही. तुमच्या मनामध्ये जे दडलेले असते, ते तुम्हाला मिळवून देणारी ती संधी तुमच्या डोळ्यांपुढून नाहीशी होते. त्यानंतर मग तुम्ही स्वत:ला कितीही दूषणे दिलीत तरीही त्याचा काहीही उपयोग नसतो. तुम्हाला उशीर झालेला असतो ही

वस्तुस्थिती असते.

आपण जे काही केले, त्याबद्दलचे दुःख काळामुळे काहीसे हलके होते, मात्र जे तुम्ही करायला हवे होते त्याबद्दलचा पश्चात्ताप सांत्वनाच्या पलीकडचा असतो.

सिडनी जे. हॅरीस

निर्णय घेण्याचे केवळ तीन मार्ग असतात:

- *ते निर्णय तुम्ही घेता.*
- *कुणीतरी अन्य व्यक्ती तुमच्यासाठी एखादा निर्णय घेते.*
- *सरकता काळ तुमच्यासाठी निर्णय घेतो, हातातील हिमकण वितळून जावा तशी ती संधी तुमच्या डोळ्यांदेखत नाहीशी होते.*

काळाला तुमच्या बाजूला वळविणे

तुम्ही काळाचा वापर करीत नाही, तो तुम्हाला वापरीत असतो. तुम्ही एखादे काम पूर्ण करण्यासाठी भले त्याच्याशी शर्यत लावा किंवा काहीही न करता तुमच्या टेबलापाशी बसून राहा, काळ त्याच्याच वेगाने पुढे सरकत असतो, तो तुम्हाला कधीच परत मिळविता येत नाही. मात्र जास्त गोष्टी पूर्ण करून तुम्ही जर समतोल साधलात तर? काय तुमच्याकडे जास्त वेळ असेल?

काळ उडूनही जात नाही आणि रखडतही चालत नाही. काळाशी आपले एक नाते जुळलेले असते, जे चांगल्यासाठी बदलणे आपल्याला सहज शक्य असते. डिस्कवरी वर्क्समध्ये वर्कफोर्स ट्रेनर असलेली वेण्डी सुलिवन् म्हणते: 'जर तुम्हाला वेळेचे व्यवस्थापन करण्याचे कसब प्राप्त करायचे असले, तर काळाचे व्यवस्थापन करणे हे काही त्याचे उत्तर नाही, कारण काळ ही काही व्यवस्थापन करण्याजोगी गोष्ट नाही. काळाचे केवळ अस्तित्व असते, प्रश्न उरतो तो काळाच्या सापेक्ष तुम्ही स्वतःचे व्यवस्थापन कसे करता याचा.'

सर्वसामान्यपणे लोक खालील तीन कारणांसाठी निरनिराळ्या गोष्टी करीत असतात.:

- *एका अनिर्वचनीय ओढीने ते त्याकडे ओढले जातात व त्यांना ते काम करायची इच्छा होते.*
- *त्यांना दुसरा पर्याय नसतो, ते करणे त्यांना भाग असते.*
- *त्यांना काही गोष्टी टाळायच्याच असतात व ते साध्य होण्यासाठी काही गोष्टी त्यांना कराव्याच लागतात.*

वेळेचे व्यवस्थापन म्हणजे जवळचे मार्ग शोधून काढणे नव्हे, म्हणूनच वेळेचा अपव्यय टाळा व अधिक उत्पादकता अंगी बाणवा. काळाच्या संदर्भात तुमचे काम कसे करायचे हे जर तुम्हाला ठाऊक असेल तर, काळाशी असलेले तुमचे नाते अधिक दृढ होऊ शकते. काळ निघून गेल्यानंतर तो रखडत चालला आहे किंवा भराभरा उडून जातो आहे असे तुम्हाला कधी भासले आहे का? व त्याचा पश्चात्ताप तुम्हाला झाला आहे का? तुम्ही काळाशी संदर्भ कसा जोडता व तुमचे त्यासंदर्भात जे स्वगत असते ते कितपत ऐकता ही बाब तुम्ही जे काही करता ते का करता हे समजण्याची पहिली पायरी असते. किंबहुना काळासंबंधी तुम्ही जो विचार करता तो बदलण्याचा पर्यायही तुम्हाला यामुळे उपलब्ध होऊ शकतो.

तुम्ही कालसापेक्ष आहात हे कसे ठरविता?

खालील प्रश्नांना तुम्ही दिलेली उत्तरे ऑफिस, घर किंवा सामाजिक परिस्थिती यानुसार बदलतील, म्हणून एकच संदर्भ निवडा. जो तुम्हाला तुमच्या बाबतीत योग्य वाटतो अशा डावीकडच्या किंवा उजवीकडच्या पर्यायावर खूण करा.

जेव्हा तुम्ही घड्याळात पाहता तेव्हा केवढा वेळ निघून गेला याचे तुम्हाला आश्चर्य वाटते का?	किती वेळ निघून गेला आहे याची तुम्हाला सतत जाणीव असते का?
सुट्या, ढिल्या कागदांनी तुमची डायरी भरलेली असते का?	तुमची डायरी व्यवस्थित व नीटनेटकी ठेवलेली असते का?
कालमर्यादांकडे तुम्ही दुर्लक्ष करता का किंवा स्वतःला कालमर्यादा घालून घेणे तुम्ही टाळता का?	स्वतःला कालमर्यादा घालून ती एक महत्त्वाची बाब आहे असे तुम्ही मानता का?
तुमच्याकडे थोडी लवचिकता असावी व पर्याय खुले असावे, म्हणून एखादा निर्णय तुम्ही लांबणीवर टाकता का?	निर्णय अगोदरच घेऊन ठेवणे तुम्हाला आवडते का?
जे तुम्ही करता त्यावर लक्ष केंद्रित करताना तुम्ही इतर सारे काही पडद्याआड ठेवू शकता का?	धावपळीच्या वेळी लक्ष केंद्रित करणे तुम्हाला कठीण जाते का?

एखाद्या क्षणी तुम्ही जे करीत असता त्यात तुम्ही इतके अडकून जाता का की, बाकीच्या गोष्टींचे करण्याचे भानही तुम्हाला राहात नाही?	एखाद्या क्षणी तुम्ही काही करीत असताना अन्य काही गोष्टींचा मागोवा घेणेही आपसूकच सुरू असते.
कुणाशी तरी बोलत असताना बहुतेक वेळा समोरची व्यक्ती संभाषण संपविते, कारण तुम्ही तुमच्या कामात इतके मशगुल असता की, आता संभाषण थांबवायला हवे याचे भानही तुम्हाला राहात नाही.	बहुतेक वेळा संभाषण संपविणारे तुम्हीच असता का?
तुम्ही स्वयंस्फूर्त असणे परांत करता का?	तुम्हाला साऱ्याचेच पूर्वनियोजन करणे आवडते का?
उशीर झाला आहे याची जाणीव न होताच तुम्ही काही वेळा उशिरा पोहोचता का?	तुम्ही बहुतेक वेळा वेळेवर पोहोचता का व ठरविलेल्या वेळेपेक्षा काही मिनिटे जरी उशीर झाला तरी, तुम्हाला त्याची जाणीव असते का?
तुम्हाला नकळत कालमर्यादा तुमच्यासमोर उभ्या राहात असतात का?	कालमर्यादा जवळ येते आहे याचे भान तुम्हाला असते का?

- *उजवीकडील सहा किंवा अधिक चौकटींमध्ये जर तुम्ही खुणा केल्या असतील तर, बहुतेक तुम्ही तुमचे आयुष्य व्यवस्थित चाकोरीबद्ध व नीटनेटके जगता आहात. जर तुम्हाला अजून थोडे मोकळे जगायचे असेल तर, स्वतःला विचारा की, काय नियोजन केले आहे हे जर मला ठाऊक नसले तर काय होईल?*
- *जर तुम्ही डावीकडील सहा किंवा अधिक चौकटींमध्ये खुणा केल्या असतील तर, तुम्ही कमीतकमी पूर्वनियोजित व लवचीक आयुष्य जगताहात असे म्हणायला हरकत नाही. यामुळे कामे पूर्ण करण्यासाठी तुमची अखेरच्या क्षणी धावपळ होईल किंवा जे तुम्ही करू शकला नाहीत त्याविषयी तुमच्या मनात अपराधीपणाची भावना दाटून येईल.*
- *जर तुम्ही या चौकटींमध्ये सरमिसळ खुणा केल्या असतील तर, तुम्ही*

लवचिकही आणि कालसापेक्ष नियोजन करणारेही आहात असा अर्थ होतो. तुमचे अभिनंदन!

सौजन्य: असोसिएटेड न्यूजपेपर्स, *लंडन इव्हिनिंग स्टँडर्ड*

जस्ट द जॉब, रु फ्रान्सिस कूम्बस्

जेव्हा तुम्हाला तुमच्या ध्येयाविषयी प्रखर ओढ असते, त्याविषयी वेड असते व प्रचंड उत्साह असतो, त्यावेळी काळ जणू कापरासारखा उडून जात असतो. तुमच्या ऊर्जेची पातळी, जीवनाविषयीचा उत्साह, तुमच्या क्षमतांमधला तुमचा विश्वास व तुमच्या धारणांप्रति असलेली तुमची समर्पित वृत्ती याच गोष्टी तुमच्या भविष्याला आकार देत असतात.

पीटर लेविन - मोटिव्हेशनल कोच

काळाला तुम्ही तुमच्यासाठी कामाला जुंपता का?

- *काय तुम्ही **वर्तमानात आहात** व वर्तमान क्षणासाठी व **या क्षणी** या विचारासाठी जगता?*
- *काय तुम्ही **काळाच्या पैलपार** आहात व प्रत्येक क्षणाचे नियोजन करता? येत्या दहा वर्षांमध्ये तुम्ही कोठे असाल व काय करीत असाल हे तुम्हाला नेमके ठाऊक आहे काय?*
- *काय तुम्ही **काळाच्या मागे** आहात? भूतकाळ आठवून वर्तमानात कशी वेगळी परिस्थिती आहे याचा विचार करीत आहात?*
- *काय तुम्ही **भविष्यकाळात** आहात? अशा एका सुखाच्या जागी की, जिथे सारेच आलबेल असेल, मात्र वर्तमानाशी तुमचा संबंध तुटलेला असेल?*
- *काय तुम्ही काळाच्या ओघाबरोबर एक प्रेक्षक म्हणून वाहात जात आहात की, एका दिवशी तुमचे डोळे उघडलेत व **माझ्या साऱ्या वेळेचे काय झाले** याविषयी तुम्हाला आश्चर्य वाटते आहे?*

कृति

तुम्ही काय काय कामे करता याची एक यादी बनवा:

- *जेव्हा तुम्हाला वाटते की, तुमच्याकडे **भरपूर वेळ** आहे*
- *जेव्हा तुम्हाला वेळेची **कमतरता** भासते*
- *जेव्हा तुम्ही म्हणता की, जेवढा हवा तेवढाच वेळ तुमच्यापाशी आहे*

काळाच्या पैलपार
काळाच्या पैलपार असणारी व्यक्ती पुढचे नियोजन करते, तिच्यापाशी कालबद्ध कार्यक्रम असतो व दहा मिनिटांच्या आत किती वाजलेत याची तिला जाणीव असते.

वेळेमध्ये
वेळेत असणाऱ्या माणसाला जर तुम्ही विचारले की, 'भविष्य तुम्हाला कसे दिसते आहे किंवा दहा वर्षांमध्ये तुम्ही कुठे असाल असे तुम्हाला वाटते?' तर तो म्हणेल: 'मी या काळानंतर एखाद्या समुद्रकिनाऱ्यावर बसलेलो आहे अन् सुखासमाधानाचे आयुष्य व्यतीत करतो आहे हे मला स्पष्ट दिसते आहे, मात्र तिथवर मी कसा गेलो किंवा त्यासाठी मी काय केले याविषयी मी अनभिज्ञ आहे.'

माझ्या साऱ्या वेळेचे काय झाले
ज्या व्यक्तीला निघून जाणाऱ्या काळाचे भान नाही किंवा एखादी गोष्ट ठरलेल्या वेळेत करण्याची निकड नाही, ती व्यक्ती अत्यंत अव्यवस्थित आयुष्य जगत असते व हा अव्यवस्थितपणा तिला गिळून टाकेपर्यंत तिला त्याची जाणीव होत नाही.

आपण सारेच काळाला वेगवेगळ्या पद्धतींनी वागवतो म्हणून संघर्ष निर्माण होतो

दोन वेगवेगळ्या पातळ्यांवर हा अव्यवस्थितपणा काढून टाकता येतो:

- **वातावरणाच्या** *पातळीवर. उदाहरणार्थ, आपल्या ऑफिसमध्ये नको असलेले फर्निचर, फाईल्स किंवा कॉम्प्युटर्स अतिरिक्त जागा अडवून बसलेले असतात.*
- **काळाच्या** *पातळीवर. हे कदाचित तुम्ही स्वत: करीत असलेल्या दिरंगाईमुळे किंवा तुमच्या सभोवताली असलेली माणसे तुमचा वेळ फुकट घालवीत असल्यामुळे होते.*

ऑफिसमधील, स्वयंपाकघरातील वा घरातील अव्यवस्थितपणा आवरणे सोपे असते, मात्र विस्कटलेली कालबद्धता आवरणे कठीण असते, कारण काळ दृष्य स्वरूपात नसतो अन् विस्कळीत विचारपद्धती दाखविण्यासाठी कागदांचा ढिगाराही नसतो. काही व्यक्ती कारण नसताना तुमचा वेळ मोठ्या प्रमाणात खातात; ते शोधणे व त्यावर उपाय योजणे खूप वेळ खाणारे असते, मात्र याचबरोबर हे ही खरे

आकृती १५.१ : वेळेशी समझोता

की, वेळेचे व्यवस्थापन करणे हे ऑफिसच्या वातावरणाच्या व्यवस्थापनापेक्षा फारसे वेगळे नसते.

अव्यवस्थित जागा	अव्यवस्थित वेळ
कसेतरी भरलेले खण	गोंधळात पाडणारी कालरचना
जागेची कमतरता	विचारांसाठी वेळेचा अभाव
नको असलेले अतिरिक्त सामान	उपलब्ध वेळेपेक्षा जास्त काम
एखाद्या जागेत कोंबून भरलेले सामान	उशीर झाल्यामुळे पुढे ढकललेली कामे

उपाय

ज्यांना काळासोबत असणाऱ्यांबरोबर काम करायचे आहे अशा काळाच्या पैलपार असलेल्यांसाठी एक उपाय आहे. ज्यांच्या सोबत त्यांना अगदी जवळून काम करायचे आहे, त्यांना सांगायला हवे की, तुमचा वेळ तुमच्यासाठी अतिशय महत्त्वाचा आहे. काळासोबत जे चालणारे असतात त्यांना तुमचे हे वागणे कदाचित उमजणार नाही, म्हणून मग त्यांना तुम्हाला ज्या प्रकारच्या वागणुकीची अपेक्षा आहे त्यासंबंधी काही उदाहरणे वानगीदाखल द्या. उदाहरणार्थ:

> **लोकांनी वेळेवर यावे अशी माझी अपेक्षा असते. जर त्यांना सभेच्या वेळेत काही बदल हवा असेल तर त्यांनी जेवढी शक्य तेवढ्या अगोदर पूर्वसूचना द्यायला हवी, त्यामुळे त्यावेळेत मी इतर काहीतरी काम करेन जे त्या वेळेचा सदुपयोग करणारे असेल.**

जर त्यांच्याकडून काहीच प्रतिसाद मिळाला नाही तर, त्यांना इतर लोक व वेळ याविषयी तुम्हाला काय वाटते त्याचे विवरण करा. उदाहरणार्थ:

> मला असे वाटते की, ज्या व्यक्ती वेळेवर पोहोचत नाहीत त्यांना माझ्याविषयी अजिबात आदरबुद्धि नाही किंवा ते माझा वेळ वाया घालवताहेत.

तुमच्या वेळेत किंवा तुमच्या प्रभावक्षेत्रात नाक खुपसणाऱ्यासोबत जर तुम्हाला काम करायचे असेल तर, त्यांच्या स्वभाववैशिष्ट्यांचा व परिस्थितीवर प्रभाव टाकणाऱ्या गोष्टींचा विचार करा. जर तुम्हाला तुमच्या कामावर किंवा वेळेवर नियंत्रण राखता येत नसेल तर तुमच्याविषयी खाली दिलेले प्रश्न विचारा:

- वातावरणविषयक समस्या - ***हे कुठे घडते आहे?***
- एखाद्या व्यक्तीची वागणूक - ***ती व्यक्ती काय करते आहे?***
- काळ किंवा जागेचे व्यवस्थापन करण्याची तुमची क्षमता - ***मला ज्या गोष्टी वा निष्कर्ष अभिप्रेत आहेत ते न मिळण्यासाठी माझा अव्यवस्थित स्वभाव कसा कारणीभूत होतो आहे?***
- तुमच्या धारणा व मूल्ये - ***ही परिस्थिती अशी आहे याविषयी माझे समज काय आहेत?***
- ओळख - ***मी कोण आहे याविषयी माझा स्वभाव काय सांगतो?***
- व्यवस्थेचा भाग - ***या परिस्थितीवर अन्य कोण व काय परिणाम करतो?***

अदृष्य धारणा, मूल्ये व ओळख याविषयी सतर्क राहा

खाली दिलेल्या तक्त्यामध्ये आपल्या धारणा बदलल्यानंतर आपले विचार कसे बदलतात याचा मार्गक्रम दिलेला आहे. जर तुम्ही वातावरण या तळातील विषयापासून सुरुवात केलीत व वर ओळख या विषयापर्यंत येऊ लागलात तर, तुम्हाला जाणीव होईल की, जरी वातावरण, स्वभाव व काही मर्यादेपर्यंत तुमच्या क्षमता तुम्हाला

दिसू शकत असल्या तरीही तुमच्या धारणा, मूल्ये व तुमची ओळख हे पाण्यावर दिसणाऱ्या हिमनगांच्या टोकांप्रमाणे असतात. त्यांचा बराचसा भाग अदृष्य असतो. मात्र ते तेथे असतात व तुम्ही जे काही करता त्याच्या फलितावर त्यांचा प्रभाव निश्चितच असतो.

तुमचा आजूबाजूच्या वातावरणातील अव्यवस्थितपणा, नको असलेल्या वस्तू जर तुम्ही काढून टाकल्या किंवा तुमच्यापाशी असलेला वेळ तुम्ही योग्य पद्धतीने वापरायचे व तुमचे निर्णय कायमस्वरूपी करायचे ठरविलेत तर, याविषयीचा सखोल विचार तुम्हाला करायला हवा व तुमच्या विचारांमध्ये विश्वास किंवा धारणांची पातळी तुम्हाला वाढवायला हवी.

ओळख	**कोण?**	
धारणा व मूल्ये	**का?** हे तुमच्या धारणांशी सुसंगत आहे का?	या तुमच्या धारणा पसाऱ्यासंबंधी आहेत का? कदाचित याचा सामना कसा करायचा हे तुम्हाला इतर लोकांप्रमाणे ठाऊक नसेल
क्षमता	**कशा?** याच्याशी मुकाबला करण्याची तुमची क्षमता काय आहे?	काय ही कौशल्ये व क्षमता यांच्याविषयीची गोष्ट आहे? पसारा आवरण्याविषयी आवश्यक कौशल्यांमध्ये तुम्हाला प्रशिक्षण मिळाले आहे का?
स्वभाव/ वागणूक	**काय?** कोणाच्या स्वभावात खोड आहे?	काय समस्या आहे? कुणा दुसऱ्याच्या / तुमच्या स्वभावाची ही परिणती आहे का? हा स्वभाव कसा प्रकट होतो आहे?
वातावरण	**कोठे?** व्यवसाय? घरी? कोणत्या जागी?	समस्या कोठे आहे? तुमच्या अवतीभोवती / डोक्यात / दोन्हीकडे?

कृती

काळाकडे ते कोणत्या दृष्टीने पाहतात याविषयी एखाद्या समूहाला विवरण करायला सांगा. एखाद्या मोठ्या खोलीच्या मध्यभागी किंवा मोकळ्यावर उभे राहून त्यातील प्रत्येकाला बोलायला सांगा.

- **भूतकाळ त्यांना कोठे दिसतो, त्याकडे त्यांना अंगुलीनिर्देश करायला सांगा.** *ते कदाचित वळून पाठीमागे बोट दाखवतील. काहीजण वेळेकडे त्यांच्या मागून त्यांच्यातून सरळ निघून समोर जाणारी रेषा म्हणून पाहतात.*
- **आता त्यांना त्यांचे भविष्य कोठे दिसते तिथे बोट दाखवायला सांगा.** *ते कदाचित त्यांच्या समोर कोठेतरी बोट दाखवतील, मात्र इतर लोक काळाच्या बाबतीतल्या त्यांच्या स्वत:च्या भावनांकडे वेगळ्या प्रकारे पाहतात. त्यांना त्यांच्या सभोवताली किंवा त्यांच्यात काळाचा आभास होतो. इतर काही वर्तुळाच्या रूपात काळ पाहतात. स्वत:ला कालसापेक्ष मानण्याचे लोकांचे अनेकानेक प्रकार असतात. एकाद्या खोलीत बसलेल्या अनेक लोकांना त्यांच्या भूतकाळाकडे व भविष्याकडे बोटे दाखवायला सांगा व त्यांना तशाच स्थितीत उभे ठेवा - काळाकडे पाहायच्या त्यांच्या विविध पद्धती पाहून तुमच्यावर आश्चर्यचकित व्हायची पाळी येईल.*

काळासंबंधीची तुमची किंवा दुसऱ्या कुणाची एखादी समस्या जर तुम्ही सोडविणार असाल, तर एखादी व्यक्ती कालसापेक्ष विचार कसा करते ते तुम्हाला ठाऊक असणे गरजेचे आहे.

ध्येयनिश्चिती व काळ यांचे नाते

माईक ट्रेजर हा एक पदार्थविज्ञानतज्ज्ञ व एनएलपी ट्रेनर आहे. तो म्हणतो: ध्येयनिश्चिती व काळ यांचे नाते कसे असते हे समजून घेतल्यामुळे व समस्या सोडविल्यामुळे, काळाविषयी तुमची जाणीव व लवचिकता वाढते. तुमच्या ध्येयाप्रति असलेली तुमच्या समर्पक वृत्तीस बाधा आणणाऱ्या तुम्ही न घेतलेल्या निर्णयांभोवती जमलेली तुमच्या मनातील जळमटे काढून टाका व अगोदरच नियोजन करायची सवय लावून घ्या.

स्वत:च्या किंवा इतरांच्या वेळेच्या संदर्भातील समस्या जर तुम्ही सोडविणार असाल, तर तुम्हाला प्रत्येकजण काळासंबंधी काय विचार करतो याविषयीची संपूर्ण जाण असणे निरतिशय आवश्यक आहे.

एखादी व्यक्ती काळाकडे कोणत्या दृष्टीने पाहते हे जाणून घेण्याचा शास्त्रशुद्ध मार्ग पुढील पद्धतीने निवडता येतो. त्या व्यक्तीला एखादी जागा ठरवून तिचा *आत्ता* कोठे आहे, त्या ठिकाणी उभे राहायला सांगा. त्यानंतर तिचा भूतकाळ व भविष्यकाळ कोठे आहे हे दाखवून तेथपर्यंत चालत जायला सांगा.

काळाच्या एका सलग रेषेवर चालायला लावून व एखादे कठीण काम ते वेळोवेळी कसे करतील याविषयी त्यांचे विचार त्यांना स्पष्ट करायला लावून, ते काळाच्या संदर्भात एखाद्या समस्येकडे कसे पाहतात याविषयी तुम्हाला माहिती होईल.

काम पूर्ण करायच्या तुमच्या इच्छेचे निराकरण

हा एक साधासोपा, भावनांवर आधारलेला स्वाध्याय आहे. तो तुम्ही त्याविषयी फार

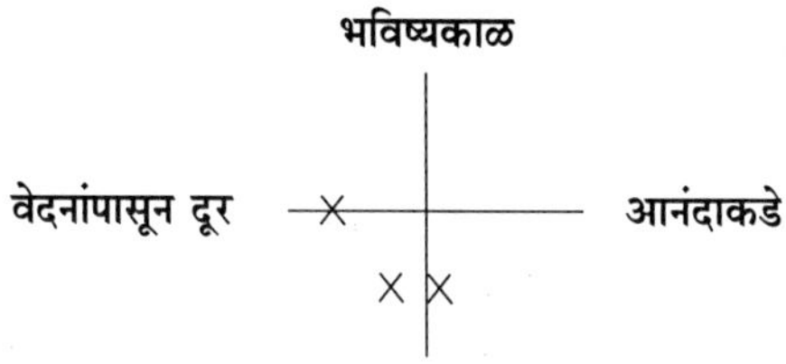

आकृती १५.२

न वाचता किंवा विचार न करता नुसता पूर्ण करायचा आहे. तुमच्या काळरेषेच्या निरनिराळ्या टप्प्यांवर उभे असताना तुम्हाला त्याची तात्काळ जाणीव अनुभवाला येईल.

- *एक मोठी, मोकळी जागा पाहा व तिथे कागदाच्या मोठ्या तुकड्यांवर लिहा,* **वेदनांपासून दूर, आनंदाकडे, भविष्य, भूतकाळ**
- *तुमच्या समस्येच्या अनुरोधाने तुम्ही जिथे असायला हवे त्याजागी उभे राहा. (या समस्या कदाचित: मला माझ्या पगारवाढीसंदर्भात विचारायचे आहे, मला माझी नोकरी बदलायची आहे, मला माझा व्यापार वाढवायचा आहे किंवा एखादे मोठे कंत्राट मिळवायचे आहे, अथवा मला माझ्या आवडत्या व्यक्तीला भेटीविषयी विचारायचे आहे, मला पुस्तक लिहायचे आहे, अशाही असू शकतील.) त्यानंतर कागदाचे ते मोठे तुकडे, जेथे तुम्हाला भविष्यकाळ, भूतकाळ, आनंदाकडे व वेदनांपासून दूर हे टप्पे जेथे असतील*

असे वाटते तेथे ठेवा.

- काळाच्या संदर्भात जेथे तुम्हाला अधिक निवांत वाटते अशा **आत्ता** या जागी तुम्ही उभे राहा. तुम्हाला जे आव्हान स्वीकारावेसे वाटते त्याविषयी मनात विचार सुरू करा व डोळे मिटून दीर्घ श्वास घ्या. हे करीत असताना अनुभवाला येणाऱ्या तुमच्या विचारांची व तुमच्या भावनांची नोंद ठेवा.
- या भूमिकेतून क्षणभर बाहेर या व खोलीच्या कडेला या. कदाचित तुम्हाला या साऱ्या प्रकाराकडे वेगळ्या नजरेने पाहण्यासाठी खुर्चीवर उभे राहून काळाच्या, वेदनेच्या व आनंदाच्या संदर्भात तुम्ही कोठे उभे राहायचे निवडले हे पाहावेसे वाटेल. हे असे खाली पाहात असताना, तुम्ही घेतलेल्या भूमिकेविषयी तुम्हाला स्वत:लाच आश्चर्य वाटले काय?
- आता तुमच्या भूमिकेत परत शिरून, तुम्हाला भविष्यकाळ, भूतकाळ,

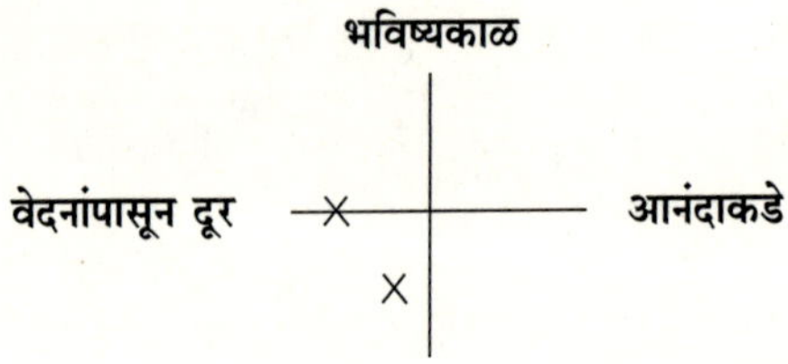

आकृती १५.३

आनंदाकडे व वेदनांपासून दूर या विचारधारांपैकी जेथे सर्वांत जास्त निवांत वाटते, तेथे जा. तुम्ही कोणत्यातरी एका टोकाच्या जवळ आहात काय? या प्रयोगाच्या संदर्भात तुम्हाला स्वत:विषयी काय वाटते किंवा तुमच्या मनात कोणते विचार येतात, याची नोंद करा.

- आता तुमच्या विचारांच्या पद्धतीची जी रेषा आहे त्या अनुषंगाने जो विचार तुम्ही कधी केलाही नसता त्या विचारांच्या दुसऱ्या टोकास एका वेळी थोडे थोडे पुढे सरका. या दुसऱ्या टोकाशी सरकताना तुम्हास काय वाटते याचे वर्णन करा. जर तुम्ही स्वत:ला नेहमी वेदनांच्या आधारे प्रेरित करीत असाल तर, आनंदाच्या जवळ सरकताना तुम्हाला काहीसे अवघडल्यासारखे होईल. ते काहीही असो, तुम्हाला काय वाटते आहे व एखादी गोष्ट यशस्वीपणे पूर्ण केल्यानंतर होणाऱ्या आनंदाची कल्पना केल्यामुळे तुमच्या मनोवृत्तीत पडणाऱ्या फरकाचे आणि त्यासोबत येणाऱ्या जल्लोषाचे अन् तुम्हाला मिळणाऱ्या मान्यतेचे मोठ्याने वर्णन करीत राहा.
- वेगळ्या जागी उभे राहिल्यामुळे या स्वाध्यायाविषयी तुमच्या भावना कोणत्या

आहेत, त्यांचीही नोंद घ्या.

- *त्यानंतर आधी सांगितल्याप्रमाणे भूतकाळ व भविष्यकाळ या रेषेच्या अनुषंगाने हालचाल करायला सुरुवात करा.*
- *तुमच्या भूमिकेत वेगवेगळ्या ठिकाणी उभे असताना तुम्हाला काय वाटते याविषयीही प्रयोग करून पाहा. तुमच्या भविष्यातील तुमच्या जबाबदाऱ्यांविषयी मिळालेली जादा माहिती व तुमच्या अंतर्मनात उमटलेल्या जाणिवा यांचीही नोंद करून ती स्वतःकडे सांभाळून ठेवा.*

या प्रकारच्या स्वाध्यायांमुळे तुमची अधीरता पराकोटीला का जाते किंवा तुम्ही सुन्न का होता याबद्दलची माहिती तुम्हाला मिळते. या अडचणींवर मात करण्याचे अनपेक्षित मार्गही तुम्हाला यातून मिळू शकतात.

काम पूर्ण करायच्या तुमच्या सबळ इच्छेचे निराकरण - एक अभ्यास

लिनला एक पुस्तक लिहायचे होते, ज्यासाठी दोन महिने लागले असते. मात्र त्यात अडचणीही फार होत्या. तिच्या *वेदनांपासून दूर-आनंदाकडे* या काळरेषेवर तिला जिथे सोयीचे वाटले तिथे उभे राहिल्यावर, तिच्या लक्षात आले की, ती *अतीव वेदना* या टोकाच्या अगदी जवळ उभी आहे व आनंद या टोकाशी तिचा कधी संबंध आलेलाच नाही.

वेदना --------- x ---------------------------- आनंद

तिच्या अंतर्मनामध्ये जे काही संवाद सुरू असत ते ती काळरेषेवर उभी असताना तिच्या मनात नेहमीच्या ज्या भावना उभ्या राहात त्यांच्याशी संलग्न असत:

- *कालमर्यादा*
- *अन्य बांधीलकी*
- *वेळ कुठे मिळेल याविषयी अनभिज्ञ*
- *एवढा मोठा प्रकल्प कसा करायचा याची माहिती नाही*
- *कदाचित अपयश मिळेल व त्यात वेळेचा बराच अपव्यय होईल*

खुर्चीवर उभे राहून व काम पूर्ण करण्याच्या इच्छेतील अडचणींच्या भागाकडे पाहिल्यावर लिन्च्या असे लक्षात आले की, तिला काय करायचे आहे याबाबत ती स्वतःला केवळ नकारात्मक अनुभवांचीच ओळख करून देत होती.

तिच्या काळरेषेच्या दुसऱ्या टोकाच्या - चांगल्या गोष्टींच्या - दिशेने ज्यावेळी तिने वाटचाल सुरू केली त्यावेळी एखादी गोष्ट पूर्ण करण्यातला आनंद काय असतो तो तिला अनुभवता आला व आनंददायी भावना व विचार यांच्याशीही तिची तोंडओळख झाली.

वेदना --------------------------x--------- आनंद

लिन् म्हणते: आनंदाच्या दिशेला मी सरकू शकेन असे सुरुवातीला मला खरेच वाटले नव्हते, मात्र माझी विचार करण्याची पद्धत बदलली आणि आनंदाच्या दिशेने टाकलेल्या प्रत्येक पावलाच्या वेळी मी अभूतपूर्व संवेदनांचा अनुभव घेतला.

- *हे एक आव्हान होते व एखाद्या चांगल्या ध्येयाच्या दिशेने जायची उत्तम संधी मला मिळाली होती. मी खूप उत्तेजित झाले होते.*
- *मी विचार केला की, जर मला यात यश मिळाले तर एक व्यक्ती म्हणून माझी निश्चितच वाढ होईल आणि मी कदाचित याहूनही मोठ्या ध्येयांच्या दिशेने वाटचाल सुरू करू शकेन.*
- *दुसरी एक गोष्ट माझ्या ध्यानात आली की, यात आर्थिक लाभ व मान्यता या दोन्हीही बाबी अंतर्भूत आहेत, त्यामुळे अचानकपणे हा प्रकल्प मला त्या योग्यतेचा वाटू लागला.*

तुम्ही *काळाकडे* कोणत्या दृष्टीने पाहता याचा परिणाम तुम्ही तुमचा वेळ कसा वापरता व एका कालमर्यादेमध्ये तुम्ही काय मिळवता यावर होतो. म्हणूनच तुम्हाला हवे असलेले परिणाम जर तुम्ही मिळवू शकत नसाल तर तुम्ही सध्या वापरीत असलेला काळाचा नमुना टाकून ज्यातून तुम्हाला यशाची नवी संधी मिळू शकेल व तुम्ही जे करताहात त्याचे समाधान तुम्हाला मिळेल.

कृति

एखादे नवीन आव्हान सामोरे आले की ज्या सवयीने तुम्ही त्याला सामोरे जाता, त्या सवयीचा विचारांना लवचिकता देणारा एखादा नमुना निवडा. उदाहरणार्थ, **आवश्यकता विरुद्ध शक्यता** किंवा **च्या पासून दूर विरुद्ध च्या जवळ.**

आवश्यकता --------- x -------------------------- शक्यता

- *आवश्यकता व शक्यता या दोन परस्परविरुद्ध टोकांच्या मध्ये असलेली*

सलग रेषा चालायला सुरुवात करा. या वाटेवर मध्येमध्ये डोळे मिटण्यासाठी, दीर्घ श्वास घेण्यासाठी, विश्रांतीसाठी व नव्या विचारांची कास धरून कसे वाटते आहे हे अनुभवण्यासाठी थांबा. या प्रवासात मिळणारी माहिती व नवीन विचार वापरून तुमचे पुढील ध्येय साध्य करण्याची मनिषा पूर्ण करा.

- ▶ *प्रश्न: तुम्ही काही नवीन शिकलात का किंवा स्वत:बद्दल वा तुमच्या प्रकल्पाबद्दल तुम्हाला काही नवीन अनुभव आला का, ज्याची तुम्हाला त्या प्रकल्पाच्या यशस्वी पूर्णतेसाठी मदत होईल?*

चालढकल: भूतकाळाशी जमवून घेण्याची कला

चालढकल, दिरंगाई करणाऱ्या व्यक्ती त्यांची स्वत:ची व त्यांच्याभोवती असलेल्या इतरांची समजूत घालण्यासाठी किंवा ते चांगल्या कामात गुंतलेले होते हे पटवून देण्यासाठी खूप मेहनत घेतात. हे करताना ते मुख्य मद्याला व्यवस्थित बगल देतात. ही मंडळी बहुधा विफल मनोवृत्तीची असतात अन् त्यांना त्यांची ध्येये अथवा क्षमता यांच्याशी काहीच देणेघेणे नसते. ही मंडळी उत्कृष्ट टीकाकार होऊ शकतात व तुम्ही कुठे चुकलात हे तुम्हाला नेमके सांगू शकतात. तुमच्यात कुठे सुधारणा व्हायला हवी, तुमचे जीवनमान, कामजीवन, सांपत्तिक स्थिती किंवा वजन कमी करणे याविषयी उत्तम सल्ला तुम्हाला यांच्याकडून मिळू शकतो, मात्र स्वत:च्या बाबतीत यांच्याकडून फारशी सुधारणा घडत नाही.

जेव्हा चालढकल करणाऱ्या माणसांवर तुम्ही दबाव टाकता तेव्हा ही माणसे तुम्हाला अगदी खात्री देतात की, आठवड्याचा शेवट ही काम पूर्ण करायची मुदत आहे हे त्यांना ठाऊक आहे, मात्र त्यांच्याकडे इतर काही अतिशय महत्त्वाची कामे असल्यामुळे वेळेची कमतरता आहे. त्यांना बहुधा एकदोन तपशील गोळा करायचे असतात, एकदोघांशी बोलायचे असते व दुपारी टेनिसचा एखाद दुसरा गेम खेळायचा असतो, कारण तणावाखाली असताना व्यायाम करणे अतिशय आवश्यक असते.

दिरंगाईत पारंगत असलेला मनुष्य जेव्हा तुम्हाला सांगतो की, त्याच्याकडे एक उत्तम कल्पना आहे व त्याविषयी त्याला तुमच्याशी चर्चा करायची आहे त्यावेळी त्याला जागच्या जागी थांबविण्यासाठी एकच उत्तम उपाय असतो; त्याला म्हणायचे की, छान! आता एक चांगला आराखडा तयार कर. कागदावर ते सारे उतरून काढ व माझ्याकडे ये. त्यानंतर आपण दोघे एकत्र बसून त्यावर चर्चा करू. ही माणसे जर जातिवंत चालढकल करणारी असतील तर, तुमच्या या बोलण्यानंतर काहीही

घडणार नाही, कारण विचारांच्या जोडीने यांची कृति धावत नाही, केवळ कालमर्यादाच धावत असते. यश हे कृतीत सामावलेले असते, विचारांमध्ये नाही हे लक्षात ठेवायला हवे.

अचूक परिपूर्णतेवर लक्ष देणाऱ्या व्यक्ती

निरनिराळ्या कारणांमुळे लोक वेळेवर परिणाम देऊ शकत नाहीत. ज्यांना त्यांच्या कामात परिपूर्णता अभिप्रेत असते, अशी माणसे ती परिपूर्णता साधण्यासाठी काहीही बाकी ठेवत नाहीत. कालमर्यादा येते आणि जाते व ठरलेले काम अनेक दिवसांनंतर पूर्ण होते - अगदी अचूक परिपूर्णतेने.

वेळेबाबत सुयोग्य भूमिका निवडा

अग्रक्रम ठरविता येत नाही

जे काम अतिशय महत्त्वाचे असते, ते कठीण भासत असते. यासाठी मग काही लोक इतर लहान लहान कामे उरकतात, मात्र त्या महत्त्वाच्या कामाच्या दिशेने त्यांची फारशी वाटचाल होत नाही. कदाचित त्यांना अग्रक्रम ठरविणे जमत नसेल व जर तुम्ही *वेळेवर* या वर्गातील असाल तर व कोणतीही कृती करताना वेळ कसा जातो याचे भान जर तुम्हाला नसेल तर ही समस्या वेळेसंबंधी असू शकते.

तुमचे काम छोट्या छोट्या तुकड्यांमध्ये वाटून घ्या

कामांचे अग्रक्रम ठरविणारी सूचि तयार करून रोज त्याप्रमाणे पुढे जाणे तुम्हाला अगदी उपयोगाचे ठरू शकते. तुम्ही करीत असलेल्या प्रत्येक कामाला त्याच्या महत्त्वानुसार एका पातळी बहाल करा.

- ***ताबडतोब*** - *भविष्यातील कामे व्यवस्थित व्हावी या दृष्टीने आत्ता करायची महत्त्वपूर्ण कामे*
- ***महत्त्वपूर्ण*** - *हातातील कामांनंतर लगेचच करायची कामे*
- ***करायची कामे*** - *मुख्य कामाच्या वा प्रसंगाच्या जोडीने करायची इतर लहान-मोठी कामे, ज्यामुळे मुख्य काम वा प्रसंग घडण्यास मदत होते. उदा. एखाद्या प्रसंगासाठी जागा आरक्षित करणे, वक्त्याचे आभार मानणे, तारीख तपासून पाहणे इ.*
- ***नोंद*** - *ज्यांची माहिती तुम्हाला असणे आवश्यक आहे अशा भविष्यात होऊ पाहणाऱ्या गोष्टींची नोंद ठेवणे व त्यासंबंधीची माहिती गोळा करणे वा तयार करणे*

कार्यवाही वा निर्णय, लगेचच होऊद्या

एखाद्या पुरस्कार सोहळ्याच्या निमंत्रणाचा प्रश्न आहे. त्या सोहळ्याला जायचे की नाही ते ठरवा. त्या निमंत्रणाच्या बाबतीत लगेचच निर्णय घ्या.

तुमची जी नैसर्गिक लय असते तिचा पाठपुरावा करा

दिवसातील वेगवेगळ्या वेळी तुम्ही कसे काम करता हे जाणून घेतल्यानंतर तुमच्या नैसर्गिक लयीनुसार निरनिराळ्या कामांची विभागणी करा. जर सकाळी तुम्ही उत्तम प्रकारे काम करू शकत असाल तर मोठी अन् महत्त्वाची कामे सकाळी उरकून घ्या व पत्रे उघडणे किंवा लोकांना फोन करणे यांसारखी लहानसहान कामे संध्याकाळसाठी ठेवा.

काही चुकीचे घडले तर त्याचा अर्थ अनर्थ असा होत नाही

काय घडले याचा परामर्श घ्या व दिवस पदरात पाडून घेण्यासाठी तुम्ही काय केलेत त्याचाही ऊहापोह करा. काही वेगळे निष्कर्ष मिळण्यासाठी गोष्टी वेगळेपणाने कशा करता येतील याची योजना आखा व भविष्यात वापरता येण्यासाठी तिला नीट बाजूस ठेऊन द्या. जीवनाच्या प्रत्येक क्षेत्रात कधीकधी यशाआधी नैराश्याचा सामना करावा लागतो. सिटीकॉर्पचे माजी अध्यक्ष वॉल्टर रिस्टन एकदा म्हणाले होते की, चुका करणे हा काही गुन्हा होऊ शकत नाही, मात्र त्या चुकांमधून न शिकणे हा खचितच गुन्हा होऊ शकतो, म्हणून तुम्ही जे काही करताहात त्याचा उपयोग होत नसेल तर दुसरा काही तरी प्रयत्न करा.

लक्ष केंद्रित करणे

यातील अंतरंग

जेव्हा परिस्थिती भराभरा बदलत असते, आणि जे काही घडत असते त्यावर नियंत्रण राखणे खरोखरीच अवघड असते. अशा वेळी सर्वांत चांगला उपाय म्हणजे या साऱ्याशी नाते तोडून यापासून दूर उभे राहायचे. स्वत:लाच विचारायचे की, येथे काय डावावर लागले आहे? महत्त्वाचे काय आहे? दहा वर्षांनंतर काय महत्त्वाचे असणार आहे? असे समजा की, तुम्ही एक परग्रहवासी आहात व जे काही घडते आहे व त्यातून जे प्रश्न उभे राहताहेत त्याचा तुम्ही वेगळ्या दृष्टिकोनातून अर्थ लावू पाहताहात.

योग्य निवड करा

शेवटी, काही अतिशय सुव्यवस्थित लोक शोधून काढा, तो व्यवस्थितपणा येण्यासाठी काळ व पसारा यांच्या संदर्भात त्यांनी कोणत्या योजना अंगीकारल्या त्याचा आधार घेत तुमचे नमुने तयार करा. वेळ व अवकाश यांचा यशस्वी उपयोग करणाऱ्यांपासून तुम्ही काय शिकलात याचा आधार घेऊन पसारा आवरण्याचे एक छोटेसे काम पूर्ण करा. हे काम मी अतिशय उत्तम पद्धतीने व खरोखरीच्या कालमर्यादेत पूर्ण करेन असा पण करा. त्यानंतर जल्लोषासाठी व तुम्ही जे केलेत त्याचे समाधान अनुभवण्यासाठी काही वेळ मोकळा ठेवा.

कृति

वेण्डी सुलिवन्चा सल्ला असा की, प्रत्येक गोष्ट करताना तुम्हाला महत्त्वाची गोष्ट कोणती वाटते हे स्वत:ला विचारत राहा व नवनवीन गोष्टी शोधून काढा. जसे, हे कोणत्या पद्धतीने केले तर माझ्या जीवनाचे ध्येय मला साध्य करता येईल? आता ज्या काही नवीन काळाशी संबंधित योजना तुम्ही शिकलात, ज्यांचा वापर करणे तुम्हाला आवडेल, त्यांच्यापैकी काहींची निवड करा.

- *ज्यांच्यासाठी कोणतीही गोष्ट बरोबर नसते या प्रकारे जर तुम्ही परिपूर्णतेकडे लक्ष देणारे असाल तर तुमचे मापदंड काहीसे सैल करा. जर तुम्ही सगळेच परिपूर्ण व्हायची वाट पाहात बसाल तर तुमचे काम तुम्ही कधीच पूर्ण करू शकणार नाही.*
- *जे महत्त्वाचे ते पहिल्यांदा पूर्ण करा.*
- *'नाही' म्हणण्याची सवय करा. एखादी गोष्ट जर तुम्ही करू शकत असाल तर त्याचा अर्थ असा नव्हे की तुम्ही ती करायलाच हवी.*
- *दिरंगाई करण्यात बराच वेळ निघून जातो, म्हणून ती करू नका. याचा एक मार्ग म्हणजे तुमचे स्वगत 'मी हे करायला हवे' या प्रकारचे नसून मला हे करायला आवडेल अशा प्रकारचे हवे.*
- *पटकन निर्णय घ्या. तुमच्या सभोवती चांगले निर्णय घेऊ शकणाऱ्या काही व्यक्ती असतात त्यांना त्यांच्या निर्णयप्रक्रियेविषयी विचारा व त्याचा सराव करून चांगले परिणाम मिळवायचा प्रयत्न करा.*

◆

लक्षात ठेवण्याजोगे

- *ध्येयनिश्चितीच्या अनुषंगाने तुम्ही काळाचे नियोजन कसे करता याचा शोध घ्या.*
- *लोकांच्या वेळेबाबतच्या गृहीतकांची उलटतपासणी घ्या.*
- *काळाशी तुमचे जे नाते आहे, त्यापेक्षा वेगळे नाते असणाऱ्या लोकांना कसे हाताळायचे हे शिकून घ्या.*
- *समोर असलेल्या पसाऱ्याची योग्य तऱ्हेने विल्हेवाट लावणाऱ्या व्यक्तीप्रमाणे तुमच्या वेळेचे योग्य नियोजन करा.*
- *काळरेषेचा उपयोग करून, एखादे काम पूर्णत्वाला नेण्याची तुमची जी ऊर्मी असते तिचे विश्लेषण करा.*
- *काळाच्या संदर्भात योग्य मार्गाचा अवलंब करा.*

१६

ऐकण्याचे व प्रश्न विचारण्याचे कौशल्य

या प्रकरणात तुम्ही खालील गोष्टी शिकाल:

- *तुमचे ऐकण्याचे कौशल्य वाढविण्यासाठी CRAFTY धूर्तपणे ऐकणे*
- *प्रस्थापित गृहीतकांना आव्हान देण्यासाठी प्रश्नांचा उपयोग*
- *अचूक माहिती काढून घेण्यासाठी AEIOU प्रश्नांचा उपयोग*
- *एखाद्याने पुढे सरावे म्हणून* T-GROW *या प्रशिक्षणासाठी वापरण्यात येणाऱ्या प्रश्नांचा वापर*

मी कमी बोलतो, परंतु खूप ऐकतो. तुम्ही बोलत असताना शिकू शकत नाही.

ब्लिंग क्रॉस्बी

ऐकण्याचे कौशल्य - योग्य सूर पकडणे

प्रेरणा देण्यासाठी, गुंतवून ठेवण्यासाठी किंवा तुमच्याकडे इतरांचे लक्ष खिळवून ठेवण्यासाठी अशा कोणत्याही कारणांसाठी असो, कुणाही स्वयंप्रेरित व्यक्तिसाठी ऐकण्याची कला ही सर्वांत महत्त्वपूर्ण मानली जाते. इतर कुणीतरी सांगत असलेली माहिती संपूर्णपणे ऐकण्याची जर आपल्याला सवय नसेल तर, आपण ती व्यक्ती वापरत असलेल्या शब्दांवर लक्ष केंद्रित करून आवाजाच्या चढउताराकडे, ती व्यक्ती श्वास कसा घेते याकडे किंवा तिच्या कंटाळवाण्या देहबोलीकडे दुर्लक्ष करू शकतो. याचा परिणाम असा असू शकतो की, त्या व्यक्तिला हवी असलेली सारी माहिती आपण देत असतो, परंतु आपण जे काही केले त्याविषयी तिला कोणत्याही प्रकारची कृतज्ञता नसते. दुसरीही बाब अशी असू शकते की, जी माहिती मिळायला पाहिजे होती ती देताना ही व्यक्ती मनमोकळी वागली नाही असे आपल्याला वाटू शकते. त्या व्यक्तिशी जवळीक साधली न गेल्याचा हा परिणाम असतो.

स्वर आणि देहबोली यांच्याकडे लक्ष द्या

एखाद्याबरोबर बोलताना तो किती आत्मीयतेने तुमचे बोलणे ऐकतो आहे हे तुम्हाला दिसत असते व त्याच्या प्रतिक्रियांवरून जाणवतही असते. बहुतेकांकडे ऐकण्याची ही क्षमता जन्मत:च असते. तान्ह्या बाळाचा रडण्याचा स्वर ऐकूनच आईला त्याला भूक लागली आहे किंवा मी थकलो आहे वा मी ओला झालो आहे हे समजत असते.

लोकांचे स्वर, त्यातले चढउतार, त्यातील भावना हे सारे नीट लक्ष देऊन ऐका व ते ओळखायला शिका. एखाद्या व्यक्तीला कसे वाटते आहे हे समजल्यावर तुम्हाला तिच्या चित्तवृत्तीचा अंदाज येतो. लोक कसे बोलतात ते लक्ष देऊन ऐका; त्यांचा स्वर हळू व तालबद्ध आहे की, कर्कश्श आहे? पुढचे वाक्य बोलण्याआधी ते क्षणभर थांबतात की, त्यांचे शब्द न थांबता, भराभरा त्यांच्या तोंडातून बाहेर पडत असतात? त्यांचा स्वर काहीसा सुश्राव्य आहे की एकसुरी आहे?

तुमचा आवाज वापरून एखाद्याशी जवळीक साधण्यासाठी तो श्वासोच्छ्वास कसा करतो, स्वत:चा आवाज कसा वापरतो याचे निरीक्षण करा. जर तो सावकाश बोलत असेल, तर तुमचे बोलणेही सावकाश होऊद्या. जर तो भरभर बोलत असेल तर तुमचे वेगही वाढवा.

लोकांच्या संवेदनांच्या भाषेकडे लक्ष द्या

चित्रे, आवाज व भावना या माध्यमांचा उपयोग करून लोक विचार करत असतात. त्यांच्याशी जवळीक साधण्यासाठी ते यापैकी कोणत्या माध्यमाचा उपयोग करताहेत हे लक्षात घेऊन त्याप्रमाणे वागा.

चित्रबद्ध शब्द व शब्दसमूह

दिसणे, भासणे, स्पष्ट करणे, स्वच्छ, गडद, लक्ष देणे, टक लावणे, दृष्टिक्षेप, धुरकट, सिंहावलोकन, उजळलेले, सचित्र स्पष्टीकरण, प्रतिमा, अंतर्चक्षु, लक्षात येणे, निरीक्षण करणे, अपारदर्शक, दृष्टिकोन, चित्र, उघड करणे, पाहणे, मंद, दृष्टी.

श्राव्य शब्द व शब्दसमूह

मोठ्याने, कर्कश्श, हाक मारणे, सुसंवाद, आठवणे, ऐकू येणे, ऐकणे, बोलणे, ओरडणे, सुरात सूर मिळवणे, ध्वनीतरंग

स्पर्शजन्य शब्द व शब्दसमूह

थंडगार, मऊशार, आदळणे, रांगणे, पकड मिळविणे, पकडणे, धक्काबुक्की, कोमट, तीक्ष्ण, कठीण, ताण

संवेदनांच्या भाषेतील खुणांसाठी लोकांचे बोलणे ऐका:

- *तिच्या भोवती असताना मी अस्वस्थ होतो.*
- *मला तुझा दृष्टिकोन दिसतो आहे.*
- *माझ्या डोळ्यांपुढे चित्र दिसते आहे.*
- *मला जाणवते आहे की, हे शक्य होणार नाही.*

बैठकीच्या परिणामांविषयी काही टीपा

एखाद्या व्यक्तीसोबत होणाऱ्या बैठकीतून तुम्हाला जे निष्पन्न हवे आहे ते लिहून ठेवा.

- *काय ही बैठक माहिती मिळविण्यासाठी आहे?*
- *त्या व्यक्तीने काही करावे म्हणून ही बैठक होते आहे?*
- *की त्या व्यक्तीला असे वाटावे अशी तुमची इच्छा आहे, म्हणून ही बैठक आयोजित केलेली आहे?*

तुम्ही कागदावर जे काही लिहिलेले आहे ते जपून ठेवा, कारण त्याच्या आधारे तुमचे ईप्सित साध्य झाले अथवा नाही हे तुम्हाला जाणून घेता येईल.

- *जर ती व्यक्ती नवखी असेल तर, तिच्यावर लक्ष केंद्रित करा. त्यातून तुम्ही कसे वागावे याविषयी तुम्हाला काही जाणून घेता येईल.*
- *श्वासाची लय, बोलण्याचा वेग व स्वर याची सांगड घालून जवळीक साधा. देहबोलीचेही काही थोडक्या प्रमाणात अनुकरण करा.*
- *या बैठकीची परिणती म्हणून यानंतर कोणती कृति केली जाईल हे सांगून ती बैठक संपवा.*

(लिसनिंग टू आदर्स, सौजन्य असोसिएटेड न्यूजपेपर्स, *लंडन इव्हिनिंग स्टँडर्ड, जस्ट द जॉब*)

रु फ्रान्सिस कूम्बस्

चिखल तळाशी राहून वर निखळ पाणी राहीपर्यंत संयम तुमच्याकडे आहे का? एखादी योग्य कृति आपणहोऊन घडेपर्यंत तुम्ही निश्चल राहू शकता का?

लाओ-त्झु

ऐकणे आपल्यासाठी इतके अवघड का असते?

इतर कुणी बोलत असताना त्यांचे बोलणे मध्येच खंडित करण्याची निकड आपल्यापैकी अनेकांना का भासते? जेव्हा आपण कुणाचे तरी बोलणे ऐकत असतो, तेव्हा आपल्या मनात विचार उठत असतो की, हे सारे मला ठाऊक आहे व मी केवळ ऐकण्याचे, मान डोलावण्याचे काम करतो आहे व मनात भलतेच विचार सुरू आहेत.

कृति

गेल्या सबंध आठवड्यात तुम्ही ज्या ज्या संभाषणांमध्ये भाग घेतला होता ती ती सारी संभाषणे अगदी नीट आठवा.

- *या साऱ्या कालखंडात, समोरच्या व्यक्तीच्या बोलण्याकडे अगदी मनापासून लक्ष देऊन तुम्ही त्या व्यक्तीला योग्य तो मान दिलात का? हे असे किती वेळा झाले?*
- *तुम्ही बोलत असताना समोरची व्यक्ती तुमच्यासोबत आहे, तिला कोणतीही घाई नाही किंवा तिचे चित्त थाऱ्यावर नाही असे तुम्हाला किती वेळा जाणवले?*

बोलणे सुरू असताना मध्येच खंड पाडीत तुमचे वाक्य पूर्ण करण्याची एवढी निकड लोकांना का असते किंवा ते काय बोलणार आहेत याचा अंदाज सांगायची काय गरज असते? बोलणाऱ्याला स्वत:चे वाक्य स्वत:च पूर्ण करू द्यावे एवढाही धीर ते धरू शकत नाहीत का?

लोक हे असे का करतात, त्याची काही कारणे खाली दिलेली आहेत:

- *मध्येच नाक खुपसल्याने वेळ वाचतो.* (तो आत्ता काय बोलणार आहे हे मला ठाऊक आहे.)
- *तो काही नवीन सांगत नाही आहे.* (मी जरी ऐकून घेतले, तरी त्याच्या कल्पनेमध्ये काहीच फरक पडणार नाही आहे.)
- *मी त्याच्यापेक्षा जास्त महत्त्वाची व्यक्ती आहे.* (म्हणून माझ्या कल्पना त्याच्यापेक्षा जास्त चांगल्या आहेत.)
- *त्यांच्या बोलण्यातून मला एक चांगली कल्पना सुचली.* (मला त्याचे वाक्य पूर्ण करायचे होते कारण मी जास्त व्यवस्थित विचार करणारा आहे व ती गोष्ट त्याच्यापेक्षा चांगल्या पद्धतीने सांगू शकतो.)
- *त्याचे काहीही ऐकायला मला वेळ नाही.* (त्याचे बोलणे महत्त्वाचे नाही.)

एखादी व्यक्ती बोलत असताना न ऐकणे हा त्या व्यक्तीचा अपमान असतो. कुणी बोलत असताना त्याचे वाक्य पूर्ण करून माणसे जो उतावीळपणा दाखवतात, त्यावेळी बोलणारी व्यक्ती ते वाक्य पूर्ण करू शकणार नाही अशी काहीशी त्यांची समजूत असते. दुसरा बोलत असताना त्याच्याकडे दुर्लक्ष केल्यास तुमच्यातल्या जवळिकीला बाधा येते व चांगले संबंध किंवा सदिच्छा आतल्याआत दबल्या जातात. कुणाच्याही बोलण्याकडे दुर्लक्ष केल्यास काही महत्त्वाच्या माहितीसही तुम्ही दुरावता. एखाद्या परिस्थितीचे यथार्थ ज्ञान होण्यासाठी माहितीचा एखादा चिमुकला तुकडा हवा असतो, तसेच हे असते.

तुम्ही किती चांगले श्रोते आहात?

मानसोपचारतज्ज्ञ व संस्थात्मक विकास सल्लागार असणारा पॉल बर्नस् मनाचे मानसशास्त्र ही पद्धत वापरून लोकांना दाखवून देतो की, इतरांचे बोलणे ऐकत असताना आपल्या मनात वेगळेच विचार सुरू असतात (आकृति १६.१). सुरूवातीला आपण पूर्ण लक्ष देऊन समोरच्याचे बोलणे ऐकत असतो, त्यानंतर त्याच्या बोलण्याचे उपयोग व परिणाम काय होतील याचा विचार सुरू होऊन आपले लक्ष कमी व्हायला सुरुवात होते. त्यानंतर काही काळात आपली ऐकण्याची पातळी इतकी खालावते की, त्याच्या बोलण्याकडे आपले पूर्ण दुर्लक्ष होते. ती *हे मला पटते वा पटत नाही* या पातळीपर्यंत खाली सरकते. या वेळी आपण मध्येच बोलतो की, ही अशी माझी गोष्ट आहे. त्यानंतर आपण काहीही न ऐकता केवळ विनम्रपणे मान हलवीत असतो.

इतरांशी बोलून आपण जे काही शिकतो, ते काही केवळ त्यांचे शब्द ऐकून नव्हे; त्यातला जो काही भावार्थ असतो, तो आपण आपल्या स्वत:च्या प्रकृतिनुसार उमजून घेतो. टेक्सास विश्वविद्यालयात यासंदर्भात एक अभ्यास हाती घेण्यात आला. दोन हजार मॅनेजर्सच्या व्यक्तिमत्त्वांतील वैशिष्ट्यांचे मूल्यमापन करण्यात आले. यात निरपवादपणे असे आढळून आले की, अंतस्थ प्रेरणेने विचार करण्याच्या बाबतीत वरिष्ठ मॅनेजर्सनी मध्यम श्रेणीतील मॅनेजर्सपेक्षा चांगले गुणांकन मिळविले. या अंतस्थ प्रेरणेचा विचार केला असता असे दिसून येते की, यातील काही भाग लोकांच्या ऐकण्याच्या व त्यातून माहिती घेण्याच्या गुणांना जातो. ज्यांच्याकडे ही ऐकण्याची क्षमता नाही त्यांना हा सारा जादूचा खेळ वाटतो.

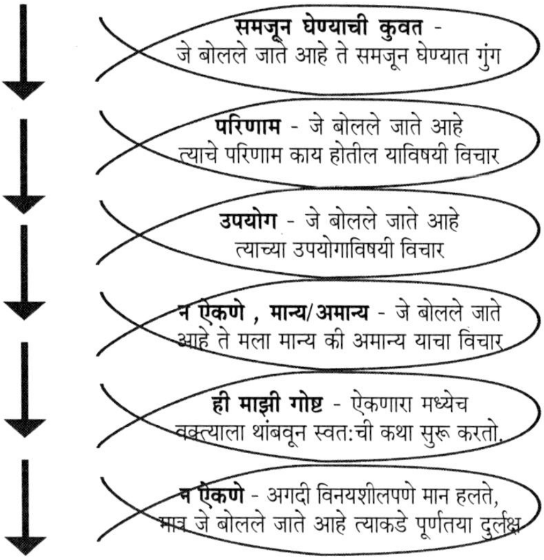

आकृति १६.१: मनाचे मानसशास्त्र

शिकण्याची योजना

आपला अनुभव सांगणाऱ्या एका मित्राचे बोलणे पाच मिनिटे ऐका. तुमचे काम ऐकण्याचे आहे. केवळ मान हलवीत राहा व मध्ये मध्ये प्रश्न विचारून संभाषण सुरू राहूद्या.

- *आता मनातल्या मनात त्या संभाषणाची उजळणी करा व तो मित्र बोलत असताना तुम्हाला काय होत होते याचा विचार करा.*
- *तो काय सांगत होता याकडे तुमचे पूर्ण लक्ष होते? की तुमचे लक्ष वरील आकृतीत दाखविल्याप्रमाणे निरनिराळ्या पातळ्यांमध्ये वरखाली होत होते?*

कृति

यानंतर कोणाशीही संभाषण करायचा प्रसंग आला तर निश्चय करा, की तुम्ही या व्यक्तीचे बोलणे समजून घेण्याच्या हेतूने ऐकणार आहात. त्यानंतर हे किती अवघड वा सोपे आहे हे तुम्ही पाहा.

ऐकण्याचे विविध प्रकार

ऐकण्याचे विविध प्रकार असतात:

- **सहज विचार.** *डोक्यात सहज विचार येतात. आतल्या आत संभाषण सुरू असावे अगदी त्याप्रमाणेच.*
- **प्रक्रियारूप विचार.** *शिकून आलेली विचार पद्धती. या पद्धतीमध्ये आपण पूर्वानुभवावर बेतलेल्या तुलनेचा वापर करून निवड करतो, मूल्यमापन करतो.*
- **वाहती अवस्था.** *नितळ मनातून उद्‌भवते. यातील विचारांची सखोलता कमीजास्त होऊ शकते व ती जर सहजगत्या भासली तरी ती तशी नसते.*

वाहती अवस्था ही ज्यावेळी तुम्ही दुसऱ्या व्यक्तीचे बोलणे ऐकत असतानाची सर्वोत्तम अवस्था म्हणायला हवी; कारण त्यावेळी तुम्ही निवांत असता व तुमची खात्री असते की, तुम्हाला जी माहिती हवी आहे ती तुम्हाला मिळणार आहे.

कुणाचे तरी बोलणे पूर्ण पाच मिनिटांपर्यंत तुम्ही कोणत्या पद्धतीने ऐकणार आहात हे तुम्ही ठरवू शकता का? की तुमचे ऐकणे हे आपोआप होत असते?

कृति

एक व्यक्ती निवडा व ठरवा की, या व्यक्तीचे बोलणे मी आठ मिनिटे ऐकणार आहे. यावेळेत तुम्ही त्याचे बोलणे लक्षपूर्वक ऐका, मध्येच त्याचे बोलणे तोडून तुमची कथा सुरू करू नका किंवा असे म्हणू नका की, कुणाच्या तरी बोलण्यामुळे तुम्हाला काय वाटले होते वा तुमच्या बाबतीत अमुक एक गोष्ट कशी घडली होती. यानंतर लगेचच खाली विचारलेल्या प्रश्नांची उत्तरे एका कागदावर लिहा:

- हे ऐकणे तुमच्यासाठी किती कठीण होते?
- तुम्ही ऐकत असताना तुमच्या मनात काय काय सुरू होते?
- बोलणे तोडण्याचा प्रयत्न न केल्यामुळे तुमची चलबिचल होत होती का?
- तुमच्या विनाव्यत्यय ऐकण्यामुळे वक्त्याची प्रतिक्रिया काय होती?
- तुम्हाला जे अनपेक्षित होते असे काही तो वक्ता बोलला का?

आवश्यक तेवढे ऐकणे - एक अभ्यास

मायकेल मेलोज्‌ हा लाईफ कोच, ऑर्गनायझेशनल ट्रेनर व वर्कशॉप

फॅसिलिटेटर आहे. आवश्यक तेवढ्या प्रमाणात ऐकणे या विषयासंबंधी तो प्रशिक्षण देतो. तो म्हणतो: चांगल्या प्रकारे ऐकणे हे एक कौशल्य, कला व देणगी आहे. भेदक व हेतूगर्भ प्रश्न विचारण्याची क्षमता तुमच्याकडे असेल तरच तुम्ही उत्कृष्ट श्रोता बनू शकता. हे जर योग्य प्रकारे जमून आले तर ज्या व्यक्तीशी सुसंवाद साधण्याचा तुम्ही प्रयत्न करीत आहात त्या व्यक्तीचे अंतरंग उघडून तुम्ही त्यातील व्यक्त वा अव्यक्त, अगदी सारीच वैशिष्ट्ये बाहेर काढू शकता.

बहुतेक प्रश्नकर्त्यांच्या मनी असा भाव असतो की, त्या प्रश्नाचे उत्तर त्यांना ठाऊक आहे. परिणामस्वरूप ते वक्त्याकडून माहितीची नव्हे तर पुष्टीची अपेक्षा करीत असतात. किंवा दुसऱ्या शब्दात सांगायचे झाले तर, ते प्रश्न विचारत नसतात तर उत्तर सांगत असतात. कुणीतरी म्हणेल: तू त्याच्याशी या संबंधात बोललास का? याचा अर्थ असा असतो की, तुला त्याच्याशी या विषयासंबंधात बोलायला हवे. त्यामुळे जेव्हा आपण ऐकत असतो, तेव्हा बोलण्याची, सूचना देण्याची, वाचविण्याची व मला स्वत:लाच जास्त कळते या प्रकारची ऊर्मी आपल्या मनात उसळते.

आवश्यक तेवढे ऐकणे म्हणजे प्रत्येक पातळीवर ऐकणे. आपल्या अंतरंगात काय चालले आहे, कदाचित पोटात गोळा आलेला असेल, याकडे लक्ष देणे. तुम्ही तुमच्या मनात सुरू असलेल्या स्वसंवादाकडे व सभोवताली काय घडते आहे याकडे लक्ष देताहात. तुम्ही तुमची गृहीतके तपासता, मात्र तुम्ही तुमच्या अंतर्ज्ञानाची प्रक्रिया सुरू होण्यास आडकाठी करीत नाही व ज्या गोष्टी शब्दांत सांगता येत नाहीत, त्या शोधायचा प्रयत्न करता.

तुमचे स्वत:चे बोलणे ऐकणे

तुम्ही सावध अवस्थेत मोठ्याने बोललेले काही बोलणे ध्वनिमुद्रित करा. जे तुमच्या मनात येईल ते बोला. तुमच्या मनातील विचार किती सहज व अनुक्रम नसलेले असतात हे यावरून तुमच्या लक्षात येईल. हा प्रकार काही वेळा केल्यानंतर तुमच्या लक्षात येईल की, तुमच्या अंतरंगात असलेली ही बडबड तुम्हाला इतरांचे बोलणे लक्षपूर्वक ऐकू देत नाही आहे.

इतरांचे बोलणे ऐकणे

जेव्हा तुम्हाला कुणी बोलत असताना त्याला मध्येच थांबविण्याची ऊर्मी येते, मात्र हे करण्याअगोदर: तुम्ही आतापर्यंत काय बोलला आहात ते

मला कितपत कळले ते पाहूया किंवा मला कळते आहे की नाही हे मला तपासून पाहू दे, या वाक्याने सुरुवात करायला विसरू नका. यामुळे त्या वक्त्याला, 'नाही मी असे बोललो नाही' असे म्हणायची व तुम्हाला तुमचे म्हणणे मांडायची संधी मिळते. यातून अजून एक गोष्ट साध्य होते ती अशी की, वक्त्याला समजते की, जरी तुम्ही मध्ये मध्ये बोलून त्याच्या म्हणण्याला छेद देणार असलात तरीही तो काय म्हणाला हे तुम्ही ऐकले आहे, ते तुम्हाला समजले आहे व ते तुमच्या विचारप्रक्रियेचा भाग झाले आहे.

कसे ऐकावे?

मायकेल मॅलोज् संस्थांमध्ये प्रशिक्षण कार्यक्रम चालवतो व प्रशिक्षार्थींना त्याच्या CRAFTY या अभ्यासक्रमाच्या माध्यमातून योग्य पद्धतीने कसे ऐकावे हे शिकवतो. तो म्हणतो: परिणामकारकरित्या ऐकणे हे एक अतिशय आवश्यक कौशल्य आहे.

परिणामकारकरित्या ऐकणे म्हणजे ज्याचा प्रभाव वक्ता व श्रोता या दोघांवरही पडतो व त्याचा परिणाम हवा तसा व हवा असलेला असा दोन्ही तऱ्हेने होतो.

जेव्हा आपला एकमेकांमध्ये समन्वय नसतो, त्यावेळी एक गोष्ट अतिशय महत्त्वाची असते, ती म्हणजे अधीरता वा औदासीन्याच्या भावनेने न ऐकता काही प्रमाणात आश्चर्याच्या भावनेने ऐकणे, काळजीपूर्वक व अगत्याने ऐकणे, जेवढे शक्य तेवढ्या तन्मयतेने ऐकणे, एखादा शब्द वा वाक्याने, दृष्टिक्षेपाने किंवा चेहऱ्याच्या हावभावाने हडबडून न जाता किंवा जाणीवपूर्वक वा अजाणता केलेल्या एखाद्या उद्धट आविर्भावाला प्रतिक्रिया न देता किंवा अस्वस्थ न होता शक्य झाले पाहिजे.

चांगल्या इच्छेने व कौशल्य पणाला लावून ऐकणे. यामध्ये काहीसे ताठर व लक्ष्यभेद करणारे प्रश्न विचारले जातात. ज्या लोकांना सृजनशील कल्पना किंवा महत्त्वाकांक्षा व ध्येयसिद्धि यांचा शोध घ्यायचा आहे, विस्तार करायचा आहे अशा व्यक्तींसोबत काम करताना या कौशल्याचा खूप उपयोग होतो. चांगली श्रवणशक्ती ही एक दुर्मीळ देणगी म्हणता येते! यामुळे लोकांना जाणीव होते की, त्यांचे विचार व भावना, त्यांची स्वप्ने व निराशा, आशा व आकांक्षा या तुमच्यासाठी महत्त्वाच्या आहेत.

CRAFTY ऐकण्याची पद्धत ही चांगल्या पद्धतीने ऐकण्यापेक्षा अधिक उपयुक्त आहे असे म्हणता येईल, कारण कुणी तुमच्याशी बोलत असताना तो संपूर्ण काळ तुम्ही तुमचे लक्ष त्या बोलण्यावर एकंकार केलेले असते. यामध्ये स्वत:ची जाणीव, स्वत:चे व्यवस्थापन, दुसऱ्याच्या अंतरंगात शिरून समजून घेण्याची कुवत, धैर्य, अंतर्ज्ञान व उदार दृष्टिकोन या साऱ्याच गोष्टी गुंतलेल्या असतात. ही ऐकण्याची पद्धत लोकांना जास्त स्पष्टपणे विचार करण्यासाठी थोडी मोकळीक व खोलवर जाण्यासाठी वेळ देते.

CRAFTY ही ऐकण्याची पद्धत साधारण पद्धतीपेक्षा कमी आरामदायी आहे, कारण काहींना ती पद्धत आहे असेच मुळात वाटत नाही. त्यात नेहमीचे अडथळे किंवा आव्हाने नसतात. जेव्हा कुणीही समर्थन विचारीत नाही, ज्या धारणा अमान्य आहेत त्याविषयी कुणी ब्र काढीत नाही, बोलताना कुणी मध्ये सतत अडथळे आणीत नाही या प्रकारच्या गोष्टी बहुतेक वक्त्यांच्या पचनी पडत नाहीत. या प्रकारचे अवधान कुणी देईल ही कल्पनाच त्यांना सहन होत नाही.

मनातील तडफड सांगायचा प्रयत्न जेव्हा एखादी व्यक्ती करीत असते, तेव्हा श्रोता त्या व्यक्तीला नैराश्यापासून, रागापासून अथवा भीतीपासून *वाचवायचा* प्रयत्न करतो. *काळजी करू नकोस, उद्यापर्यंत हे सारे व्यवस्थित होऊन जाईल; उगाचच अस्वस्थ होऊ नकोस, माझी खात्री आहे की, तुला जे काही वाटते तशी त्यांची भूमिका नाही आहे; किंवा उगाचच वेडेपणा करू नकोस, त्यात काळजी करण्याजोगे काही नाही* यासारखी वाक्ये कानावर पडतात.

हा श्रोता/तारक प्रत्यक्षात त्याचे स्वत:चे दु:ख शमविण्याचा प्रयत्न करीत असतो व ते करताना तो बोलणाऱ्याच्या भावनांना काही प्रमाणात सवलतही देत असतो. जो कुणी वक्त्याला अशा प्रकारे वाचविण्याच्या फंदात पडतो तो चांगला श्रोता नसतो. एखाद्या वक्त्याला त्याच्या मनात असलेल्या जुन्या चिंता व काळज्या हे जर कुणाबरोबर वाटून घ्यायचे असेल तर या प्रकारचा *वाचवायचा* प्रयत्न त्यांना जागच्या जागी दाबून टाकतो. हे जे तारक असतात त्यांना वाटत असते की, ते इतरांसाठी हे करताहेत, मात्र ते त्यांची स्वत:चीच गरज भागवीत असतात.

जर तुम्ही CRAFTY ही ऐकण्याची पद्धत वापरलीत तर तुम्ही वक्त्याकडून अधिक माहिती काढून घेऊ शकता व त्याला त्याचे अंतरंग समजण्यास व परिस्थितीचे अधिक आकलन करून देण्यास मदत करू शकता.

CRAFTY ऐकणे

(**C**uriosity) म्हणजे कुतुहल (**R**espect), सन्मान (**A**ttentiveness), सजगता (**F**earlessness), निर्भयता (**T**houghtfulness), विचारीपणा (**Y**es) व होय!

कुतूहल

विस्मयाची भावना. एखादी व्यक्ती जर औदासीन्याने, भीतीने, रागाने, गोंधळाने वा नैराश्याने ग्रासलेली असेल तर ती त्यानंतर काय बोलेल किंवा करेल याविषयी अटकळ बांधत बसणे नेहमीच कठीण असते. CRAFTY या ऐकण्याच्या पद्धतीमुळे इतर कुणाच्याही कंटाळवाणेपणामुळे वा पिरपिरीमुळे तुम्हाला कंटाळवाणे वाटणार नाही. जेव्हा लोकांना वाटते की, त्यांचे वागणे मनोरंजक, करमणूक करणारे, आनंद देणारे किंवा जुळवून घेणारे यापैकी काहीही नसले तरीही ते तसे आहे किंवा लाजऱ्या, मवाळ, रागीट, दुःखी वा घाबरलेल्या व्यक्तींचे बोलणे जर तुम्ही आपुलकीने ऐकून घेतले तर त्यामुळे त्यांचे स्वत्व व आपलेपणाची भावना पुनः एकवार दृढ होते.

सन्मान

जेव्हा तुमच्या स्वतःच्या मनात भावनांचे वादळ उसळलेले असते, तेव्हा इतरांच्या भावनांना मान देणे कठीण असू शकते. जेव्हा काही दुःखदायक, आक्रमक, भेडसावणारे किंवा भीतिदायक या प्रकारचा स्वभाव आपल्याला आढळून येतो, त्याचा आपल्यावर कोणत्या ना कोणत्या पद्धतीने भावनिक किंवा शारीरिक परिणाम होतच असतो, म्हणूनच जवळिकीचे संबंध तयार करून व ते तसेच ठेवून आत्मसन्मानाने राहायला शिका.

बोलणाऱ्याच्या धारणा व मूल्ये तुमच्यापेक्षा वेगळी असली किंवा त्यांचा संघर्ष होण्याची शक्यता असली तरीही त्यांचा शोध घेण्यासाठी वेळ व लक्ष देण्यास नेहमी तयार राहा. तुम्ही त्याला मान देताहात हेच त्यातून प्रतीत होते.

सजगता

इतरांची संकटे पाहून वा ऐकून तुमच्या बाबतीतही काय चालले आहे याकडे लक्ष देत राहा. तुमचा आतला आवाज काय सांगतो ते नेहमी ऐका, दीर्घ श्वास घ्या, नेहमी मोठे चित्र पाहात चला व हळुवारपणे, संवेदनशीलतेने व युक्तीपूर्ण पद्धतीने माहिती काढून घ्यायचे कौशल्य व इच्छाशक्ती निर्माण करा.

निर्भयता

लोकांकडे इतके दु:ख व वेदना असतात की, आपल्याला त्यांच्याजवळ जायला व सरळधोप रीतीने सत्य बोलून त्यांना डिवचायला किंवा दुखवायला भीती वाटते. त्यांना दु:ख देणाऱ्या भावना व विचार जेव्हा ते तुम्हाला सांगू पाहातात तेव्हा तुम्ही ते ऐकायला पूर्णतया तयार आहात व ते तुमच्यापाशी सुरक्षित आहेत याचा भरवसा त्यांना येणे आवश्यक असते. जेव्हा आपण त्यांची कळी खुलविण्याचा प्रयत्न करतो, त्यांच्या दु:खापासून त्यांना दूर नेण्याचा प्रयत्न करतो तेव्हा एका अर्थी आपण आपल्याच गरजांची पूर्तता करीत असतो, त्यांच्या नाही.

विचारीपणा

इतरांची दु:खे व क्षमता यांची जाणीव तुमच्या मनात असूद्या व तुम्ही एकत्र असताना त्यास मदत लागली तर कोणत्या प्रकारे प्रतिसाद द्याल व त्याचा प्रवास जखमेपासून ती भरून येईपर्यंत कसा सुसह्य कराल याचा सखोल विचार करून ठेवा.

होय!

तुम्ही व तुमच्या जीवनातील सर्वजण *त्यात एकत्र आहेत* हे दर्शविणारा हा शब्द एक सकारात्मक गृहीतक आहे. प्रत्येक लढा, विवाद, धडपड, अडथळा व मागे पडणारे पाऊल यांचा सामना तुम्ही एकत्रिपणे करून त्यातून पैलपार व्हाल या विश्वासाने त्यास सामोरे जा.

योग्य निष्कर्षांमुळे लक्ष केंद्रित करणे व सकारात्मक विचारांनी राहणे सोपे जाते. निराशावाद्यांना विचारण्यापेक्षा आशावाद्यांना निष्काळजीपणापेक्षा कुतूहलाने प्रश्न विचारणे आणि अगदी नेहमीच तुम्ही व ज्यांच्या जीवनाला तुम्ही स्पर्श करता त्या साऱ्याच व्यक्ती, यांच्या मधल्या जागेत जे काही निर्माण झाले आहे, त्याप्रति सन्मान दाखवीत हे करायला हवे.

हेतुगर्भ प्रश्न विचारा

यातील अंतरंग

एखाद्याला तुम्ही विचारलेला प्रत्येक प्रश्न, त्यांचे विचार व ध्यान थोड्या वेगळ्याच दिशेला घेऊन जातो. दुसऱ्या व्यक्तीची विचारधारा मोकळी करण्यासाठी काही उच्च प्रतीचे प्रश्न त्यांना विचारण्याच्या मिषाने तुमच्यापाशी तयार असूद्या. त्या प्रश्नांची रचना काहीशी ओळखीची असूद्या, ज्यामुळे ज्या परिस्थितीविषयी तुम्हाला स्पष्टीकरण हवे आहे, त्याभोवती ही रचना

तुम्ही मांडू शकाल.
तुमच्या प्रश्नांतून जास्त माहिती मिळावी वा त्या व्यक्तीचे अंतरंग तुम्हाला जास्त स्पष्टपणे कळावे अशा प्रकारे तुमच्या प्रश्नांची रचना करा. अथवा त्या व्यक्तीच्या विचारांना मोकळ्या दिशेने घेऊन चला. सुरुवात करताना सोप्या मांडणीचे प्रश्न निवडा, ज्यामुळे त्या व्यक्तीचे विचार अवघड बाबींना मोकळे करीत त्यांच्या तोडग्याच्या दिशेने जातील.

तुमच्या प्रश्नांची व्याख्या हेतूने करता यायला हवी

एखाद्या व्यक्तीचे बोलणे तुम्ही ऐकत असता तेव्हा ती व्यक्ती कोणत्या प्रकारची भाषा वापरते व त्या समस्येबद्दल त्यांच्या धारणा व गृहीतके याकडे लक्ष द्या.

- *त्या व्यक्तीच्या दृष्टीने समस्या म्हणजे काय हे ओळखा.*
- *परिस्थितीबद्दल ते काय काय गृहीतके मांडतात ते नीटपणे ऐका.*
- *मग स्वत:लाच विचारा की, या व्यक्तीने आजपर्यंत या परिस्थितीकडे एक समस्या म्हणून कसे बरे पाहिले असेल?*
- *कोणत्या धारणा व गृहीतके त्यांनी मानायला हवी?*
- *त्यांच्या धारणा व गृहीतके यांना आव्हान देणारा एक प्रश्न तयार करा.*

तुम्ही कदाचित खालील प्रकारची उत्तरे ऐकाल. त्यातून तुम्हाला त्या व्यक्तीचा एखाद्या परिस्थितीचा विचार करण्याची पद्धत ओळखू येते.

विचारपद्धतीत समस्या : मी काहीच प्रगती केलेली नाही.
आव्हानाचा प्रश्न : **अजूनपर्यंत** तू काहीच प्रगती केलेली नाहीस?

यातील अंतरंग

ती व्यक्ती ज्याला समस्या समजते आहे, त्याकडे पाहायचे एकापेक्षा जास्त मार्ग आहेत हे गृहीतक या आव्हानामागे आहे. ती समस्या आहे हे गृहीत धरणे म्हणजेच एक गृहीतक आहे. त्याशिवाय तुम्ही त्या गृहीत समस्येला कालमर्यादा घातली आहे. **अजूनपर्यंत** या शब्दातून असे ध्वनित होते की, ही समस्या भूतकाळातील आहे व त्यानंतर बरेच काही बदलले आहे.

सारेच बदल मनाच्या सुप्तावस्थेच्या पातळीवर घडत असतात व आपला ज्यावर विश्वास आहे, तेच खरे आहे हे गृहीत धरून आपले मन त्या माहितीवर प्रक्रिया करीत असते. जोपर्यंत या गृहीतकाला आव्हान मिळून त्याचा दुसरा अर्थ तुमच्यासमोर येत नाही तोवर हे असेच राहते.

विचारपद्धतीत समस्या	:	बदल करणे माझ्यासाठी कठीण आहे.
आव्हानाचा प्रश्न	:	**परंतु जर तुला मदत मिळत असेल तर?**
विचारपद्धतीत समस्या	:	हे करता येणे मला शक्य होईल असे दिसत नाही.
आव्हानाचा प्रश्न	:	तुला हे करता येणे शक्य होणार नाही असे **अजूनपर्यंत** वाटत होते. मला एकाच गोष्टीची उत्सुकता आहे की, तुझ्या वाढत्या कौशल्याची जाणीव तुला कधी होईल?

आत्तापर्यंत, परंतु जर तुला मदत मिळत असेल तर? व अजूनपर्यंत यामुळे ती व्यक्ती तुलना करायला उद्युक्त होते व जे बोलले गेले त्याचे विविध अर्थ काढायला सुरुवात करते. काही करू शकणाऱ्या तुमच्या क्षमतेला बांधून घालणाऱ्या एखाद्या विश्वासाचा संदर्भ घेऊन याचा तुम्ही स्वत:वर प्रयोग करून पाहू शकता. तुमची वाक्ये **आत्तापर्यंत, अजूनपर्यंत** या शब्दांची शेपटे लावून बोलण्यासाठी कुणालातरी सोबत घ्या. तुम्ही त्या समस्येबद्दल करीत असलेल्या विचारांमध्ये काय फरक पडतो ते पाहा.

प्रश्नांमुळे तुमचा गोष्टींकडे पाहण्याचा व ज्यांच्याशी तुम्ही संवाद साधता त्या व्यक्तींकडे बघण्याचा दृष्टिकोन बदलतो. जेव्हा तुमची आकलनशक्ती बदलते तेव्हा तुमच्यासाठी सत्य परिस्थितीही बदलते; यामुळेच प्रश्न हे एक अतिशय प्रभावी साधन मानले गेले आहे.

स्वत:लाच प्रश्न विचारणे

यातील अंतरंग

विचार करा: माझ्या प्रश्नाचा हेतू काय आहे? यातून माझ्यासाठी कोणते निष्पन्न साधणार आहे?

- *आजपर्यंत तुम्ही ज्याला समस्या मानीत होता असे काहीतरी निवडा.*
- *स्वत:लाच विचारा: आजपर्यंत मी याकडे समस्या म्हणून का पाहात होतो? तुम्ही ज्याला समस्या म्हणून मानीत होता, त्याकडे पाहायचे एकापेक्षा अनेक मार्ग आहेत, ही गोष्ट या प्रश्नात अध्याहृत आहे.*

हा प्रश्न विचारून तुम्ही तुमचे लक्ष दुसऱ्या दिशेला वळवता व तुमच्या सुप्तावस्थेत असलेल्या मनाला नवीन पुराव्यांच्या शोधाला उद्युक्त करता.

तुमच्या सध्याच्या गृहीतकांना आव्हान देणे

आपल्या समजुती किंवा धारणा आपल्या कार्यक्षमतेवर थेट परिणाम करत असतात. एखादी गोष्ट आपण किती परिणामकारकरीत्या करू शकतो या बाबतीत आपला आत्मविश्वास आपल्या धारणांवर परिणाम करत असतो. आपल्याला जे हवे आहे ते मिळविण्यासाठी आपल्याला विचारांचे आकृतिबंध ओळखता यायला हवेत. हे जे आकृतिबंध आपल्याला जखडून ठेवतात, त्यांची जागा इतर सकारात्मक पर्यायांना द्यायला पाहिजे.

तुमच्या कार्यक्षमतेवर नकारात्मक परिणाम करणाऱ्या या आकृतिबंधांचे विभाजन खालीलप्रमाणे करता येते:

- **स्वतःचा घात करणे.** *यासाठी निराशावादी दृष्टिकोन हवा. केलेले बदल चुकण्याची अपेक्षा हवी. साऱ्या गोष्टी व्यर्थ आहेत अशी समजूत हवी. जे मिळायला हवे ते मिळण्याची फारच कमी शक्यता हवी.*
- **अति स्पर्धात्मकता.** *काहीजण जिंकण्याच्या ईर्षेने पेटलेले असतात. यातील एक समस्या म्हणजे या व्यक्ती यामुळे जीवनाच्या इतर अंगांचा बळी देतात, त्यामुळे त्या चुका त्यांना भोवतात व त्यांच्या स्वतःच्या पायाखालीच आग पेटते. ताणतणावांचा त्यांना सामना करावा लागतो. मला दुसरे काहीच करता येत नाही अशा तक्रारींचा ही माणसे पाढा वाचतात. एखाद्या चुकीची शिक्षा स्वतःला करून घेतात.*
- **दोन पर्यायांमधला लंबक.** *यातून तणाव व अस्पष्ट विचार जन्माला येतात, ज्याचा परिणाम अकार्यक्षमतेत रूपांतरित होतो. परिणामी काहीच साध्य होत नाही.*
- **चाकोरीबद्ध.** *काही लोकांना ठरावीक पद्धतीने कामे करण्याची सवय असते, व त्यांचे तंत्र कालबाह्य झाले तरीही ते त्याच तंत्राने चालतात. ते कदाचित त्याच साच्यात अडकतात. इतरांना हे जाणवले तरी त्यांना मात्र त्याची अजिबात जाणीव नसते. त्यांच्या विचारशक्तीला मुक्त करणे, ते कोणत्या चाकोरीत अडकले आहेत हे त्यांना दाखविणे व त्यांना दुसरे पर्याय उपलब्ध करून देणे हे तुमचे काम असते.*
- **स्वप्नाळू.** *काही लोक भविष्याची स्वप्ने पाहण्यात बराच वेळ घालवतात, नात्र कसलीही कृति करत नाहीत. परिणामी त्यांच्या एकाच जागी खिळून असण्यामुळे त्यांची प्रेरणा लोप पावते. त्यांच्या या गढूळ विचारसरणीची त्यांना जाणीव करून देणे व काही सकारात्मक कृति त्यांच्याकडून करून घेऊन त्यांना त्यांच्या ध्येयाप्रत नेणे हे तुमचे ईप्सित असायला हवे.*

एखादी व्यक्ती प्रश्नांची रचना कशी करते हे पाहा. त्यांना काय करायचे आहे हे ते तुम्हाला सांगतील व त्यानंतर ते हे का करू शकत नाहीत याची शेकडो कारणेही देतील. याची रचना सर्वसाधारणपणे अशी असते:

मला हे करायचे आहे... मात्र मी हे करू शकत नाही, कारण....

त्यांच्या या प्रकारच्या विचारांना आव्हान देणारे **नेमके प्रश्न** म्हणजे:

- *हे जर तुम्ही केलेत तर काय होईल?*
- *तुम्हाला कुणी थांबवले?*
- *तुम्ही जे सांगताय ते खरे नाही हे तुम्हाला कसे काय ठाऊक होईल?*

एखाद्या व्यक्तीला, त्याने लावलेला परिस्थितीचा अर्थ पुनश्च एकवार पडताळून पाहण्याची बुद्धि व्हावी अशा बेताने या नेमक्या प्रश्नांची रचना असायला हवी, त्यामुळे कदाचित विचारधारा बदलू शकते.

तुम्हाला बंधनात जखडणाऱ्या विचाराला आव्हान द्या

विचार करायला लावणारे

जेव्हा तुम्ही एखाद्या गोष्टीचा बट्ट्याबोळ करता तेव्हा तुमची प्रतिक्रिया कशी असते? तुमच्या डोक्यात होणारे हे संभाषण व तुम्ही स्वत:ला जे जे काही बोलता ते सारे एका कागदावर लिहून काढा. या गोंधळासाठी तुम्ही जी जी कारणे देता, त्याची एक यादी बनवा व एका वेळी एक याप्रमाणे त्यास आव्हान द्या:

मला बढती हवी आहे .... परंतु मी निवडला जाणार नाही ....

- *हे असे का?*
- *तुम्हाला हे कसे ठाऊक?*
- *अमुक झाले तर तमुक होते हे कसे? (उदाहरणार्थ, तुमच्याकडे पदवी नसेल तर तुम्ही मूर्ख आहात हे कशावरून?)*
- *ही समस्या जर यापुढे उरली नाही तर तुम्हाला कसे वाटेल?*

ऐकण्याचा व प्रश्न विचारण्याचा आराखडा: AEIOU

एखाद्याला विचारण्यात येणारा योग्य प्रश्न ठाऊक असणे किंवा कोणत्या क्रमात हे प्रश्न विचारायला हवेत हे माहीत असणे हे कदाचित अवघड काम असते,

म्हणूनच माहिती गोळा करण्यासाठी व चर्चेला दिशा देण्यासाठी एकच व सोपा नमुना असणे ही एक चांगली कल्पना असू शकते. AEIOU ही ऐकण्याची पद्धत खूप उपयोगी पडते, कारण ती तुम्हाला ऐकण्याचा व प्रश्न विचारण्याचा एक अतिशय परिणामकारक व पद्धतशीर मार्ग दाखवते.

तुम्ही ज्यासाठी ऐकता ते पाच मुख्य मुद्दे पुढीलप्रमाणे आहेत: गृहीतक (Assumption), पुरावा (Evidence), चित्र (Illustration), मत (Opinion), अद्वितीय (Unique).

गृहीतक

- *ती व्यक्ती कोणती गृहीतके मांडते आहे?*
- *ती गृहीतके बरोबर आहेत काय?*
- *त्या व्यक्तीचे काही राहून तर गेले नाही ना?*
- *तिने जो निष्कर्ष काढला आहे, त्यासाठी एखादेच फुटकळ प्रमाण घेऊन त्याच्या आधारावर भरमसाठ विधाने तर केली नाहीत आहे ना?*

पुरावा

- *ती जे काही म्हणते आहे त्यासाठी पुरावा काय आहे?*
- *ती वस्तुस्थिती वापरतो आहे की एखादे मत?*

चित्र

- *याचे उदाहरण काय?*
- *ते जे काही म्हणताहेत ते मला ठाऊक असलेल्या माहितीच्या अनुरूप आहे का?*

मत

- *ते जे काही म्हणताहेत ती वस्तुस्थिती आहे की मत?*

अद्वितीय

- *ते जे काही म्हणताहेत त्यात अद्वितीय असे काय आहे?*
- *त्यात नवीन व महत्त्वाचे असे काय आहे?*
- *त्यात नुसती भरताडच आहे का?*

जे स्पष्ट नसते किंवा तुम्ही ऐकत असताना दृश्य झालेले नसते त्या गोष्टी अशा

व्यक्तीला प्रश्न म्हणून विचारल्या जाऊ शकतात.

(स्ट्रॅटेजी अडॉप्टेड फ्रॉम *मास्टर इट फास्टर, लेखक : कॉलिन रोझ, पब्लिश्ड बाय दी इंडस्ट्रीअल सोसायटी)*

T-GROW प्रशिक्षण, प्रश्न विचारण्याचा एक सौम्य मार्ग

विचारपद्धती व ध्येयनिश्चिती सोपी व्हावी यासाठी T-GROW हा नमुना, सर जॉन विटमोर यांनी विकसित केला आहे. हा नमुना तुमच्या कार्यक्षमतेच्या रूपरेषेसाठी मोठ्या प्रमाणात वापरला जातो व तो तसाच परिणामकारकही ठरला आहे. त्याचा वापर सुरुवातीला काहीसा विचित्र वाटेल, मात्र जेव्हा तुम्ही तो व्यवस्थितपणे वापरायला लागाल तेव्हा तुम्हाला कळणारही नाही की, तुम्ही त्याच प्रतिक्रियेचा पाठपुरावा करता आहात.

T-GROW प्रशिक्षणाची रूपरेषा

विषय (Theme)
वक्त्याला विषयाची सुरुवात करून विषयाची व्याख्या सांगूदे. या ठिकाणी तुम्ही बारकाव्यांची अपेक्षा करीत नाही, तर एक मोठे चित्र पाहता आहात. वक्त्याला त्या विषयाचे किती महत्त्व आहे हे तुम्ही पाहात आहात. करिअर, व्यवसाय, आयुष्याची शिल्लक, आत्मविश्वास, नातेसंबंध, प्रकृति, पैसा यांसारखे विषय साधारणपणे निवडले जातात. या अभ्यासासाठी एकच विषय निवडा.

ध्येय (Goal)
या सत्रामध्ये काय ध्येय ठेवायचे ते वक्त्याच्या सोबत विचारविनिमय करून ठरवा. हे वक्त्याच्या दीर्घकालीन ध्येयाच्या अनुरोधाने असायला हवे.

वास्तव (Reality)
जेव्हा तुमच्यापाशी एक सुस्पष्ट असे ध्येय असते, तेव्हा तुम्ही त्या ध्येयावर प्रभाव टाकणाऱ्या अनेक गोष्टींची ओळख करून द्यायला मदत करू शकता. सद्य परिस्थितीचे आकलन होण्यासाठी तुम्ही निरनिराळ्या मार्गांची चाचपणी करत आहात, ज्यामुळे ध्येयाच्या दिशेने होणाऱ्या तुमच्या वाटचालीवर कोणता परिणाम होईल हे तुम्हाला समजू शकेल.

यासाठी विचारण्यात येणारे प्रश्न कदाचित असे असू शकतील:

- *या ध्येयाच्या अनुषंगाने तुम्ही सध्या कोठे आहात?*

- *या ध्येयाविषयी तुम्हाल कितपत काळजी आहे?*
- *यामुळे इतर कोणी प्रभावित झाले आहे काय?*
- *यावर तुमचा कितपत ताबा आहे?*
- *यासाठी तुम्ही यावेळपर्यंत काय कृति केली आहे?*
- *याच्या पुढे जाण्यास तुम्हाला कशाची आडकाठी आहे?*
- *यासाठी तुम्हाला इतर कोणत्या साधनांची (कौशल्य, वेळ, पैसा, मदत) आवश्यकता आहे?*
- *ते तुम्हाला कोठे व कधी सापडतील?*

पर्याय (Options)

पूर्वतयारीच्या वेळी एकदा का तुम्ही या साऱ्या गोष्टी तपासून घेतल्या व तसे स्पष्ट केलेत की, त्यानंतर तुम्ही ध्येयसिद्धिसाठी कोणकोणते पर्याय उपलब्ध आहेत हे शोधू शकता. तुमच्याकडे बरेच पर्याय असतील, तर तुम्ही वक्त्याला त्यापैकी प्रत्येकाकडे पाहायला सांगू शकता. यासाठी उपयोगी पडू शकतील असे प्रश्न खालीलप्रमाणे:

- *या विषयाकडे तुम्ही किती वेगवेगळ्या पर्यायांच्या मार्गांनी जाऊ शकता?*
- *यापैकी कोणते उत्तर तुम्हाला जास्त योग्य वाटते आहे?*
- *तसे केले असता तुम्हाला हवा असलेला निष्कर्ष तुम्हाला कसा मिळू शकेल?*

पुढे चला (Way forward)

या पायरीवर असताना आपण शक्यता पडताळून पाहण्याची पायरी ओलांडून कोणती कृति करायची याकडे सरकतो. या T-GROW नमुन्याच्या अनुरोधाने काम केल्यामुळे, केलेली कोणतीही कृति निखळ समजुतींवर आधारलेली असेल. शेवटी वक्त्याला विचारा की, यशाचे मोजमाप कसे केले जाईल!

थोडक्यात

विषय

वक्त्याला पुढाकार घेऊदे. त्यांना कोणत्या गोष्टी महत्त्वाच्या आहेत यासंबंधीचे काही दुवे मिळवा. त्यांच्या मनात काय सुरू आहे ही गोष्ट उभ्या उभ्या ओळखायला शिका.

जाणून घेऊन सारांश काढा

वक्ता तुम्हाला जे काही सांगेल, ते तुम्हाला समजले आहे याची खात्री करा, स्पष्टीकरणे हवी असतील तर तसे विचारा. काहीही गृहीत धरू नका. वक्त्याला सारे अधिकार असतील या दृष्टीने जाणीवपूर्वक वागा.

वास्तव

मोठे चित्र सदैव ध्यानी असूद्या. स्वच्छपणे व्याख्या केलेल्या व ठरविलेल्या कृतिंसाठी वक्ता समर्पित आहे हे तुम्ही पाहा. त्यांच्या कृतींचे परिणाम त्यांना त्यांच्या ध्येयाच्या दिशेने कसे घेऊन जातील, याविषयी सजग असा. कृतींवर नव्हे तर त्यांच्या परिणामांवर तुमचे काळजीपूर्वक लक्ष असूद्या.

पुढे चला

एखादी कृति करण्यास त्या वक्त्याला कोण अडवते आहे हे शोधून काढण्यासाठी प्रश्न विचारा: अमुक एक गोष्ट करण्यासाठी, कोणता बदल हवा आहे? चांगले प्रश्न पुढीलप्रमाणे असू शकतील:

- *पुढे जाण्यासाठी याचा आपल्याला कसा उपयोग होईल?*
- *माझ्या लक्षात आले आहे की तुम्ही याचा उल्लेख केला नाही ...... याचे काही विशेष कारण आहे का?*
- *कोणती कृति तुमच्यासाठी योग्य असेल?*

संशोधन सांगते की, तुमची कामगिरी ही थेट ध्येयाशी जोडलेली असते. काय साध्य करण्याची तुमची मनिषा आहे, हे तुमची ध्येये सांगतात व ज्या व्यक्ती आपली ध्येये विचारपूर्वक ठरवतात, त्या नक्कीच ती गाठतात हे सत्य आहे.

◆

लक्षात ठेवण्याजोगे

- *ऐकण्याचे कौशल्य : ऐकताना सक्रिय असा व वक्त्याशी स्नेहबंध जुळवा.*
- *कोणत्या प्रकारे व पातळीमध्ये तुम्ही ऐकताहात हे लक्षात असूद्या.*
- *संवेदनांच्या भाषेसाठी ऐका.*
- *तुम्ही किती चांगल्या प्रकारे ऐकू शकता हे तपासून पाहा; ऐकण्याचा सराव करा.*
- *सलग ऐकणे व CRAFTY ऐकण्याच्या पद्धतीमुळे तुमची ऐकण्याची क्षमता वाढते.*
- *हेतुगर्भ प्रश्न विचारा, ज्यामुळे तुम्ही प्रस्थापित गृहीतकांना आव्हान देऊ शकाल.*
- *स्पष्ट माहिती मिळविण्यासाठी AEIOU रूपरेषेचा वापर करा.*
- *एखाद्या व्यक्तीला मार्गावरून पुढे नेण्यासाठी T-GROW या प्रशिक्षण तंत्राचा वापर करा.*

१७

तुमच्या अंतर्गत संघाला प्रशिक्षण देण्यासंबंधी

या प्रकरणात तुम्ही खालील गोष्टी शिकाल:

- *तुमच्या अंतर्गत संघात कोण आहे*
- *आत्मविश्वास निर्माण करण्यासंबंधी*
- *निराळ्या तर्कशुद्ध पातळीवर विचार करण्यासंबंधी*

> **आपली परिस्थिती काहीही असो, आपली दिशा शोधण्याचे सामर्थ्य आपल्याकडे असते.**
>
> अनाम लेखक

तुमचा अंतर्गत संघ खरेच तुमच्यासाठी काम करतो आहे का?

आपल्यात अनेक निरनिराळे भाग असतात, जे मिळून तुमचा अंतर्गत संघ तयार होतो. आपण ज्या पद्धतीने विचार करत असतो त्यास हा संघच कारणीभूत असतो. त्या संघातील एक सदस्य म्हणतो: मी रोज पहाटे उठतो, त्यामुळे मला बरे वाटते व चांगल्या गोष्टी होण्याची मी अपेक्षा ठेवतो. आपल्याकडे असलेला दुसरा सदस्य भविष्यात येणाऱ्या गोष्टींविषयी आपल्याला सावध करीत असतो. तो म्हणतो: काही अघटित घडणार असेल तर आपली त्यासाठी तयारी असायला हवी. आपल्या संघाचा तिसरा सदस्य असाही असू शकतो की, जो आपल्या भल्याची काळजी घेतो व म्हणतो: आता सुट्टी घ्यायला हवी.

अजूनही एखादा सदस्य असू शकतो, जो आपल्याला मदत करण्याच्या प्रयत्नात वास्तविक आपल्याला दुबळे करीत असतो. काही भाग आपल्याला सांगत असतात: मी हे करू शकणार नाही किंवा मला हे जमूच शकणार नाही, आता माझी घाबरगुंडी उडायची पाळी आली आहे. या साऱ्यांचे उद्दिष्ट आपल्याला मदत करणे, सुरक्षित ठेवणे व असफल होण्यापासून दूर ठेवणे हेच असते, मात्र आपल्याला आपल्या संपूर्ण क्षमतेने काम करण्याचे व यशस्वी होण्यापासून अडविण्याचे

कामसुद्धा ही मंडळी अजाणतेपणी का होईना परंतु करीत असतात.

विचार करायला लावणारे

तुम्ही अमुक एक गोष्ट करू शकणार नाही असे सांगणारा एक सुप्त टीकाकार तुमच्या आत दडला आहे का? ज्यांना हाकलून देऊन त्यांच्या जागी नवे घ्यावे असे काही सदस्य तुमच्या अंतस्थ संघात आहेत का? तुमचा आतला आवाज असे काही सांगतो का:

- *मला इतरांना खूश ठेवले पाहिजे.*
- *मला घाई केली पाहिजे.*
- *माझे काम उत्कृष्ट व्हायला हवे, त्यासाठीच माझ्याकडून दिरंगाई होते.*
- *मी तितकासा चांगला नाही आहे.*
- *मी ते कधीच करू शकलो नाही.*

तुमचा अंतर्गत संघ तुमचा आत्मविश्वास मजबूत किंवा दुबळ करू शकतो.

आत्मविश्वासाचा संबंध कृतीशी व एखादी कृती करताना आपण स्वत:कडे कसे पाहतो यावर अवलंबून असतो. एखादे अनोळखी किंवा कठीण काम करताना जर आपल्याला आत्मविश्वास वाटत असेल, तर आपण चांगल्या कामगिरीची अपेक्षा करतो. पूर्वी आपण कोणत्या पद्धतीने समोर आलेली आव्हाने पेलली होती त्या आठवणींची आपण उजळणी करतो. त्यानंतर जर आपल्याला जाणवले की, आपली ती कामगिरी चांगलीच होती, तर मग आपण आत्मविश्वासाची ती भावना सोबतीला घेतो व तशाच कामगिरीची पुनरावृत्ती होण्याची अपेक्षा ठेवतो.

तुमच्याकडे किती आत्मविश्वास आहे?

- *कुणी दिलेली शाबासकी तुम्ही* 'हे काहीच नाही' *अशा पद्धतीने किंवा ज्यामुळे याचा प्रभाव कमी होईल असे काहीतरी बोलल्याशिवाय उमदेपणाने स्वीकारू शकता का?*
- *हे यश एकदाच मिळू शकणारे आहे व तुम्ही जितके वाटता तितके हुषार नाही आहात हे कुणाला तरी कळण्याची भीती तुम्हाला सदैव वाटत असते का?*
- *तुम्हाला आवडणारे तुमचे सहा गुण तुम्ही न अडखळता लिहू शकता का?*

- ▶ *तुम्ही अगोदर न केलेली गोष्ट करायची पाळी आली तर तुमची प्रतिक्रिया काय होते?*
- ▶ *काहीतरी कठीण किंवा आव्हानात्मक करू जाता तेव्हा तुम्ही स्वत:ला काय सांगता?*

तुमच्या उत्तरांमधून तुम्ही स्वत:ला आवडता असे ध्वनित होते काय?
प्रचंड आत्मविश्वास जाणवण्यासाठी आपल्याला स्वत:ची, समोर येणारे प्रत्येक काम अप्रतिम पद्धतीने करणारी एक दणकट प्रतिमा नेहमी स्वत:समोर ठेवायची गरज असते. जर आपण आपल्या यशाच्या ठळक प्रतिमा आपल्या समोर ठेवल्या नाहीत तर आपल्याला अपयश मिळण्याची शक्यता बळावते, मग ज्यांच्याकडून चांगल्या कामगिरीची अपेक्षा असते, अशा तुमच्यासारखीच कौशल्ये व अनुभव असलेल्या व्यक्ती तुमच्या आजूबाजूला असल्या तरीही तुम्ही मात्र अपयशी ठरू शकता.

चांगली कामगिरी करू शकण्याच्या आपल्या क्षमतेला कमी आत्मविश्वासामुळे आपणच सुरुंग लावीत असतो.

तुमच्या धारणा तपासून पाहा

आपल्या क्षमतांविषयी सद्यस्थितीत आपल्या ज्या काही धारणा आहेत, त्याच्या विरुद्ध जाऊन आपल्याला काहीतरी करायचे असेल, तर आपला अंतर्गत झगडा सुरू होतो. तुम्हाला तुमच्या यशापासून वंचित करू शकणाऱ्या तुमच्या काही धारणा वा स्वभाववैशिष्ट्ये ठाऊक आहेत का? उदाहरणार्थ, तुम्हाला कदाचित खूप मजा करायची असेल, मात्र तुमची खात्री आहे की तुमचे असणे कामाच्या दृष्टीने अतिशय महत्त्वाचे आहे? या प्रकारची धारणा जर तुमच्या मनात ठाण मांडून असेल तर मग ज्याला मौज-मस्ती म्हटले जाते, अशा प्रकारच्या बाबींमध्ये भाग घेण्यावर त्याचा नक्कीच प्रभाव पडणार नाही का?

कमी आत्मविश्वासाच्या खुणा

तुम्हाला अवघड किंवा विचित्र वाटणाऱ्या गोष्टींचा सामना करताना तुम्ही स्वत:शीच जे बोलत असता, त्याचा विचार करा. खाली दिलेल्या सुरुंग लावणाऱ्या काही धारणा तुमच्या मनात उचल घेतात का?

विचार

- ▶ *मी हे करू शकत नाही, सुरुवात कुठे करायची हेच मुळी मला ठाऊक नाही.*

- *हे माझ्यासाठी फारच कठीण आहे.*
- *हे मी हाताळू शकेन असे मला वाटत नाही.*
- *मी जे करेन ते चांगले नसणार, इतर लोक माझ्यापेक्षा चांगली कामगिरी करू शकतील.*

भावना

- *चिंतातुर, अस्वस्थ व याचे कारण ठाऊक नसलेला*
- *भविष्यात येणाऱ्या अडथळ्यांबद्दलच्या विचारांनी साशंक*
- *अज्ञाताची किंवा नवीन परिस्थितीची भीती*
- *इतर सारेजण सहजतेने निरनिराळ्या गोष्टी करताना पाहून संताप*
- *अगदी सहजपणे निरुत्साही व नीतिभ्रष्ट होऊ शकणारा*

स्वभाव

- *पुन:पुन्हा खात्री करून घेणारा*
- *प्रत्यक्ष भाग न घेता मागेमागे राहणारा.*
- *सदैव द्विधावस्थेत असणारा व 'तू उत्तम करतो आहेस 'असे इतरांनी सतत सांगण्याची गरज असणारा*
- *नव्या आव्हानांचा सामना किंवा जीवनमानात बदल करणे टाळणारा*
- *चालढकल करणारा किंवा हळू सुरुवात करणारा*
- *शांत, काय करावे हे कुणीतरी सांगण्याची वाट पाहणारा, स्वत: होऊन सुरुवात न करणारा*

तुमच्या अंतर्गत संघातील सभासदांना वठणीवर आणा

विचार करायला लावणारे

कागदाच्या एका तुकड्यावर मधोमध रेघ काढा. काम करताना, तुमचा कस पाहणारा अनुभव घेताना किंवा अवघड सामाजिक किंवा नातेसंबंधांच्या परिस्थितीमध्ये तुम्ही स्वत:शी काय बोलता व तुमच्या मनात कोणते विचार येतात याविषयी मनन करा.

या रेषेच्या एका बाजूला तुम्हाला आधार देणारे विचार लिहून काढा व ते कोणत्या प्रकारचे संघ सभासद आहेत, यानुसार वर्गीकरण करा. दुसऱ्या बाजूला ज्यांचा तुम्हाला आधार वाटत नाही, अशा संघ– सभासदांची नावे लिहून काढा, त्या प्रत्येकाला नाव द्या, उदाहरणार्थ:

आधार देणारे
मी हे नक्कीच करेन
मी एक चांगला संघ सभासद आहे.
मला घाई करायला हवी
मला ठाऊक आहे की पुढल्या वेळी
मी कसे करेन

संघाचा नेता
अंतर्गत चिअरलीडर
चांगला आधार
संघ संघटक
अंतर्गत व्यूहरचना करणारा

आधार न देणारे
मी हे कधीच करणार नाही
मला हे योग्य पद्धतीने करणे शक्य होत नाही आहे
हा सगळा माझा दोष आहे
मला कधीच संधी मिळणार नाही

संघ सभासद
अंतर्गत टीकाकार
पायाखाली सुरुंग पेरणारा
दोषारोप करणारा
नैराश्यवादी

तुमच्या अंतर्गत संघामध्ये तुमच्यासाठी कोण काम करतो आहे?

जेव्हा तुम्हाला काही करणे नीट जमले नव्हते अशा याआधी घडलेल्या दोन घटना आठवून पाहा. त्यावेळी तुमच्या मनात काय सुरू होते व त्यासंदर्भात तुम्ही स्वत:शीच काय बोलत होता, ते नीट लिहून ठेवा. तुम्हाला आधार देणाऱ्या गोष्टींची एक सूचि तयार करा. त्यानंतर तुमच्या आत्मविश्वासाला डळमळीत करणाऱ्या तुमच्या स्वगताची सूचि तयार करा.

तुमच्या संघाकडे पाहा व त्यानंतर ठरवा की, कोणता सभासद तुम्हाला ठेवायचा आहे व कोणता सभासद बदलायचा आहे.

- *जे सभासद मी ठेवणार आहे, ते माझे...*
- *मला साहाय्यभूत ठरणारे जे सभासद आहेत त्यांचे गुणवर्णन असे आहे...*
- *ज्या संघ सभासदांना बदलायचे आहे ते माझे...*
- *जे मला साथ देत नाहीत त्यांचे गुणवर्णन असे आहे...*

संघ सभासदांचे हेतू

कृति
तुमच्या अंतर्गत संघाचे जे सभासद असतात, ते तुमच्यासाठी शक्य तेवढे चांगलेच काम करीत असतात, मग ते मदत होण्यास साहाय्यभूत होवोत

किंवा न होवोत.

- *ज्यांची तुम्हाला बदली करायची आहे अशा संघ सभासदांची सूचि तयार करा. त्यांच्या प्रत्येक मथळ्याखाली लिहा की, त्यांच्या खीळ घालणाऱ्या वागणुकीमागे चांगलाच हेतू होता. (उदाहरणार्थ, चालढकल करणाऱ्याने मला अपयशापासून वाचविले, कारण मी कोणतेही काम वेळेवर पूर्ण केले नाही, त्यामुळे मी अपयशी झालो असे कुणीही म्हटले नाही.)*
- *बदली म्हणून येणाऱ्या नवीन संघ सभासदांची एक सूचि करून तुम्हाला साहाय्यभूत होणाऱ्या सभासदांची विचारसरणी कशी आहे व ते कोणत्या रीतीने तुमची अधिक मदत करू शकतील ते लिहून काढा.*

मदत न करू शकणारा प्रत्येक संघ सभासद बदलताना क्रियाशील राहा. त्याच्या विचारसरणीमुळे तुमच्यात सकारात्मक बदल घडून येतील याचा यावेळी विचार करा.

आपली यशाबद्दलची मानसिकता व आयुष्याचा आनंद आपण कसा घेतो यावर आपला आत्मविश्वास परिणाम करीत असतो. आपल्याला जे काही मिळवायचे आहे व ते करण्यासाठी ज्या योजनांचा अवलंब करायला हवा, त्या शिकून व आपण उत्तम कामगिरी करतो आहोत अशी स्वत:ची प्रतिमा मनात पाहून आपण आपला आत्मविश्वास मजबूत करू शकतो. हे जर आपण सतत करीत राहिलो तर शेवटी आपण जे काही करू, त्यात स्वत:ला विजेता या दृष्टीनेच पाहायला लागू.

एखाद्या अनुभाविषयी विचार करण्याची पद्धत बदलून आपण आपल्याला वाटत असलेल्या भीतीवर मात करू शकतो.

हॉवर्ड - एक अभ्यास

एका दूरसंचार कंपनीमध्ये हॉवर्ड हा एक प्रकल्प व्यवस्थापक होता. नवीन कल्पना सुचणे व त्या अमलात आणण्यामध्ये आपण हुषार आहोत हे त्याला ठाऊक होते, मात्र वरिष्ठांना त्या कल्पना सांगितल्यावर त्याने पुढे केलेले कितीतरी प्रकल्प त्यांनी एक तर रद्द तरी केले किंवा निष्काळजीपणे नाकारले तरी. याविषयी हॉवर्ड नेहमीच बुचकळ्यात पडायचा. वरिष्ठ सांगत, की त्याच्या कल्पना चांगल्या व लागू पडणाऱ्या असतात, मात्र तो जेव्हा त्या सादर करतो तेव्हा त्या अगदीच मुळमुळीत भासतात.

हॉवर्डचा आत्मविश्वास पार खचला होता. त्याने नवीन कल्पना सादर

करावयात व त्या नाकारल्या जाव्यात याची त्याला इतकी सवय झाली होती की, तो म्हणाला: मुख्य कार्यालयात जाताना मी आटल्यासारखा होतो. बैठकीच्या खोलीचे दार उघडताना मी अदृष्य होतो आहे असा मला भास होत राहतो. हॉवर्डने आपल्या भावना कोणालाच दाखविल्या नाहीत, त्यामुळे त्याच्या मनाची अवस्था किती वाईट आहे याचा कुणालाच अंदाज आला नाही. त्याला दिसत होते की, इतर उत्साही प्रबंध व्यवस्थापकांच्या कल्पना व प्रकल्प स्वीकारले जात होते, मात्र ती हॉवर्डची पद्धत नव्हती. त्याची खात्री होती की, त्याने मांडलेल्या कल्पना इतक्या चांगल्या होत्या की, त्यांचा स्वीकार होण्यासाठी कोणत्याही प्रकारच्या दिखाव्याची गरज नव्हती.

आपण एखाद्या गोष्टीकडे कसे पाहतो व त्याविषयी आपल्याला काय वाटते याचा प्रभाव अगदी बोर्डरूमपासून ते बेडरूमपर्यंत आपल्या आत्मविश्वासावर पडत असतो. स्वत:च्या भावना उद्दीपित होणारे शास्त्रीय संगीत लावून स्वत: गाडी चालविताना हॉवर्डला सर्वशक्तिमान झाल्यासारखे वाटे व त्याचे त्याला अतिशय सुख वाटे. तो म्हणतो: संगीताचा एक डोस घेऊन जेव्हा मी माझ्या गाडीतून बाहेत पडतो तेव्हा माझ्यात शक्तीचा संचार झालेला असतो व मी काहीही करू शकेन असा विश्वास मला वाटत असतो.

जेव्हा त्याला जाणवले की संगीताने त्याचा आत्मविश्वास वाढतो व तो करीत असलेल्या साऱ्यावर त्याचे नियंत्रण आहे असे त्याला वाटते, तेव्हा त्याने ठरविले की त्याच्या या अवस्थेचा उपयोग तो जेव्हा बैठकीत शिरतो तेव्हा करून घेईल. जेव्हा तो मुख्य कार्यालयाकडे जायला निघे, तेव्हा तो संगीत ऐकत जाई व अशी कल्पना करे की, तो एखाद्या ऑर्केस्ट्राचे संचलन करतो आहे. त्यानंतर तो अशी कल्पना करे की, संचालक मंडळासमोर तो स्वत:च्या कल्पनांचे सादरीकरण करतो आहे व ते मंडळ माना हलवून त्याला दाद देते आहे व त्याचे कौतुक करते आहे. त्यानंतर तो जेव्हा कारमधून उतरून बाहेर येई व बैठकीच्या खोलीचा दरवाजा उघडे, तेव्हा त्याला भास होई, की त्या खोलीतून संगीताचा एक मोठा झोत त्याच्या अंगावर आदळतो आहे.

हॉवर्डने ठरविले की, त्याच्या अंतर्गत संघाच्या सभासदांनी त्याचा वाघसमूह बनविला आहे व तो हातात ती लहानशी छडी घेऊन त्याचे संचलन करतो आहे. तो जेव्हा ती छडी हलवतो तेव्हा ते सारे सभासद एकत्र येऊन एकसुरात काम करून त्याच्या ध्येयाच्या दिशेने निघतात. त्याच्या संघ

सभासदांमध्ये हॉवर्डने काही फेरबदल केले:

मी करू शकणार नाही	ला	त्याच्या विचारांच्या नियंत्रणासाठी, त्याच्या कृतीसाठी व त्याला जसे हवे त्या दिशेला परिस्थितीला नेण्यासाठीच्या भावनांनी बदली केले.
टीकेची भीती वाटते	ला	ज्याचा आविर्भाव, *माझ्याकडे याचे नियंत्रण आहे,* अशा वृत्तीच्या संघनायकाने बदली केले.
मला दबून गेल्यासारखे वाटते आहे	ला	माझ्याकडे याचे सर्व नियंत्रण आहे या वृत्तीने बदलून टाकले.

तयार होण्याच्या या सत्रांमध्ये त्याने स्वत:ला झोकून दिले आणि केवळ दोन सादरीकरणांमधल्या कालावधित हॉवर्डला दिसून आले की, त्याने मांडलेल्या कल्पनांवर मोठ्या उत्साहाने विचारविनिमय सुरू झाला आहे व त्यांचा पाठपुरावाही होतो आहे. संचालक मंडळाच्या त्याच्याकडे पाहण्याच्या दृष्टिकोनातही फरक पडला आहे. त्यांच्या वागणुकीत मोकळेपणा व आपुलकी दिसू लागली आहे. तो म्हणतो: 'तर्काच्या पातळीचा विचार करता मला ठाऊक होते की, माझ्या कल्पना उत्तमच आहेत, मात्र जेव्हा मी माझ्यातल्या टीकाकाराला हाकलून दिले तेव्हापासून मंडळाच्या वागणुकीत स्वीकारार्हता आल्याचे जाणवले. त्यामुळे माझ्यावरचा दबाव नाहीसा झाला व माझ्यात उत्साहाचा शिरकाव होऊन ज्या गोष्टी मला करायच्या होत्या त्याविषयी मी आनंदून गेलो.

आपल्या धारणा सकारात्मक व प्रखर असू शकतात, त्यामुळे आपण आपल्याला जे हवे ते आपण करू शकतो; तर कधी त्या नकारात्मक व बंधने घालणाऱ्या असू शकतात, ज्याच्यामुळे आपण नवीन आव्हाने स्वीकारताना अपयशी होऊ शकतो.

तुमच्यासाठी एक चिअरलीडर आणा

तुमच्या क्षमतेवर बंधने घालणाऱ्या ज्या धारणा डाव्या बाजूच्या कॉलममध्ये दिलेल्या आहेत, त्यांपैकी काही तुम्हालाही त्रास देत असतील तर त्यांचा स्वामी

असलेला तुमच्या अंतर्गत संघ सभासदाची कानउघाडणी तुम्ही कशी कराल त्यावर विचार करा, कारण या सभासदाकडे पाहून वाटत नाही, की हा नकारात्मक विचार करीत असेल म्हणून. त्यासाठी उजवीकडच्या कॉलममधून एका चिअरलीडरला आणून त्याची जागा घेऊद्या.

नकारात्मक संघाची धारणा	**सकारात्मक संघाची धारणा**
अपयश हे दु:खद असते.	मी हे करू शकतो.
मी हे करू शकत नाही.	मी यात पारंगत आहे.
मी या बाबतीत मठ्ठ आहे.	जे करायला मी निघतो, ते मी करतोच करतो.
मी नेहमीच चुकत असतो.	नवीन कौशल्य शिकणे म्हणजे पर्वणी असते.
मी जाडा, बारीक, ठेंगू, उंच आहे.	मी जसा आहे तसा मला आवडतो.
हे फारच कठीण आहे.	मी मदत मागतो व ती मला मिळते.
लोकांना मी आवडणार नाही.	ज्यांची माझी ओळख नाही अशी परकी माणसेही माझे मित्र असू शकतात.

चांगल्या भावनेचा आधार घ्या.

ज्या काही सकारात्मक धारणा त्याच्यापाशी होत्या, त्यांचा आधार घेण्याच्या शक्तिशाली तंत्राचा हॉवर्डने उपयोग केला, त्यामुळे जी परिस्थती कदाचित तणावपूर्ण वाटली असती, त्याऐवजी त्याला चांगल्या भावनांचा वा विचारांचा आधार घेता आला. ज्या परिस्थितीत त्याला एरवी साशंक व काहीसे मरगळल्यासारखे वाटले असते, त्याऐवजी त्याने त्याला ज्या प्रतिमा, आवाज व आनंदाच्या भावना व जाणिवा अतिशय स्पष्टपणे जाणवल्या, त्यांचा आधार घेऊन त्याने स्वत:ची विचारांची ठेवण बदलली, जिथे त्याला स्वत:विषयी विश्वास वाटत होता, उत्साह वाटत होता व त्याची कल्पना स्वीकारली जाईल याबद्दल विश्वास वाटत होता.

आपली भाषा आपले आतले जग दाखविते

जे शब्द हॉवर्डने वापरले, त्यातून त्याला त्या परिस्थितीबद्दल काय वाटत होते एवढेच दिसले नाही तर त्याने त्याच्या समस्येचे चित्र मनाच्या पटावर कसे पाहिले होते हे सुद्धा जाणवले.

लोक त्यांच्या मनी असलेल्या चित्राचे रंग, सुस्पष्टपणा, आकार, माप किंवा घनता यांचे वर्णन नेणिवेच्या अवस्थेत करीत असतात. ते उज्ज्वल भविष्याबद्दल बोलतात, डोक्यावर लोंबणाऱ्या काळ्या ढगाबद्दल बोलतात, अतिशय मधुर रसातून चालत गेल्याचा त्यांना आभास होतो, त्यांना हवेत चालल्यासारखे वाटते, त्यांना धुरकट दिसते. वर्णन करायच्या या साऱ्या पद्धतींकडे आपण सहसा दुर्लक्ष करतो, मात्र त्या आपल्या इतक्या ओळखीच्या असतात की, त्यात काही छोटीशी चूक झाली तरी ती आपल्या पटकन लक्षात येते. आम्ही अतिशय मंद व दूरवरल्या भविष्याकडे पाहात आहोत किंवा काळाच्या पोकळीत, या प्रकारची वाक्ये कुणी म्हणताना तुमच्या कधीच कानावर येणार नाही.

विचार करायला लावणारे

प्रत्येक व्यक्तीची जगाकडे पाहायची नजर एकमेवाद्वितीय असते, परंतु ज्या विषयांशी तुमचे घट्ट भावनिक संबंध जुळलेले असतात, त्यांना आपण रंग, सुस्पष्टता आदि गुणवैशिष्ट्ये बहाल करतो. ज्या गोष्टी आपल्या लेखी कमी महत्त्वाच्या असतात, त्यांना आपण काळोख्या, अंधूक, दूरवर असलेल्या व धुरकट अशा डब्यात बंद करून ठेवतो. आपल्याला आवडणाऱ्या माणसांचे वर्णन आपण रंगीला किंवा प्रत्यक्षाहून मोठा अशा शब्दांनी करत असतो व ज्यांच्याबद्दल आपल्याला फारशी ओढ नसते, त्यांना आपण कंटाळवाणा, रंगहीन व सुटातला म्हातारा अशी शेलकी विशेषणे बहाल करतो.

आपण स्वतःकडे कोणत्या दृष्टीने पाहतो यावरून आपल्या आजूबाजूच्या लोकांकडे पाहण्याची आपली दृष्टी व त्यांच्यासोबत वागण्याची आपली पद्धत ठरत असते. जर तुम्ही स्वतःला तुमच्या क्षेत्रात कंटाळवाणा, रंगहीन किंवा लहान समजत असाल, तर मग तुमचा दृष्टिकोन बदलल्यास तुमची कामगिरी उंचावायला तुम्हाला अजिबात वेळ लागणार नाही.

तुमच्या चांगल्या भावनांचा आधार घ्या

अगदी उच्च कामगिरी करताना जर तुम्हाला घाबरल्यासारखे होत असेल तर त्या वेळी **चांगल्या भावनांचा आधार घ्या,** ज्यामुळे तुमच्या अवस्थेत फरक पडेल असे जे उत्तेजना देणारे जे काही त्याला आधार असे म्हटले जाते. (पाव्हलॉव्ह व घंटा वाजताक्षणी तोंडाला पाणी सुटणाऱ्या त्याच्या कुत्र्यांची गोष्ट आठवते का तुम्हाला?) जेव्हा आपल्याला पूर्वीच्या संगतीची किंवा यशाची आठवण होते व जे

काम करताना आपल्याला मजा आली किंवा चांगले काही केल्यावर आपल्याला स्वत:विषयी खूप अभिमान वाटला या जाणिवा जेव्हा जाग्या होतात तेव्हा हे आधार आपले डोके वर काढतात. जेव्हा आपण काही तरी चांगले केले व स्वत:च्या त्या कामगिरीबद्दल आपल्याला छान वाटले, ती चांगली भावना आपण एखाद्या नवीन व अधिक आव्हानात्मक परिस्थितीत वापरू शकतो.

यातील अंतरंग

हे आधार तुम्ही वापरा, जेव्हा:

- *तुमच्याकडे आत्मविश्वासाची कमतरता आहे व तुमच्या आतल्या हिंमतीची तुम्हाला आवश्यकता आहे;*
- *अगोदरच्या वेळी ज्यामुळे तुम्हाला यश मिळाले नाही, त्याच पद्धतीने तुम्ही आतादेखील प्रतिसाद देता आहात, हे तुम्हाला जाणवते व तुमच्या भावना व प्रतिसाद यामध्ये तुम्हाला बदल करावासा वाटतो आहे;*
- *एखाद्या दबाव असणाऱ्या परिस्थितीत तुम्ही अडकला आहात.*

आपण एखाद्या आव्हानात्मक परिस्थितीत सापडूनदेखील त्यातून यश घेऊन बाहेर पडलो आहोत अशी चित्रे जेव्हा आपण आपल्या मनामध्ये पाहू लागतो, तेव्हा आपला आत्मविश्वास व आत्मसन्मान वरची पातळी गाठतात. जेवढ्या चांगल्या अनुभवांचा तुम्ही आधार म्हणून उपयोग करता व त्याचा कठीण परिस्थितीतून बाहेर पडण्यासाठी उपयोग करता, तेवढाच तो आधारही मजबूत होतो व तुमच्या यशाची कमान चढती राहायला तुम्हाला मदत होते.

विचार करायची योजना

भविष्यात कोणते तरी आव्हान देणारे काम तुम्ही करता आहात अशी कल्पना करा, मात्र या वेळी तुमच्या सोबत काम करायला तुमच्या अंतरंगातील संघाचे सकारात्मक विचार करणारे पाच नवीन सभासद आहेत. तुमच्या विचारांमध्ये त्यांचे स्थान घट्ट झाले आहे व ते तुमच्या ध्येयाच्या दिशेने कार्यरत आहेत अशी कल्पना करून त्याप्रमाणे वागा. तुमच्या हातून उत्तम काम व्हावे यासाठी स्वत:ला हुरूप देणारी कोणती वाक्ये तुम्ही बोलताहात याची नोंद ठेवा. ही वाक्ये वेगवेगळ्या कागदांवर लिहून तुमच्या घरात ठिकठिकाणी चिकटवून ठेवा. त्यामुळे ती तुम्हाला वेळोवेळी वाचता येतील व तुमच्या मनात कोरून ठेवता येतील.

त्यानंतर तुम्ही वेगवेगळी नवनवीन कामे सहज व उत्कृष्ट तऱ्हेने करताहात अशी कल्पना करा. तुमच्या मेंदूला सत्य व कल्पना यातील फरक कळणार नाही, त्यामुळे जितक्या जास्त वेळा तुम्ही तुमच्या यशाविषयीच्या प्रतिमा पाहाल, तेवढ्या वेळा तुमचा मेंदू आनंदाने उत्तेजित होईल.

तर्कामुळे विचारांना आकार मिळतो

> **विचार करायला लावणारे**
> कसा विचार करायचा हे तुम्हाला कोणी शिकवले? विचार करायच्या सवयी आयुष्य चालत असताना आपल्या आपणच लावून घेतल्या आहेत. मग त्या चांगल्या असो वा वाईट. आपल्या साऱ्यांच्या विचार करायच्या पद्धतीमध्ये काही जागा अशा असता की जेथून काहीच दिसत नाही. तसेच आपल्या स्वभावातही पुनरावृत्ती करण्याची जी सवय असते त्यामुळे आपल्याला कुठे टोचले की त्यांना अपेक्षित प्रतिक्रिया मिळते हे आपल्या जवळच्या लोकांना सहजगत्या ठाऊक झालेले असते.

तुम्हाला पद्धतशीरपणे विचार करायला लावणारी व समस्यांचे निराकरण करणारी एखादी प्रणाली, जी तुमच्या रोजच्या सवयींच्या विचारप्रक्रियेत न बसणारे प्रश्न विचारते, तुम्हाला अवगत करून घ्यायची असेल, तर तर्कांच्या पातळ्यांविषयी जाणून घेण्याने विचारांची स्वच्छता, अंतर्ज्ञान व अधिक माहिती या संदर्भात तुम्हाला अतिशय चांगला फायदा होऊ शकेल.

एनएलपीचे सभासद/कार्यकर्ते तर्काच्या पातळ्या बदलण्याच्या संदर्भातील नमुना, तुमच्या स्वतःच्या व इतरांच्या विचारांचे सुप्त आकृतिबंध जे विषयांचे, प्रसंगांचे, नात्यांचे किंवा संस्थांचे असू शकतात, ते हुडकून काढायला मदत करतात. समोरची व्यक्ती तर्काच्या कोणत्या पातळीवरून बोलते आहे हे एकदा तुम्हाला कळले की, त्या व्यक्तीशी स्नेहबंध जुळवणे व त्या व्यक्तीला संभाषणात पूर्णपणे गुंतवणे तुम्हाला सोपे जाते.

विचारांमध्ये लवचिकता असली व एखाद्या विषयावर अनेक पातळ्यांवर विचार करायची क्षमता असली तर आपल्याला बदलांच्या माध्यमातून विचारांचा एक मजबूत सांगाडा उभा करता येतो. आपण समस्या सोडवू शकतो, छुपी माहिती बाहेर काढू शकतो, निरनिराळ्या कोनांतून एखाद्या परिस्थितीतील बारकावे व आतली माहिती आपल्याला मिळू शकते व त्या प्रसंगाचे एक मोठे चित्र आपण उभे करू शकतो.

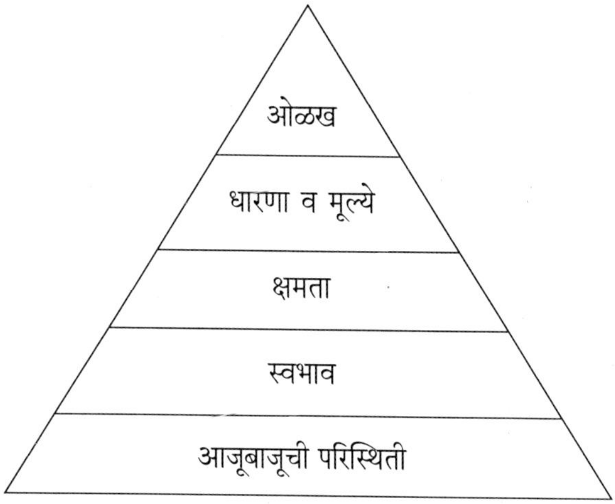

आकृती १७.१: विचारांची तर्कशुद्ध पातळी

बदलांच्या संदर्भातील तर्कांच्या पातळ्या हा नमुना रॉबर्ट डिल्टस् याने तयार केला आहे. मानववंशशास्त्रज्ञ ग्रेगरी बेटसनने पुरस्कार केलेल्या मज्जातंतूंच्या पातळ्या या अभ्यासावर हा नमुना बेतलेला आहे.

आपण नवनवीन कल्पनांच्या बाबतीत एकाच वेळी वेगवेगळ्या पातळ्यांवर किंवा त्यांचे वर्गीकरण करून विचार करू शकतो व एरवी आपल्या नजरेतून निसटू शकणारी वेगवेगळी छुपी माहिती मिळवू शकतो.

तर्कांच्या पाच मुख्य पातळ्या असतात. खाली दिलेल्या माहितीतून तुमच्या लक्षात येईल की, या पातळ्या एकमेकांशी कशा पद्धतीने जोडलेल्या असतात. एका पातळीवर तुमच्या धारणेमध्ये तुम्ही केलेला बदल तुमच्या इतर विचारांना प्रभावित करतो. तळ्यात दगड टाकल्यावर तरंग उठावेत तसेच काहीसे हे असते.

तर्कांच्या या पातळ्यांमुळे एखाद्या परिस्थितीकडे पाहण्याची आपली पद्धत आपल्याला स्पष्ट करून सांगता येते. त्यातील अडथळे व प्रश्न समोर आणता येतात. यासाठी विचारायचे मुख्य प्रश्न म्हणजे कोण? काय? कोठे? कधी? का? व कसे?

आजूबाजूची परिस्थती: कोठे? व कधी?

कोठे व कधी ही परिस्थिती निर्माण झाली? काय ठिकाण आहे? कार्यालय, घर, की सहकारी? ही समस्या उद्भवली तेव्हा तिची पूर्वपीठीका व संदर्भ काय होता?

स्वभाव: काय होते आहे?
काय होते आहे? कोणी केले? कुणाला केले? त्याचसोबत काय केले जात नाही आहे? काय हे निष्क्रियतेबद्दल आहे? स्वभाव म्हणजे तुम्ही जे प्रत्यक्ष करता ते.

क्षमता: हे कसे केले जाते आहे?
क्षमता म्हणजे कुणीतरी काहीतरी कसे करतो किंवा ती गोष्ट करण्याविषयी त्यांना किती विश्वास असतो. क्षमता असल्यामुळे लोकांना आपण कार्यक्षम आहोत, लायक आहोत व परिस्थिती आपल्या ताब्यात आहे ही जाणीव होते. जर तुमच्याकडे क्षमता नाही असे तुम्हाला वाटत असेल तर, एखादी कामगिरी तुमच्यासाठी निश्चितच कठीण ठरू शकते.

धारणा व मूल्ये: का?
आपल्या धारणा व मूल्ये ही आपल्यासाठी आपली स्वत:ची, वैयक्तिक असतात व आपण जो विचार करतो, त्यानुसार एखादी गोष्ट आपल्याला शक्य आहे अथवा नाही याविषयीचे आपले मत तयार होत असते. धारणा व मूल्ये आपल्याला समविचारी बुद्धि व काम करण्याची ऊर्जा देतात.

ओळख: कोण?
तुम्ही कोण आहात याविषयी तुम्हाला काय वाटते? तुम्हाला स्वत:बद्दल जे काही वाटते तीच तुमची ओळख. तुम्ही जे काही करता त्याचा उगम यातूनच झालेला असतो. तुम्ही लोकांना बोलताना ऐकले असेल की, मी या तऱ्हेचा माणूस नाही जो असे काही करू शकेल...

तर्कांच्या पातळ्यांमुळे आपण काय करू शकतो

- *तर्कांच्या या पातळ्यांमुळे आपले स्वत:बद्दलचे, मित्रांबद्दलचे व सहकाऱ्यांबद्दलचे तसेच आपले कार्यालय व इतर काहीही ज्याच्याशी आपला संबंध येत असतो, त्यासंबंधीचे विचार स्पष्ट होतात.*
- *त्यांच्यामुळे आपण एक संघ म्हणून काम करू शकतो व संधी मिळण्यासाठी आपल्याला कोणत्या पातळीवर लक्ष केंद्रित करावे लागेल, हे सुद्धा आपल्याला कळते.*

लोकांनी धूम्रपान सोडावे याकरिता उपचारक म्हणून जर तुम्ही काम करीत असाल तर तुम्हाला जाणवेल की, ज्याला धूम्रपान हा स्वत:च्या स्वभावाचा एक नको

असलेला भाग वाटतो त्याचे व्यसन सोडविणे हे धूम्रपान ही स्वत:ची ओळख मानणाऱ्या व्यक्तीचे व्यसन सोडविण्यापेक्षा अधिक सोपे आहे.

मी धूम्रपान करणारा आहे	हे म्हणणारी व्यक्ती तुम्हाला सांगत असते की, धूम्रपान हा माझ्या ओळखीचा एक भाग आहे. व ती त्याची ओळख आहे.	ओळख
मी धूम्रपान करतो	हे म्हणणारी व्यक्ती, ती काय करते ते तुम्हाला सांगते आहे. व ती तिच्या स्वभावाचे वर्णन करते आहे.	स्वभाव

तर्कांच्या पातळीची रोज आढळणारी उदाहरणे

विचार करायला लावणारे

तुम्ही कधीतरी कुणाला बोलताना ऐकाल की, पहिल्या पातळीवर कोणतीही परीक्षा उत्तीर्ण न होणे ही एक वाईट गोष्ट होती; दुसऱ्या पातळीवर विचार करायचा झाला तर असे वाटते की, जर मला नोकरी मिळाली असती तर मी माझा हा यशस्वी व्यवसायाचा डोलारा उभा करू शकलो नसतो. हा इसम तुम्हाला तो ज्या पातळीवर विचार करतो आहे त्याची माहिती देतो आहे.

वर दिलेल्या एकाच वाक्यात या व्यक्तीने तिच्या विचारांबद्दल चर्चा केली आहे:

- *क्षमता (तो परीक्षा उत्तीर्ण होऊ शकला नव्हता.)*
- *धारणा (नोकरी मिळाली असती तर हा यशस्वी व्यवसाय त्यांनी उभा केला नसता.)*
- *ओळख (तो स्वत:ला एक यशस्वी व्यावसायिक समजतो.)*

तुमच्या विचारपद्धतीला कोणता तरी आकार जोडल्याशिवाय, एकाच वाक्यातून एखाद्या व्यक्तीबद्दल एवढी माहिती हाती लागणे खरेच कठीण आहे.

जेव्हा आपण बोलत असतो तेव्हा आपल्याला सगळीच माहिती ठाऊक नसते;

त्याशिवाय बोलताना काही माहिती गळून जातच असते. आपण वेगवेगळ्या पातळ्यावर चर्चा करीत असतो:

- *स्वभावाच्या पातळीवर: आपण किंवा इतर कुणीतरी काय केले.*
- *क्षमतेच्या पातळीवर: आपण किंवा इतर कुणीतरी काहीतरी केले किंवा करायला हवे.*
- *धारणा व मूल्यांच्या पातळीवर: आपण अमुक एक गोष्ट का करायला हवी व ज्याविषयी आपल्याला विश्वास आहे व जे आपल्याला शक्य नाही.*
- *ओळखीच्या पातळीवर, आपण कोण आहोत असे आपल्याला वाटते व एका मोठ्या व्यवस्थेचे आपण भाग आहोत. हे कदाचित आध्यात्मिक असू शकते व ते आपल्याला आपले मोठे कार्य व या जगातील आपले अस्तित्व, या दिशेने घेऊन जाऊ शकते.*

विचार करण्याच्या तार्किक पातळ्या

जेव्हा लोक प्रसंगांविषयी किंवा त्यांना करायच्या कृतींविषयी चर्चा करीत असतात तेव्हा ते निरनिराळ्या तार्किक पातळ्यांमध्ये फरक करीत असतात. प्रत्येक पातळी आपल्याला वेगवेगळ्या प्रकारची माहिती देते.

शिकण्याची योजना

ज्यातून तुम्हाला मार्ग काढायचा आहे, अशा एखाद्या समस्येचा विचार करा किंवा अशी एखादी परिस्थिती ज्यात तुम्हाला किंवा इतरांना जखडल्यासारखे वाटते आहे व त्याचे स्पष्टीकरण द्यावेसे वाटते आहे. ही समस्या एका वाक्यात सांगा, त्यासाठी पुढील रचनेचा वापर करा:

मला हे करावेसे वाटते आहे........, पण ते शक्य नाही कारण......

कागदाचे सहा तुकडे घ्या व त्यावर (आजूबाजूची परिस्थिती, स्वभाव इ.) मथळे लिहा. ते कागद जमिनीवर पसरून ठेवा व त्यातील प्रत्येक कागदासमोर क्रमाने उभे राहा. 'आजूबाजूची परिस्थिती' यापासून सुरुवात करा. प्रत्येक मथळ्यासाठी त्याच्याशी संबंधित प्रश्न खाली दिलेल्या सूचिप्रमाणे विचारा. हा प्रश्न मोठ्याने विचारा व त्याचे उत्तर तुमच्या मनात उमटेपर्यंत थांबा. तुमच्या अंतर्मनाशी तुमचा मनमोकळा संवाद नेहमी होऊद्या. तुम्हाला परिस्थितीविषयी काय वाटते याची तुम्हाला निरनिराळ्या पातळ्यांवर जी माहिती मिळेल, त्याचीही तुम्हाला सवय होऊद्या. विचारांच्या तार्किक पातळ्यांमधून तुम्ही आता 'ओळख' या मथळ्यापर्यंत या. त्यानंतर

मागे जाऊन प्रत्येक पातळीवर काही क्षण थांबा. तेथे तुम्हाला जी नवीन माहिती मिळेल ती गोळा करून पुढच्या पातळीकडे जा. विचारांच्या तार्किक पातळ्यांच्या प्रक्रियेच्या शेवटी तुमच्याकडे अशी माहिती असेल जी या प्रक्रियेच्या सुरुवातीला तुमच्याकडे नव्हती.

ओळख

- *तुमच्या आयुष्याच्या या भागात तुम्ही कोण आहात?*
- *तुमच्या आयुष्याच्या या भागात तुमच्या सर्वोत्तम अवस्थेत तुम्ही कोण आहात?*

धारणा व मूल्ये

- *काही करण्यासाठी/काही हवे असल्यास/तुमच्याकडे असल्यास तुमच्या दृष्टीने महत्त्वाचे काय आहे?*
- *त्याने काय फरक पडतो?*
- *त्यात सर्वांत महत्त्वाचे काय आहे?*

क्षमता

- *आयुष्याच्या या भागात कोणत्या क्षमतांचा तुम्ही शोध घेत आहात?*
- *नेहमीच दोन पावले पुढे राहण्यासाठी तुम्ही कोणत्या कौशल्यांचा वापर करता?*
- *कोणत्या भागातील कौशल्यांवर तुमची भिस्त आहे?*

स्वभाव

- *आयुष्याच्या या भागात जेव्हा तुम्ही स्वत:ला गुंतवून घेता तेव्हा तुम्ही कोणती कामे करता?*
- *जर कुणीतरी तुमच्यावर पाळत ठेवून असेल तर, त्यांना तुम्ही काय करताना दिसाल?*
- *तुम्ही काय बोललेले त्यांना ऐकू जाईल?*

आजूबाजूची परिस्थिती

- *आयुष्याच्या या भागात जेव्हा तुम्ही गुंतलेले असता तेव्हा तुम्ही कोठे असता?*
- *तुम्हाला काय दिसते व काय ऐकू येते?*

तार्किक पातळीवरील विचारांमुळे तुम्ही काय करू शकता?

एखाद्या विषयाबद्दल असलेले तुमचे विचार व धारणा यांच्या बाबतीत प्रश्नचिन्हे उभी करून व त्यानंतर एका वेळी एक तर्कशुद्ध प्रश्न विचारून, तुम्ही त्या विषयाबद्दल जास्त माहिती जाणून घेऊ शकता व जे तुम्हाला कधी शक्य झाले नसते तो विचार इतर कुणी कसा काय करू शकतो हे सुद्धा तुम्हाला ठाऊक होते. यामुळे तुम्ही खालील गोष्टींची खात्री करून घेऊ शकता:

- *तुम्ही कोणत्या प्रकारच्या माहिती जाणून घेऊ पाहता आहात? एखाद्याच्या आजूबाजूची परिस्थिती, स्वभाव, क्षमता, धारणा की ओळख?*
- *समस्या जेव्हा उद्‌भवते तेव्हा माणूस त्याकडे कोणत्या पातळीवरून पाहात असतो? आजूबाजूची परिस्थिती, स्वभाव, क्षमता, धारणा की ओळख?*
- *कोणत्या पातळीवर समस्या अनुभवता येते?*
- *समस्येचे मूळ काय आहे? लोक सहसा इतरांची जी ओळख असते तीस आव्हान द्यायच्या वाटेला जात नाहीत, कारण त्यातून संघर्ष उभा राहण्याची शक्यता असते. आपण एखाद्या लहानशा गोष्टीपासून सुरुवात करतो, कदाचित आजूबाजूच्या परिस्थितीपासून व त्यातूनदेखील एखादा वाद उत्पन्न झाला तर मग त्या स्वभावानुसार त्या व्यक्तीच्या ओळखीपर्यंत आपण तर्कांच्या पातळ्यांचा आधार घेत पुढे जातो.*

आजूबाजूची परिस्थिती	त्याने त्याचे मोजे पुन्हा जमिनीवर फेकले. (*त्याच्या आजूबाजूच्या परिस्थितीचे हे एक निरीक्षण आहे.)*
स्वभाव	तो त्याचे ते मोजे उचलणार नाही. (*त्याच्या स्वभावाचे वर्णन)*
क्षमता	ते कसे उचलावे हे देखील त्याला अजून कळत नाही. (*त्याचे स्वतःचे मोजे उचलण्याची क्षमताही अजून त्याच्यात नाही.)*
धारणा	मला नाही वाटत त्याला त्या गोष्टीची पर्वा आहे. (*ते काम दुसऱ्या कुणीतरी करावे अशी त्याची अपेक्षा आहे.)*
ओळख	त्याला काय वाटते की, तो कोण आहे? तो त्याचे मोजे उचलणार नाही. (*त्याला वाटते मोजे उचलण्याच्या बाबतीत तो खूप महत्त्वपूर्ण* /कामात *मग्न* /फार *वेगळा कुणीतरी आहे.)*

ज्वलनांक

कधीकधी एखाद्या अगदीच क्षुल्लक भासणाऱ्या गोष्टींवरून लहानसा वाद निर्माण होऊन तो भडकताना आपण सारेच अनुभवत असतो. निरनिराळ्या विचारांच्या पातळ्यांवरून किंवा दृष्टिकोनातील फरकांमुळे लोक एकमेकांबरोबर विवाद करत असतात.

तो : तुला काय झालंय? ही एक क्षुल्लक मोज्यांची बाब आहे. (तो *त्या गोष्टीकडे आजूबाजूच्या परिस्थितीची बाब म्हणून पाहतो.)*

ती : नाही! तू तुझे कपडे नेहमीच जमिनीवर फेकतोस व ते इतर कुणीतरी उचलावेत अशी तुझी अपेक्षा असते. स्वत:ला समजतोस तरी कोण तू? (ती *ओळखीच्या पातळीवर त्याच्याशी वाद घालते आहे व त्याचा स्वभाव तिला जसा वाटतो त्यानुसार चिकटवू पाहते आहे.)*

विचारांच्या वेगवेगळ्या पातळ्यांवर लोक जेव्हा वादविवाद करीत असतात, त्यावेळी एकाला जर समोरची व्यक्ती कोणत्या पातळीवरून बोलते आहे हे कळले तर, त्या दोघांमध्ये समेट होण्याची शक्यता जास्त असते, कारण जुळवून घेण्याआधी तो स्वत: त्या पातळीवर येतो.

शिकण्याची योजना

टी.व्ही.च्या बातम्यांमध्ये, नाटकात, वादचर्चांमध्ये, घरी किंवा कार्यालयांमध्ये जेंव्हा तुम्ही लोकांना वाद घालताना पाहाल, तेव्हा त्यांच्या वादाच्या मुद्याकडे दुर्लक्ष करा व त्याऐवजी त्यातील प्रत्येक मनुष्य तर्काच्या कोणत्या पातळीवर आहे याकडे लक्ष द्या.

- *काय ते सारे जण विचारांच्या एकाच पातळीवर आहेत?*
- कोणत्या पातळीवर ते बोलताहेत? *एखाद्याच्या आजूबाजूची परिस्थिती, स्वभाव, क्षमता, धारणा व मूल्ये की ओळख?*
- *त्यांच्या वादाचा मुद्दा तुमच्या मते, नेमका कणत्या पातळीचा आहे?*
- *या वादात भाग घेणाऱ्या दोन्ही बाजूंना एकाच तार्किक पातळीवर आणण्यासाठी, तुम्ही त्या दोघांनाही कोणता प्रश्न विचाराल, यावर विचार करा.*

आपल्या तार्किक पातळ्या एकाच पातळीवर आणणे

नवनवीन आव्हाने पेलण्यासाठी व यशस्वी होण्यासाठी, आपल्या क्षमतांच्या संदर्भात आपण जो काही विचार करतो, जी कृती करतो, जे बोलतो वा ज्यावर विश्वास ठेवतो, ते जर आपल्या ध्येयांच्या पातळीत असेल तर, आपण खरोखरीच प्रभावी होतो.

◆

लक्षात ठेवण्याजोगे

- *तुमच्या अंतर्गत संघसभासदांना परीक्षून घ्या व जे सभासद तुमच्या आत्मविश्वासावर विपरीत परिणाम करीत असतील, किंवा तुम्हाला मदत करीत नसतील तर, त्यांना बाजूला काढा.*
- *विश्वास देणाऱ्या भावनांचा आधार घ्या.*
- *स्वच्छ विचार व अधिक माहिती मिळविण्यासाठी किंवा समस्यांचे निराकरण करण्यासाठी जेव्हा तुम्ही मुद्देसूद विचार करता तेव्हा तार्किक पातळ्यांचा आधार घ्या.*

१८

प्रेरित राहण्याच्या क्लृप्त्या

या प्रकरणात तुम्ही खालील गोष्टी शिकाल:

- *प्रेरित राहाण्याच्या क्लृप्त्या*
- *तुम्ही सदैव संपर्कात राहाल यासाठी करण्याच्या गोष्टी*

स्वत:वर विश्वास ठेवा, तुमचा जो उद्देश आहे त्यावर विश्वास असूद्या, हाच स्वयंप्रेरणेचा मंत्र आहे. मात्र बहुतेक वेळा, जेव्हा तुम्ही ठरविल्याप्रमाणे घडत नाही, तेव्हा स्वत:ला प्रेरित ठेवणे अवघड जाते. अशा वेळी आपल्याला आपल्या अंतरंगातील सारी आयुधे सरसावण्याची आवश्यकता असते. याच संदर्भातील काही क्लृप्त्या ज्यांना प्रेरित व्हायचे आहे व राहायचे आहे त्यांच्यासाठी दिल्या आहेत.

संपर्कात राहा

तुम्हाला काय वाटते हे तुम्ही करत असलेल्या विचारांवर ठरत असते. जेव्हा तुम्ही एकटेच काम करता असता किंवा त्या परिसरात प्रेरित असलेले तुम्ही एकटेच असता अशा वेळी स्वत:ला प्रेरित ठेवणे खरेच अवघड असते. याचा अर्थ असा असतो की, तुम्ही इतरांपासून संपर्क तोडलेला असतो व तुम्हाला प्रेरणा देणाऱ्या गोष्टींपासूनही तुम्ही लांब गेलेले असता. अशा वेळी तुमच्या कामातून वेळ काढणे खूप गरजेचे असते, म्हणून इथे तिथे जरा भटकावे, फुलांचा सुगंध घ्यावा अन्यथा तुम्ही तुमच्या मित्रांशी संपर्क गमावून बसाल.

यातील अंतरंग

जर तुम्ही एखादा फार काळ चालणारा प्रकल्प हाती घेत असाल तर, लोकांना तसे अगदरच सांगा की, मी आता काही काळ व्यग्र राहणार आहे. कदाचित मी फोनवरून तुमच्याशी संपर्कात राहीन, मात्र माझा प्रकल्प संपला की, आपण सारे एक जंगी सेलिब्रेशन करूया एवढे

नक्की! अशा प्रकारचे पूर्वनियोजन व पुन्हा भेटण्याची कल्पना एका तऱ्हेने तुम्हाला तुमच्या मित्रांच्या संपर्कात ठेवल्याचे समाधान देते. त्याशिवाय तुम्ही जे करायचे ठरविलेले असते, ते सांगून तुम्ही एका अर्थी कृतिलाही सुरुवात केलेली असते व तेही समाधान देणारेच असते.

जोडीदार पद्धत तयार करा

तुम्हाला सतत जागे ठेवणारा कुणीतरी एकजण एका कोपऱ्यात तुमच्यासाठी असूद्या. असा कुणीतरी जो तुमच्यासारखेच जीवन जगतोय. तुम्हा दोघांमध्ये तुम्ही ठरवा की, एकमेकांची कोणती बटने दाबली की, अजून मोठे काही तरी करण्याची प्रेरणा तुम्हा दोघांनाही मिळेल!

एकमेकांशी संपर्क ठेवणारे दोघेजण माझ्या परिचयाचे आहेत. प्रत्येक वेळी एकमेकांशी बोलताना ते पाच निरनिराळ्या गोष्टींची यादी हातात ठेवतात, ज्याविषयी ऐकायची समोरच्याला उत्सुकता असते. यामध्ये निरनिराळे शेरे असतात, तू एक उत्तम वक्ता आहेस व तुझे बोलणे साऱ्या जगाने ऐकायला हवे; इथपासून ते तुझ्याकडे प्रचंड चिकाटी आहे व मला ठाऊक आहे की, तू त्या जागी पोहोचशील. या प्रकारची एकमेकांना उत्तेजना देणारी संभाषणे अतिशय प्रभावी असतात कारण तुमचा एखादा चांगला मित्र तुम्हाला ऐकावेसे वाटणारे काही अधेमधे बोलेल, मात्र तुमचा जोडीदार या प्रकारचे संभाषण तुम्ही जेव्हा जेव्हा त्याच्याशी संपर्कात याल तेव्हा बोलेल.

तुमच्या कार्याचे मोल सांगणारे एक वाक्य तयार करा व त्याची वारंवार उजळणी करा

यातील अंतरंग

जेव्हा वाटचाल काहीशी अवघड होते व तुमचा निश्चय डळमळू लागतो तेव्हा तुमचा प्रकल्प पूर्ण झाल्यानंतर ते चित्र कसे असेल, याविषयीच्या प्रतिमा वा आरखडे नजरेसमोर आणा. तुमचे यश रंगांमध्ये रंगवून पाहण्यात काही वेळ घालवा. अगदी त्या प्रकल्पाबद्दल तुम्हाला पुरस्कार मिळताहेत अशा प्रतिमाही पाहा. तुमच्या कार्याचे मोल सांगणारे जे वाक्य आहे त्याची वारंवार उजळणी करा व तुमची प्रगती वेळोवेळी मांडून ठेवत चला, ज्यामुळे तुमच्या मनाची सकारात्मकता जशीच्यातशी राहण्यास मदत होईल. तुमची प्रगती दाखविणारी काही व्यवस्था तयार करा, उदा. सोनेरी

स्टार्स, जे तुम्हाला तुमच्या प्रगतीपुस्तकावर चिकटवता येतील. तुम्ही कुठपर्यंत आला आहात हे तुम्ही जर मध्ये मध्ये पाहात राहिलात तर त्यामुळे तुमच्या ध्येयाच्या दिशेने जाण्याची वाटचाल तुमच्यासाठी बरीचशी सोपी होईल.

तुम्ही कोण आहात व तुमचे जीवितकार्य काय याविषयी स्पष्ट कल्पना तुम्हाला असूद्या. ती मनावर जणू कोरून ठेवा व एखादी कविता म्हणावी तशी म्हणत चला.

आनंदी राहायचा निश्चय करा

तुम्ही आनंदी असावे हा निर्णय केवळ तुम्हीच घेऊ शकता. जे तुम्हाला आनंदी करू शकेल ती गोष्टच तुमच्या आयुष्याचा दिशादर्शक बाण असू दे. आनंद हेच तुमचे ध्येय ठेवा व कामात हरवून जाणे शक्यतो टाळा. स्वतच्या अंतरंगाशी सतत संपर्क ठेवा व त्यातून मिळणारे सुख अनुभवत राहा. जेव्हा तुम्ही आनंदात असता तेव्हा तुमची सृजनशक्ती वेगळ्याच उंचीवर असते व तुमचे गुण उफाळून पृष्ठभागावर येत असतात.

सल्लागार वा मदतनीस नेमा व तुम्ही कुणाचे तरी सल्लागार वा मदतनीस व्हा

इतरांशी संपर्कात असल्याची एक प्रभावी जाणीव यामुळे मिळते. कौशल्याच्या पातळीवर बोलायचे झाले तर, इतरांच्या अनुभवाचा फायदा तुमची क्षमता वाढविण्यासाठीही तुम्हाला होतो. इंग्लंडमधील उच्च जागी असलेल्या बॉसेस्च्या एका सर्वेक्षणात असे आढळून आले की, त्यांच्यापैकी सत्तर टक्के लोकांकडे कमीतकमी बारा सल्लागार वा मदतनीस होते.

स्वत:शी संपर्कात राहा

आपण जे काही पाहतो, विचार करतो किंवा अनुभवतो त्यांच्या अनुषंगाने आपल्या धारणा सतत बदलत असतात, मात्र कधीकधी आपण कामात इतके गुंतू शकतो की, आपल्या स्वत:मध्ये होत असणारे बदल काहीतरी घडेपर्यंत आपल्याला जाणवतही नाहीत. आता चकित व्हायची पाळी आपली असते व परिणामी आपल्याला वेळ काढून आपल्या धारणांचे पुनर्मूल्यांकन करावे लागते. आपल्यामध्ये जे हळुवार बदल होत असतात त्यांची जाणीव सतत जागी ठेवा.

यातील अंतरंग

तुमच्यासाठी जे महत्त्वाचे आहे, त्यावर लक्ष केंद्रित करा व त्यामध्ये इतर कशाचा शिरकाव होऊ देऊ नका. तुम्ही गेल्या आठवड्यात काय केले हे एकदा शांतपणे तपासून पाहा व तुम्ही जे काही केले ते खरेच लिहून ठेवण्याजोगे होते का याचा शोध घ्या. रोज स्वत:ला वीस मिनिटे द्या व जे तुमच्यासाठी महत्त्वाचे आहे, त्यासाठी जास्त वेळ कसा देता येईल यावर विचार करा. यावेळी हे सुद्धा ठरवा की, भविष्यात जे तुमच्या महत्त्वाच्या गोष्टींच्या आड येईल, ते टाळले जाईल.

स्वत:ला स्वत:च्या संपर्कात ठेवण्यासाठी पहाटे उठून लिहिण्याचा सराव करा. तुमच्या मनात सर्वांत पुढच्या रांगेत काय आहे त्याला अनुसरून स्वत:ला एक प्रश्न विचारा. त्यानंतर दहा मिनिटे तुमच्या मनात काय येते ते भराभरा लिहून काढा. तुमची लेखणी भराभरा कागदावर धावूद्या. ई.एम्. फोर्स्टर याविषयी म्हणतो: 'बोलण्याआधी विचार करावा हे टीकेचे तत्त्व असते, तर विचार करण्याआधी बोलणे हे सृजनाचे लक्षण असते. सकाळी लिहिण्याची सवय तुम्हाला तुमच्या संपर्कात ठेवते. तुमची ध्येये, तुमच्या गरजा, तुमच्या आकांक्षा यांशी तुम्हाला जखडून ठेवते. याहीवेगळे म्हणजे मोकळेपणाने विचार करीत असताना तुम्ही किती सृजनशील होऊ शकता हेसुद्धा तुमच्याच ध्यानी येते.'

जेव्हा तुम्ही लोकांसोबत असता, तेव्हा शंभर टक्के त्यांच्यासोबतच राहा.

जेव्हा तुम्ही कामात असता तेव्हा कुणासोबत बराच वेळपर्यंत भोजनाचा आनंद घेणे तुम्हाला शक्य होत नाही, मात्र तुम्ही त्यासाठी दहा-पंधरा मिनिटे नक्कीच काढू शकता. रोज एकादोघांशी भेट घ्यायचे नक्की करून तो वेळ त्यांच्यासोबत खास या शब्दांनी वर्णन करता येण्याजोगा घालवा.

यातील अंतरंग

त्यांच्या बोलण्याकडे मनापासून लक्ष द्या व त्यांना जाणवून द्या की त्यांचे बोलणे तुमच्यासाठी अतिशय महत्त्वाचे आहे. बहुतेक लोकांना वाटत असते की, त्यांचे बोलणे मनापासून कुणीही ऐकत नसते, म्हणूनच त्या दृष्टीने पाहिले तर कुणाशीतरी अतिशय जवळचे संबंध जोडण्यासाठी ही अतिशय प्रभावी गोष्ट तुम्ही करताहात.

स्वत:चे अभिनंदन करा

तुम्ही काहीतरी अतिशय चांगले केले आहे, या नुसत्या विचारापेक्षा जर तुम्ही ते एखाद्या चौकटीत टाकून ते दिसेल असे टांगून ठेवलेत तर त्याचा जास्त फायदा तुम्हाला होईल. गेल्या काही महिन्यांमध्ये तुम्ही जे काही मिळविलेत किंवा केलेत त्याची एक यादी लिहून तयार करा. ती स्वत:शीच मोठ्याने व आनंदाने वाचा व ते करीत असताना त्याविषयीचा गर्व मनात बाळगा. ज्या यशाविषयी तुम्हाला अभिमान वाटतो, ती भावना खोल रुजण्यासाठी एका कागदावर ती छापून घ्या व तुमच्या कपाटाच्या दरवाजांवर आतील बाजूस तो कागद चिकटवा, ज्यामुळे दिवसभरात तो कागद अनेकदा तुमच्या नजरेखालून जाईल. तुम्ही सतत काहीतरी गोष्टी घडवून आणीत असता, ही जाणीव तुमच्या मनात येऊद्या ज्यासोबत चेतना व प्रभावीपणाची भावना तुम्हाला सुखावेल.

तुमचे पाय जमिनीवर राहावेत यासाठी काय कराल

पुष्टी

तुमच्याकडे जे काही आहे त्यावर लक्ष केंद्रित करण्यासाठी व तुम्हाला ज्या गोष्टी तुमच्या जीवनात आाणायच्या आहेत त्यासाठी हा एक सुरेख मार्ग आहे. यासाठी हजारो पर्याय आहेत व जर तुम्ही यासंबंधीचे एखादे पुस्तक वाचाल तर त्यातही तुमच्या रोजच्या जीवनाशी मेळ आणणारे अनेक पर्याय तुम्हाला सापडतील.

तुम्हाला तुमच्या आयुष्यात काय खेचून घ्यायचे आहे त्यानुसार तुम्ही तुमची पुष्टिकारक विधाने बदलू शकता. काही लोकप्रिय विधाने अशी आहेत: माझ्या आयुष्यात भरपूर आनंद, प्रेम व तृप्तता आहे; मला मिळाला नाही असा शिक्षक मी स्वत: आहे; सारी जिवंत सृष्टी त्यातील साऱ्या सौंदर्यासह मी माझ्या मिठीत घेतो; माझ्या जीवनातल्या साऱ्या गोष्टींसाठी तुमचे आभार; जेव्हा माझ्या मनात मला स्पष्ट दिसते तेव्हा माझे विचार मी हातात घेऊन एखाद्या वस्तूप्रमाणे पाहू शकतो.

तुमच्यासारख्याच प्रवासाला निघालेली माणसे शोधून काढा

यातील अंतरंग

ज्याच्याशी तुमचे सहज जुळून येते असे कुणी भेटणे यासारखी उत्साहाची गोष्ट नाही व त्याच्या जीवनप्रवासाच्या आवडीनिवडीही तुमच्याशी जुळत असतील तर त्यासारखा आनंद नाही. या अशा लोकांना जपून ठेवा. जर

तुम्ही या प्रकारचे जाळे विणत असाल तर एका खोलीतील दोन माणसे शोधून काढा व त्यांच्यात विशेष काय आहे व त्यांच्यासाठी महत्त्वाचे काय आहे याचा शोध घ्या. आयुष्यात तुमच्या सोबतीने चालणारे जोडीदार मिळविण्यासाठी याचा खूप उपयोग होतो.

तुमची विनोदबुद्धि जागी ठेवा

एखाद्या परिस्थितीला दिलेल्या उत्स्फूर्त प्रतिक्रियेमुळे तुम्ही स्वत:ला व तुमच्या सभोवती असलेल्या इतरांनाही मोकळेपणाचे चार क्षण देऊ शकता. एका विद्यार्थिनी त्याच्या पालकांना लिहिलेल्या पत्रात ही गोष्ट चांगल्या प्रकारे ध्वनित झाली आहे:

प्रिय आई बाबा,

बरेच दिवस तुम्हाला लिहू शकलो नाही, याबद्दल तुमची मी क्षमा मागते, मात्र माझ्या घराला लागलेल्या आगीत माझी लिहिण्याची सारी साधनसामग्री जळून खाक झाली.

नशिबाने वेन नावाच्या ज्या फायरमनने ही आग विझविली तो अतिशय चांगला माणूस होता. त्याने मला त्याच्या घरात आसरा दिला. माझी खात्री आहे की, जेव्हा तुम्ही त्याला भेटाल तेव्हा तुम्हालाही तो आवडेल, कारण गेल्याच आठवड्यात आम्ही विवाहबद्ध झालो आहोत. मला तुम्हाला आश्चर्याचा धक्का द्यायचा होता, मात्र आता साऱ्या चांगल्या बातम्या तुम्हाला सांगते आहे म्हटल्यावर, तुम्हाला अजूनही एक गोष्ट सांगायला हरकत नाही की, तुम्ही आजी-आजोबा होणार आहात. माझी खात्री आहे की, तुम्हाला खूप आनंद झाला असेल.

तुमची प्रेमळ कन्या

शॅरन

ता.क. माझे घर जळून खाक झालेले नाही, माझे लग्न झालेले नाही व मी गरोदरही नाही. मात्र मी गणिताच्या परीक्षेत नापास झाले. मला आशा आहे की, हे वाचल्यावर साऱ्या गोष्टी योग्य त्या संदर्भासह तुमच्या लक्षात येतील.

यातील अंतरंग

साऱ्याच बाबी यथार्थ दिसायला व असायला हव्यात. कोणतीही गोष्ट प्रमाणाबाहेर नेऊ नका. एखादी घटना तुम्हाला प्रलयासारखी भासेल, मात्र आठवड्याभराने त्याकडे पहिल्यावर तिचे वर्णन तुम्ही कदाचित त्रासदायक एवढ्याच शब्दांमध्ये कराल. स्मशानात एखाद्या दिवशी घेतलेला फेरफटका तुम्हाला वास्तवाची जाणीव करून देईल व आपणा साऱ्यांना एके दिवशी इथेच यायचे आहे या विचारापाशी येऊन तुम्ही थांबाल.

कृतज्ञता

रोज अंथरुणातून उठण्यापूर्वी स्वत:लाच विचारा: कालच्या दिवसाने चांगले काय दिले? वाईटात वाईट दिवसामध्ये देखील तुम्हाला चांगले काहीतरी आढळून येईल. त्यानंतर ज्याविषयी तुमच्या मनी कृतज्ञता आहे अशा बाबींची एक यादी तयार करा व ती भावना दिवसभर तुमच्यासोबत बाळगा. लिडिया चाईल्डचे एक वाक्य येथे उदधृत करता येते: कृतज्ञता ही तुमच्या हृदयात साठवलेली आठवण असते, म्हणूनच मी ज्याचा आनंदाने उपभोग घेतला, ते सारेच माझ्यापाशी आहे, हे शब्द सतत म्हणायला विसरू नका.

तुमच्या श्वासाचा मंत्र तुमच्याकडे असूद्या

जेव्हा तुम्ही श्वास घ्याल तेव्हा तुमची जीभ तुमच्या वरच्या दातांखाली न्या. जेव्हा तुम्ही श्वास सोडाल तेव्हा ती खालच्या दातांकडे आणा. तुमचे हात अगदी हलके पोटावर ठेवा व छातीतून श्वास सुरू होतो असे समजण्याऐवजी पोटातून श्वास सुरू होतो आहे अशी कल्पना करा. दीर्घश्वसन करताना तुमचा स्वत:चा एखादा मंत्र सुरू ठेवा.

वर्तमानात जगायला शिका

तुम्हाला ज्याची सर्वांत जास्त भीती वाटते अशा तुमच्या भयगंडाकडे जर तुम्ही अगदी जवळून पाहिलेत तर तुम्हाला समजेल की, हे भयगंड बहुतेक वेळा 'असे झाले तर काय होईल?' या प्रकारचे असतात. तुमच्यावर कधीकधी तणावाचे प्रसंग येतील, ते मनोमन मान्य करा, त्याचवेळी तणावाची ही पातळी कुठे आहे हे शोधून काढा. ज्याविषयी आपल्याला प्रचंड काळजी वाटते अशा नव्वद टक्के गोष्टी कधीच घडत नाहीत, मात्र 'अशा गोष्टी घडतील की नाही' अशी सतत काळजी करत राहिल्यामुळे तणाव निर्माण करणारी हार्मोन्स शरीरभर पसरतात.

आनंद

एक चिनी म्हण आहे: आनंद हा काहीतरी करण्याचा असतो, कशावर तरी प्रेम करण्याचा असतो व भविष्याकडे नजर उचलून पाहण्याचा असतो. स्वयंसंतुष्टता अनुभविण्यासाठी आणि भविष्यात अजूनही असले अनुभव घेण्यासाठी यांपैकी एका तरी पैलूप्रमाणे तुम्ही स्वत: वागताहात याची खात्री करा.

(टिप्स फॉर स्टेईंग मोटिव्हेटेड, सौजन्य: *पॉझिटिव्ह हेल्थ* मॅगेझिन पीएच् इश्यू १४२

डिसेंबर २००७, www.positivehealth.com कॉपीराइट-फ्रान्सिस कूम्बस्

पिंक बबल ध्यानधारणा

ध्यानधारणेचा हा प्रकार ताणतणावाच्या वेळी तुमच्या चित्तवृत्ती शांत करण्यासाठी खूप उपयोगी पडतो.

- *डोळे बंद करून एक दीर्घ उसासा टाका. तुमच्या शरीराची जाणीव असूद्या. त्यानंतर तुम्हाला तुमच्या मानेत, खांद्यांमध्ये, कपाळात व इतर शरीरात जाणवणारा ताण हलका करायला सुरुवात करा.*
- *हळूहळू तुमच्या श्वासावर लक्ष केंद्रित करा. तुमच्या शरीरात हवा आत कशी घेतली जाते आहे व बाहेर कशी सोडली जाते आहे यावर लक्ष द्या. तुमचे मन गुलाबी रंगाच्या शॅम्पेनच्या बुडबुड्यांनी भरलेले ग्लास आहे अशी कल्पना करा.*
- *या शॅम्पेनकडे एकटक पाहात राहा व येणाऱ्या प्रत्येक विचाराला त्या गुलाबी बुडबुड्यांमध्ये बंदिस्त करून हळूहळू पृष्ठभागाकडे निघू द्या. हे बुडबुडे म्हणजे भविष्यातील कटकटी, काळज्या, असंतुष्टता आहेत. त्या साऱ्यांना तरंगत निघून जाऊद्या. त्या बुडबुड्यात बंदिस्त असलेला प्रत्येक विचार निघून जात असलेला पाहा. हळूहळू तुमच्या चित्तवृत्ती शांत होतील व तुमचे मन स्थिर व स्वच्छ झालेले तुम्हाला जाणवेल. हा अनुभव घेत काही काळ याच अवस्थेत घालवा.*

◆

लक्षात ठेवण्याजोगे काही

- *ज्यांच्याविषयी तुम्हाला आत्मीयता वाटते त्या व्यक्तींच्या संपर्कात राहा.*
- *जोडीदार पद्धत निर्माण करा व लोक तुम्हाला उत्तेजन देतील यावर कटाक्ष ठेवा.*
- *तुमच्या कार्याचे मोल सांगणारे एक वाक्य तयार करा व त्याची वारंवार उजळणी करा.*
- *तुम्ही जे काही मिळविले आहे, त्याबद्दल स्वत:चे अभिनंदन करा.*
- *तुमच्या आयुष्यात ज्या काही गोष्टी आहेत त्यावर लक्ष केंद्रित करण्यासाठी त्यास वारंवार दुजोरा देत राहा.*
- *ध्यानधारणा करा व तुमचा स्वत:चा एक मंत्र तयार करा.*

१९

बदलांवर ताबा मिळविण्यासाठी यशाचा नमुना तयार करा

या प्रकरणात तुम्ही खालील गोष्टी शिकाल:

- *बदलांवर ताबा मिळविण्याच्या काही सोप्या पायऱ्यांबद्दल*
- *इतरांच्या योजना उसन्या कशा घ्यायच्या याबद्दल*
- *तुमच्या स्वत:च्या स्वभावाच्या आकृतिबंधांविषयी सजग राहण्याबद्दल*
- *जे तुम्हाला हवे आहे ते मागून घेण्याबद्दल*

> **आगीवर चालणे असो किंवा डोंगर चढणे असो, तुमचे गंतव्य काय याविषयी व तिथे तुम्हाला नेऊ शकणाऱ्या साधनांविषयी तुम्हाला ठाऊक असायलाच हवे.**
>
> सायमन ट्रेसेल्यान, मोटिव्हेशनल ट्रेनर

तुम्ही ज्या पद्धतीने विचार करता व प्रेरित होण्याच्या तुमच्या क्षमतेबद्दल तुम्हाला काय वाटते या दोहोंकडे पाहण्याच्या दृष्टीत पडलेला फरक हे पुस्तक वाचत असताना तुमच्या लक्षात आला असेलच. तुम्ही अवगत केलेली शिकण्याची नवनवीन शस्त्रे व शास्त्रे यांच्या प्रभावाची जाणीव झाल्यानंतर तुम्हाला वाटेल की, हे सारे वापरण्यास सुरुवात कशी करायची? मिळालेले हे ज्ञान माझी स्वत:ची कौशल्ये वाढविण्यास आणि ज्या क्षेत्रात मला प्रगती करायची आहे तेथे कसे वापरता येईल?

इतरांच्या योजना उसन्या घ्या

यातील अंतरंग

तुमचे कौशल्य वाढविण्याचा सर्वांत सोपा मार्ग म्हणजे, ज्या एखाद्या क्षेत्रात तुम्हाला सुधारणा करायची आहे, उदा. घर चांगले सुधारणारी

व्यक्ती, कॉम्प्युटर वापरणारा, पालक, स्वयंपाकी, प्रेमी किंवा युक्तिवादात प्रावीण्य कसे मिळवावे यासाठी या प्रकारचे कौशल्य ज्याच्यापाशी आहे असा कुणी एक शोधून काढून त्याला विचारा की, हे तू कसे करतोस?

युक्तिवाद करण्याचे तुमचे कौशल्य कसे वाढवाल?

एखाद्या विषयासंबंधी तुम्हाला जेवढी माहिती आहे व त्याहून अधिक जाणून घ्यायचे आहे, त्यासंबंधाने जास्तीतजास्त प्रश्न स्वत:ला विचारा. तुम्हाला मिळालेली उत्तरे लिहून काढा व ही सर्व साधने व तंत्रे तुम्ही अतिशय सहजपणे वापरता आहात अशी स्वत:ची प्रतिमा डोळ्यांपुढे उभी करा. ज्या प्रतिमा तुम्ही तयार कराल त्यामध्येच तुम्हाला हव्या असलेल्या कौशल्यांचे आकारबंध सामावलेले असतील.

स्वत:ला प्रश्न	**उत्तरे**
मी कोणत्या प्रकारे युक्तिवाद करावा? विचारांच्या कोणत्या पायऱ्यांचा मी वापर करायला हवा?	
निष्कर्षापर्यंत मी पोहोचलोय हे मला कसे कळेल?ते कळण्याच्या काही खुणा आहेत का? काही भावना? मनातील प्रतिमा? ते मला कळावे याच्यासाठी मी स्वत:ला काय सांगायला हवे?	
युक्तिवाद करण्याची माझी पद्धत किती प्रभावी आहे? मी कधी चुकतो का?	
मला कधीकधी न दिसणाऱ्या अशा काही गोष्टी आहेत का? असतील तर त्या लिहून काढा.	

स्वत:ला प्रश्न	उत्तरे
ज्या कौशल्यांमध्ये मला पारंगत व्हायचे आहे, ती कौशल्ये असलेली एखादी अधिकारी व्यक्ती मला ठाऊक आहे का?	
ते कौशल्य हस्तगत करण्यासाठी, अशा व्यक्तीला ते काम करताना मला पाहता येईल का?	
सुरू करण्यासाठी या योजनेचा एखादा सोपा आराखडा तयार आहे का?	

तुमच्यात सुधारणा घडवून आणण्यासाठी नवीन योजना गोळा करा

तुम्हाला जेवढ्या नवीन योजना आढळल्या त्यांची एक यादी तुमच्याकडे तयार असणे ही यामागची युक्ती आहे. युक्तिवाद करण्यासाठी व त्या तंत्राचा विकास करण्यासाठी तुमच्याकडे खूप साधने उपलब्ध आहेत. त्यांपैकी कोणते साधन तुम्ही निवडाल?

तुम्ही एखाद्या सोप्या रचनेपासून सुरुवात कराल? उदा. सोळाव्या प्रकरणात उल्लेख झालेले AEIOU- गृहीतक (Assumption), पुरावा (Evidence), चित्र (Illustration), मत (Opinion) व अद्वितीय (Unique). यावर बेतलेला नमुना तुमच्यासाठी उपयोगी ठरेल काय?

योजनांचा वापर

पुढल्या वेळी जेव्हा तुम्ही एखाघा बैठकीत किंवा एखाद्या प्रसंगात असाल जिथे तुम्हाला अंतरंगातील माहितीची आवश्यकता आहे, तेव्हा हे शब्द कागदाच्या डाव्या बाजूस लिहा व त्यातील प्रत्येक शब्दाविषयी चर्चेत सहभागी असणाऱ्यांनी चर्चा केली किंवा नाही हे नोंदवून ठेवा. प्रथम जे मुद्दे चर्चिले गेले नाहीत, त्यांच्याविषयी स्पष्टीकरण विचारा. त्यानंतर जी माहिती तुम्हाला हवी आहे ती मिळविण्याच्या अनुषंगाने तुमचे प्रश्न तयार करा.

जी माहिती बाहेर आलीच नाही ती मिळविणे

विचारण्याजोगे उत्तम प्रश्न म्हणजे: हे तुम्हाला कसे ठाऊक? हा निष्कर्ष काढण्यासाठी तुम्ही काय गृहीत धरले होते? तुम्ही जे काही सुचविता आहात त्यासाठी तुमच्याकडे काही पुरावे आहेत का? या प्रश्नांमधून जी काही माहिती मिळेल ती योग्य जागी बसते किंवा नाही व व्यक्त केले गेलेले मत स्वीकारार्ह आहे किंवा नाही हे ताडून पाहा. स्वत:लाच विचारा की, या चर्चेतून जे काही नवीन, वेगळे हाती लागले आहे त्यामुळे परिस्थिती पुढे सरकली आहे किंवा नाही?

गृहीतक?	हजर असलेल्या लोकांचे बोलणे ऐकून घ्या व कोणती गृहीतके मांडली जाताहेत याची नोंद करा.
पुरावा?	जे मुद्दे मांडले जाताहेत ती वस्तुस्थिती आहे की, त्यांची मते आहेत? जर ती वस्तुस्थिती असेल तर त्याचे पुरावे काय?
चित्रे?	एखादी व्यक्ती उदाहरण म्हणून जे मुद्दे मांडते आहे, तर ती उदाहरणे मुद्यांना अनुरूप आहेत का? जर तसे नसेल, तर अजून योग्य उदाहरण द्यायला सांगा.
मत?	दिलेल्या माहितीच्या आधारावर, ते मत देणाऱ्या व्यक्तीचे बोलणे समर्थनीय आहे का?
अद्वितीय?	यातून काही नवीन माहिती हाती लागली आहे का? काही नवीन महत्त्वाचे मुद्दे सापडले आहेत का? तसे जर असेल तर आवश्यक व केवळ आधारासाठी असलेले मुद्दे वेगळे करा.

कोणतेही प्रश्न विचारण्याअगोदर तेथे असलेल्या उपस्थितांशी जवळचे संबंध प्रस्थापित करा. ही वस्तुस्थिती आहे की तुमचे मत तुम्ही सांगताहात?असा थेट प्रश्न विचारणे कदाचित उद्धटपणाचे वाटेल, म्हणून तुमचा प्रश्न काहीसा धूर्तपणे विचारा, नपेक्षा तुमचा एक मित्र तुम्ही गमावला असे समजा. टोकदार, बोचरे प्रश्न

विचारणे टाळा. विचारायचेच झाले तर असे विचारा की, हे कशावर आधारलेले आहे, हे अजून थोडे स्पष्ट कराल काय?

AEIOU ही युक्तिवादाची योजना तुम्ही खालील बाबींमध्ये वापरू शकाल:

- *बैठका, एखाद्या बाबीबद्दल स्पष्टता येण्यासाठी;*
- *एखादा निर्णय कसा घेतला जातो हे जाणून घेण्यासाठी तुम्ही जर अधीर असाल तर;*
- *जेव्हा तुम्हाला काही बदल करायचे असतील तर;*
- *एखाद्या निर्णयाविषयी तुम्ही असमाधानी आहात व त्याचे कारण तुम्हाला ठाऊक नसेल तर;*
- *जर तुमच्यासमोर एखादे आव्हान किंवा धोका उभा असेल तर;*
- *जर तुम्ही असहमत असाल तर.*

जेव्हा युक्तिवादाचे हे कौशल्य सवयीमध्ये बदलते, तेव्हा तुम्ही ते रोज वापरायला सुरुवात कराल. जे काही होते आहे त्याबद्दलचे महत्त्वाचे मुद्दे तुम्हाला यामुळे समजता येतील. इतरांसमोर मांडण्याअगोदर जर तुम्ही तुमच्या कल्पनांना AEIOU प्रश्नांच्या माध्यमातून पाहण्याचा प्रयत्न केलात, तर तुम्हाला त्यामागील खरा हेतू ध्यानी येईल व त्यामुळे तुम्ही योग्य पर्याय निवडू शकाल व तुमचे म्हणणे तर्कशुद्ध पद्धतीने मांडू शकाल.

तुमचे निष्कर्ष अधिक प्रभावी होण्यासाठी तुमचा स्वभाव बदला

भविष्यातील बाबींविषयी तुमची दृष्टी एकदा स्पष्ट झाली की, मग तुम्हाला जे निष्कर्ष आदर्श म्हणून अपेक्षित असतात,ते ठाऊक होतील. यामुळे कोणत्या कृति, कौशल्ये व स्वभाववैशिष्ट्यांची नमुना म्हणून तुम्हाला आवश्यकता आहे हे कळणे तुम्हाला सहज शक्य होईल.

यातील अंतरंग

बदलांचा स्वीकार करण्यासाठी प्रथम तुम्हाला बदलांच्या विषयात प्रावीण्य मिळवावे लागेल. हे करायचा एक मार्ग म्हणजे तुमच्या सभोवती असणारे लोक त्यांना अपेक्षित असणारे निष्कर्ष मिळविण्यासाठी स्वभावांचे सवयीमुळे उद्‌भवणारे जे आकृतिबंध व योजना वापरतात, ते ओळखणे हा होय.

लोकांना यश मिळवून देणाऱ्या योजना स्वत:साठी वापरायचे तंत्र जेव्हा तुम्ही

आत्मसात करता, तेव्हा तुम्ही हाती घेतलेली सारीच कामे तुमच्यासाठी सोपी होतात. जे लोक हाती घेतलेल्या कामात उत्कृष्टच असतात, अशांचे सवयींमुळे तयार होणारे विचारांचे आकृतिबंध व त्यांचे स्वभाव एकदा का तुम्ही आत्मसात केलेत की, तुमच्या विचारांची खोली आपसूकच वाढते व त्याचसोबत तुमची कौशल्येही अधिक धारदार होतात. परिणामी पटकन वेग घेणारे व तुम्हाला तुमच्या पुढच्या ध्येयांच्या दिशेने नेणारे बदल करायला तुम्ही सुरुवात करता.

जर तुम्ही येथपर्यंत वाचले असेल, तर लोक त्यांच्या नैसर्गिक गुणवत्तेचा उपयोग कसा करतात हे ओळखण्यासाठी आवश्यक असलेली साधने व सामग्री आतापर्यंत तुमच्याकडे नक्कीच जमली असेल. तुमच्या भोवती वावरणाऱ्या असाधारण लोकांकडे असलेल्या धारणा, त्यांचे स्वभाव व क्षमता हे कसे टिपावे हे तुम्हाला ठाऊक झाले आहे. समजा, तुम्हाला तुमच्या युक्तिवाद करायच्या कौशल्यामध्ये एक पाऊल पुढे जायचे आहे. उत्तम निर्णय घेण्यासाठी एखादी व्यक्ती कोणती योजना वापरते हे जाणून घेण्यासाठी एखाद्या व्यक्तीच्या विचार करायच्या पद्धतीचा नमुना तुम्हाला तयार करायचा आहे का?

तुमच्याकडे आता सारी साधने व तंत्रे आहेत. याशिवाय तुमच्याकडे असलेल्या माहितीचा उपयोग करून तुम्ही निर्णय घेण्याची त्याहीपेक्षा अधिक चांगली योजना तयार करू शकता का?

एखाद्या उत्तम निर्णय घेऊ शकणाऱ्या व्यक्तीचा नमुना तयार करण्याची पाककृति

यातील अंतरंग

विचारपद्धतीचा नमुना तयार करणे हे पिझ्झा तयार करण्यासारखे आहे. पहिल्यांदा तुम्ही तुमच्या तंत्रांच्या स्टोअररूमचा अंदाज घेता व चांगला निर्णय घेऊ शकणाऱ्या व्यक्तीच्या विचारपद्धतीचा नमुना तयार करण्यासाठी लागणारे सारे पदार्थ जमवता. या व्यक्तिकडे नेहमी:

- *त्यांच्या प्रश्नपद्धतीचा आराखडा AEIOU प्रश्न हे सुरुवात करायला योग्य आहेत;*
- *विचारांची लवचिकता, ज्यामुळे माहिती जाणून घेण्यासाठी ते अनेक विचारांचा उपयोग करू शकतात.*
- *मोठे तुकडे वर खाली सरकविण्याचे कौशल्य, म्हणजे मोठे चित्र व त्यातील बारकावे या प्रकारची विचारपद्धती*

चांगला निर्णय घेणाऱ्याच्या पद्धतीचा नमुना तयार करणे

टी.व्ही.वरच्या कार्यक्रमांमध्ये अनेक चांगल्या व्यक्ती भाग घेत असतात. त्यांच्या गुणांची तुम्ही तारीफ करता व ते आत्मसात करू पाहता. असे कार्यक्रम पाहून तुम्ही निर्णयक्षमतेच्या कौशल्याचे नमुने तयार करू शकता. कौशल्ये आत्मसात करण्यासाठी टी.व्ही. कार्यक्रम हे एक चांगले माध्यम म्हणता येईल, कारण ते एक ठरावीक प्रकारचा कार्यक्रम करतात व त्यामुळे त्यात सहभागी होणाऱ्या निरनिराळ्या व्यक्ती तीच प्रक्रिया वारंवार करताना आपल्याला पाहता येते.

चांगला निर्णय घेण्याची कौशल्ये कशी विकसित करायची याचा नमुना तयार करा

पहिल्यांदा जेव्हा तुम्ही कार्यक्रम पाहाल तेव्हा त्यात होणाऱ्या चर्चेचा गाभा समजून घ्यायच्या फंदात पडू नका. त्याऐवजी कागद-पेन घ्या व त्या कार्यक्रमात आढळणारे स्वभावांचे आकृतिबंध व रचना शोधून काढायचा प्रयत्न करा. प्रस्तुतकर्त्याची अप्रस्तुत माहितीतून वास्तव शोधणारे प्रश्न विचारायची पद्धत लक्षात घ्या. महत्त्वाची माहिती ते कशी खोदून काढतात, त्याचा शोध घ्या.

कौशल्य दाखविणारी व्यक्ती निवडा

यातील अंतरंग

विचार करण्याच्या पद्धतीबद्दल काही शिकायचे असेल तर टी.व्ही.वर पोलिसांच्या गोष्टी पाहायला हव्यात. अट एकच की, त्यातील गोष्ट विसरून केवळ त्यातील पद्धतीकडे तुम्ही लक्ष द्यायला हवे. याचसोबत हे सुद्धा लक्षात ठेवायला हवे की, तुम्ही हा कार्यक्रम निर्णय घेण्याच्या योजना समजून घेण्यासाठी पाहात आहात. यातील मुख्य पात्र काय करते आहे, काय शोधते आहे व कशाकडे लक्ष देते आहे याची नोंद ठेवत राहा. हे कदाचित तुम्ही अजाणतेपणी करत असाल, मात्र ही पद्धत लिहून ठेवल्यामुळे त्यातील बाबी उघड होतात व त्यामुळे तुम्हाला योजनांचा शोध लागतो व त्यातील काही कड्या हरवल्या आहेत का, हे सुद्धा ओळखता येते.

एक अमेरिकन टेलिव्हीजन जज आहे, जी टी.व्ही.वरील कार्यक्रमांमध्ये दिवाणी खटले प्रेक्षकांच्या साक्षीने चालविते. एखादी परिस्थिती जोखण्याचे व प्रश्नांच्या अनुरोधाने निकाल देण्याचे तिचे कौशल्य खरेच अप्रतिम आहे. लिहिल्यानंतर तिच्या

कामाची एकंदर रचना, तिची विचारसरणी व प्रक्रिया खालीलप्रमाणे दिसते.

नजरभेटीतून मिळणाऱ्या सूचना

नजरेला नजर भिडविण्याकडे व त्यातून काही सुगावा लागतो का याकडे ती लक्ष देते. तुम्ही तिला सांगताना ऐकाल की, 'माझ्या प्रश्नाचे उत्तर देताना माझ्याकडे पाहा, दुसरीकडे पाहू नका.' तिची अशी धारणा आहे की, जे लोक बोलताना तिच्याकडे पाहात नाहीत ते बहुधा खोटे बोलत असतात.

लोकांच्या वर्णन करण्याच्या शैलीतील बदल

तिला लोकांच्या भाषेतील व दृष्टिकोनातील बदल पटकन ध्यानी येतो. ज्याला प्रश्न विचारण्यात येताहेत ती व्यक्ती चोरी झालेल्या दिवशी काय करीत होती, तर ती व्यक्ती कदाचित आनंदाने साऱ्या प्रश्नांना उत्तर देईल की, मी इथे होतो, मी तिथे गेलो होतो, मी हे केले किंवा मी ते केले इत्यादि.

मात्र त्या व्यक्तीला जर थेट प्रश्न विचारला की, तू मोटरसायकल चोरलीस का? तर कदाचित उत्तर येईल, मी या प्रकारचे काम कधीच करणार नाही. या प्रकारचे उत्तर तिला सावध करून जाते की, कदाचित ही व्यक्ती खोटे बोलत असावी. त्या व्यक्तीने त्या घटनेकडे पाहायचा दृष्टिकोन बदलून टाकलेला असतो आणि कुणा तिसऱ्याच व्यक्तीविषयी ती दुरून बोलते आहे असे वाटू लागते.

लोक बोलता बोलता दृष्टिकोन कसा बदलतात त्याकडे लक्ष द्या

- **पहिली स्थिती :** *हा आपला स्वत:चा दृष्टिकोन आहे. आपण स्वत: पाहतो आहोत अशी कल्पना करून आपण एखाद्या परिस्थितीचे वर्णन करतो. आपल्याला काय वाटते याचे व आपल्या विचारांचे आपण वर्णन करीत असतो.*
- **दुसरी स्थिती.** *दुसऱ्या माणसाच्या दृष्टिकोनातून : आपण स्वत:ला त्या व्यक्तीच्या जागी ठेवतो व त्या व्यक्तीला काय वाटेल, ती काय बोलेल यानुसार आपण वर्णन करतो. (जेव्हा लोक खोटे बोलत असतात, तेव्हा बहुतेक वेळा त्यांना पहिल्या स्थितीतून त्यांचा दृष्टिकोन सांगताना अवघडल्यासारखे वाटते, म्हणूनही कदाचित ते दुसऱ्या स्थितीचा आश्रय घेतात व स्वत:ला त्या घटनेपासून लांब ठेवण्याचा प्रयत्न करीत बघ्याची भूमिका घेतात. ज्या स्वभावाचे वर्णन सुरू असते*

त्याला ते वागणुकीचा संदर्भ देतात.)

- **तिसरी स्थिती.** *ही स्थिती तटस्थ असते. एखाद्या नि:पक्षपाती निरीक्षकाच्या भूमिकेतून एकंदर परिस्थितीकडे पाहिले जाते. या घटनेत इतर माणसे गुंतलेली असतात. जिथे दोन मतप्रवाहांच्या संघर्षाची शक्यता आहे, तिथे आपले विचार बघ्याच्या भूमिकेत नेऊन आपण त्या घटनेत प्रत्यक्ष गुंतलेल्या लोकांपेक्षा किंवा पहिल्या दोन स्थितीपेक्षा अधिक माहिती मिळवतो.*

निर्णय घेण्याची चांगली योजना तयार करण्याची पाककृति

- *सांगाडा: यात प्रश्न विचारण्याची एक विशिष्ट रचना असते.*
- *प्रश्न विचारणे: माहिती गोळा करण्यासाठी*
- *प्रश्नांचे तुकडे वरखाली सरकविणे: निरनिराळ्या प्रकारची माहिती मिळविण्यासाठी*
- *वादीप्रतिवादीची विचार करण्याची पद्धत व स्वभाव यांचे नमुने तयार करणे: सुरुवातीपासून त्यांनी काय केले व त्यांना काय जाणवले हे दोघांनाही सांगायला लावणे*
- *नजरेतून लागणारा सुगावा*
- *नेहमीच अनुभवत असलेली स्थिती ओळखणे*
- *रूपक: सद्य परिस्थितीची तुलना अशाच मागील परिस्थितीशी करणे व त्यातून लोकांच्या विचारातील व स्वभावातील असंबद्ध गोष्टी अधोरेखित करणे*

उपरोक्त घटक व न्यायाधीशाची निरनिराळ्या विचारपद्धतींमधून सहजपणे विहार करण्याची क्षमता व परिस्थितीचे अवगाहन करण्याची अपूर्व अशी लवचिकता यातून त्या न्यायाधीशाच्या प्रश्नांची रचना कसे काम करणार आहे हे लक्षात येते.

तिच्या लक्षात राहण्याजोग्या धारणा अशा आहेत:

- *ज्या व्यक्ती नजरेला नजर भिडवीत नाहीत त्या बहुतेक खोटे बोलत असतात. त्यांची अधिक चौकशी करायला हवी.*
- *जी माणसे त्यांचा दृष्टिकोन बदलतात, उदा. मी अंगठी चोरली नाही असे सांगायच्या ऐवजी मी या तऱ्हेचे काम करणार नाही, ही माणसे खोटे बोलत असतात. त्यांची जास्त चौकशी व्हायला हवी. माणसाने त्याची वर्णन करण्याची स्थिती बदलली व पहिल्या स्थितीतून दुसऱ्या स्थितीत प्रवेश*

केला की ते तिच्या लगेचच लक्षात येते. म्हणूनच त्यांच्या स्वत:च्या नजरेतून विचार करून, बोलून व पाहून परिस्थितीचे वर्णन करण्यापेक्षा ते अकस्मात त्याची स्थिती बदलतात व स्वत:ला त्या देखाव्यातून बाजूला करून इतरांची चर्चा सुरू करतात.

- *तिचा विश्वास आहे की, ती सखोल चौकशी करते व न्याय्य वागते. तिचा हा विश्वास तिच्या व्यक्तिमत्त्वातून दिसतो. परिणामी तिच्या कार्यक्रमात खटला चालविला गेलेले लोक जरी हरले तरीही ते तिच्या न्याय्यनिकालावर विश्वास ठेवतात.*
- *तिची धारणा आहे की, ती तेथे केवळ न्यायदान करण्यासाठी बसलेली नाही. लोकांना त्यांच्या धारणांमधील, वागणुकीमधील व गोळाबेरीज करण्यातील चुका दाखवून देऊन त्या सुधारण्यासाठी त्यांना मदत करावी अशी तिची यामागची इच्छा आहे.*
- *ती लोकांना सल्ले देते व त्यामुळे लोकांना त्यांचे आयुष्य योग्य मार्गावर आणता येईल असा तिला विश्वास वाटतो. प्रथमत: लोकांच्या वागणुकीत पुन:पुन्हा येणारे विचार किंवा स्वभावाचे जे आकृतिबंध दृष्टोत्पत्तीस येतात, त्यांचे वर्णन करायचे व त्यानंतर त्यांना ज्यातून अधिक चांगले निष्कर्ष मिळतील अशी विचारांची व स्वभावाची पर्यायी योजना दाखवायची. अशी सोपी योजना म्हणजे, जे तुम्ही करता आहात ते तुम्हाला व इतरांनाही धोकादायक आहे. त्याला आता पूर्णविराम द्या व तुमचे आयुष्य नव्याने सुरू करा.*

यातील अंतरंग

चांगले निर्णय घेऊ शकणाऱ्या व्यक्तींनी समस्यांच्या निराकरणाचे, निर्णय घेण्याच्या क्षमतेचे व पृथक्करणाचे कौशल्य विकसित केलेले असते. पुराव्यांची छाननी ते टप्प्याटप्प्याने करतात तसेच भावनिक उद्गारांनी त्यांचे चित्त विचलित होत नाही की त्यांकडे ते वास्तव म्हणूनही पाहात नाहीत.

निर्णय घेण्यास मदत करणारा सांगाडा

मोठे चित्र मिळविण्यापासून सुरुवात करा

ही न्यायाधीश खटला चालविताना विचारांच्या लवचिकतेचा उपयोग करतात. खटल्याची गोष्ट ती एका सांगाड्यात रचून घेते: अ माणूस असे म्हणाला. ब माणूस असे म्हणाला. त्यावरून ही गोष्ट मला अशी अशी वाटते. वादीफिर्यादी या दोघांनाही ती विचारते, मला जे वाटते आहे ते कितपत खरे आहे? त्यानंतर तिने विचारलेल्या

प्रत्येक प्रश्नाला एक विशिष्ट ठेवण असते. माणसाचे लक्ष ती एका ठरावीक दिशेला वळवते. सरतेशेवटी तिच्यासमोर दोन चित्रे शेजारी शेजारी असतात. त्यातील काही बारकावे सारखे असतात तर काहींमध्ये फरक असतो.

१. न्यायाधीशांनी तुकडे वाढविण्याची पद्धत वापरली. *प्रत्येक माणसाला त्यांनी मोठ्या चित्राचे - त्या संपूर्ण प्रसंगाचे - वर्णन करायला सांगितले.*

'काय झाले' असे विचारून बाजू ऐकून घेतली. विचारले की, यापैकी 'बरोबर किती?'	वादीची 'काय झाले' असे विचारून प्रतिवादीची बाजू ऐकून घेतली. विचारले की, 'यापैकी बरोबर किती?'
या दोघांच्या सांगण्यातली तफावत शोधायचा व प्रतिवादीच्या सांगण्यापेक्षा काय वेगळे आहे हे जाणून घ्यायचा प्रयत्न.	या दोघांच्या सांगण्यातली तफावत शोधायचा व वादीच्या सांगण्यापेक्षा काय वेगळे आहे हे जाणून घ्यायचा प्रयत्न.

२. न्यायाधीशांनी चित्राचे तुकडे कमी करायला सुरुवात केली. *त्यांनी म्हटले: इथे काही नाजूक जागा आहेत. व त्यानंतर त्यांनी बारकाव्यांविषयी प्रश्न विचारायला सुरुवात केली. त्यांनी विचारले,* **कोण?, काय?, कधी?, कोठे?, का? व कसे?**

प्रतिवादी : *ते एका कारमध्ये होते.*
न्यायाधीश: *ते म्हणजे कोण? अजून कोण होते?*
प्रतिवादी: *गाडीतली माणसे, ज्यांनी व्हिडीयो चोरला.*
न्यायाधीश: *तुम्हाला कसे माहीत की, त्यांनी व्हिडीयो चोरला?*

प्रत्येक पक्षकार जेव्हा प्रसंग घडल्यानंतर त्यांनी काय केले व काय पाहिले हे सांगत असतो, तेव्हा न्यायाधीश त्यांच्या विचारांचा व स्वभावाचा नमुना तयार करतात. प्रश्नांच्या फैरीमुळे त्यांना त्यांच्या बोलण्यातील तफावती व तत्संबंधीची वस्तुस्थिती लक्षात येते.

३. त्यानंतर न्यायाधीश तिसऱ्या स्थितीकडे-तटस्थ विचारांकडे जातात. *या वेळी तिच्यासमोर वस्तुस्थिती मांडलेली असते. त्या स्थानावरून पक्षकारांच्या*

भावना व वस्तुस्थिती वेगवेगळी करणे तिला सोपे जाते.

भावना	**वस्तुस्थिती**
महाशय, मला ठाऊक आहे की, तुम्हाला वाईट वाटते आहे व तुम्ही कुणावर तरी दोष ढकलायचा प्रयत्न करीत आहात.	*मात्र वस्तुस्थिती अशी आहे की, तुमची मुलगी या मुलाबरोबर पळून गेली. तिच्यावर कुणीही जबरदस्ती केली नव्हती. ती स्वत:च्या मनाने गेली.*

मस्तक जेव्हा भडकलेले असते तेव्हा माणसे कधीकधी तर्काला सोडून बोलतात व विचार करतात. अशा वेळी एखादा दीर्घ श्वास घ्यावा व तुमच्या भावनांपासून वस्तुस्थितीला दूर करावे, त्यामुळे अचूक उत्तर मिळणे शक्य होते.

४. न्यायाधीश खटल्याचा गोषवारा व निर्णय सांगतात. *त्या पक्षकारांचे हेतू व त्यांच्या कृतीमागचे तर्कशास्त्र सांगून त्यावर आपले स्वत:चे मत मांडतात, उदा. तुमची चावी इग्निशनमध्ये सोडून तुम्ही निघून गेलात, हे काही शहाणपणाचे झाले नाही, किंवा या दोन दिवसांमध्ये असे काय घडले की तुम्हाला तुमच्या सद्सद्विवेकबुद्धिला फारकत देऊन पैसे घ्यावेसे वाटले?*

५. कृति. *त्यानंतर निर्णय देण्याची वेळ असते व जखमी व्यक्तीला नुकसानभरपाई दिली जाते तेव्हा ती म्हणते: तुम्ही दोघेही अतिशय वाईट वागलात. तुम्ही स्वत:च स्वत:चा खर्च द्यायला हवा. त्यानंतर खटला संपतो.*

या साचेबद्ध प्रश्नांमुळे काय होते?

स्वत:चा निर्णय घेण्यासाठी जर तुम्ही साचेबद्ध प्रश्नांचा उपयोग केलात तर त्यामुळे तुम्हाला:

- *तुमचे हेतू स्पष्ट करण्यासाठी प्रश्न विचारता येतील;*
- *तुमचे उद्देश स्पष्ट आहेत किंवा नाही ही योग्य माहिती मिळते;*
- *साऱ्या पर्यायांची ओळख पटली आहे किंवा नाही हे शोधता येते;*
- *जे काही भाग तुमच्या नजरेतून सुटले असतील, ते शोधून काढता येतात;*
- *विचारांच्या प्रक्रियेतून काही पायऱ्या गाळल्या गेल्या आहेत का, हे तुम्हाला दिसू शकते;*
- *तुम्ही जे पृथक्करण केलेत त्याला आधारभूत होणारी पुरेशी माहिती तुमच्याकडे आहे अथवा नाही हे तुम्हाला कळू शकते.*

प्रतिबिंब

माणसाला एकमेकांच्या विचारांच्या प्रक्रिया इतक्या बारकाव्यांनिशी क्वचितच कळतात. जर तुम्ही नमुना तयार करायच्या कौशल्याचा भरपूर सराव केलात व तुमच्या संवेदनांच्या जाणिवांवर काही संस्कार केलेत तर या बाबतीतली तुमची क्षमता कमालीची वाढू शकते.

न्यायाधीशांनी वापरलेली निर्णय घेण्यासाठीची अनेक साधने व तंत्रे तुम्हालाही ठाऊक आहेत. तिची योजना आदर्श म्हणून वापरून तुम्हाला लोकांच्या विचारांच्या पद्धतींचा छडा लावता येईल काय?

- *लवचीक विचारसरणीच्या सवयींचा सराव तुम्ही महिनाभर करता आहात अशी कल्पना करा.*
- *इतरांसोबत वाटाघाटी करताना तुमच्या वागणुकीमध्ये यामुळे काय फरक पडेल?*
- *तुमच्या बोलण्यात, वागण्यात व विचार करण्यात काय वेगळेपणा येईल?*
- *तुमच्यातील कोणता वेगळेपणा लोकांच्या नजरेत येईल?*
- *वाटाघाटी करताना किंवा एखादा निर्णय घेताना तुम्ही अधिक निवांत असाल काय?*

अशा योजना ज्यांचे नमुने लोकांनी बनविले व का

माझ्या धारणा व माझी हुशारी उसनी घ्या

एड्रिअन हचिन्सन हा एक परफॉरमन्स डेव्हलपमेंट कन्सल्टंट आहे. अद्वितीय क्षमता असलेल्या अनेक लोकांशी संबंध येत होता, म्हणून त्याने नमुने तयार करायचा एक प्रकल्प हाती घेतला. तो म्हणतो: प्रत्यक्ष कृति करीत असताना त्यांच्या यशाचा अनुभव कसा असेल हे मला समजून घ्यायचे होते. सृजनात्मक पद्धतीने पाहू शकणारा व तो आभास देणारा एक अतिशय प्रभावी मार्ग मला समजून घ्यायचा होता, जो मी माझ्या भावी प्रकल्पांमध्ये यशस्वी झालो आहे याचा अनुभव मला देऊ शकेल. गंमतीची गोष्ट म्हणजे जे तीन नमुने मी वापरले, त्यांची तंत्रे अगदी सारखी होती व त्यातून एक गोष्ट स्पष्ट झाली की, जर तुम्हाला जे हवे आहे त्यावर तुमचा मनापासून विश्वास असेल तर ते मिळविण्यासाठी तुम्ही अधिक सकारात्मक पद्धतीने प्रयत्न करता, त्यामुळे यशस्वी होण्याची भावना कशी अनुभवावी हे मी शिकलो.

एखाद्यासाठी प्रभावी ठरलेल्या योजनेचा नमुना तुम्हाला काय देतो?

- *एखाद्या व्यक्तीला स्वतःच्या क्षेत्रात देदीप्यमान काम करण्यासाठी काय करणीभूत ठरते हे मला फार जवळून पाहायला मिळाले.*
- *एरवी लागेल त्याच्यापेक्षा कितीतरी कमी वेळेत त्यांची ती क्षमता स्वतःची म्हणून आत्मसात करता येते.*
- *लोकांच्या योजना त्यांच्यासाठी ज्यामुळे इतक्या प्रभावी होतात त्या त्यांच्या धारणा, क्षमता व स्वभाव पडताळून पाहायची संधी मिळते.*
- *एखादी योजना तात्काळ वापरून त्यापैकी काय चालते व काय चालत नाही हे पडताळून पाहण्याची संधी मिळते.*

तुमच्या स्वभावाच्या आकृतिबंधांविषयी सजग असा

काही व्यवहार्य कौशल्यांचे नमुने आपण जेव्हा तयार करीत असतो, त्यावेळेसही इतर लोक आपल्यापेक्षा किती वेगळ्या पद्धतीने विचार करू शकतात याच्या जाणिवा आपल्याला होतात. नमुने तयार करताना तुम्ही इतर लोकांपेक्षा किती वेगळा विचार करता हेसुद्धा जाणवते. अडथळा ठरू शकणारे स्वभावाच्या काही पैलूंची ओळख पटण्यासही याची मदत होते.

मारिया फुर्टेक - एक अभ्यास

मारिया फुर्टेक ही एक फ्रीलान्स ट्रेनर व डेव्हलपमेंट कोच आहे. ती म्हणते: नमुना करण्यासाठी वरवर साधे व सोपे दिसणारे व व्यवहार्य भासणारे कौशल्य माझ्या विचारांच्या पद्धतीला कलाटणी देणारे ठरले. मी **पर्यायी** व्यक्ती आहे हे मला तोपर्यंत कळले नव्हते व 'नियम पाळून एक एक पाऊल चाला' या प्रकारे बांधून घेणे मला अवघड वाटत होते.

मारियाची विचार करायची पद्धत

कार्यपद्धती........................... पर्यायांचा विचार करणारी

लहान लहान बारकावे............... मोठा विचार करणारी

या अगोदर मला वाटले होते की, हे तर सोपे दिसते आहे, मला नियम पाळायची काही गरज नाही व त्यामुळे मी नेहमीच लहान लहान गोष्टींकडे दुर्लक्ष करायचे. मी कधी फर्निचरसुद्धा एकत्र जोडू शकले नव्हते. मी **मोठ्या तुकड्यांचा** विचार करणारी व्यक्ती आहे, मोठे चित्र पाहणारी. बारीकसारीक

गोष्टींकडे लक्ष देणे मला खरेच जमत नाही. तसे काम मला दडपून टाकते. माझ्या जीवनाच्या निरनिराळ्या भागांत याचे व्यवस्थापन करणे मला जमत नव्हते. पहिले म्हणजे माझे ट्रेनर म्हणून असलेले व्यावसायिक आयुष्य - माझ्याकडे कित्येक मूळ अभ्यासक्रम आहेत, जे लिहायला मला आवडतील. मी मोठी कामे करते. लिहिण्याची इच्छा व ओढ माझ्याकडे आहे, माझ्या कल्पना तयार आहेत व तेथे येऊन माझे अडते. एका जागी बसून बारीक विचार करणे माझ्यासाठी अवघड होते, मात्र त्याचा परिणाम इतर गोष्टींवर होत होता. आता मी तेच कोर्सेस लहानात लहान तपशिलासकट आठवड्याभरात लिहून पूर्ण करते. हे खरेच अद्‌भुत आहे.

नमुना तयार करण्याच्या पद्धतीमुळे आजवर जे मला जाणवलेदेखील नव्हते की, मी एक मोठ्या तुकड्यांचा विचार करणारी आहे, ते समजण्यास मला मदत झाली. माझ्या प्रकल्पाचा पहिला खर्डा साधारण होता व त्यात कोणतेच बारकावे नव्हते. जेव्हा मी नमुना तयार केला व सर्व पायऱ्या पुन्हा लिहून काढल्या तेव्हा माझ्या मनात विचार आला, अरे! हे किती कटकटीचे आहे, लोकांना हे पुरते कंटाळवाणे वाटणार. मात्र छोट्या तुकड्यांचा विचार करणाऱ्यांना ते अजिबात कंटाळवाणे वाटले नाही.

मला जाणवले की, प्रत्यक्ष आयुष्यात मी मोठ्या तुकड्यांचा विचार करणारी व्यक्ती आहे. जेव्हा माझ्यासमोर आव्हाने उभी राहतात, तेव्हा मला त्यांवर लगेचच उत्तरे हवी असतात. पूर्वी मला वर्तमानात जगणे व एका वेळी एक लहानशी गोष्ट करणे अतिशय कठीण वाटायचे.

मी भविष्यात पाहायचे व मोठी उडी मारायला पाहायचे. मधले अंतर तोडायला लहान पावले टाकायची गरज असते हे मला ठाऊक नव्हते नमुना तयार करणे व लहान तुकड्यांमध्ये विचार करण्याचा मला खूप फायदा झाला. माझा अस्वस्थपणा कमी झाला. काळजी व भीती कमी झाली. आता मी विचार करते: आता माझ्याकडे नेमकी दृष्टी आहे. मी कुठे चालले आहे हे मला ठाऊक आहे व मला काय करायचे हे सुद्धा ठाऊक आहे.

ज्यांना याची जाणीव झाली आहे व मोठ्या चित्राकडून छोट्या तुकड्यांच्या विचारपद्धतीकडे ते जाऊ शकतात ते कदाचित असाही विचार करीत असतील हे खरे तर आपोआप व्हायला हवे होते, मात्र ते तसे झाले नाही, हे वास्तव आहे. मोठ्या गोष्टींमध्ये माझी चांगली गती आहे, मात्र लहान गोष्टींनी अगदी आजतागायत मला गोंधळातच टाकले आहे.

बॉक्समध्ये येणाऱ्या फर्निचरच्या संदर्भात म्हणायचे झाले तर आता ते जोडणे मला शक्य होते. मी असे म्हणत नाही की मला ते काम आवडते, मात्र जोपर्यंत नियमानुसार वागायचा संबंध येतो तोपर्यंत मी ते करू शकते.

तुमच्या स्वभावाच्या आकृतिबंधांविषयी सजग असा

ज्या घटना तुमच्या आयुष्यात वारंवार घडत असतात, त्यांचा एक आकृतिबंध असतो हे तुमच्या कधी लक्षात आले आहे का? तुमच्यावर टीका करणाऱ्या अनेक बॉसेसच्या हाताखाली तुम्ही काम केले आहे हे एक उदाहरण असू शकेल. मग तुम्ही कोणत्याही कंपनीत काम करा, मात्र नतीजा हाच असतो. कदाचित तुम्हाला यश मिळतामिळता तुमच्या हातून ते हिरावले जाते. सर्वसाधारण कल्पना सांगायची झाली तर टेबलवर पैसे असतात मात्र काही वेळानंतर ते नाहीसे होतात. या प्रसंगांमध्ये कलाकारांची नावे बदलत असतील मात्र देखावा तोच असतो.

जॅनेट बोरमन - एक अभ्यास

जॅनेट बोरमन ही एक सेल्फ एम्प्लॉइड इलस्ट्रेटर होती. ती माझ्याकडे प्रशिक्षणासाठी आली, कारण पैशांविषयी वाटाघाटी करणे तिला जमत नव्हते. ती म्हणाली: पैशांविषयीची माझी वृत्ती लहानपणीच तयार झाली होती. माझे वडील कमावताक्षणीच सर्व पैसे खर्च करून टाकायचे. माझी आई पैशांची बचत करायची. मी यातून एक शिकले की पैशांचा तुटवडा असतो व ते मिळविणे फार कठीण असते.

त्यामुळे माझ्या अशिलांसोबत माझ्या मोबदल्याविषयी बोलताना मला अडचण येते, यात नवल नाही. माझ्या डोक्यात एक आकडा घेऊन मी मीटिंगला जाते व माझा ग्राहक मला खाली उतरवतो. मी निमूटपणे ती किंमत मान्य करते व नंतर रागावलेली, दुखावलेली, गांजलेली अशी मी घरी परतते.

कामाच्या मोबदल्यात पैसे मागण्याच्या वाटाघाटी अनेक भावना निर्माण करतात. आपल्याला वाटत असते की आपण पैशांसंबंधी बोलतो आहोत, मात्र त्यासोबत आपली स्वत:ची किंमत व असुरक्षिततेची भीती या दोन गोष्टीही जोडलेल्या असतात. बरेच लोक कमी पगाराच्या नोकरीत राहण्यास तयार असतात व त्यांची क्षमता आजमावून पाहणारी उडी घेण्यास असमर्थ असतात. त्यांना पैशाच्या वाटाघाटी नको असतात व त्यांच्या श्रमाची किंवा वस्तूंची किंमत तुम्ही मागता तेवढी नाही हे त्यांना ऐकायचे नसते.

जे तुम्हाला हवे ते मागून घ्या

प्रश्न: एका दिवसात जास्तीतजास्त किती पैसे तुम्ही कमवू शकाल असे तुम्हाला वाटते? ही रक्कम लिहा व मोठ्याने बोला.

- रोज पंधराशे पौंड कमविण्यासाठी कोणती कसोटी तुम्हाला पार करावी लागेल?
- हे करण्यापासून तुम्हाला कोण थांबवितो?

हा प्रश्न जेव्हा कार्यशाळेत विचारला, तेव्हा एका स्त्रीने उत्तर दिले की, ती एवढी रक्कम आताच कमावते आहे व तिला काळजी आहे की ही एवढी रक्कम सांभाळायची कशी व याहीपेक्षा जास्त पैसे कमवायचे कसे?

बहुतेक लोक त्यांच्या पैसे कमविण्याच्या क्षमतेवर बंधने घालतात, यामुळे एक गोष्ट होते की, जर त्यांच्या कौशल्याच्या अनुरूप, मात्र जास्त पैसे देणारे काम त्यांच्याकडे येते. मात्र स्वत:ची किंमत त्यांनी ठरविलेली असते, त्यामुळे या व्यक्ति विचार करतात की, हे मानदंड माझ्यासाठी नसावेत. हा विचार करून ते या कामासाठी अर्ज करायची तसदीसुद्धा घेत नाहीत.

तुमची किंमत भरपूर आहे, असाच विचार नेहमी करत जा.

कशाच्या तरी बदली म्हणून पैसा आपल्याकडे येत असतो. तुमची काही किंमत नाही असे जर तुम्हाला वाटत असेल, तर मग तुम्ही तुमच्या सेवा तुमच्या मूल्याच्या कितीतरी कमी किमतीत विकता. तुमच्या वरिष्ठांकडे किंवा इतर कुणाकडेही जास्त पैसे मागण्याअगोदर, तुमच्या मनात अंतर्गत विक्री होणे गरजेचे असते. तुमची स्वत:ची किंमत खूप जास्त आहे, ही कल्पना प्रथम तुम्ही स्वत:ला विकायला हवी.

तुमच्या स्वभावाच्या आकृतिबंधांच्या आतमध्ये तुमच्या ज्या काही धारणा असतात, त्या दडलेल्या असतात व त्यांचा परिणाम तुमच्या आत्मसन्मानावर होत असतो. तुम्ही जास्त पैसे कमवू शकता या गोष्टीवरच तुमचा मुळात विश्वास नसेल तर एक नोकरी सोडून तुम्ही दुसरी नोकरी पत्करलीत तरी पैशांच्या बाबतीत मात्र जैसे थे अशीच तुमची अवस्था असेल, कारण तुमच्या अपेक्षा तेवढ्याच असतात. ज्याच्याकडे पैशांसाठी वाटाघाटी करण्याचे कौशल्य आहे अशा व्यक्तीचा नमुना जेव्हा तुम्ही तयार करता तेव्हा एक गोष्ट अतिशय महत्त्वाची असते, ती ही की त्यांच्या क्षमतेला आधारभूत ठरणाऱ्या त्यांच्या ज्या धारणा आहेत, त्या देखील तुम्ही स्वीकारायला हव्यात.

जास्त पैसे कसे मागायचे - नमुना तयार करायचे आव्हान

एका यशस्वी योजनेचा नमुना तयार करा

आता तुमच्याकडे सारी साधने व तंत्रशुद्धता आहे, त्यामुळे नेमकी कोणती गोष्ट आपल्यासाठी योग्य आहे हे पाहण्याची उत्तम संधी तुमच्याकडे आहे. ज्या व्यक्ती पैसे मागण्याच्या कलेत वाकबगार आहेत, त्यांचे नमुने तयार

करा. त्यामुळे प्रत्यक्ष कार्यरत असलेल्या अनेक योजना तुम्हाला पाहायला मिळतील. एखाद दोन वेळचाच अनुभव असलेल्या व्यक्तीपेक्षा ज्या व्यक्तींनी नेहमीच पैशांबद्दलच्या वाटाघाटी अतिशय चांगल्या तऱ्हेने केल्या आहेत अशाच व्यक्तींची निवड करा.

- *या व्यक्तींच्या पैशाबद्दलच्या धारणा तुमच्यापेक्षा कोणत्या दृष्टीने वेगळ्या आहेत?*
- *या व्यक्तींच्या योजना तुम्ही जर स्वत:साठी वापरल्यात तर त्यामुळे तुम्हाला काही फायदा होणार आहे का?*
- *या व्यक्तींच्या धारणांचा अंगीकार केल्यामुळे तुमचा काही तोटा होणार आहे का?*

निरनिराळ्या योजना प्रत्यक्ष कार्यान्वित झालेल्या पाहण्यासाठी तशी विशेष कौशल्ये असलेल्या माणसांचे नमुने तयार करा. असेही होऊ शकते की, तुम्हाला प्रेरणा देऊ शकेल अशा धारणा यांपैकी कदाचित एखाद्याच माणसात असू शकतील. तुम्हाला जाणवेल की पैशांबाबतच्या त्यांच्या धारणा व कौशल्ये तुमच्या विचारांशी सुसंगत आहेत व तुम्ही केलेल्या माणसांच्या इतर नमुन्यांहून अगदी वेगळ्याच आहेत.

तुमच्या हातून काहीतरी उत्तम व्हावे अशी ऊर्मी तुमच्या मनात जागवणारी व तुमच्या क्षमतांमध्ये तुमचा विश्वास दृढ करणारी ही माणसे तुमच्यासाठी धारणांचे उत्प्रेरक म्हणून काम करतात. तुमच्या आजवरच्या आयुष्याचा विचार करा. कोणत्या माणसांनी तुमच्यासाठी उत्प्रेरक म्हणून भूमिका बजावली? त्यामुळे एरवी तुम्हाला शक्य नसलेल्या कोणत्या गोष्टी तुम्ही मिळविल्यात? ज्या कुणाचा नमुना तुम्ही आता करायचा ठरवले आहे ते करताना एक गोष्ट पक्की ध्यानी असूद्या की, तुमच्या धारणा या व्यक्तीच्या धारणांशी सुसंगत असायलाच हव्या. हे झाले तरच तुम्हाला अभिप्रेत असलेले यश तुम्ही मिळवू शकता.

जुन्या सवयी बदलायला व तुमच्या फायद्याच्या योजना शिकायला सुरुवात करा. जर तुम्हाला संपत्ती निर्माण करायची असेल तर ध्यानी असूद्या की, ते स्वप्न दुष्प्राप्य नाही. पैसा मिळविणे हे शांत राहायले शिकणे, एखाद्या पुस्तकाचा सारांश घेणे, निर्णयक्षमता विकसित करणे, दोन्ही हातांनी लिहू शकणे किंवा खोक्यातून आलेल्या फर्निचरची जुळवणी करण्यासारखेच एक कौशल्य आहे जे तुम्ही सहज आत्मसात करू शकता.

◆

लक्षात ठेवण्याजोगे काही

- *तुमची परिस्थिती बदलू शकणाऱ्या साध्या सोप्या योजना गोळा करा.*
- *युक्तिवाद करण्याचे तुमचे कौशल्य वाढविण्यासाठी साध्या तंत्रांचा वापर करा.*
- *कुणाच्या तरी धारणा उसन्या घ्या, परिणामी तुम्ही त्यांचे कौशल्यही उसने घ्याल.*
- *तुमच्या प्रश्नपद्धतीचा व निर्णयक्षमतेचा एक आराखडा तयार करा.*
- *तुम्हाला अपेक्षित असलेला परिणाम साधण्यासाठी स्वत:च्या स्वभावात बदल करा.*
- *तुमच्या मेहनतीचे पैसे मागण्यासाठी एखादी प्रभावी योजना शिकून घ्या.*
- *जे तुम्हाला हवे असेल ते मागून घ्या.*

२०

सगळ्या बाबी एकत्र करणे

या प्रकरणात तुम्ही खालील गोष्टी शिकाल:

- *यशस्वी होण्यासाठी तुम्ही किती समर्पित आहात.*
- *यशाची वाक्यरचना*
- *यशासाठी तुमचा कृति आराखडा*

> **तुम्ही तुमचे स्वतःचे राक्षस आहात, तुम्ही तुमचे स्वतःचे देव आहात. ज्यावर तुमची पावले उमटली तो मार्ग तुम्हीच तयार केला आहे.**
>
> तिएमि रनापिरि - माओरी कवी

या पुस्तकाच्या अशा भागात तुम्ही पोहोचला आहात की तुमच्या मनात येईल: यातून मला काय मिळाले? या पुस्तकाची रचना, तुम्ही काही मिळविण्याचा नुसता विचार करीत न बसता काही कृति करण्यासाठी तुम्हाला प्रेरित करावे, यासाठी केली गेली आहे.

यशस्वी होण्यासाठी तुम्ही किती समर्पित आहात?

एक ते दहाच्या मोजपट्टीवर खालील प्रश्नांची उत्तरे घा.

तुम्ही जे काही करता त्यामध्ये यशस्वी होण्याप्रति तुम्ही समर्पित आहात काय व ती पातळी गाठण्यासाठी तुमची मानके उंचावण्यासाठी तुमची तयारी आहे काय?	
आयुष्यात जे काही मला मिळवायचे आहे ते कोणत्याही परिस्थितीत मी मिळवेनच असा बुलंद विश्वास तुमच्याकडे आहे काय?	

येणारी आव्हाने पेलण्याच्या मानसिकतेसाठी आवश्यक असलेली साधने व समस्यांचे निराकरण करण्यासाठी लागणारी कौशल्ये तुमच्याकडे आहेत काय?	
तुम्हाला हवे असलेले परिणाम मिळण्यासाठी आवश्यक असलेल्या योजना तुमच्या गरजेप्रमाणे तयार करण्याची लवचिकता तुमच्याकडे आहे काय?	
थोडक्यात सांगायचे झाले तर, काय करायचे, ते कोणत्या क्रमाने करायचे व ते करताना तुमचे संपूर्ण लक्ष ध्येयाच्या दिशेने कसे ठेवायचे हे तुम्हाला ठाऊक आहे काय?	

तुम्हाला हवे असलेले भविष्य घडविण्यासाठी आवश्यक असलेला तुमचा वैयक्तिक कृति आराखडा तयार करण्याच्या मार्गावर तुम्ही आहात काय? तुमच्या प्रेरणेची पातळी वाढावी म्हणून जी साधने, लहान लहान सूचना किंवा तंत्रे तुम्ही आत्मसात केलीत त्यांचा यासाठी उपयोग करणार आहात काय?

तुमच्या भावी यशासाठी तुम्ही वापरू शकाल अशी काही साधने

या पुस्तकात अशा अनेक कल्पना आहेत, ज्यांच्यामुळे तुमची विचारचक्रे सुरू होतील व तुमचे ध्येय गाठण्यासाठी तुम्ही तुमच्या योजनांचे नियोजन सुरू कराल. त्या सगळ्या कल्पनांचा आढावा घ्या व स्वत:लाच विचारा की, या साऱ्यांचा मी माझ्या कामासाठी कसा उपयोग करू शकेन? तेरा, चौदा व पंधरा या प्रकरणांमध्ये नमुने तयार करण्याचे जे प्रकल्प दिलेले आहेत, त्यांचा संदर्भ घेऊन त्यातून वीस नवीन मार्ग शोधून काढा. त्यातील काहींचा उपयोग तुम्हाला तुमची ध्येये गाठण्यासाठी होऊ शकेल.

यातील अंतरंग

नमुने तयार करण्याच्या पद्धतीमुळे ज्ञानाची देवाणघेवाण अगदी सूक्ष्म पातळीवर तुमच्यासाठी उपलब्ध होते. तुम्हाला कदाचित खाली दिलेल्या गोष्टी करायच्या असतील:

- *चांगले नेतृत्वगुण विकसित करणे;*
- *अधिक उंचीवर गेलेल्याचे नमुने तयार करून, ती पातळी त्यांनी कशी*

गाठली हे पाहायचे असते;

- *इतरांची कामगिरी चांगली व्हावी म्हणून त्यांना आधार किंवा प्रशिक्षण द्यायचे असते;*
- *तुमचे व्यावसायिक संबंध सुधारायचे असतात;*
- *बैठकांमध्ये लक्ष पूर्णपणे केंद्रित करून पुढे निघायचे असते;*
- *प्राथमिक अवस्थेतच समस्या हुडकून त्यांचे निराकरण करायचे असते.*

एखादी गोष्ट उत्तम पद्धतीने करू शकणाऱ्या लोकांची मुख्य कौशल्ये हेरून तुम्ही स्वत:ची प्रगती वेगाने करू शकता. या व्यक्ती त्यांच्या चांगल्या कामगिरीसाठी जे स्वभावगुण, कौशल्ये व क्षमता आणि धारणा यांचा उपयोग करतात, ते ओळखणे हे नमुना तयार करण्याच्या तंत्रासाठी आवश्यक असते. त्यानंतरच तुम्ही ते गुण आत्मसात करू शकता.

ध्येयनिश्चिती व नमुना तयार करण्याचे कौशल्य या दोन गोष्टी म्हणजे तुमच्या भात्यातील सर्वांत प्रभावी अस्त्रे आहेत. तुम्ही भविष्यावर नियंत्रण राखू शकणार नाही, मात्र किंवा आजपासून पाच वर्षांनंतर तुम्ही काय करीत असाल हे तुम्ही सांगू शकणार नाही. मात्र तुम्ही आज किंवा उद्या जी पावले टाकून जे यश मिळवू पाहात आहात ते तुम्ही करू शकता. प्रेरित व्हा - तुमची कौशल्ये वाढवायला सुरुवात करा व यशाने तुमच्या गळ्यात लवकर माळ घालावी म्हणून आवश्यक कृति करा.

- *यश मिळण्यासाठी यशस्वी माणसांच्या योजना वापरून पाहायची सवय लावा.*
- *तुमच्या हेतूचे भान ठेवा. हवी असलेली कौशल्ये व गुण मिळविण्यासाठी एक कृति आराखडा तयार करा.*
- *यश देणाऱ्या योजनांचे चांगले नमुने शोधून काढा. तुमच्या विचारशक्तीवर ताण देऊन ते नमुने तुमच्या ध्येयसिद्धिसाठी कसे वापरता येतील हे ठरवा.*

सिंहावलोकन

दुसऱ्या प्रकरणात दिलेले प्रेरणेचे चक्र जर तुम्ही योग्य माहितीने भरले असेल तर, प्रेरित माणसांकडे असलेल्या विविध कौशल्यांच्या तुलनेत तुम्ही कोठे आहात हे तुम्हाला आतापर्यंत कळले असेल. तुमच्या दुर्बल जागा तुम्हाला कळल्या असतील व स्वत:ची शक्तिस्थाने निरखून तुम्ही आनंदाने चकितही झाला असाल.

ज्या कौशल्यांकडे आपण आतापर्यंत पाहात आलो ती नेत्यांमध्ये व वरिष्ठ व्यवस्थापकांमध्ये आढळून येतात. त्याशिवाय नेतेमंडळी संदिग्धतेसोबत चालण्याच्या

त्यांच्या क्षमतेसाठीही ओळखली जातात. ही मंडळी जेव्हा एखादी योजना तयार करून मार्गक्रमण सुरू करतात, तेव्हा त्या मोठ्या चित्रातले बरेचसे तुकडे जागेवर नसतात. नेमके काय करायचे आहे याची नेत्याला पूर्ण कल्पना असते व मिळणारे धक्के किंवा अपयश पचवायची ताकदही त्यांच्यात असते. त्यांनी आनंदाने स्वीकारलेल्या जीवितकार्याविषयी त्यांना प्रचंड आत्मीयता असते व इतरांना शब्दांनी चेतवायची कलासुद्धा. त्यांच्याकडे उत्तम श्रोत्याचे गुण असतात (प्रकरण सोळा), ज्यामुळे खूप माहिती ते सहजगत्या आत्मसात करून लोक काय म्हणताहेत त्यातील महत्त्वाचा भाग नेमका उचलतात.

CRAFTY हे ऐकण्याचे तंत्र वापरून तुमची ऐकून घेण्याची क्षमता वाढवा. त्याचबरोबर AEIOU हे ऐकण्याचे व प्रश्न विचारण्याचे तंत्र वापरून प्रस्थापित गृहीतकांना आव्हान द्या व दडलेली माहिती शोधून काढा.

तुमचे ईप्सित अढळपणे तुमच्या मनात असूद्या

तुमचे आयुष्य व तुमच्या स्वप्नातले काम यामध्ये प्रचंड ओढीने गुंतून राहण्यासाठीतुमचे ईप्सित, तुमची दूरदृष्टी तुमच्या मनात अढळपणे असणे गरजेचे आहे. हे जर तुम्ही करू शकलात तर, तुम्ही जिथे हात घालाल तिथे तुमच्या हाताला यशच लाभेल. तुम्ही जे काही मिळवता व तुमचे दिसणारे यश यामध्ये सतत वाढ होणे गरजेचे आहे.

यातील अंतरंग

येथे तीन गोष्टी तुम्हाला मदत करतील:

- *यशस्वी व्यक्तींच्या यशाचे नमुने तयार करणे. तुम्ही हे कसे करू शकता? हा प्रश्न विचारण्याची सवय करणे. एखाद्या व्यक्तीच्या योजना शोधून काढून त्याचे मूल्यमापन करणे, त्याची परिणामकारकता व मर्यादा तपासून पाहणे*
- *तुमच्या व इतरांच्या विचार करायच्या पद्धती समजून घेणे*
- *तुम्ही जे करता, त्याविषयी मिळणाऱ्या लोकांच्या मतांचे मूल्यमापन करणे– जर तुम्हाला यश मिळत नसेल तर, तुम्हाला जे हवे ते मिळेपर्यंत तुमच्या स्वभावात बदल करत राहा.*

तुमच्या धारणा व मूल्ये हे एकाच पातळीवर असूद्या

जेव्हा आपली कृति व स्वभाव आपल्या गरजांना आधार देतात व आपण आपल्या अंतर्गत कलहापासून मुक्त असतो, तेव्हा आपल्या हाती जे परिणाम येतात ते अद्भुत असतात. एकदा का तुम्हाला कळले की तुम्ही कशामुळे उत्तेजित होता व प्रेरित होता व तुमचे ध्येय गाठण्यासाठी तुम्ही कोणतीही कृति करण्यास सिद्ध होता, त्यावेळी तुम्ही तुमच्या ध्येयाच्या दिशेने जादुई वाटचाल सुरू करता.

क्षणभर थांबून व तुमच्या कल्पनांची छाननी करण्यासाठी तुमच्याकडे एक पद्धत असायला हवी, त्यामुळे तुम्ही जी ध्येये ठरविली आहेत ती व त्यासाठी तुम्ही ठरविलेली कालमर्यादा या गोष्टी योग्य आहेत किंवा नाही हे स्पष्ट होते.

यशाच्या व्याख्या प्रत्येकासाठी वेगवेगळ्या असतात. कुणासाठी ॲथलिटसारखी उत्तम शरीरयष्टी, ऊर्जा, तंदुरुस्ती यामध्ये यश सामावलेले असते, दुसऱ्या एखाद्यासाठी काहीतरी वेगळे निर्माण करणे, कोट्यधीशाचे जीवन जगणे किंवा उत्कृष्ट प्रेमसंबंध असणे हेसुद्धा यश असू शकते. तिसऱ्या एखाद्या व्यक्तीसाठी इतरांना मदत करणे व त्यायोगे लोकांच्या आयुष्यात फरक घडवून आणणे हे यश असू शकते, मात्र तुमच्या यशाची व्याख्या जर तुम्हालाच तयार करायची असेल तर त्यासाठी तुम्हाला एक योजना तयार करायला हवी व ती प्रत्यक्षात आणायला हवी.

तुमची ध्येये **SMART** असायला हवीत

- *तुमची ध्येयांची व्याख्या तुमच्या मूल्यांच्या संदर्भात करा. (प्रकरण तीन व सहा)*
- *अशा काही गोष्टी तुम्हाला नेहमीच हव्या असतील, ज्यासाठी कमी परिश्रमांची गरज असते. मात्र जेव्हा वाटचाल अवघड होते तेव्हा तुम्ही तुमच्या मूल्यवान ध्येयांसाठी अशा गोष्टींचा नाद सोडून देता.*
- *तुम्ही जो प्रकल्प हाती घेणार असाल त्यातून एक चांगली फलनिष्पत्ती तुमच्या हाती येईल, हे नेहमीच ध्यानी असूद्या. तुमच्या दृष्टीने तुमच्या ध्येयांचे महत्त्व ठरवा. एका वेळी अनेक ध्येयांच्या मागे लागून तुमची ऊर्जा वृथा दवडू नका, कारण त्यांपैकी काही केवळ तुम्हाला विचलित करतात व त्याची फळेही मिळत नाहीत. (प्रकरण चार व सहा)*
- *ऐकण्याची कौशल्ये - लक्षात असूद्या की तुमची ध्येये साध्य करण्यासाठी तुम्हाला इतरांची मदत होतेच. यासाठीच सुसंवाद, मन वळविणे व ऐकण्याची कौशल्ये चांगल्या पद्धतीने विकसित करा. (प्रकरण अकरा व सोळा)*

तुमच्या उत्कट भावनांचा पाठपुरावा करा

तुमच्या भावना कोणत्या गोष्टींबद्दल उत्कट आहेत? कोणती गोष्ट करण्यासाठी तुम्ही काहीही कराल? या जगात पैसे नसते व तुम्हाला जे करायचे आहे ते करायची मुभा असती, तर तुम्ही काय केले असते?

विचार करायला लावणारे

जे मिळविण्यासाठी तुम्ही तळमळता असे एखादे मोठे, भीती वाटण्याजोगे ध्येय निवडा. तुम्ही याची कल्पना नक्कीच केली असेल, मात्र याबद्दल गंभीर विचार कदाचित केलेला नसेल.

- या मोठ्या कल्पनेबद्दल विचार करण्यासाठी एक आठवडा घ्या. ती कल्पना मनात पक्की मुरूद्या. तुमच्या विचारांभोवती कसलीही बंधने ठेऊ नका. निरनिराळ्या कल्पनांना तुमच्या मनात यथेच्छ विहार करूदे. तुमच्या मनातील या कल्पना त्यांच्या मूळ स्वरूपात एका वहीत लिहून काढा. त्यातील शब्दही गाळू नका.
- त्या आठवड्याभरानंतर वास्तववाद्याच्या भूमिकेतून अजून काही काळ काढा. स्वत:ला प्रश्न विचारत राहा की, या साऱ्या कल्पना माझ्यासाठी जर प्रत्यक्षात आल्या तर काय होईल?
- या साऱ्या कल्पना निवडून त्यातील सोन्याचे तुकडे बाजूला काढा व गाळ बाजूला काढा. आता तुम्हाला जाणवेल की आता तुमच्यासमोर एक निराळीच कल्पना उभी आहे व तुम्ही वास्तवाच्या अधिक जवळ गेला आहात. हीच पद्धत वापरून अनेक लोक त्यांना हवे ते अतिशय वेगाने व सहजतेनेही मिळवीत असतात.

कल्पना निर्माण करताना

- *पहिल्यांदा येतो, स्वप्ने पाहणारा - तुम्ही स्वत:ला प्रश्न विचारता की काही बंधने नसतील तर मी काय काय करेन?*
- *त्यानंतर येतो, वास्तववादी - हे मी प्रत्यक्षात कसे आणू शकेन?*
- *सरतेशेवटी येतो, उपयुक्ततावादी - ही कल्पना चांगली आहे का? हे कुणाला हवे असेल? हे या अगोदर कुणी केले आहे का? याची परीक्षा मी कशी घेऊ शकेन?*

प्रेरणाकौशल्याच्या चक्रावर आता तुम्ही कोठे आहात?

खाली काही कौशल्ये दिली आहेत. ही कौशल्ये यशस्वी माणसांकडे असतात तरी किंवा ते त्यासाठी कठोर प्रयत्न तरी करीत असतात.

१. *स्वत:ला व इतरांना काही करण्यासाठी प्रेरित करणे*
२. *प्रतिमाभास - तुमच्या भविष्याविषयीच्या स्वप्नांची कल्पना करणे व ती कशी दिसतील, कशी जाणवतील व ती हाती आल्यावर त्यांची चव कशी असेल या साऱ्याची तालीम करणे. भावनांची ऊर्जा साठविणे.*
३. *स्वत:ला अर्थपूर्ण, निश्चयी मानणे - तुम्हाला तुमच्या धारणा व मूल्ये यासंबंधी पुरेशी माहिती असणे व तुमच्या ध्येयासाठी त्यांचा आधार घेणे*
४. *ध्येयनिश्चिती - नीट विचार करून ध्येये कशी ठरवायची ते तुम्हाला ठाऊक आहे का? एकवीस दिवस रोज ध्येये साध्य करण्याविषयी तुम्ही शिकला आहात का?*
५. *तुम्हाला जखडून टाकणाऱ्या धारणा ज्या तुम्हाला यशापासून दूर ठेवतात, त्यांचे निर्मूलन करणे*
६. *प्रशिक्षण - ज्यात तुम्हाला अधिक नैपुण्य मिळवायची गरज आहे असे काही विभाग तुम्हाला ठाऊक आहेत काय? नवनवीन कौशल्ये तुम्ही सतत विकसित करीत असता काय?*
७. *सुसंवाद - जेव्हा प्रेरणेची आवश्यकता असते तेव्हा स्वत:ची व इतरांची विचार करायची पद्धत समजण्यात तुमची कितपत गती आहे?*
८. *नमुना तयार करणे - तुम्हाला हवे असलेले निष्कर्ष मिळण्यासाठी इतरांच्या कौशल्याचे नमुने कसे तयार करायचे हे तुम्हाला ठाऊक आहे काय?*
९. *वेळेचे व्यवस्थापन - कालमर्यादेत काम करण्यात तुम्ही कसे आहात? तुम्ही वेळेवर असता, वेळेमध्ये असता की वेळेच्या मागून असता?*
१०. *सगळ्या बाबी एकत्र करणे - तुम्ही नव्यानेच हस्तगत केलेली ही कौशल्ये तुम्ही प्रत्यक्षात वापरून पाहिली आहेत काय? साऱ्या योजना नीटनेटक्या करून, हळुवारपणे एकत्र आणून वापरल्या आहेत काय, ज्यागुणे त्या कमाल क्षमतेने तुमच्यासाठी काम करतील?*

अशी पुन्हा कल्पना करा की या चक्राचा प्रत्येक आरा हे एक कौशल्य आहे जे तुम्ही फार मानता व ज्यात तुम्हाला पारंगत व्हायचे आहे. त्यातील प्रत्येक मथळ्याखाली तुम्ही तुमचे कौशल्य एक ते दहा अंकांच्या मोजपट्टीवर किती ठरवाल? अंक एक हा या चक्राचा केंद्रबिंदू तर अंक दहा हा परिघावरील बिंदू आहे. या प्रत्येक

आकृति २०.१: **प्रेरणादायी कौशल्याचे चक्र**

आऱ्यावर, तुम्हाला तुमची क्षमता कोठे वाटते हे दर्शविण्यासाठी, एक टिंब घा. फार विचार करू नका, पटकन उरका.

या चक्राची तुलना तुम्ही दुसऱ्या प्रकरणात दिलेल्या सुरुवातीच्या चक्राशी केल्यावर तुमची प्रगती झालेली दिसते आहे काय? तुमच्या स्वत:बद्दल व तुमच्या शक्तिस्थानांमध्ये तुम्हाला काही नवीन व आश्चर्यकारक आढळले आहे काय? आपण ज्या विषयांबद्दल विस्तारपूर्वक बोललो, त्यांपैकी कशातही तुमचा आत्मविश्वास वा स्पर्धाभाव वाढला आहे काय? प्रेरणा ही यासंबंधातच असते - स्पर्धाभाव वाढविणे, स्वत:ला समजून घेणे व तुम्हाला खरोखरीच काय हवे आहे हे जाणणे आणि तुमची स्वप्ने प्रत्यक्षात आणण्याचा विश्वास जागविणे.

तुम्ही यानंतर कोणती कृति करायचे ठरविले आहे?

ज्यात तुम्हाला सुधारणा करायला हवी असे काही भाग या प्रेरणाचक्रामध्ये आहेत का? असतील तर एका आठवड्याला एका भागाची सुधारणा याप्रमाणे सुधारणेसाठी तुम्ही लक्ष केंद्रित करायला हवे. उदाहरणार्थ, ध्येयनिश्चितीची तुमची क्षमता वाढविणे, बंधने आणणाऱ्या धारणांचे निर्मूलन करणे किंवा इतरांच्या योजना शोधून त्यांचे नमुने तयार करणे इत्यादि. एका आठवड्यासाठी तुम्ही तुमचे प्रयत्न या कामाला देऊ

शकाल काय? किंवा अधिक अर्थपूर्ण बनण्यासाठी, तुमच्या प्रेरणेचे स्रोत वाढविण्यासाठी व तुमची स्वत:चीच कामगिरी अधिक चांगली करण्यासाठी तुम्ही हा एक आठवडा देऊ शकाल काय?

या विषयांच्या अभ्यासामुळे तुमच्या कामगिरीमध्ये दहा ते वीस टक्के अधिक चांगली प्रगती होऊ शकते, यावर तुमचा विश्वास बसेल काय? अर्थातच! ज्या विषयावर आपण लक्ष केंद्रित करतो त्यामध्ये आपली प्रगती होतेच होते.

या प्रेरणाचक्रामुळे तुम्हाला तुमच्यामध्ये असलेले स्पर्धाभाव एका नजरेत जाणून घेता येतात. किंबहुना हा तुमच्या यशाचा ब्ल्यूप्रिंट असतो असे म्हणायला काही हरकत नाही. गोष्टी कोणत्या क्रमाने करायच्या की ज्यामुळे तुमची विचारप्रक्रिया, कृतिआराखडा व काम पूर्ण करण्याची ओढ या गोष्टी अधिक शिस्तबद्ध होतात व त्यामुळे तुमच्या प्रभावात भरच पडते, हे तुम्हाला ठाऊक असणे हे यामागचे गुपित आहे.

उपलब्ध साधने एकत्र करा

एखादी भावना धरून ठेवा

जेव्हा तुम्ही काहीतरी चांगले केले होते, ज्याचा तुम्हाला अभिमान वाटला होता, असे काही आठवते का?

- *तुमचे ध्येय साध्य करण्यासाठी तुमच्या क्षमतांविषयीच्या कोणत्या धारणा तुम्ही जवळ केल्या होत्या?*
- *तुम्ही जे मिळवत होता त्याविषयी स्वत:ला काय सांगत होता?*
- *तुमची प्रेरणेची लाट प्रखर होती काय?*

या भावना रोज सकाळी आठवा, अंतरंगात साठवा व दिवसभरासाठी त्यांना तुमच्यासोबत ठेवा.

आपल्याला जे जे महत्त्वाचे वाटते, त्यात - प्रेम, आयुष्य, मैत्री, यश - भावनांचा क्रम पहिला असतो. आपण आपला शालेय कालखंड तर्कशास्त्र शिकण्यात घालवतो, मात्र आपल्या आयुष्यातले सगळे मोठे निर्णय- लग्न, कुठे राहायचे, जीवनाकडून आपल्या अपेक्षा - हे भावनेच्या भरातच घेतले जातात.

रीच इंटरनॅशनल असोसिएट्स मधील मोटिव्हेशनल ट्रेनर असणारा मार्टिन गुड्येर म्हणतो: कृतिच्या अगोदर भावना येतात. त्यासाठीच तुम्ही तुमच्या भावनांशी चांगल्या प्रकारे जुळलेले असायला हवे. जेव्हा तुमचे सारे चित्त व तुमच्या भावना

तुमच्या ध्येयावर खिळलेल्या असतात तेव्हा ते ध्येय तुम्ही निश्चितच गाठता. त्यासाठी केवळ तुम्हाला यशाचा शब्दसमूह ठाऊक असायला हवा - अर्थ असा की, गोष्टी ज्या क्रमाने करायच्या तो क्रम ठाऊक असायला हवा.

तुमच्या यशाचा कृति आराखडा

१. **तुमचा मानदंड वर उचला.** *आत्ता तुमचा जो बरावाईट मानदंड आहे, तो केवळ आहे असे म्हणण्यापुरता आहे. तुमच्याकडे जे काही आहे, ते तुमच्या लायकीनुसार आहे. ते तुमच्या कृतींचे फळ आहे. हे मानदंड आतापर्यंत तुम्हीच रचत होता व जोपर्यंत तुम्ही काही वेगळे करीत नव्हता तोपर्यंत तुम्हाला वेगळे निष्कर्षही मिळत नव्हते. जेव्हा तुम्ही तुमचे मानदंड उंच कराल तेव्हाच तुम्ही तुमच्या अपेक्षाही उंच करू शकता.*
२. **तुमच्याकडे दृढनिश्चय असूद्या.** *केवळ तुमचे मानदंड उंचावून भागणार नाही. तुमच्याकडे त्यासोबत दृढनिश्चयही हवा. तुम्हाला असे वाटायला हवे की, मला ठाऊक आहे, की मी हे करू शकतो. हे जर तुमच्याकडे नसेल तर, तुमच्या मेंदूतला तो लहानसा आवाज तुम्हाला सांगतो, कुणाला शेंड्या लावतोस? याआधी तू हे कधीच केले नाहीस. तू हे आता का करणार आहेस? तू हे करू शकशील असे आता तुला काय म्हणून वाटते?*
३. **तुमच्यातल्या असुराला गाडून टाका.** *तुमच्या डोक्यातला हा आवाज एखाद्या राक्षसासारखा असतो. तो सतत तुमच्या भोवताली फिरत असतो. या छोट्या राक्षसाला गाडून टाकणे गरजेचे असते. अगदीच नाही तर त्याला त्याची जागा दाखविणे गरजेचे असते, ज्यामुळे त्याची अभद्र बडबड थांबेल.*
४. **काय करायचे हे ठाऊक असू घा व त्याचा उपयोग करा.** *अनेक गोष्टी तुम्हाला ठाऊक नसताना देखील तुम्ही त्या ठाऊक असल्यासारख्या करीत होता, ती वेळ आठवा. या गोष्टी यशस्वीपणे करण्यासाठीचे संदर्भ तुम्हाला कुठे मिळाले होते? तुमच्या सभोवती पाहा व ज्या कौशल्यांचा तुम्ही शोध घेताहात ती कौशल्ये अंगी असलेली माणसे तुम्हाला दिसतील, तेव्हा त्यांना विचारा, हे तुम्ही कसे केलेत?*

यातील अंतरंग

जेव्हा तुम्हाला उपयोगी पडू शकणाऱ्या साध्या, सोप्या योजना आढळतील, तेव्हा त्या जमा करा व त्यांचा उपयोग करा. प्रत्येक गोष्ट करण्याची एक पद्धत असते व तुमच्याकडे केवळ एक योजना असावी लागते जी त्या कामाच्या प्रक्रियेला सुरू करते. जरी या जगात नवीन काहीही नसले, तरीही आपण जेव्हा एखादी गोष्ट एका ठराविक क्रमाने करतो तेव्हा आपण आश्चर्यकारक निष्कर्ष काढत असतो.

तुमचा जीवनहेतू व दैव या गोष्टी एकमेकात गुंतलेल्या आहेत. जेव्हा तुमचे विचार, तुमचा आराखडा व तुमची कृति एकत्र निघते, तेव्हा तुमची ऊर्जा वाढलेली असते, कारण जे तुम्हाला आवडते तेच तुम्ही करीत असता. आता तुम्ही तुम्हाला जे हवे ते मिळविण्यावर एकंकार झालेले असता. तुमच्याकडे साधने असतात, तुमच्याकडे प्रेरणा असते, तुम्हाला सर्वशक्तिमान असल्याचा भास होत असतो - आता पुढचे पाऊल टाकण्याची वेळ आलेली असते. तुमच्या थोरल्या ध्येयाच्या दिशेने तुमचा प्रवास सुरू झालेला असतो.

मोठी पावले टाकायला कचरू नका, कारण दोन लहान पावले टाकून खोल दरी ओलांडता येत नाही.

डेव्हिड लॉईड जॉर्ज

◆